குளிர்காலக் கொலைகள்

அகதா கிறிஸ்டி

குளிர்காலக் கொலைகள்

மர்மக் கதைகளின் மகாராணியிடமிருந்து குளிர்காலக் கொலைக் குவியல்

தமிழில்:

PSV குமாரசாமி

MANJUL

மஞ்சுள் பப்ளிஷிங் ஹவுஸ்

First published in India by

MANJUL

Manjul Publishing House
Corporate and Editorial Office
•2nd Floor, Usha Preet Complex, 42 Malviya Nagar, Bhopal 462 003 – India
Sales and Marketing Office
•C-16, Sector 3, Noida, Uttar Pradesh 201301 – India
Website: www.manjulindia.com
Distribution Centres
Ahmedabad, Bengaluru, Bhopal, Kolkata, Chennai,
Hyderabad, Mumbai, New Delhi, Pune

Tamil edition first published in 2024

ISBN 978-93-5543-746-4

Translated by: PSV Kumarasamy
Editing by: Nagalakshmi Shanmugam
Layout by: Manoranjan Kumar

Printed and bound in India by Repro India Limited

உள்ளடக்கம்

முன்னுரை

அப்னே அரங்கில் கிறிஸ்துமஸ் கொண்டாட்டம்

பொதுவாக நாங்கள் எங்களுடைய கிறிஸ்துமஸ் விடுமுறையை செஷயரில் கொண்டாடுவோம். அதையொட்டி ஜிம்மி தன் வருடாந்திர விடுமுறையை எடுப்பான் என்பதால், அவனும் மாட்ஜும் சுமார் மூன்று வாரங்களுக்கு செயின்ட் மோரிட்ஸுக்குச் சென்றுவிடுவர். அவன் ஒரு நல்ல பனிச்சறுக்கு விளையாட்டுக்காரன் என்பதால் அப்படிப்பட்ட விடுமுறைகளையே அவன் அதிகமாக விரும்பினான். நானும் என் அம்மாவும் சீடிலுக்குச் செல்வோம். ஆனால், அவர்கள் புதிதாகக் கட்டிக் கொண்டிருந்த மனோர் லாட்ஜ் இன்னும் தயாராகவில்லை என்பதால், நாங்கள் இம்முறை கிறிஸ்துமஸை அப்னே ஹாலில் வாட்ஸ் தம்பதியினருடனும் அவர்களுடைய நான்கு குழந்தைகளுடனும் ஜாக்குடனும் செலவிட்டோம். நீங்கள் ஒரு குழந்தையாக இருந்தால், கிறிஸ்துமஸ் விடுமுறையைக் கழிப்பதற்கு அது ஓர் அற்புதமான இடம். பல அறைகள், தாழ்வாரங்கள், எதிர்பாராத இடங்களில் படிகள், பின்புற மற்றும் முன்புற மாடிப்படிகள், ஒதுக்குப்புற அறைகள் போன்ற, குழந்தைகளுக்குப் பிடித்தமான அனைத்து விஷயங்களையும் கொண்டிருந்த, பத்தொன்பதாம் நூற்றாண்டு காலத்திய பாணியில் அமைந்த அந்த பிரம்மாண்டமான மாளிகையில், மூன்று பியானோக்களும் ஓர் ஆர்கன் இசைக்கருவியும்கூட இருந்தன. அதில் இல்லாமலிருந்த ஒரே அம்சம் பகல் வெளிச்சம் மட்டும்தான். பெரிய சன்னல்களைக் கொண்டிருந்த பெரிய வரவேற்பறையைத் தவிர, அந்த வீடு முழுவதும் எப்போதும் இருட்டாக இருந்தது.

நானும் நேன் வாட்ஸ¬ம் ஏற்கனவே தோழிகளாக இருந்தோம். விரைவில் நாங்கள் 'குடிகாரத் தோழிகளாக' ஆனோம். ஆமாம், எங்கள் இருவருக்கும் மிகவும் பிடித்த 'கிரீம்' என்ற பானத்தை நாங்கள் ஒன்றாகச் சேர்ந்து குடித்தோம். நான் டெவன்ஷயரில் வசித்து வந்ததால் டெவன்ஷயர் கிரீமை ஏராளமாகக் குடித்து வளர்ந்திருந்தேன். ஆனால், இங்கு வெறும் கிரீம் கிடைத்தது எனக்குக் கொண்டாட்டமாக இருந்தது. நாங்கள் டார்குவேயில் இருந்தபோது, நேன் ஒரு முறை எங்களுடன் வந்து தங்கியிருந்தாள். அப்போது நாங்கள் அந்நகரிலிருந்த மாட்டுப் பண்ணைக்குச் செல்வதை வழக்கமாகக் கொண்டிருந்தோம். அங்கே, பாலும் கிரீமும் சம அளவில் கலக்கப்பட்ட ஒரு பானத்தை நாங்கள் குடித்தோம். நான் அவளுடன் அப்னேயில் தங்கியபோதெல்லாம், அவர்களுடைய வீட்டுப் பண்ணைக்குச் சென்று வெறும் கிரீமைக் குடித்தோம். கிரீமைக் குடிக்கின்ற இந்தப் பழக்கத்தை நாங்கள் வாழ்நாள் முழுவதும் தொடர்ந்தோம். நாங்கள் பெரியவர்களாக ஆன பிறகு, சன்னிங்டேல் கோல்ஃப் விளையாட்டு மைதானத்திற்குச் சென்றபோதெல்லாம், எங்களுடைய கணவன்மார்கள் தங்களுடைய கோல்ஃப் ஆட்டத்தை முடித்துக் கொண்டு வருகின்றவரை, நாங்கள் இருவரும் அந்தக் கிரீமை டப்பா டப்பாவாக வாங்கி வந்து குடித்துக் கொண்டிருப்போம்.

அப்னே, சாப்பாட்டு ராமன்களின் சொர்க்கபுரி. அங்கே சாமான்கள் வைப்பதற்கான ஓர் அறை இருந்தது. என் பாட்டியின் வீட்டிலிருந்த அத்தகைய அறை எப்போதும் பூட்டப்பட்டிருக்கும். ஆனால், அப்னேயில் இருந்த அறை எப்போதும் திறந்தே இருந்தது. அதன் அனைத்துச் சுவர்களையும் அலமாரிகள் நிறைத்திருந்தன. அதன் ஒரு புறம் விதவிதமான சாக்லெட்களும் சாக்லெட் கிரீம்களும் டப்பா டப்பாவாக அடுக்கி வைக்கப்பட்டிருக்கும். மற்றொரு புறம், வகை வகையான பிஸ்கெட்டுகள், ஜாம்கள், ஊற வைக்கப்பட்டப் பழங்கள் போன்றவை இருக்கும்.

கிறிஸ்துமஸ், ஒருபோதும் மறக்கப்பட முடியாத, ஓர் உச்சகட்டக் கொண்டாட்டத் திருவிழாவாக இருந்தது. காலை உணவுக்குச் சென்றால், ஒவ்வொருவருடைய நாற்காலியிலும் பரிசுப் பொருட்கள் குவித்து வைக்கப்பட்டிருக்கும். அதைத் தொடர்ந்து, தேவாலயத்திற்குச் சென்றுவிட்டு விரைவாகத் திரும்பி வந்து, மறுபடியும் கிறிஸ்துமஸ் பரிசுப் பொருட்களைப் பிரித்துப் பார்க்கின்ற வேலை தொடரும். மதியம் சுமார் இரண்டு மணியளவில் மதிய உணவு பரிமாறப்படும். முதலில்

எனக்குப் பிடிக்காத சிப்பி சூப் வழங்கப்படும். அதைத் தொடர்ந்து, அவித்த மற்றும் பொறித்த வான்கோழியும் மாட்டுக்கறியும் பரிமாறப்படும். பின்னர் பிளம் பாயசமும் எண்ணற்ற இனிப்பு வகைகளும் கிடைக்கும். என்னுடைய ஒரு கதையில் இப்படிப்பட்ட ஒரு விருந்தை நான் விலாவாரியாக விவரித்திருக்கிறேன். இப்படிப்பட்டதொரு விருந்தை அனுபவிக்கின்ற பாக்கியம் இந்தத் தலைமுறைக்குக் கிடைக்குமா என்பது சந்தேகமே. அப்படியே கிடைத்தாலும், அந்தப் பதார்த்தங்களைச் சீரணிக்கின்ற ஆற்றல் இப்போதுள்ள எவருக்கும் இருக்குமா என்பது கேள்விக்குறியே. ஆனால், அப்போது எங்களுடைய செரிமானத்திற்கு எந்தக் குறைச்சலும் இருக்கவில்லை.

அப்போது நான் சாப்பாட்டு விஷயத்தில் வாட்ஸின் மகன்களில் ஒருவனான ஹம்ப்ரேயுடன் போட்டி போடுவேன். அப்போது எனக்குப் பன்னிரண்டு அல்லது பதின்மூன்று வந்து இருக்கும். அவனுக்கு இருபது அல்லது இருபத்தொரு வயதிருக்கும். வசீகரமான இளைஞனான அவன் ஒரு நல்ல நடிகன், மற்றவர்களைக் குஷிப்படுத்துவதில் வல்லவன். அவன் ஒரு நல்ல கதைசொல்லியும் கூட. நான் பொதுவாக இப்படிப்பட்ட நபர்களைப் பார்த்தால் உடனே காதல் வலையில் விழுந்துவிடுவது வழக்கம் என்றாலும், அவனை நான் ஒருபோதும் காதலிக்கவில்லை. அது எனக்கே வியப்பாக இருந்தது. அப்போது, துளிகூடச் சாத்தியமற்ற நபர்களுடன் காதல் கொள்ள விரும்பிய ஒரு கட்டத்தில் நான் இருந்தேன் என்று நான் நினைக்கிறேன். லண்டன் மாநகர பிஷப், ஸ்பெயின் மன்னர் அல்ஃபோன்சா, பல பிரபலமான நடிகர்கள் போன்றோர் என்னுடைய பட்டியலில் இடம் பிடித்திருந்தனர்.

எனக்கும் ஹம்ப்ரேவுக்கும் இடையிலான சாப்பாட்டுப் போட்டியில், சிப்பி சூப் விஷயத்தில் அவன் என்னை வென்றான். மற்ற அனைத்திலும் நாங்கள் கிட்டத்தட்ட ஒரே அளவில் இருந்தோம். எனக்கு ஒயினின் சுவை பிடிக்காது என்பதால், அது கலந்து செய்யப்பட்ட சில இனிப்பு வகைகளை நான் அதிகமாக விரும்பவில்லை. அதற்குப் பிறகு நாங்கள் பலவிதமான பழங்களைச் சாப்பிட்டோம். சாப்பிட்டு முடித்தப் பிறகு, மதிய வேளைகளில், சாமான்கள் வைக்கப்பட்டிருந்த அறையில் புகுந்து சாக்லெட்டுகளை நாங்கள் மூக்கு முட்டத் தின்றோம். அதற்கு மறுநாள் நான் நோய்வாய்ப்பட்டேனா? இல்லை. ஒருபோதும் அப்படி நிகழவில்லை. ஒரே ஒரு முறை, ஒரு செப்டம்பர் மாதத்தில், சரியாகப் பழுக்காத ஆப்பிள் பழங்களை நான் சாப்பிட்டபோது எனக்கு உடல்நலக்

கோளாறு ஏற்பட்டது. சரியாகப் பழுக்காத ஆப்பிள் பழங்களை நான் தினமும் சாப்பிட்டு வந்தபோதிலும், சில நேரங்களில் நான் அவற்றை எல்லை மீறி உட்கொண்டிருந்திருக்கக்கூடும்.

எனக்கு ஆறு அல்லது ஏழு வயதாக இருந்தபோது, ஒரு முறை நான் காளான்களைச் சாப்பிட்டிருந்தேன். இரவு சுமார் பதினொரு மணியளவில் நான் வயிற்று வலியோடு கண்விழித்தேன். நான் நேராக எங்களுடைய வரவேற்பறைக்குச் சென்றேன். அங்கு என் பெற்றோர் சில நண்பர்களுடன் பேசிக் கொண்டிருந்தனர். நான் அவர்களிடம் சென்று இவ்வாறு அறிவித்தேன்: “நான் இறக்கப் போகிறேன். ஏனெனில், நான் விஷக் காளான்களைச் சாப்பிட்டுள்ளேன்.” உடனே என் அம்மா, ஒரு குறிப்பிட்ட வகை ஒயினை எனக்குக் குடிக்கக் கொடுத்து, எல்லாம் சரியாகிவிடும் என்று என்னைத் தேற்றினார்.

எது எப்படியோ, கிறிஸ்துமஸ் கொண்டாட்டங்களின்போது எனக்கு ஒருபோதும் உடல்நலப் பிரச்சனை ஏற்பட்டதில்லை. நேனும் என்னைப்போலவே நல்ல வயிற்றுக்காரி. இன்னும் சொல்லப்போனால், அக்காலத்தில் கிட்டத்தட்ட எல்லோருமே நல்ல ஜீரண சக்தியைக் கொண்டிருந்தனர். சாப்பாட்டைப் பற்றி இவ்வளவு எழுத வேண்டுமா என்று கேட்டால், அது நான் மிகவும் இரசித்து அனுபவித்த அம்சங்களில் ஒன்று என்பதுதான் அதற்குக் காரணம். சிறு வயதில் எனக்கு எப்போதும் பசித்துக் கொண்டேயிருக்கும் என்பதால், நான் எக்கச்சக்கமாகத் தின்று கொண்டேயிருப்பேன். ஆனாலும் எப்படி நான் ஒல்லியாகவே இருந்து வந்துள்ளேன் என்பது வியப்புக்குரிய விஷயம்தான்.

கிறிஸ்துமஸ் மதியத்தில், உண்ட மயக்கத்தில் பெரிசுகள் எல்லாம் கட்டையைச் சாய்க்கச் சென்றுவிடும். இளம் வயதினரான நாங்கள் எங்களுடைய பரிசுப் பொருட்களைப் பார்த்து மகிழ்வோம், புத்தகங்கள் படிப்போம், மேலும் சாக்லெட்டுகளைச் சாப்பிடுவோம். பின்னர் மாலை வேளையில் கேக்குடன் தேநீர் கிடைக்கும். இரவு மீண்டும் வான்கோழி வறுவல் கிடைக்கும். இரவு ஒன்பது மணிக்கு நாங்கள் கிறிஸ்துமஸ் மரத்திற்குக் கீழே கூடுவோம். அதன் கிளைகளில் மேலும் பல பரிசுப் பொருட்கள் தொங்கிக் கொண்டிருக்கும். அடுத்தக் கிறிஸ்துமஸ் தினம் வருகின்றவரை நினைவு வைத்துக் கொள்ளத்தக்க அற்புதமான ஒரு நாளாக அது இருக்கும்.

- அகதா கிறிஸ்டி

சாக்லெட் டப்பா

அது ஒரு காட்டுத்தனமான இரவு. வெளியே காற்று வன்மத்துடன் ஊளையிட்டுக் கொண்டிருந்தது. சன்னல் கதவுகளின்மீது மழை ஒரு பெரும் சத்தத்துடன் மோதிக் கொண்டிருந்தது.

நானும் புவாரோவும் கணப்படுப்புக்கு எதிரே கால்களை நீட்டியவாறு அமர்ந்திருந்தோம். எங்களுக்கு இடையே ஒரு மேசை இருந்தது. அந்த மேசையில் என் பக்கமாக விஸ்கியும் தேனும் கலந்த ஒரு சூடான பானம் இருந்தது. புவாரோவின் பக்கம் ஒரு அடர்த்தியான சாக்லெட் பானம் இருந்தது. நூறு பவுன்டு கொடுத்தால்கூட அதை நான் தொட மாட்டேன். ரோஸ் நிறத்திலிருந்த ஒரு கோப்பையில், பழுப்பு நிறத்திலிருந்த அந்தக் கண்றாவியை இரசித்துக் குடித்துக் கொண்டிருந்த புவாரோ, திருப்திப் பெருமூச்செறிந்தார்.

"வாழ்க்கை எவ்வளவு இரம்மியமாக இருக்கிறது!" என்று புவாரோ முணுமுணுத்தார்.

"ஆமாம். எல்லாம் சிறப்பாகத்தான் போய்க் கொண்டிருக்கிறது," என்றேன் நான். "நான் ஒரு வேலையில் இருக்கிறேன். அதுவும் ஒரு நல்ல வேலையில் இருக்கிறேன். நீங்கள் ஒரு பிரபலமான–"

"ஓ! அப்படியெல்லாம் இல்லை!" என்று புவாரோ அதற்கு மறுப்புத் தெரிவித்தார்.

"நீங்கள் பிரபலமானவர்தாம்! அதற்கான எல்லா அம்சங்களும் உங்களிடம் இருக்கின்றன. உங்களுடைய மகத்தான கடந்தகால வெற்றிகளை நினைத்துப் பார்க்கின்றபோது, அது குறித்து நான் புளகாங்கிதம் அடைகிறேன். உங்களுக்குத் தோல்வி என்றால் என்னவென்றே தெரியாதோ என்று நான் ஐயுறுகிறேன்."

"ஒரு கடைந்தெடுத்தக் கோமாளிதான் இப்படிச் சொல்வான்."

"சரி. நான் விளையாட்டுக்காகக் கேட்கவில்லை. உங்களுக்கு எப்போதாவது தோல்வி ஏற்பட்டுள்ளதா?"

"எண்ணற்ற முறைகள். நீங்கள் என்ன சொல்கிறீர்கள்? அதிர்ஷ்ட தேவதை எப்போதும் என் பக்கமே இருப்பாளா? சில நேரங்களில் நான் தாமதமாக அழைக்கப்பட்டுள்ளேன். பல நேரங்களில் வேறு துப்பறிவாளர்கள் எனக்கு முன்பாக அங்கு அழைக்கப்பட்டிருப்பர். இரண்டு முறை நான் வெற்றிக் கனியைத் தட்டிப் பறிக்கவிருந்த நேரத்தில், எனக்கு உடல்நிலை சரியில்லாமல் போய்விட்டது. வாழ்க்கையில் ஏறுமுகத்தை ஏற்றுக் கொள்கின்ற அதே மனப்பக்குவத்துடன் ஒருவர் சறுக்கல்களையும் சகித்துக் கொள்ள வேண்டும்."

"நான் அவற்றைப் பற்றிக் கேட்கவில்லை," என்று நான் விளக்கினேன். "உங்களுடைய சொதப்பலால் ஏதாவது ஒரு சமயம் உங்களால் துப்புத் துலக்க முடியாமல் போயிருக்கிறதா என்றுதான் நான் கேட்க வந்தேன்."

"ஓ! இப்போது எனக்குப் புரிகிறது. துப்புத் துலக்குகிறேன் பேர்வழி என்று என்னை நானே முட்டாளாக்கிக் கொண்டதுண்டா என்றுதானே நீங்கள் கேட்கிறீர்கள்? ஒரு முறை அப்படி நிகழ்ந்துள்ளது," என்று கூறிய புவாரோவின் முகத்தில் பழைய நினைப்பின் பிரதிபலிப்பு ஒரு புன்னகையின் வடிவில் வெளிப்பட்டது.

அவர் திடீரென்று தன் நாற்காலியில் நிமிர்ந்து உட்கார்ந்தார். "நீங்கள் என் வெற்றிக் கதைகளையெல்லாம் பதிவு செய்து வைத்திருக்கிறீர்கள் என்பதை நான் அறிவேன். அவற்றுடன் மற்றொரு கதையையும் நீங்கள் சேர்த்துக் கொள்ள வேண்டும். அது ஒரு தோல்விக் கதை."

அவர் குனிந்து ஒரு விறகை எடுத்து அந்தக் கணப்படுப்பில் போட்டுவிட்டுத் தன் கையை நன்றாகத் துடைத்துக் கொண்டார். அவர் மறுபடியும் பின்னால் சாய்ந்து அமர்ந்து கொண்டு தன் கதையைச் சொல்லத் துவங்கினார்.

"இக்கதை பெல்ஜியத்தில் பல ஆண்டுகளுக்கு முன் நடந்த ஒன்று. பிரான்ஸுக்கும் கிறித்தவ தேவாலயத்திற்கும் இடையே கடும் இழுபறி நிகழ்ந்து கொண்டிருந்த காலம் அது. அப்போது, பால் டெரூலார்டு என்ற பிரெஞ்சுப் பாராளுமன்ற உறுப்பினர் ஒருவர் இருந்தார். அவர் விரைவில் ஓர் அமைச்சராக ஆகவிருந்ததாகப் பரவலாகக் கிசுகிசுக்கப்பட்டது. கத்தோலிக்க மதத்தைக் கடுமையாக எதிர்த்து வந்தவர்களில் அவரும் ஒருவர். அவர் ஓர் அமைச்சராக ஆகும்பட்சத்தில், கத்தோலிக்கம்

என்ற பலம் வாய்ந்த எதிரியை அவர் எதிர்கொள்ள வேண்டியிருக்கும் என்பதை அனைவரும் அறிந்திருந்தனர். பல விதங்களில் அவர் ஒரு விநோதப் பிறவியாக இருந்தார். மது அருந்துதல், புகைபிடித்தல் போன்ற கெட்டப் பழக்கங்கள் அவரிடம் இருக்கவில்லை என்றபோதிலும், சில விஷயங்களில் அவர் ஒழுக்கமானவராக இருக்கவில்லை. ஹேஸ்டிங்ஸ், நான் என்ன சொல்ல வருகிறேன் என்பது உங்களுக்குப் புரிந்திருக்கும் என்று நான் நினைக்கிறேன். பெண்கள் விஷயம்தான் அது!

"சில ஆண்டுகளுக்கு முன், டெரூலார்டு, பிரஸ்ஸல்ஸ் நகரைச் சேர்ந்த ஓர் இளம்பெண்ணை மணமுடித்தார். அதற்கு அவர் ஒரு பெரும் வரதட்சணையைப் பெற்றார். டெரூலார்டு வசதி படைத்த ஒரு குடும்பத்தைச் சேர்ந்தவர் அல்லர் என்பதால், அவர் தன்னுடைய அரசியல் வாழ்க்கையை முன்னெடுத்துச் செல்வதற்கு அவருக்கு அந்தப் பணம் தேவைப்பட்டது. மேலும், அப்பெண்ணை மணமுடித்ததால் அவருக்கு மற்றொரு இலாபமும் கிட்டியது. அவர் விரும்பினால் தன்னை ஒரு பிரபு என்று அழைத்துக் கொள்ளலாம் என்ற நியதிதான் அது. அவர்களுக்குக் குழந்தைகள் எவரும் இருக்கவில்லை. திருமணம் முடிந்து இரண்டு ஆண்டுகளுக்குப் பிறகு, மாடிப்படியில் தடுக்கி விழுந்து அவருடைய மனைவி இறந்து போனார். அவருடைய மனைவி அவருக்கு விட்டுச் சென்ற சொத்துகளில் பிரஸ்ஸல்ஸ் நகரிலுள்ள லூயி சாலையில் இருந்த ஒரு பெரிய வீடும் அடக்கம்.

"அந்த வீட்டில்தான் டெரூலார்டு திடீரென்று மரணமடைந்தார். கிட்டத்தட்ட அதே சமயத்தில்தான், அவர் எந்தத் துறையின் அமைச்சராக ஆகக்கூடும் என்று கிசுகிசுக்கப்பட்டதோ, அப்போது அந்தத் துறையின் அமைச்சராக இருந்தவர் தன் பதவியை இராஜினாமா செய்திருந்தார். இரவுச் சாப்பாட்டிற்குப் பிறகு திடீரென்று ஏற்பட்ட மாரடைப்பின் காரணமாக டெரூலார்டு இறந்திருந்ததாக அறிவிக்கப்பட்டது. பத்திரிகைகள் அவரைப் பற்றிய நீண்ட கட்டுரைகளை வெளியிட்டன.

"அச்சமயத்தில் நான் பெல்ஜிய அரசின் துப்பறிவாளர்கள் குழுவில் இடம் பெற்றிருந்தேன். டெரூலார்டின் மரணத்தில் நான் எந்த ஈடுபாடும் காட்டவில்லை. நான் ஒரு நல்ல கத்தோலிக்கனாக இருந்ததால், அவருடைய மரணம் நல்ல நேரத்தில்தான் நிகழ்ந்திருந்தது என்று நான் எடுத்துக் கொண்டேன்.

"அந்த மரணம் நிகழ்ந்து மூன்று நாட்களுக்குப் பின்னர் நான் என் விடுப்பைத் துவக்கியிருந்த சமயத்தில், என்னைப்

பார்க்க ஒரு பெண்மணி என் வீட்டுக்கு வந்தார். அவர் தன் உருவத்தை முழுவதுமாக மறைத்து ஓர் அங்கியை அணிந்திருந்தபோதிலும், அவர் ஓர் இளம்பெண் என்பதையும், நாகரிகமானவர் என்பதையும் என்னால் உணர முடிந்தது.

"அவர் ஓர் இனிமையான குரலில், 'நீங்கள்தான் ஹெர்கியூல் புவாரோவா?' என்று என்னிடம் கேட்டார்.

"நான் அதை ஆமோதித்துத் தலையசைத்தேன்.

" 'துப்பறியும் பிரிவைச் சேர்ந்த புவாரோவா?'

"நான் மீண்டும் அதை ஆமோதித்துத் தலையசைத்தேன். 'இதில் அமருங்கள்' என்று கூறி அவருக்காக ஒரு நாற்காலியை நான் இழுத்துப் போட்டேன்.

"அவர் அதில் அமர்ந்து கொண்டு தன் முகத்திரையை விலக்கினார். அவருடைய முகம் வசீகரமாக இருந்தது. ஆனால் அவருடைய கண்கள் குளமாக இருந்தன. அவர் பதற்றமாக இருந்தார்.

"அவர் என்னிடம், 'நீங்கள் இப்போது விடுப்பில் இருக்கிறீர்கள் என்பதை நான் அறிவேன். எனவே, ஒரு தனிப்பட்ட விவகாரத்தை எடுத்து விசாரிப்பதில் உங்களுக்கு எந்தப் பிரச்சனையும் இருக்காது என்று நான் நினைக்கிறேன். நான் காவல்துறையினரைத் தொடர்பு கொள்ள விரும்பவில்லை என்பதை நீங்கள் ஊகித்திருப்பீர்கள் என்று நான் நம்புகிறேன்,' என்று கூறினார்.

"என் மறுப்பைத் தெரிவிக்கும் விதமாக நான் தலையாட்டினேன். 'உங்களுடைய வேண்டுகோளை ஏற்பது எனக்குச் சாத்தியமே இல்லை. நான் விடுப்பில் இருப்பது உண்மைதான் என்றாலும், நான் இன்னும் காவல்துறையைச் சேர்ந்தவன்தான்.'

"அவர் என்னை நோக்கிச் சிறிது முன்னால் சாய்ந்து, 'நான் கூறுவதைச் சற்றுக் கேளுங்கள். நீங்கள் வெறுமனே விசாரிக்க வேண்டும் என்றுதான் நான் உங்களிடம் கேட்கிறேன். விசாரணையின் முடிவை நீங்கள் காவல்துறையினருக்குத் தெரிவிக்க விரும்பினால், நான் அதற்குக் குறுக்கே நிற்க மாட்டேன். நான் உண்மையென்று நினைப்பது நிஜமாகவே உண்மையாக இருக்கும் பட்சத்தில், நமக்கு அரசு இயந்திரத்தின் அனைத்து அங்கங்களும் தேவைப்படும்,' என்றார்.

"அவர் முன்வைத்த அந்தக் கோணம் அவருடைய வேண்டுகோளுக்கு வேறு ஒரு பரிமாணத்தைக் கொடுத்தது. அதற்குப் பிறகு நான் வேறு எந்தக் கேள்வியும் கேட்காமல் அவருடைய விவகாரத்தை விசாரிக்க ஒப்புக் கொண்டேன்.

"அவருடைய முகத்தில் மலர்ச்சி சிறிது எட்டிப் பார்த்தது.

அவர் என்னிடம், 'நன்றி. நீங்கள் விசாரிக்க வேண்டும் என்று நான் விரும்புவது பால் டெரூலார்டின் மரணத்தைத்தான்,' என்று கூறினார்.

" 'என்ன?' என்று நான் வியப்புடன் கேட்டேன்.

"அதற்கு அவர், 'என்னிடம் ஒரு பெண்ணின் உள்ளுணர்வைத் தவிர வேறு எதுவும் இல்லை. ஆனால், டெரூலார்டு இயற்கையான முறையில் இறக்கவில்லை என்பது மட்டும் எனக்கு உறுதியாகத் தெரியும்,' என்றார்.

" 'ஆனால் மருத்துவர்கள்–'

"அப்பெண் என்னை இடைமறித்து, 'மருத்துவர்கள் தவறு இழைத்திருக்க வேண்டும். டெரூலார்டு திடகாத்திரமாகவும் ஆரோக்கியமாகவும் இருந்தார். புவாரோ, நீங்கள் எனக்கு உதவ வேண்டும் என்று நான் உங்களை மன்றாடிக் கேட்டுக் கொள்கிறேன்,' என்று கூறினார்.

"அவர் ஒரு பரிதாபகரமான நிலையில் இருந்தார். விட்டிருந்தால் அவர் என் முன் மண்டியிடக்கூடச் செய்திருப்பார். நான் அவரை என்னால் முடிந்த அளவு தேற்றினேன்.

"நான் அவரிடம், 'நான் உங்களுக்கு உதவுகிறேன். உங்களுடைய பயம் ஆதாரமற்றது என்று நான் நினைக்கிறேன். இருந்தாலும் பார்க்கலாம். முதலில், அந்த வீட்டில் யாரெல்லாம் இருக்கின்றனர் என்று சொல்லுங்கள்,' என்று கேட்டேன்.

" 'ஜேனட், ஃபீலிஸ் ஆகிய வேலைக்காரிகள் இருக்கின்றனர். டெனிஸ் அவ்வீட்டின் சமையற்காரி. அவள் அங்குப் பல ஆண்டுகளாக வேலை பார்த்து வருகிறாள். மற்ற இருவரும் கிராமப்புறத்திலிருந்து வந்தவர்கள். அடுத்து, பிரான்சுவா என்ற ஒரு முதிய வேலைக்காரர் இருக்கிறார். அவரும் அங்குப் பல ஆண்டுகளாக வேலை பார்த்து வருகிறார். அடுத்து, டெரூலார்டின் தாயார். அவரும் தன் மகனுடன்தான் வசித்து வந்தார். அடுத்து, நான். என் பெயர் விர்ஜினியா மெஸ்னார்டு. நான் டெரூலார்டின் மனைவியின் உறவுப் பெண். கடந்த மூன்று ஆண்டுகளுக்கும் மேலாக நான் அந்த வீட்டு நிர்வாகத்தைக் கவனித்து வருகிறேன். நான் குறிப்பிட்ட அனைவரும் அவ்வீட்டில் நிரந்தரமாக இருப்பவர்கள். டெரூலார்டின் மரணம் நிகழ்ந்த நேரத்தில் இரண்டு விருந்தினர்களும அங்குத் தங்கியிருந்தனர்.'

" 'அவர்கள் யார்?

" 'ஒருவர் செயின்ட் அலார்டு. அவர் பிரான்ஸில் டெரூலார்டின் அண்டைவீட்டுக்காரர். மற்றொருவர் ஜான் வில்சன். அவர் டெரூலார்டின் ஆங்கிலேய நண்பர்.'

“ ‘அவர்கள் இப்போதும் அங்குத் தங்கியிருக்கிறார்களா?’

“ ‘வில்சன் இப்போதும் அங்கேதான் இருக்கிறார். அலார்டு முந்தைய தினம் அங்கிருந்து புறப்பட்டுச் சென்றுவிட்டார்.’

“ ‘சரி, உங்கள் திட்டம் என்ன?’ என்று நான் அப்பெண்ணிடம் கேட்டேன்.

“ ‘இன்னும் அரை மணிநேரத்திற்குள் நீங்கள் எங்கள் வீட்டிற்கு வாருங்கள். நான் உங்களுக்காக ஒரு கதையைத் தயார் செய்து வைத்திருக்கிறேன். நீங்கள் ஒரு பத்திரிகையாளர் என்றும், நீங்கள் பாரிஸிலிருந்து வந்திருக்கிறீர்கள் என்றும், நீங்கள் அலார்டின் நண்பர் என்றும், அவரிடமிருந்து ஓர் அறிமுகக் கடிதத்தோடு நீங்கள் வந்திருக்கிறீர்கள் என்றும் நான் கூறிவிடுகிறேன். டெரூலார்டின் தாயாருக்கு உடல்நிலை சரியில்லை. அதனால், அவர் இது குறித்துப் பெரிதாக அலட்டிக் கொள்ள மாட்டார்.’

“நானும் அந்த ஏற்பாட்டின்படி அங்கே போய்ச் சேர்ந்தேன். டெரூலார்டின் தாயாரிடம் நான் அறிமுகப்படுத்தி வைக்கப்பட்டேன். அவர் என்னைப் பற்றிச் சுருக்கமாக விசாரித்தார். அவர் உடல்நலம் குன்றியிருந்தபோதிலும், மேட்டுக்குடியின் மிடுக்கும் கம்பீரமும் அவரிடம் இன்னும் ஒட்டிக் கொண்டிருந்தன. நான் அங்கே சுதந்திரமாக அலைந்து திரிய அனுமதிக்கப்பட்டேன்.

“ஹேஸ்டிங்ஸ், நான் இருந்த இக்கட்டான நிலையையும் எனக்கு அளிக்கப்பட்டிருந்த வேலையின் சிக்கல்களையும் உங்களால் கற்பனை செய்ய முடிகிறதா? அந்த மனிதர் இறந்து போய் மூன்று நாட்கள் ஆகியிருந்தன. அங்கு ஏடாகூடமாக ஏதாவது நடந்திருக்கும்பட்சத்தில், அதற்கு ஒரே ஒரு சாத்தியக்கூறுதான் இருந்தது. அவர் விஷம் கொடுத்துக் கொல்லப்பட்டிருக்கலாம். டெரூலார்டின் உடலைப் பார்க்கும் வாய்ப்பும் எனக்குக் கிடைக்கவில்லை, அந்த விஷம் எதனோடு கலந்து கொடுக்கப்பட்டிருந்திருக்கலாமோ அது குறித்து ஆராயவும் எனக்கு சந்தர்ப்பம் வாய்க்கவில்லை. துலக்குவதற்கு எனக்கு எந்தவிதமான துப்புகளும் அங்கு இருக்கவில்லை. அந்த மனிதர் விஷம் வைத்துக் கொல்லப்பட்டாரா அல்லது அவர் இயற்கையாகவே இறந்தாரா? எனக்கு உதவுவதற்கு எதுவும் இல்லாமல் அதை நான் கண்டுபிடித்தாக வேண்டியிருந்தது.

“முதலில் நான் அந்த வீட்டின் வேலைக்காரர்களைப் பேட்டி கண்டேன். அவர்களின் உதவியுடன், அன்று முன்னிரவு என்ன நடந்திருக்கும் என்பதை என் மனத்தில் நான் உருவாக்கினேன். குறிப்பாக, அன்று பரிமாறப்பட்ட உணவுப் பதார்த்தங்கள் குறித்தும், அவை பரிமாறப்பட்ட

விதம் குறித்தும் நான் கேட்டறிந்தேன். சூப்பை டெரூலார்டே எடுத்துத் தன் கிண்ணத்தில் ஊற்றியிருந்தார். அடுத்து, அவர் கட்லெட்டையும் கோழிக்கறியையும் சாப்பிட்டிருந்தார். கடைசியாக, பதப்படுத்தப்பட்டப் பழங்கள். அவை அனைத்தும் சாப்பாட்டு மேசையில் வைக்கப்பட்டிருந்தன. டெரூலார்டு தனக்குத் தானே அவற்றைப் பரிமாறியிருந்தார். இறுதியில், எல்லோருக்குமாகச் சேர்த்து ஒரு பெரிய குவளையில் காபி அந்த மேசைக்குக் கொண்டுவரப்பட்டிருந்தது. அதனால், ஒருவருக்கு மட்டும் விஷம் வைப்பதற்கான சாத்தியம் அங்கு இருக்கவே இல்லை. எதிலேனும் விஷம் கலக்கப்பட்டிருந்தால், எல்லோருமே அதை உட்கொண்டிருந்திருப்பர்.

“சாப்பாட்டிற்குப் பிறகு டெரூலார்டின் தாயார் தூங்கச் சென்றுவிட்டார். விர்ஜினியாவும் அவருடன் சென்றுவிட்டிருந்தார். டெரூலார்டும் அந்த இரண்டு விருந்தினர்களும் டெரூலார்டின் படிப்பறைக்குச் சென்று, அங்கே குதூகலமாக அரட்டையடித்துக் கொண்டிருந்தனர். அப்போது திடீரென்று டெரூலார்ட் கீழே விழுந்துவிட்டிருந்தார். அவருடைய உதவிக்குச் சென்ற அலார்டு, உடனே மருத்துவரை அழைத்து வரும்படி பிரான்சுவாவிடம் கூறினார். அது நிச்சயமாக மூளையில் ஏற்பட்டிருந்த ஏதோ இரத்தக்கசிவாகத்தான் இருக்க வேண்டும் என்று அலார்டு கூறினார். ஆனால், மருத்துவர் அங்கு வந்து சேர்ந்தபோது, காலம் கடந்துவிட்டிருந்தது.

“விர்ஜினியா என்னை வில்சனிடம் அறிமுகம் செய்து வைத்தார். நடுத்தர வயதில் இருந்த அவர், ஒரு பருமனான உருவத்தைக் கொண்டிருந்தார். நடந்த விஷயங்கள் குறித்த அவருடைய விவரிப்பு, எனக்குக் கிடைத்திருந்த தகவல்களின் அடிப்படையில் நான் உருவாக்கி வைத்திருந்த கற்பனையோடு பெருமளவு ஒத்துப் போனது.

“வில்சன் என்னிடம், ‘டெரூலார்டின் முகம் திடீரென்று சிவப்பானது. உடனே அவர் அப்படியே கீழே சாய்ந்துவிட்டார்,’ என்று கூறினார்.

“அதற்கு மேல் கண்டுபிடிப்பதற்கு அங்கு எதுவும் இருக்கவில்லை. பின்னர், சம்பவம் நடந்த இடமான அந்தப் படிப்பறைக்கு நான் சென்றேன். நான் கேட்டுக் கொண்டதன் அடிப்படையில் அங்கு நான் தனியாக விடப்பட்டேன். விர்ஜினியாவின் சந்தேகத்தை உறுதி செய்வதற்கு அதுவரை எதுவும் எனக்குக் கிடைத்திருக்கவில்லை. எனவே, அது அவருடைய மனப்பிரமை என்ற முடிவுக்கு நான் கிட்டத்தட்ட வந்திருநதேன். இறந்து போயிருந்த மனிதரின்மீது விர்ஜினியா

காதல் கொண்டிருந்திருக்கக்கூடும். அதனால் எதார்த்தத்தை ஏற்றுக் கொள்ள அவருடைய மனம் மறுத்ததுபோலும் என்று நான் நினைத்தேன். ஆனாலும், நான் அந்தப் படிப்பறையை அணுவணுவாக அலசினேன். டெரூலார்டின் நாற்காலியில் ஒளித்து வைக்கப்பட்டிருந்த ஏதேனும் நச்சு ஊசி அவருடைய உயிரைக் குடித்திருக்கக்கூடுமோ என்று நான் நினைத்தேன். என்னுடைய அந்த ஊகத்திற்கு ஆதரவான எதையும் அங்கு என்னால் கண்டுபிடிக்க முடியவில்லை. நான் விரக்தியுடன் அந்த நாற்காலியில் தொப்பென்று உட்கார்ந்தேன்.

" 'இது தேறாது. கைவிட்டுவிட வேண்டியதுதான்!' என்று எனக்கு நானே சத்தமாகக் கூறினேன். 'எல்லாம் இயல்பாக இருக்கிறது. எந்தத் துப்பும் எங்கும் இல்லை.'

"அந்த வார்த்தைகள் என் வாயிலிருந்து வெளிப்பட்டுக் கொண்டிருந்த அதே வேளையில், அருகேயிருந்த ஒரு மேசையின் மேலிருந்த சாக்லெட் டப்பா ஒன்றின்மீது என் பார்வை விழுந்தது. உடனே என் இதயம் துள்ளிக் குதித்தது. நான் அந்த டப்பாவின் மூடியைத் திறந்தேன். அந்த டப்பா தொடப்படாமல் இருந்தது. அதிலிருந்து ஒரு சாக்லெட்கூட எடுக்கப்பட்டிருக்கவில்லை. அது மேலும் என் ஆர்வத்தைத் தூண்டிவிட்டது. அதில் மற்றொரு விநோதமான அம்சமும் இருந்தது. அந்த சாக்லெட் டப்பா இளஞ்சிவப்பு நிறத்தில் இருந்தது. ஆனால் அதன் மூடியோ நீல நிறத்தில் இருந்தது. நீல நிற டப்பா ஓர் இளஞ்சிவப்பு நிற ரிப்பனால் கட்டப்பட்டிருப்பதையும், இளஞ்சிவப்பு நிற டப்பா ஒரு நீல நிற ரிப்பனால் கட்டப்பட்டிருப்பதையும் நாம் பார்த்திருப்போம். ஆனால் மூடியின் நிறம் வேறொரு நிறத்தில் இருந்தது எப்படி? அதில் ஏதோ வில்லங்கம் இருந்ததையே அது எனக்கு உணர்த்தியது.

"இது எனக்கு எந்த விதத்தில் பயன்படும் என்பதை அப்போது என்னால் ஊகிக்க முடியவில்லை என்றாலும், அது அசாதாரணமாக இருந்ததால், அதைப் பற்றித் தோண்டித் துருவ நான் தீர்மானித்தேன். நான் ஓர் அழைப்புமணியை அழுத்தி பிரான்சுவாவை அழைத்து, அவனுடைய எஜமானருக்கு இனிப்பு மிகவும் பிடிக்குமா என்று கேட்டேன். வேதனை கலந்த ஒரு புன்முறுவல் அவன் முகத்தில் படர்ந்தது.

" 'அவருக்கு இனிப்பு என்றால் கொள்ளைப் பிரியம். அவர் இந்த வீட்டில் எப்போதும் ஒரு சாக்லெட் டப்பாவை வைத்திருப்பார். அவர் ஒயின் போன்ற எதையும் குடிப்பதில்லை.'

"நான் அந்த சாக்லெட் டப்பாவின் மூடியைத் திறந்து காட்டி,

'இந்த டப்பாவிலுள்ள சாக்லெட் எடுக்கப்பட்டிருக்கவே இல்லையே?' என்று சுட்டிக்காட்டினேன்.

" 'இது அவர் இறந்த அன்று வாங்கியது. அவர் ஏற்கனவே வைத்திருந்த டப்பா கிட்டத்தட்டக் காலியாகியிருந்தது.'

" 'அப்படியானால், அவர் இறந்த அன்று அந்த சாக்லெட் டப்பா காலி செய்யப்பட்டிருக்கிறது,' என்று நான் மெதுவாகக் கூறினேன்.

" 'ஆமாம். காலியாக இருந்த அந்தச் சாக்லெட் டப்பாவை மறுநாள் காலையில் நான்தான் தூக்கிக் குப்பையில் போட்டேன்.'

" 'டெரூலார்டு எல்லா நேரங்களிலும் சாக்லெட் சாப்பிடுகின்ற பழக்கம் கொண்டவரா?'

" 'பெரும்பாலும் இரவு உணவுக்குப் பின்னர் அவர் அதைச் சாப்பிடுவார்.'

"எனக்கு வெளிச்சம் புலப்படத் துவங்கியது.

" 'பிரான்சுவா, உன்னால் விஷயங்களை இரகசியமாக வைத்துக் கொள்ள முடியுமா?'

" 'தேவையெனில் முடியும்.'

" 'இதை வேறு யாரிடமும் சொல்லிவிடாதே. நான் காவல்துறையைச் சேர்ந்தவன். அந்தக் காலியான சாக்லெட் டப்பாவை எனக்காக நீ எடுத்துத் தர முடியுமா?'

" 'கண்டிப்பாக முடியும். அது குப்பைத் தொட்டியில்தான் கிடக்கும். எடுத்துத் தருகிறேன்.'

"அவன் அங்கிருந்து சென்றுவிட்டு, சில நிமிடங்களில் திரும்பி வந்தான். அவன் கையில் அழுக்கான ஒரு சாக்லெட் டப்பா இருந்தது. அது நான் என் கையில் வைத்திருந்த சாக்லெட் டப்பாவைப்போலவே இருந்தது. ஆனால் இரண்டுக்கும் ஒரே ஒரு வித்தியாசம் இருந்தது. அந்த அழுக்கான டப்பாவின் நிறம் நீலமாகவும் அதன் மூடியின் நிறம் இளஞ்சிவப்பாகவும் இருந்தது. நான் பிரான்சுவாவுக்கு நன்றி கூறிவிட்டு, என்னைப் பற்றிய உண்மையை யாரிடமும் கூற வேண்டாம் என்று மீண்டும் அவனிடம் வலியுறுத்தினேன். அதற்குப் பிறகு நான் அந்த வீட்டைவிட்டு வெளியேறினேன்.

"பிறகு, டெரூலார்டை வந்து பார்த்த மருத்துவரை நான் சந்தித்தேன். அவரிடமிருந்து தகவல்களைக் கறப்பது எனக்குக் கடினமாக இருந்தது. அவர் மருத்துவரீதியான வார்த்தைகளுக்குப் பின்னால் ஒளிந்து கொண்டு என்னிடம் பேசினார். ஆனால், அவர் காட்டிக் கொண்டிருந்த அளவுக்கு அவருக்கு டெரூலார்டின் மரணத்தைப் பற்றிப் பெரிதாக எதுவும் தெரிந்திருக்கவில்லை என்ற முடிவுக்கு நான் வந்தேன்.

“இறுதியில் நான் அவருடைய மனத்தை ஒருவாறு இளக வைத்தப் பிறகு அவர் இவ்வாறு கூறினார்: ‘டெரூலார்டின் மரணத்தில் சில புதிரான விஷயங்கள் இருந்தன. இரவில் வயிறு முட்டச் சாப்பிட்டப் பிறகு, கடும் கோபம் போன்ற உணர்ச்சிகள் ஏற்படுகின்றபோது, இரத்தம் விரைவாக மூளைக்குச் சென்று இது போன்ற விரும்பத்தகாத விளைவுகளை ஏற்படுத்தக்கூடும்.’

“ ‘நான் கேள்விப்பட்டவரை, அன்றிரவு அவர் கோபப்பட்டதாகத் தெரியவில்லையே.’

“அதற்கு அவர், ‘அலார்டுடன் டெரூலார்டு ஒரு கடுமையான வாக்குவாதத்தில் ஈடுபட்டிருந்ததாக அல்லவா நான் கேள்விப்பட்டேன்?’ என்றார்.

“ ‘எதற்காக அவர் அப்படிச் செய்ய வேண்டும்?’

“ ‘அதன் காரணம் வெளிப்படையானது,’ என்று கூறித் தன் தோள்களைக் குலுக்கிவிட்டுக் கொண்டு, அந்த மருத்துவர் பின்வருமாறு கூறினார்: ‘அலார்டு ஒரு தீவிரமான கத்தோலிக்கர். தேவாலயத்திற்கும் அரசுக்கும் இடையேயான மோதல் போக்கின் காரணமாக டெரூலார்டுக்கும் அலார்டுக்கும் இடையேயான நட்பு பாழாகிவிட்டது. எல்லா நாட்களும் அவர்கள் கடுமையாக விவாதித்தனர். டெரூலார்டை இயேசுவின் எதிர்ப்பாளராகத்தான் அலார்டு பார்த்தார்...’

“இது நான் எதிர்பாராதது. இது என் சிந்தனைக்கு விருந்தளித்தது.

“நான் அவரிடம், ‘டாக்டர், உங்களிடம் இன்னுமொரு கேள்வி. ஒரே ஒரு சாக்லெட்டில் ஆளை உடனடியாகக் கொல்லக்கூடிய விஷத்தைக் கலப்பது சாத்தியமா?’ என்று கேட்டேன்.

“ ‘அது சாத்தியம்தான். புருசிக் அமிலம் ஆவியாகாமல் இருந்தால் இதற்கு ஏற்றது. மிகச் சிறிய அளவில் இருந்தால், அதை ஒருவரால் சந்தேகப்படாமல் சாப்பிட்டுவிட முடியும். ஆனால், இங்கு அதுபோல நடந்திருப்பதற்குச் சாத்தியமில்லை. ஆனால், மார்ஃபீன் அல்லது ஸ்டிரைக்னைன் நிறைந்திருக்கின்ற சாக்லெட்டின் கதை வேறு. அதை ஒரே ஒரு கடி கடித்தால் போதும். கதை முடிந்துவிடும்,’ என்று அந்த மருத்துவர் விளக்கினார்.

“நான் அவருக்கு நன்றி கூறிவிட்டு அங்கிருந்து கிளம்பினேன். நான் டெரூலார்டின் வீட்டுக்கு அருகேயிருந்த மருந்தகங்களுக்குச் சென்று விசாரித்தேன். காவல்துறையில் இருப்பது விஷயங்களைச் சுலபமாக்குகிறது. எனக்கு வேண்டிய

தகவல்களை எந்தச் சிக்கலுமின்றி என்னால் உடனடியாகப் பெற முடிந்தது. ஒரே ஒரு கடைக்காரரர் மட்டும்தான் நச்சுப்பொருள் என்று கருதக்கூடிய ஒன்றை அந்த வீட்டுக்கு விநியோகித்திருந்தார். அது டெரூலார்டின் தாயாருக்கான கண் சொட்டு மருந்து. அதில் அட்ரோபைன் சல்பேட் கலந்திருந்தது. அட்ரோபைன் ஒரு கடுமையான நச்சுப்பொருள். ஒரு நிமிடம் நான் உவகை அடைந்தேன். ஆனால் அதற்கும் நான் தேடிக் கொண்டிருந்த விஷத்திற்கும் எந்தத் தொடர்பும் இருக்கவில்லை. அதோடு, அந்த மருந்துச்சீட்டு பழையது. டெரூலார்டின் தாயாருக்கு இரண்டு கண்களிலும் கண்புரை இருந்தது.

"நான் ஏமாற்றத்துடன் அந்தக் கடையிலிருந்து கிளம்பியபோது, அந்தக் கடைக்காரரர் என்னை அழைத்தார்.

" 'புவாரோ, ஒரு நிமிடம் பொறுங்கள். அந்த மருந்துச்சீட்டை என்னிடம் கொண்டு வந்து கொடுத்த இளம்பெண், தான் ஆங்கிலேய மருந்தகத்திற்குப் போக வேண்டும் என்று கூறியது என் நினைவுக்கு வருகிறது. நீங்கள் அங்கே போய் விசாரித்துப் பாருங்கள்.'

"நான் அங்குச் சென்றேன். என் காவல்துறை அதிகாரத்தை மீண்டும் நான் பயன்படுத்தினேன். எனக்குத் தேவைப்பட்ட விபரங்கள் கிடைத்தன. டெரூலார்டின் இறப்புக்கு முந்தைய நாள், வில்சனின் பெயரில் எழுதப்பட்டிருந்த மருந்துச்சீட்டுக்காக அவர்கள் ஒரு மருந்தை வழங்கியிருந்தனர். அந்தக் குட்டி மாத்திரையின் பெயர் டிரினிட்ரின். அதை எனக்குக் காட்ட முடியுமா என்று நான் அந்தக் கடைக்காரரைக் கேட்டேன். அதைப் பார்த்ததும் என் இதயம் வேகமாகத் துடிக்கத் துவங்கியது. அந்த மாத்திரைகள் சாக்லெட்டால் செய்யப்பட்டிருந்தன.

"நான் அவரிடம், 'இது நச்சுத்தன்மை கொண்டதா?' என்று கேட்டேன். இல்லையென்று அவர் பதிலளித்தார். அந்த மாத்திரையின் விளைவுகளைப் பற்றி மேலும் விளக்குமாறு நான் அவரிடம் கேட்டேன்.

" 'இது இரத்த அழுத்தத்தைக் குறைக்கும். சில இதய நோய்களுக்கு இது பரிந்துரைக்கபபடுகிறது,' என்று கூறிய அவர், பல மருத்துவ வார்த்தைகளைப் பயன்படுத்தி மேலும் விளக்கமளிக்க முயன்றபோது, நான் அவரை இடைமறித்து, 'இந்த மருந்தால் முகத்தைச் சிவக்க வைக்க முடியுமா?' என்று கேட்டேன். அதற்கு அவர், 'ஆமாம்,' என்று பதிலளித்தார்.

" 'ஒருவேளை இந்த மாத்திரைகளில் பத்து அல்லது இருபது மாத்திரைகளை ஒரே நேரததில் சாப்பிட்டால் என்னவாகும்?'

“ ‘இந்த மாதிரி விபரீத முயற்சி எதுவும் செய்துவிடாதீர்கள்,’ என்று அவர் எச்சரித்தார்.

“ ‘இது விஷமல்ல என்று இப்போதுதானே நீங்கள் சொன்னீர்கள்?’

“ ‘விஷம் என்று கருதப்படாத நிறைய விஷயங்களுக்கு மனிதனைக் கொல்லக்கூடிய ஆற்றல் உண்டு,’ என்று அவர் கூறினார்.

“நான் உற்சாகத்துடன் அங்கிருந்து கிளம்பினேன். விஷயங்கள் ஒருவழியாக நகரத் துவங்கியிருந்தன.

“இப்போது இந்தக் குற்றச்செயலை நிறைவேற்றுவதற்கான பொருள் வில்சனிடம் இருந்தது. ஆனால் அதற்கான நோக்கம்? அவர் தொழில் விஷயமாக பெல்ஜியத்திற்கு வந்திருந்தார். அவருக்கு டெரூலார்டுடன் இலேசான பரிச்சயம் இருந்ததால், அவருடன் தங்கிக் கொள்ள அவருடைய அனுமதியை வேண்டியிருந்தார். மேலோட்டமாகப் பார்த்தபோது, டெரூலார்டின் மரணத்தால் வில்சனுக்கு எந்தப் பயனும் இருந்ததாகத் தெரியவில்லை. நான் அவரைப் பற்றி இங்கிலாந்தில் மேற்கொண்ட விசாரணைகளின் மூலம், அவர் சில ஆண்டுகளாக இதயக்கோளாறால் அவதிப்பட்டு வந்திருந்ததை நான் அறிந்தேன். அதனால், அந்த மாத்திரைகளை அவர் தன் வசம் வைத்திருக்க அவருக்கு நியாயமான காரணம் இருந்தது. ஆனால் யாரோ ஒருவர் சாக்லெட் டப்பாவைத் திறந்து அதற்குள் இருந்த சாக்லெட்டுக்குள் இந்த மாத்திரைகளில் இருபது முப்பது மாத்திரைகளைத் திணித்திருந்ததாக நான் உறுதியாக நம்பினேன். ஆனால், அதை யார் செய்திருப்பார்கள்?

“அந்த வீட்டில் அப்போது இரண்டு விருந்தாளிகள் இருந்தனர். அவர்களில் ஒருவரான வில்சனிடம் கொலை செய்வதற்குத் தேவையான பொருள் இருந்தது. மற்றொருவரான அலார்டிடம் அதற்கான நோக்கம் இருந்தது. அலார்டு ஒரு மதவெறியர் என்று நான் குறிப்பிட்டிருந்தது உங்களுக்கு நினைவிருக்கலாம். மற்ற வெறியர்களைவிட மதவெறியர்களே மிகவும் ஆபத்தானவர்கள். வில்சனின் மாத்திரைகளை அலார்டு எடுத்திருப்பதற்கு வாய்ப்பிருந்ததா என்று நான் யோசித்தேன்.

“எனக்கு மற்றொரு யோசனையும் உதித்தது. வில்சனுக்குத் திடீரென்று ஏன் மாத்திரைகள் தீர்ந்து போயின? அவர் வெளிநாட்டுக்கு வந்திருக்கின்றபோது, தனக்கு அத்தியாவசியமாகத் தேவைப்படுகின்ற மாத்திரைகளைக் கண்டிப்பாகப் போதுமான அளவு கொண்டு வந்திருப்பார்.

நான் மீண்டும் அந்த வீட்டுக்குச் சென்றேன். அப்போது வில்சன் வெளியே போயிருந்தார். அவருடைய அறையை ஒரு வேலைக்காரி சுத்தம் செய்து கொண்டிருந்தாள். அவள் பெயர் ஃபெலிசி என்று கேட்டுத் தெரிந்து கொண்ட நான், சில நாட்களுக்கு முன்பு வில்சன் தன்னுடைய மாத்திரை பாட்டிலைத் தொலைத்துவிட்டிருந்தது உண்மைதானா என்று தடாலடியாக அவளிடம் கேட்டேன். அந்தப் பெண் அதற்கு ஆவலுடன் பதிலளித்தாள். அது உண்மைதான் என்று அவள் கூறினாள். ஏனெனில், அதற்கான பழி அந்தப் பெண்மீது போடப்பட்டிருந்தது. அந்த மாத்திரை பாட்டிலை ஃபெலிசிதான் உடைத்திருக்க வேண்டும் என்று வில்சன் நினைத்தார். ஆனால், உண்மையில் அந்த பாட்டிலை அவள் தொட்டிருக்கக்கூட இல்லை. தேவையில்லாமல் பிறருடைய விஷயங்களில் மூக்கை நுழைக்கும் பழக்கம் கொண்ட ஜேனட்தான் அதைச் செய்திருக்க வேண்டும் என்று ஃபெலிசி நம்பினாள்.

“நான் ஃபெலிசியை சமாதானப்படுத்திவிட்டு அங்கிருந்து கிளம்பினேன். நான் தெரிந்து கொள்ள விரும்பிய அனைத்து விபரங்களும் எனக்குக் கிடைத்திருந்தன. அந்தக் கொலை எப்படி நடந்திருக்க வேண்டும் என்று நான் நினைத்திருந்தேனோ, அதை நான் நிரூபித்தாக வேண்டியிருந்தது. ஆனால் அது அவ்வளவு எளிதாக இருக்கும் என்று எனக்குத் தோன்றவில்லை. அலார்டுதான் வில்சனின் மாத்திரை பாட்டிலை எடுத்திருக்க வேண்டும் என்று நான் நம்பினேன். ஆனால், பிறர் அதை ஒப்புக் கொள்வதற்கு நான் அவர்களுக்கு ஏதேனும் சான்றுகளை வழங்கியாக வேண்டியிருந்தது. ஆனால், என்னிடம் எந்தச் சான்றும் இருக்கவில்லை.

“என் கண்டுபிடிப்பை நான் உறுதியாக நம்பினேன். இதற்கு முன்பு நான் துப்பறிந்து கொண்டிருந்த ஒரு சம்பவத்தில், இதே போன்று கொலைகாரன் யார் என்பது உறுதியாகத் தெரிந்திருந்தும் அதை நிரூபிக்கத் தேவையான சான்றுகளைச் சேகரிக்க எனக்கு நீண்டகாலம் ஆயிற்று. ஹேஸ்டிங்ஸ், இதைப் பற்றி நான் உங்களிடம் ஏற்கனவே சொல்லியிருக்கிறேன்.

“நான் அந்த வீட்டுக்கு மீண்டும் சென்று, நான் விர்ஜிஃனியாவைப் பார்க்க விரும்பியதாக அவருக்குச் செய்தி அனுப்பினேன். அவரும் உடனடியாக வந்தார். அலார்டின் முகவரி வேண்டும் என்று நான் அவரிடம் கேட்டேன். உடனே அவருடைய முகம் இருண்டது.

“ ‘எதற்காக நீங்கள் இதைக் கேட்கிறீர்கள்?’

“ ‘அது தேவைப்படுகிறது.’

“உடனே அவருடைய முகத்தில் கவலை ரேகைகள் தோன்றின.

“அவர் என்னிடம், ‘அவரால் உங்களிடம் எதுவும் சொல்ல முடியாது. அவருடைய சிந்தனை இந்த உலகில் இல்லை. தன்னைச் சுற்றி என்ன நடந்து கொண்டிருக்கிறது என்ற பிரக்ஞைகூட அவருக்குப் பொதுவாகக் கிடையாது,’ என்று தெரிவித்தார்.

“ ‘அது சரியாக இருக்கலாம். ஆனாலும், அவர் டெரூலார்டின் நெடுங்கால நண்பர். முன்விரோதம், கள்ளக்காதல் போன்ற, டெரூலார்டின் வாழ்க்கையில் நடந்த பழைய விஷயங்கள் குறித்துக் கண்டிப்பாக அவரால் சொல்ல முடியும்.’

“அதைக் கேட்டு விர்ஜினியா முகம் சிவந்து தன் உதட்டைக் கடித்தார். பின் என்னிடம், ‘உங்களுக்குத் தேவையெனில் நீங்கள் அவரைப் பார்க்கலாம். ஆனால், என்னுடைய அனுமானம் தவறு என்று இப்போது நான் நம்புகிறேன். என் வேண்டுகோளை ஏற்று நீங்கள் இங்கு வந்து விசாரணை மேற்கொண்டதற்கு நான் உங்களுக்கு நன்றி தெரிவித்துக் கொள்கிறேன். நான் முதன்முதலில் உங்களைப் பார்க்க வந்தபோது, நான் மிகவும் மனமுடைந்து போயிருந்தேன். டெரூலார்டின் மரணத்தில் விடுவிப்பதற்கு மர்மங்கள் ஏதுமில்லை என்பது இப்போது எனக்குப் புரிகிறது. அதனால், இதை இத்துடன் விட்டுவிடுங்கள். நான் உங்களை மன்றாடிக் கேட்டுக் கொள்கிறேன்,’ என்று அவர் கூறினார்.

“நான் அவரைக் கூர்ந்து கவனித்தேன்.

“பிறகு நான் அவரிடம், ‘சில சமயங்களில் ஒரு நாய்க்கு ஒரு குறிப்பிட்ட வாசனையைக் கண்டுபிடிப்பது கடினமாக இருக்கும். ஆனால், அதைக் கண்டுபிடித்தப் பிறகு, இந்த உலகிலுள்ள எதனாலும் அதைத் தடுத்து நிறுத்த முடியாது. குறிப்பாக, அது ஒரு நல்ல நாயாக இருக்கும்பட்சத்தில்! விர்ஜினியா, ஹெர்கியூல் புவாரோவாகிய நான் ஒரு நல்ல நாய்,’ என்று கூறினேன்.

“மறுபேச்சுப் பேசாமல் விர்ஜினியா அங்கிருந்து அகன்றார். சில நிமிடங்கள் கழித்து அவர் திரும்பி வந்தபோது அவருடைய கையில் அலார்டின் முகவரி எழுதப்பட்டிருந்த ஒரு காகிதம் இருந்தது. நான் அந்த வீட்டைவிட்டுக் கிளம்பினேன். பிரான்சுவா எனக்காக அந்த வீட்டிற்கு வெளியே காத்திருந்தான். அவன் என்னைக் கவலையுடன் பார்த்தான்.

“ ‘இது குறித்து ஏதாவது தெரிந்ததா?’ என்று அவன் கேட்டான். இல்லையென்று நான் பதிலளித்தேன்.

“ ‘பாவம் என் எஜமான்,’ என்று கூறிப் பெருமூச்செறிந்த

அவன், 'எனக்கும் என் எஜமானின் கொள்கையோடு உடன்பாடு உண்டு. எனக்குப் பாதிரியார்களைப் பிடிக்காது. ஆனால் இதை நான் வெளிப்படையாக இந்த வீட்டில் சொல்ல மாட்டேன். இங்கு இருக்கின்ற அனைத்துப் பெண்களும் மத நம்பிக்கை உடையவர்கள். குறிப்பாக என் எஜமானரின் அம்மாவும் விர்ஜினியாவும்,' என்று குறிப்பிட்டான்.

"விர்ஜினியா தீவிர மத நம்பிக்கை உடையவரா? முதல் நாள் என் முன்னால் கண்ணீரும் கம்பலையுமாக நின்ற அந்த விர்ஜினியாவா? என்னால் நம்ப முடியவில்லை.

"அலார்டின் முகவரி கிடைத்திருந்ததால், அதற்கு மேல் நான் ஒரு நிமிடம்கூட வீணாக்க விரும்பவில்லை. அவருடைய மாளிகை இருந்த பகுதிக்கு நான் விரைந்தேன். ஆனால், அந்த மாளிகைக்குள் நுழைவதற்கு நியாயமானதொரு காரணத்தைக் கற்பித்துக் கொள்ள எனக்குச் சில நாட்கள் பிடித்தன. ஹேஸ்டிங்ஸ், நான் அதற்குள் எப்படி நுழைந்தேன், தெரியுமா? ஒரு பிளம்பராக! அவருடைய படுக்கையறையில் சூட்டிற்காகப் பயன்படுத்தப்பட்டு வந்த எரிவாயுக் குழாயில் கசிவை ஏற்படுத்துவதற்கு நான் பெரிதாகச் சிரமப்படவில்லை. ஒரு மணிநேரம் கழித்து நான் மீண்டும் அந்த அறைக்குள் நுழைந்தபோது, அங்கு யாரும் இருக்கவில்லை. அந்த அறையில் நான் எதைத் தேட வேண்டும்? அதைப் பற்றி எனக்கு எந்த யோசனையும் இருக்கவில்லை. ஆனால், அவரைச் சிக்க வைப்பதற்கான சான்று எதையும் அங்கு நான் கண்டுபிடிப்பேன் என்று மட்டும் நான் நம்பவில்லை. அப்படிப்பட்ட ஒன்றை அவர் அங்கு வைத்து ஆபத்தை விலைக்கு வாங்கிக் கொள்ள மாட்டார் என்று நான் நினைத்தேன்.

"அந்த அறையில் கை கழுவும் இடத்திற்கு மேலே, பூட்டப்பட்டிருந்த ஒரு சிறு அலமாரியைப் பார்த்தபோது, அதற்குள் என்ன இருந்தது என்பதைத் தெரிந்து கொள்ள வேண்டும் என்ற ஆர்வத்தை என்னால் கட்டுப்படுத்திக் கொள்ள முடியவில்லை. அதன் பூட்டைத் திறப்பது ஒன்றும் எனக்குப் பெரிய காரியமாக இருக்கவில்லை. அந்த அலமாரிக்குள் ஏராளமான பழைய பாட்டில்கள் இருந்தன. நடுங்கிய கைகளுடன் நான் அவற்றை ஒவ்வொன்றாக எடுத்துப் பார்த்தேன. ஒரு பாட்டிலைப் பார்த்தபோது நான் கிட்டத்தட்டப் பெரிதாகக் கத்திவிட்டேன். ஹேஸ்டிங்ஸ், அதற்கான காரணம் என்ன என்பதை உங்களால் ஊகித்துவிட முடியும் என்று நான் நினைக்கிறேன். என் கையில் இருந்த சிறு பாட்டிலின் மேல் இவ்வாறு அச்சிடப்பட்டிருந்தது: 'டிரினிட்ரின மாத்திரைகள். தேவையானபோது ஒரே ஒரு

மாத்திரை மட்டுமே எடுத்துக் கொள்ளப்பட வேண்டும். நோயாளியின் பெயர்: ஜான் வில்சன்.'

"நான் என் உணர்ச்சிகளைக் கட்டுப்படுத்திக் கொண்டேன், அந்த மாத்திரை பாட்டிலை என் பாக்கெட்டுக்குள் போட்டுக் கொண்டேன், வாயுக் கசிவைச் சரிசெய்தேன்! ஒருவர் தான் செய்யும் காரியங்களைத் திட்டமிட்ட முறையில் செய்ய வேண்டும், இல்லையா? நான் உடனே அங்கிருந்து கிளம்பி ஒரு இரயிலைப் பிடித்து உடனடியாக என் நாட்டுக்குத் திரும்பிவிட்டேன். அன்று இரவு நான் பிரஸ்ஸல்ஸ் நகரை வந்தடைந்தேன். அடுத்த நாள் காலையில் நான் என் மேலதிகாரிக்கு ஓர் அறிக்கையை எழுதிக் கொண்டிருந்தேன். அப்போது என்னிடம் ஒரு குறிப்பு எடுத்து வரப்பட்டது. அது டெரூலார்டின் தாயாரிடமிருந்து வந்திருந்தது. நான் உடனடியாக அவருடைய வீட்டுக்கு வர வேண்டும் என்று அதில் குறிப்பிடப்பட்டிருந்தது.

"நான் அங்குச் சென்றபோது, பிரான்சுவா எனக்குக் கதவைத் திறந்து விட்டுவிட்டு, டெரூலார்டின் அம்மா எனக்காகக் காத்துக் கொண்டிருந்ததாகத் தெரிவித்தான்.

"நான் அவருடைய அறைக்குச் சென்றபோது, அவர் ஒரு பெரிய நாற்காலியில் அமர்ந்திருந்தார். விர்ஜினியா அங்கு இருக்கவில்லை.

"அந்த வயதான பெண்மணி என்னிடம், 'நீங்கள் யார் என்று கூறி இந்த வீட்டிற்குள் நுழைந்தீர்களோ அது உண்மை அல்ல என்பதை இப்போதுதான் நான் தெரிந்து கொண்டேன். உண்மையில் நீங்கள் ஒரு காவல்துறை அதிகாரி, அப்படித்தானே?' என்று கேட்டார்.

" 'ஆமாம், அது உண்மைதான்.'

" 'நீங்கள் இங்கு என் மகனுடைய இறப்பு குறித்து விசாரிப்பதற்காக வந்தீர்கள், சரிதானே?"

"நான் மீண்டும் 'ஆமாம்,' என்று பதிலளித்தேன்.

" 'அது குறித்து நீங்கள் இதுவரை என்ன கண்டுபிடித்துள்ளீர்கள் என்று என்னிடம் எடுத்துரைத்தால் நான் மிகவும் மகிழ்ச்சியடைவேன்.'

"நான் தயங்கினேன்.

" 'மேடம், முதலில், இதைப் பற்றி நீங்கள் எப்படி அறிந்து கொண்டீர்கள் என்பதை நான் தெரிந்து கொள்ள விரும்புகிறேன்,' என்று நான் கேட்டேன்.

" 'இப்போது இந்த உலகில் இல்லாத ஒருவரிடமிருந்து.'

"அவருடைய வார்த்தைகளும், ஆழ்ந்த யோசனையுடன் அதை அவர் சொல்லிய விதமும் என் முதுகுத்தண்டைச்

சில்லிட வைத்தன.

“ ‘புவாரோ, உங்களுடைய விசாரணையில் நீங்கள் இதுவரை என்ன கண்டுபிடித்துள்ளீர்கள் என்பதை என்னிடம் உடனடியாகச் சொல்லுமாறு நான் உங்களை மன்றாடிக் கேட்டுக் கொள்கிறேன்.’

“ ‘என்னுடைய விசாரணை முடிந்துவிட்டது.’

“ ‘அப்படியானால், என் மகன்?’

“ ‘உங்களுடைய மகன் திட்டமிடப்பட்ட முறையில் கொல்லப்பட்டுள்ளார்.’

“ ‘கொலையாளி யாரென்று உங்களுக்குத் தெரியுமா?’

“ ‘தெரியும்.’

“ ‘யார்?’

“ ‘செயின்ட் அலார்டு.’

“ ‘உங்கள் முடிவு தவறு. கொலை செய்யக்கூடிய திறன் அவருக்குக் கிடையாது.’

“ ‘அதற்கான சான்று என்னிடம் இருக்கிறது.’

“ ‘என்னிடம் முழுக் கதையையும் கூறுமாறு நான் உங்களை மீண்டும் கேட்டுக் கொள்கிறேன்,’ என்று அவர் கோரினார்.

“இம்முறை நான் அவருடைய சொல்லுக்குக் கீழ்ப்படிந்தேன். நான் கண்டுபிடித்திருந்த உண்மைக்கு என்னை வழிநடத்திச் சென்ற அனைத்து நடவடிக்கைகளையும் நான் அவரிடம் எடுத்துரைத்தேன். அவர் அவற்றை மிகவும் கவனமாகக் கேட்டுக் கொண்டார். இறுதியில் அவர் தன் தலையை ஆட்டினார்.

“பின் அவர் என்னிடம், ‘நீங்கள் கூறிய அனைத்தும் சரி – ஒரே ஒரு விஷயத்தைத் தவிர! என் மகனைக் கொன்றது அலார்டு அல்லர். அந்தக் கொலையைச் செய்தது அவனுடைய தாயான நான்தான்,’ என்றார்.

“நான் அவரை வெறித்துப் பார்த்தேன். அவர் தன் தலையை மென்மையாக ஆட்டியபடி இருந்தார்.

“ ‘புவாரோ, நான் இப்போது உங்களைக் கூப்பிட்டு அனுப்பியது நல்லதாகப் போயிற்று. தான் செய்திருந்த காரியங்களையெல்லாம் கன்னிமடத்திற்குப் போவதற்கு முன் விர்ஜீனியா என்னிடம் கூறியது தெய்வச் செயல்தான். நான் சொல்வதை நன்றாகக் கேட்டுக் கொள்ளுங்கள். என் மகன் ஒரு கொடூரன் அவன் கத்தோலிக்க தேவாலயத்தைப் பழித்துரைத்தான். அவன் ஒரு பாவி. அவன் மன்னிக்கப்பட முடியாத ஒரு கொலைபாதகத்தையும் செய்திருந்தான். ஒரு நாள் காலையில் நான் என் அறையிலிருந்து வெளியே வந்தபோது, என் மருமகள், மாடிப்படியின் மேலே நின்றபடி

ஏதோ ஒரு கடிதத்தைப் படித்துக் கொண்டிருந்ததை நான் கண்டேன். அவளுக்குப் பின்னால் பதுங்கி வந்து நின்ற என் மகன், திடீரென்று அவளை அந்த மாடிப்படிகளில் தள்ளிவிட்டுவிட்டான். அவள் தலைகுப்புற விழுந்ததில், அவளுடைய தலை அந்தப் பளிங்குப் படிக்கட்டுகள்மீது மோதியது. சத்தம் கேட்டு ஓடி வந்தவர்கள் அவளைத் தூக்கியபோது, அவள் ஏற்கனவே இறந்து போயிருந்தாள். என் மகன் ஒரு கொலைகாரன். அதை அவனுடைய தாயாகிய நான் மட்டுமே அறிவேன்.'

"அவர் தன் கண்களை ஒரு கணம் மூடினார். பின்னர் அவர் தொடர்ந்து பேசினார். 'என்னுடைய வேதனையையும் விரக்தியையும் உங்களால் புரிந்து கொள்ள முடியாது. என்ன செய்வதென்று தெரியாமல் நான் தவித்தேன், துடித்தேன். என் மகனைக் காவல்துறையினரிடம் பிடித்துக் கொடுக்க வேண்டுமா? அப்படிச் செய்ய எனக்குத் துணிச்சல் இருக்கவில்லை. அது என் கடமை என்பதை நான் அறிந்திருந்தேன், ஆனால் பிள்ளைப் பாசம் என்னைத் தடுத்தது. அதோடு, நான் சொல்வதை அவர்கள் நம்புவார்களா என்ற சந்தேகமும் எனக்கு இருந்தது. கொஞ்ச காலமாகவே என் கண்பார்வை சரியில்லாமல் இருந்து வந்திருந்ததால், அவர்கள் என் சாட்சியைத் தீவிரமாக எடுத்துக் கொள்ள மாட்டார்கள் என்று நான் அஞ்சினேன். அதனால் நான் மௌனம் காத்தேன். ஆனால் என் மனசாட்சி என்னைத் தூங்கவிடவில்லை. பேசாமல் இருப்பதன் மூலம் நானும் அக்கொலைக்குத் துணை போயிருந்ததாக நான் கருதினேன். என் மகன் தன் மனைவியின் சொத்து முழுவதையும் சுவீகரித்துக் கொண்டான். அதன் காரணமாக அவன் மேலும் செழித்துக் கொழித்தான். அப்போது அவன் ஓர் அமைச்சராகவும் ஆகவிருந்தான். அப்படி ஆகிவிட்டால், கத்தோலிக்க தேவாலயத்திற்கு அவன் அளித்துக் கொண்டிருந்த தொந்தரவுகள் இரட்டிப்பாகிவிடும். இவையெல்லாம் போதாதென்று, விர்ஜினியா வேறு! பாவம் அவள். இயல்பாகவே கடவுள் நம்பிக்கை அதிகம் கொண்ட அந்த அழகான பெண், என் மகனால் கவர்ந்திழுக்கப்பட்டிருந்தாள். பெண்களைத் தன் பக்கம் கவர்ந்திழுக்கின்ற ஒரு விநோதமான, பயங்கரமான கவர்ச்சி என் மகனிடம் இருந்தது. என்ன நடக்கவிருந்தது என்பதை நான் அறிந்திருந்தேன். ஆனால், அதைத் தடுக்கும் ஆற்றல் எனக்கு இருக்கவில்லை. விர்ஜினியாவைத் திருமணம் செய்து கொள்ளும் எண்ணமெல்லாம் என் மகனுக்கு இருக்கவில்லை. அவனுக்காக அவள் எல்லாவற்றையும் அளிக்கத் தயாராக

இருந்த நேரமும் வந்தது.'

"அவர் சிறிது நிறுத்திவிட்டுத் தொடர்ந்தார்: 'என் முன்னால் இருந்த வழி தெளிவாக இருந்தது. அவனுக்கு உயிர் கொடுத்தது நான்தான். அவனுடைய செயல்களுக்கு நான்தான் பொறுப்பேற்றுக் கொண்டாக வேண்டும். அவன் ஏற்கனவே ஒரு பெண்ணை உடல்ரீதியாகக் கொன்றிருந்தான். இப்போது மற்றொரு பெண்ணை ஆன்மரீதியாகக் கொல்லவிருந்தான். நான் வில்சனின் அறைக்குச் சென்று அவருடைய மாத்திரை பாட்டிலை எடுத்துக் கொண்டேன். ஒரு முறை, ஒரு மனிதனைக் கொல்லப் போதுமானது அந்த மாத்திரை பாட்டிலில் இருந்ததாக அவர் நகைச்சுவையாகக் கூறியிருந்தார். நான் என் மகனின் படிப்பறைக்குச் சென்று, அங்கு எப்போதும் இருக்கும் ஒரு சாக்லெட் டப்பாவைத் திறந்தேன். ஆனால், நான் பழைய டப்பாவைத் திறப்பதற்குப் பதிலாகத் தவறுதலாகப் புதிய டப்பாவைத் திறந்துவிட்டிருந்தேன். மற்றொரு சாக்லெட் டப்பாவும் அதே மேசைமீது இருந்தது. அதைத் திறந்து பாரத்தபோது அதில் ஒரே ஒரு சாக்லெட் மட்டும் இருந்தது. அது என் வேலையைச் சுலபமாக்கிவிட்டது. எங்கள் வீட்டில் என் மகனையும் விர்ஜினியாவையும் தவிர வேறு எவரும் சாக்லெட் சாப்பிட மாட்டார்கள். அன்று இரவு நான் விர்ஜினியாவை என்னருகேயே வைத்துக் கொண்டேன். எல்லாம் திட்டமிட்டபடிதான் சென்று கொண்டிருந்தது.'

"அவர் தன் பேச்சைச் சிறிது நிறுத்திவிட்டு, ஒரு நிமிடம் தன் கண்களை மூடினார். பின் அவர் தன் கண்களைத் திறந்துவிட்டுத் தன் பேச்சைத் தொடர்ந்தார்: 'இப்போது நான் என்னை உங்களிடம் ஒப்படைக்கிறேன். நான் நீண்ட நாட்கள் வாழ மாட்டேன் என்று மருத்துவர்கள் என்னிடம் கூறியுள்ளனர். நான் கடவுளைச் சந்திக்கின்றபோது என் நடத்தைக்கான காரணத்தை அவரிடம் விளக்கிக் கொள்கிறேன். இந்த பூமியில் இருப்பவர்களுக்கும் நான் அதை விளக்க வேண்டுமா என்று நீங்கள் தீர்மானித்துக் கொள்ளுங்கள்.'

"நான் தயங்கினேன். நேரத்தைக் கடத்துவதற்காக நான் அவரிடம், 'அந்தக் காலியான மாத்திரை பாட்டில் எப்படி அலார்டின் கைகளை அடைந்தது?' என்று கேட்டேன்

" 'அந்த மாத்திரை பாட்டிலை எப்படி அப்புறப்படுத்துவது என்று தெரியாமல் இருந்த நான், அலார்டு என்னிடம் விடைபெறுவதற்காக வந்தபோது, அதை அவருடைய கோட்டுப் பாக்கெட்டிற்குள் போட்டுவிட்டேன். என்னால் அதிகமாக நடமாட முடியாது என்பதால், அந்த மருந்து பாட்டில் என் அறையில் கண்டுபிடிக்கப்பட்டால், சந்தேகம்

யார்மீது விழும் என்பதை உங்களால் ஊகித்துக் கொள்ள முடியும். நான் அதை அலார்டின் பாக்கெட்டுக்குள் போட்டது அவர்மேல் சந்தேகம் வர வேண்டும் என்பதற்காக அல்ல. அவர் தன் மாளிகைக்குச் சென்றதும், அவருடைய உதவியாளர் அந்த மருந்து பாட்டிலைக் குப்பைத்தொட்டியில் தூக்கி எறிந்துவிடுவார் என்று நான் கணக்குப் போட்டிருந்தேன்.'

"நான் அப்பெண்மணியைப் பணிந்து வணங்கிவிட்டு, 'நீங்கள் சொல்வது எனக்குப் புரிகிறது,' என்று கூறினேன்.

" 'இது குறித்து நீங்கள் என்ன தீர்மானித்துள்ளீர்கள் என்பதை நான் அறிந்து கொள்ளலாமா?'

"அவருடைய குரல் உறுதியாகவும் தடுமாற்றம் இல்லாமலும் இருந்தது. அவருடைய தலை எப்போதும்போல நிமிர்ந்தே இருந்தது.

"நான் எழுந்து நின்றேன். பின் அவரிடம், 'இன்றைய நாள் உங்களுக்குச் சிறப்பான நாளாக அமைய என் வாழ்த்துகள். நான் என் விசாரணையை மேற்கொண்டேன். அதில் நான் தோற்றுப் போய்விட்டேன். விஷயம் இத்துடன் முடிந்தது,' என்று கூறினேன்."

* * *

புவாரோ ஒரு கணம் அமைதியாக இருந்தார். பின் அவர் அமைதியாக இவ்வாறு கூறினார்: "டெரூலார்டின் தாயார் ஒரு வாரம் கழித்து இறந்து போனார். விர்ஜினியா ஒரு கன்னியாஸ்திரியாக ஆனார். ஹேஸ்டிங்ஸ், கதை இத்துடன் முடிந்தது. இதில் நான் நிமிர்ந்து நிற்கவில்லை என்பதை நான் ஒப்புக் கொள்கிறேன்."

"இதை எப்படி ஒரு தோல்வி என்று கூற முடியும்?" என்று நான் அதற்கு மறுப்புத் தெரிவித்தேன். "அந்தச் சூழலில் உங்களால் வேறு என்னதான் செய்திருந்திருக்க முடியும்?"

"ஹேஸ்டிங்ஸ், உங்களாலுமா இதைப் பார்க்க முடியவில்லை?" என்று புவாரோ கேட்டார். "நான் ஒரு முழு முட்டாளாக இருந்திருக்கிறேன். மொத்த நேரமும் துப்பு என் கண் முன்னால்தான் இருந்திருந்தது."

"என்ன துப்பு?"

"சாக்லெட் டப்பா. இன்னுமா உங்களுக்குப் புரியவில்லை? நல்ல கண்பார்வையுள்ள எவராவது அப்படிச் சாக்லெட் டப்பாவின் மூடியை மாற்றி மூடுகின்ற முட்டாள்தனத்தைச் செய்திருப்பார்களா? டெரூலார்டின் தாயாருக்குக் கண்புரை இருந்தது எனக்குத் தெரியும். அந்த சாக்லெட் டப்பாவின்

மூடியை மாற்றி மூடுகின்ற அளவு மோசமான கண் பார்வை அந்த வீட்டில் வேறு யாருக்கும் இருக்கவில்லை. அந்தச் சாக்லெட் டப்பாதான் என்னைச் சரியான திசையில் அடியெடுத்து வைக்கத் தூண்டியிருந்தது. ஆனால், அது எனக்கு உணர்த்திக் கொண்டிருந்த முக்கியத்துவத்தைக் கவனிக்க நான் தொடர்ந்து தவறியிருந்தேன்.

“அது மட்டுமல்லாமல், என் உளவியல் புரிதலும் தவறாக இருந்தது. அலார்டு உண்மையிலேயே குற்றவாளியாக இருந்திருந்தால், கொலைக்கு ஆதாரமாக விளங்கிய சான்றை அவர் தன் அலமாரியில் வைத்திருந்திருக்க மாட்டார். நான் அதை அங்குக் கண்டுபிடித்ததே அவர் குற்றமற்றவர் என்பதை நிரூபித்துவிட்டது. அதோடு, அவர் ஒரு ஞாபக மறதிக்காரரர் என்பதையும் விர்ஜினியா என்னிடம் தெரிவித்திருந்தார். மொத்தத்தில், நான் மேற்கொண்டிருந்த ஒரு பிரம்மாண்டமான சொதப்பல் இது. அதை நான் உங்களிடம் மட்டுமே கூறியிருக்கிறேன். நான் நெஞ்சை நிமிர்த்திக் கொள்கின்ற ஒரு விவகாரம் அல்ல இது என்பதை உங்களால் எளிதில் புரிந்து கொள்ள முடியும். வயதான பெண்மணி ஒருவர் ஒரு புத்திசாலித்தனமான முறையில் ஒரு குற்றத்தைப் புரிந்திருந்தார். ஆனால், ஹெர்கியூல் புவாரோவால் அதைக் கண்டுபிடிக்க முடியவில்லை. நினைத்துப் பார்க்கவே கஷ்டமாக இருக்கிறது. வருங்காலத்தில் நான் அகங்காரம் மிக்கவனாக உருவெடுத்தால் – அதற்கான வாய்ப்பு குறைவுதான் – இதை நீங்கள் எனக்கு நினைவுபடுத்தலாம்.”

நான் ஒரு புன்னகையை உதிர்த்தேன்.

“ஹேஸ்டிங்ஸ், அப்படிப்பட்ட ஒரு சூழல் ஏற்பட்டால், நீங்கள் வெறுமனே ‘சாக்லெட் டப்பா’ என்று மட்டும் கூறினால் போதும்! சரியா?”

நானும் “சரி,” என்று கூறி அதற்கு ஒத்துக் கொண்டேன்.

புவாரோ யோசனையுடன், “எது எப்படியோ, அது ஓர் அனுபவம், அவ்வளவுதான்! ஐயத்திற்கு இடமின்றி, ஐரோப்பாவிலேயே தலைசிறந்த புத்திசாலியான என்னால் பெருந்தன்மையுடன் நடந்து கொள்ள முடியும்தானே?” என்று கூறினார்.

“சாக்லெட் டப்பா,” என்று நான் மென்மையாக முணுமுணுத்தேன்.

அதற்கு அவர், “என்ன சொல்கிறீர்கள், ஹேஸ்டிங்ஸ்?” என்று கேட்டார்.

அவர் ஒரு கேள்விக்குறியுடன் என்னை நோக்கிக் குனிந்தபோது, புவாரோவின் வெகுளித்தனமான முகத்தை

நான் பார்த்தேன். என் இதயம் நொறுங்கியது. அவர் என்னைப் பல முறை காலை வாரிவிட்டுள்ளார். ஆனால், ஐரோப்பாவிலேயே தலைசிறந்த புத்திசாலியாக நான் இருக்கவில்லை என்றாலும், என்னாலும் பெருந்தன்மையுடன் இருக்க முடியும்தானே!

“ஒன்றுமில்லை,” என்று வாய் கூசாமல் பொய் சொல்லிவிட்டு, எனக்குள் புன்னகைத்தவாறு என்னுடைய புகையிலைப் பைப்பை நான் பற்ற வைத்தேன்.

ஒரு கிறிஸ்துமஸ் துயரம்

“நான் ஒரு புகார் கொடுக்க வேண்டியிருக்கிறது,” என்றார் சர் ஹென்ரி கிளிதெரிங். தன்னைச் சுற்றிக் குழுமியிருந்தவர்களை அவர் மென்மையாகப் பார்த்தபோது, அவருடைய கண்களில் குறும்பு பளிச்சிட்டது. கர்னல் பான்ட்ரி தன் கால்களை நீட்டி உட்கார்ந்திருந்தார். கர்னலின் மனைவி, அஞ்சலில் வந்திருந்த ஒரு விலைப்பட்டியலைப் பார்த்துக் கொண்டிருந்தார். டாக்டர் லாயிட், அழகே உருவாக இருந்த ஜேன் ஹீலியரை பிரமிப்புடன் பார்த்துக் கொண்டிருந்தார். ஜேன், நகப்பூச்சு தீட்டப்பட்டிருந்த தன் கைவிரல்களை ஏதோ யோசனையுடன் பார்த்துக் கொண்டிருந்தார். வயதான, திருமணம் செய்து கொள்ளாமல் இருந்த மார்ப்பிள் மட்டும்தான் மிடுக்காக நிமிர்ந்து உட்கார்ந்திருந்தார். அவருடைய மங்கிய நீல நிறக் கண்கள் ஹென்ரியை பதிலுக்குக் குறும்புடன் பார்த்துக் கொண்டிருந்தன.

“புகாரா?” என்று மார்ப்பிள் முணுமுணுத்தார்.

“ஆமாம். மிகவும் தீவிரமானதொரு புகார். இங்கு மூன்று ஆண்கள், மூன்று பெண்கள் என்று மொத்தம் ஆறு பேர் இருக்கிறோம். மூன்று ஆண்களும் ஆளுக்கொரு கதையைச் சொல்லியுள்ளோம். ஆனால் பெண்கள் பக்கமிருந்து இன்னும் எதுவும் சொல்லப்படவில்லை. இதுதான் என் புகார்!”

“ஆமாம், நாங்கள் எதையும் சொல்லியிருக்கவில்லைதான,” என்று கர்னலின் மனைவி எரிச்சலுடன் கூறினார் “ஆனால், நாங்கள் உண்மையான பிரமிப்புடன் உங்களுடைய கதைகளைக் கேட்டுக் கொண்டிருந்தோம். பெண்மைக்கே உரிய மேன்மையான மனப்போக்கை நாங்கள் இங்கே வெளிப்படுத்தியிருக்கிறோம். புகழ்ச்சிக்கோ

அல்லது பிரபலத்துவத்திற்கோ ஆசைப்பட்டு எங்களை முன்னிறுத்துவதை விடுத்து, நாங்கள் அக்கறையோடு உங்கள் கதைகளைக் காதுகொடுத்துக் கேட்டோம்."

"அது ஒரு நல்ல சாக்குப்போக்குதான்," என்று ஹென்ரி கூறினார். "ஆனால், அது போதுமானதல்ல. 1001 அரேபிய இரவுகள் கதையில் ஒரு நல்ல முன்னுதாரணம் இருக்கிறது. அதனால், ஷெஹரசாத்[1] அவர்களே, முன்வாருங்கள்!"

"என்னைத்தானே சொல்கிறீர்கள்?" என்று கேட்டார் கர்னலின் மனைவி. "சொல்வதற்கு என்னிடம் எதுவுமில்லை. நான் ஒருபோதும் இரத்தத்தாலோ அல்லது மர்மத்தாலோ சூழப்பட்டிருந்ததில்லை."

"உங்கள் கதைகளில் கண்டிப்பாக இரத்த வாடை அடிக்க வேண்டும் என்று நான் வற்புறுத்தவில்லை," என்று ஹென்ரி கூறினார். "ஆனால், உங்களில் ஒருவரிடமாவது உங்களுக்குப் பிடித்தமான ஒரு மர்மக்கதை கண்டிப்பாக இருக்கும். மார்ப்பிள், நீங்களாவது ஏதாவது ஒரு கதையைச் சொல்லுங்கள்."

முடியாது என்பதுபோல மார்ப்பிள் தலையாட்டினார்.

"நாங்கள் சொல்வது உங்களுக்கு சுவாரசியமாக இருக்காது," என்று மார்ப்பிள் கூறினார். "எங்களுக்கென்று சில மர்மக்கதைகள் இருக்கின்றன என்பது உண்மைதான். ஆனால் அவற்றை நீங்கள் விரும்ப மாட்டீர்கள். அவை மனித இயல்பின்மீது குறிப்பிடத்தக்க வெளிச்சம் பாய்ச்சும் என்றாலும், அவை உங்களுக்கு அற்பமானவையாகத் தோன்றக்கூடும்."

"மனித இயல்பைக் கொண்டாடுவதற்கு நீங்கள் எனக்குக் கற்றுக் கொடுத்துள்ளீர்கள்," என்று ஹென்ரி ஒரு கண்ணியமான முறையில் கூறினார்.

"நீங்கள் எப்படி, ஜேன்?" என்று கர்னல் கேட்டார். "உங்களுக்குக் கண்டிப்பாக சில சுவாரசியமான அனுபவங்கள் ஏற்பட்டிருந்திருக்க வேண்டுமே?"

"ஆமாம்," என்று ஒத்துப் பாடினார் லாயிட்.

"எனக்கா?" என்று ஜேன் கேட்டார். "எனக்கு நேர்ந்த அனுபவத்தைப் பற்றிக் கூறுமாறு நீங்கள் கேட்கிறீர்களா?"

"உங்களுடைய தோழிகளில் யாருக்காவது ஏற்பட்ட அனுபவமாகக்கூட அது இருக்கலாம்," என்று ஹென்ரி தன்னுடைய கோரிக்கையில் ஒரு திருத்தம் மேற்கொண்டார்.

"ஓ! என் வாழ்க்கையில் சுவாரசியமான எதுவும் நிகழவில்லை. அதாவது, நீங்கள் கற்பனை செய்துள்ளது

---

1 ஷெஹரசாத்: '1001 அரேபிய இரவுகள்' கதையில் வருகின்ற முக்கியக் கதாபாத்திரமான கதைசொல்லி

போன்ற சுவாரசியமான நிகழ்வுகள் எதுவும் நிகழவில்லை!" என்று கூறிய ஜேன், ஏதோ யோசனையில் மூழ்கிப் போனார்.

"அப்படியானால், உங்களுடைய பழைய கதை ஒன்றைத் திரும்பக் கேட்பதைத் தவிர எங்களுக்கு வேறு வழியில்லைபோலும்," என்று ஹென்ரி மார்ப்பிளிடம் கூறினார்.

"நீங்கள் என் காலை வாருவதை நிறுத்த மாட்டீர்கள், இல்லையா?" என்று மார்ப்பிள் கேட்டார். "எனக்கு இப்போது ஒரு சம்பவம் நினைவுக்கு வருகிறது. அதை ஒரு சம்பவம் என்று கூறுவதைவிட ஒரு துயரம் என்று வர்ணிப்பதே பொருத்தமானதாக இருக்கும். அதில் நானும் இடம் பெற்றிருந்தேன். அது ஒரு துயரக் கதையாக இருந்தாலும், அதில் என் பங்கு குறித்து நான் ஒருபோதும் பின்வருத்தம் கொண்டது கிடையாது."

"உங்களை நம்பினால் நீங்கள் எங்களைக் கைவிட மாட்டீர்கள் என்பது எனக்குத் தெரியும்," என்று ஹென்ரி கூறினார்.

பிறகு, கதை கேட்கின்ற ஒருவரின் மனநிலையைப் பிரதிபலிக்கின்ற விதத்தில் அவர் உட்கார்ந்து கொண்டார். மார்ப்பிள் இலேசாக முகம் சிவந்தார்.

"இதை என்னால் ஒழுங்காகச் சொல்ல முடியும் என்று நான் நம்புகிறேன்," என்று மார்ப்பிள் ஒருவிதமான பதற்றத்துடன் கூறினார். "எனக்கு எதையும் நறுக்குத் தெறித்தாற்போலச் சொல்ல வராது. என்னை அறியாமலேயே நான் திசைமாறிப் போய்விடுவேன். தகவல்களை ஓர் ஒழுங்குமுறையுடன் வெளிப்படுத்துவது கடினம். நான் என் கதையை மோசமாகச் சொன்னால் நீங்கள் என்னை அதற்காகப் பொறுத்துக் கொள்ள வேண்டும். இது நீண்டகாலத்திற்கு முன்பு நிகழ்ந்த ஒன்று. சரியாகச் சொல்ல வேண்டுமென்றால், இக்கதை–"

"அதில் வயதான பெண்கள் பலர் ஒன்றாக உட்கார்ந்து கொண்டு ஊர்வம்பு பேசிக் கொண்டிருப்பார்கள், அப்படித்தானே?" என்று கர்னல் கேட்டார்.

"அது உண்மைதான்," என்றார் மார்ப்பிள். "நான்கூட–"

"நான் அந்த அர்த்தத்தில் சொல்லவில்லை..." என்று கர்னல் தடுமாறினார்.

"கர்னல், அது உண்மைதான். ஊர்வம்பு பேசிக் கொண்டிருக்கின்றபோது பல விஷயங்களைப் பற்றிய பேச்சு எழும். நிரூபணங்கள் எதுவுமின்றி இப்படிப் பிறருடைய பெயரைக் கெடுக்கின்ற விதத்தில் மக்கள் பேசுவதை இன்றைய இளைய தலைமுறையினர் வெறுக்கின்றனர். ஆனால், அவர்கள் ஒரு நிமிடம்கூட நிதானமாக யோசிப்பதில்லை. அவர்கள்

அப்படி யோசித்தால், அந்த வம்புப்பேச்சுகளில் இடம் பெறும் விஷயங்களில் பத்தில் ஒன்பது உண்மையாக இருப்பதை அவர்கள் உணர்வார்கள்," என்று மார்ப்பிள் கூறினார்.

"அவை உள்ளுணர்வின் அடிப்படையில் மேற்கொள்ளப்படுகின்ற ஊகங்கள், சரிதானே?" என்றார் ஹென்ரி.

"நான் கூறுவது அதுவல்ல. எனக்குத் தெரிந்த எகிப்தியலாளர் ஒருவர் இருக்கிறார். அவரிடம் நீங்கள் புதைபடிம வண்டுகளைக் காட்டினால், அவற்றைப் பார்த்த உடனேயே, அவை வாழ்ந்த காலத்தை அவர் சொல்லிவிடுவார். ஒருவேளை அவை போலியாக இருந்தால், அதையும் அவர் சொல்லிவிடுவார். அதை அவர் எப்படிக் கண்டுபிடித்தார் என்பதற்கான தெளிவான வரையறை எதுவும் அவரிடம் இருக்காது. அதை அவர் அறிவார், அவ்வளவுதான். அவர் தன் வாழ்நாளை இப்படிப்பட்ட விஷயங்களுக்காக அர்ப்பணித்து வந்துள்ளார்.

"இதைப் பற்றித்தான் நான் பேச முயற்சிக்கிறேன். தங்கள் வசம் ஏராளமான நேரம் இருக்கின்ற பெண்கள், பெரும்பாலும் மக்களைக் குறித்தே ஆவல் கொண்டிருப்பர். தற்போதைய இளைய தலைமுறையினர் என் காலத்தில் நாங்கள் பேசத் தயங்கிய விஷயங்களைப் பற்றி சர்வசாதாரணமாகப் பேசுகின்றனர். ஆனால், எல்லோரையும் எல்லாவற்றையும் அவர்கள் எளிதில் நம்பிவிடுகின்றனர். அவர்களை யாராவது எச்சரிக்க முயற்சித்தால், 'பழங்காலத்துப் பிறவிகள்' என்று சொல்லி அவர்கள் அந்த அந்நபர்களின் எச்சரிக்கையை உதாசீனப்படுத்திவிடுகின்றனர்.

"எனக்கும் உணர்வுகள் இருக்கின்றன. மற்றவர்களைப்போலவே நானும் சில சமயங்களில் முன்பின் யோசிக்காமல் வார்த்தைகளை வெளிவிட்டுப் பிறரைக் காயப்படுத்திவிடுகிறேன். இங்குக் கூடியிருக்கும் கனவான்கள் உட்பட, பெரும்பான்மை ஆண்களுக்குப் பொதுவாக வீட்டு விவகாரங்களில் ஆர்வம் கிடையாது என்பது எனக்குத் தெரியும். ஆனால், நான் என் வேலைக்காரி எத்தலைப் பற்றி இங்குக் குறிப்பிட விரும்புகிறேன். அவள் பார்ப்பதற்கு வடிவாக இருப்பாள், எந்த வேலை கொடுத்தாலும் முகம் சுளிக்காமல் செய்வாள். ஆனால் அவளுக்குக் கை கொஞ்சம் நீளம். அதனால் அவளைச் சேர்த்துக் கொண்ட ஒரே மாதத்தில் நான் அவளை வேலையைவிட்டு நீக்கிவிட்டேன். அவள் கேட்டுக் கொண்டதற்கு இணங்க அவளுக்கு நான் ஒரு பரிந்துரைக் கடிதத்தையும் கொடுத்தேன். அதில், அவள் நேர்மையானவள், விவேகமானவள் என்று நான்

குறிப்பிட்டிருந்தேன். அதே நேரத்தில், அவளை வேலைக்கு எடுத்துக் கொள்ள வேண்டாம் என்று திருமதி எட்வர்டை நான் எச்சரித்தேன். என்னுடைய மருமகன் என்னுடைய இந்த நடவடிக்கையைக் கடுமையாக விமர்சித்தான், என்னுடைய செயல் கொடூரமானது என்று கூறினான். எத்தல் பின்னர் ஆஷ்டன் சீமாட்டியிடம் வேலைக்குச் சேர்ந்தாள். ஆஷ்டன் சீமாட்டி எனக்குத் தெரிந்தவர் அல்லர் என்பதால், இவளைப் பற்றி அவரை எச்சரிக்க வேண்டிய பொறுப்பு எனக்கு இருக்கவில்லை. என்னவாயிற்று? ஒரு நாள், இரவோடு இரவாக, விலையுயர்ந்த பொருட்களைத் தூக்கிக் கொண்டு எத்தல் கம்பி நீட்டிவிட்டாள். அவள் எங்கே இருக்கிறாள் என்பது இன்றுவரை யாருக்கும் தெரியாது."

மார்ப்பிள் இங்குச் சிறிது இடைவெளிவிட்டு, நன்றாக மூச்சிழுத்துக் கொண்டு பின்னர் தொடர்ந்தார்.

"இதற்கும் 'கெஸ்டன் ஸ்பா ஓட்டலில்' நடந்தவற்றுக்கும் தொடர்பு இல்லை என்று நீங்கள் நினைக்கலாம். ஆனால், ஒருவிதத்தில் இரண்டுக்கும் ஒரு தொடர்பு இருக்கிறது. நான் சான்டர்ஸ் தம்பதியரை முதன்முதலாகப் பார்த்தபோது, அந்த இளைஞன் தன் மனைவியைக் கொல்லத் திட்டமிட்டிருந்தான் என்று என் மனத்தில் ஓர் உறுதியான எண்ணம் தோன்றியது."

"மேலே சொல்லுங்கள்," என்று கூறிய ஹென்ரி, கதை கேட்கும் ஆர்வத்தில் முன்னால் சாய்ந்து உட்கார்ந்து கொண்டார்.

"சான்டர்ஸ் வாட்டசாட்டமான, வசீகரமான ஓர் இளைஞன். தான் சந்திக்கும் அனைவரிடமும் அவன் விரைவில் நல்ல பெயர் எடுத்துவிடுவான். அவன் அளவுக்கு எவராலும் தங்கள் மனைவியரிடம் இனிமையாக நடந்து கொள்ள முடியாது. ஆனால், அவன் தன் மனைவியைக் கொல்லத் திட்டம் தீட்டியிருந்ததை நான் அறிந்தேன்."

"ஆனால், மார்ப்பிள்–"

"நீங்கள் என்ன சொல்ல வருகிறீர்கள் என்பது எனக்குப் புரிகிறது. என்னிடம் அதற்கான ஆதாரம் இருக்கவில்லை என்றுதானே நீங்கள் கூறுகிறீர்கள்? எனக்குத் தெரிந்து வால்ட்டர் ஹேரான்ஸ் என்ற ஒருவர் இருந்தார். ஒரு நாள் இரவு அவர் தன் மனைவியுடன் நடந்து சென்று கொண்டிருந்தபோது, அவள் ஓர் ஆற்றில் விழுந்து இறந்து போனாள். அவர் அவளுடைய காப்பீட்டுத் தொகையைப் பெற்றுக் கொண்டார். இதுபோலச் செயல்பட்ட மேலும் சிலரை எனக்குத் தெரியும். அவர்களில் ஒருவரான ஹாரி, ஒரு கோடைகாலத்தில் தன் மனைவியுடன் மலையேறுவதற்காக சுவிட்சர்லாந்துக்குச்

சென்றார். அவருடன் செல்ல வேண்டாம் என்று நான் அவளை எச்சரித்தேன். அவள் சிரித்தபடி அதை ஒதுக்கித் தள்ளிவிட்டாள். அவளுடைய அருமையான கணவனைப் பற்றி என்னைப் போன்ற முதிய கட்டை இப்படிச் சொல்வது அவளுக்கு வேடிக்கையாக இருந்திருக்கும். ஆனால், அங்கு ஒரு விபத்து ஏற்பட்டு அதில் அவள் இறந்து போனாள். இப்போது ஹாரி வேறொரு பெண்ணைத் திருமணம் செய்து கொண்டுள்ளார். நான் அதை அறிந்திருந்தேன். ஆனால் என்னிடம் அதற்கான ஆதாரம் எதுவும் இருக்கவில்லை.”

“ஐயோ! இப்படிக்கூட நடக்குமா?” என்று கர்னலின் மனைவி அரற்றினாள்.

“இது நீங்கள் நினைப்பதைக் காட்டிலும் மிகப் பரவலாக உள்ளது. பல ஆண்கள் இது போன்ற சபலத்திற்கு ஆளாகின்றனர். அவர்கள் வலுவானவர்களாக இருப்பதால், இது போன்றவற்றை ஒரு விபத்தாக எளிதாக ஜோடித்துவிடுகின்றனர். நான் முன்பே குறிப்பிட்டிருந்ததைப்போல, சான்டர்ஸைப் பார்த்தவுடனேயே எனக்குத் தெரிந்துவிட்டது. நான் அத்தம்பதியரை முதன்முதலாக ஒரு டிராமில்தான் பார்த்தேன். அது இரட்டை அடுக்குகள் கொண்ட ஒரு டிராம். கீழே கூட்டமாக இருந்ததால் நான் அதன் மாடிப் பகுதிக்குச் செல்லத் திட்டமிட்டேன். என்னுடன் அத்தம்பதியரும் மேலே ஏறினர். அவர்கள் மாடிப்படிகளில் ஏறிக் கொண்டிருந்தபோது, சான்டர்ஸின் கைப்பிடி வழுக்கியதால் அவன் தடுமாறித் தன் மனைவியின்மீது விழுந்துவிட்டான். அவனுடைய மனைவி தலைகுப்புறக் கீழே விழுந்தபோது, அந்த டிராமின் நடத்துநர் ஒரு வலுவான இளைஞராக இருந்ததால், அதிர்ஷ்டவசமாக அவர் அவளைப் பிடித்துக் காப்பாற்றிவிட்டார்.”

“அது கண்டிப்பாக ஒரு விபத்தாகத்தான் இருந்திருக்க வேண்டும்.”

“ஆமாம். ஒரு விபத்துபோலத் தோன்றக்கூடியது அதைவிட வேறொன்று இருக்கவே முடியாது. தான் கப்பற்படையில் பணியாற்றியிருந்ததாக சான்டர்ஸ் பின்னர் என்னிடம் கூறினான். ஆழ்கடலில் அலைகளின் பந்தாட்டத்தில் நிதானமாகச் செல்கின்ற அவன், ஒரு டிராமின் படிக்கட்டில் ஏறிக் கொண்டிருந்தபோது தன் கைப்பிடியைத் தவறவிட்டுவிட்டான் என்றால் அது நம்பும்படியாகவா இருக்கிறது? என்னைப் போன்ற வயதான பெண்மணிகளாலேயே பிரச்சனையின்றி ஏற முடிகின்றபோது, அவனுக்கு அப்படி நேர்ந்ததை என்னவென்று சொல்வது?”

“எது எப்படியோ, அக்கணத்தில் நீங்கள் உங்கள் மனத்தில்

தீர்மானித்துவிட்டீர்கள், அவ்வளவுதான்," என்று ஹென்ரி கூறினார்.

மார்ப்பிள் அதை ஆமோதித்துத் தலையாட்டினார்.

"சான்டர்ஸ் குறித்து நான் ஏற்கனவே உறுதியாகத்தான் இருந்தேன். விரைவிலேயே, ஒரு சாலையைக் கடக்கும்போது நடந்த மற்றொரு சம்பவம் அதை மேலும் உறுதிப்படுத்தியது. தன் மணவாழ்வில் மகிழ்ச்சியில் திளைத்துக் கொண்டிருந்த ஓர் இளம்பெண் விரைவில் கொல்லப்படவிருந்தாள். அப்போது என்னால் என்ன செய்திருக்க முடியும் என்று நீங்கள் நினைக்கிறீர்கள், ஹென்ரி?"

"எனக்கு வியப்பாக இருக்கிறது."

"இது சாத்தியமில்லை என்று நீங்கள் நினைக்கலாம். ஆனால், எனக்குத் தெரிந்திருந்தும் அது குறித்து நான் எதுவும் செய்ய முடியாமல் இருந்தேன் என்பதுதான் வேதனைக்குரிய விஷயம். எடுத்துக்காட்டாக, காவல்துறையினரை அணுக முடியாத நிலையில் நான் இருந்தேன். அந்த இளம்பெண்ணை எச்சரிப்பதும் பயனற்ற வேலை என்பதை நான் அறிந்திருந்தேன். ஏனெனில், அவள் தன் கணவனிடம் மிகுந்த அர்ப்பணிப்புடன் இருந்தாள். அதனால், அந்நபரைப் பற்றி என்னால் முடிந்த அளவு தகவல்களை நான் சேகரிக்கத் துவங்கினேன். என்னைப்போல வேலை வெட்டியில்லாமல் இருக்கும் வயதான பெண்களுக்கு இது தொடர்பான வாய்ப்புகளுக்குப் பஞ்சமே இல்லை. சான்டர்ஸின் மனைவியின் பெயர் கிளாடிஸ். அவள் என்னிடம் பேச ஆவலாக இருந்தாள். அவளிடமிருந்து நான் பல விஷயங்களைத் தெரிந்து கொண்டேன். சமீபத்தில்தான் அவர்களுக்குத் திருமணமாகியிருந்தது. கிளாடிஸின் கணவனுக்குச் சில சொத்துகள் இருந்தன. ஆனால் அவை இன்னும் அவனுடைய கைகளுக்கு வந்து சேர்ந்திருக்கவில்லை. அதனால், கிளாடிஸின் சொற்ப வருமானத்தில்தான் அவர்களுடைய வாழ்க்கை ஓடிக் கொண்டிருந்தது. கிளாடிஸ் தன்னுடைய சொத்துகளிலிருந்து கிடைத்த வருமானத்தைத்தான் தன் குடும்பத்திற்காகச் செலவழித்துக் கொண்டிருந்தாள். அவளால் தன் சொத்தின்மீது கை வைக்க முடியவில்லை. எங்கோ யாரோ புத்திசாலித்தனமான ஒரு காரியத்தைச் செய்திருந்தனர்! ஆனால், அது அவளுடைய சொத்து என்பதால், அதை யாருடைய பொருக்கு வேண்டுமானாலும் உயில் எழுதி வைப்பதற்கான உரிமை அவளுக்கு இருந்தது. கிளாடிஸும் சான்டர்ஸும் திருமணம் செய்து கொண்டவுடன், தங்களுடைய சொத்துகள் தங்களுடைய இறப்புக்குப் பிறகு தங்கள் துணைவருக்குப் போய்ச் சேர வேண்டும் என்று

பரஸ்பரம் உயிலெழுதி வைத்துவிட்டனர். அவர்கள் இருவரும் அந்த ஓட்டலின் மேல்மாடியில் ஓர் அறையெடுத்துத் தங்கியிருந்தனர். அந்த மாடியில்தான் அந்த ஓட்டலின் பணியாட்களும் தங்கியிருந்தனர். துரதிர்ஷ்டவசமாகத் தீப்பிடித்துவிட்டால், அங்கிருந்து தப்பிப்பது கடினம். எனவே, ஒவ்வோர் அறையிலும் சன்னலுக்கு வெளிப்பக்கமாக ஓர் ஏணி நிரந்தரமாக நிலைப்படுத்தப்பட்டிருந்தது. அந்த அறையில் ஏதேனும் பால்கனி இருந்ததா என்று நான் கிளாடிஸிடம் கேட்டேன். ஏனெனில், பால்கனிகள் ஆபத்தானவை. அங்கிருந்து தள்ளிவிடப்பட்டால், கதை முடிந்துவிடும்!

“அவள் எக்காரணம் கொண்டும் பால்கனிக்குச் செல்லக்கூடாது என்று நான் கிளாடிஸிடம் வாக்குறுதி வாங்கிக் கொண்டேன். அவளைச் சம்மதிக்க வைப்பதற்காக, நான் ஒரு கனவு கண்டிருந்ததாக அவளிடம் கூறினேன். அது நன்றாக வேலை செய்தது. சில சமயங்களில், பிறருடைய மூடநம்பிக்கைகளை நமக்குச் சாதகமாகப் பயன்படுத்த வேண்டியிருக்கிறது. கிளாடிஸ் ஒரு வெகுளிப் பெண். நான் சொன்னதை அவள் அப்படியே தன் கணவனிடம் கூறிவிட்டாள். அதற்குப் பிறகு ஓரிரு முறை அந்த இளைஞன் என்னை வெறித்துப் பார்த்ததை நான் கவனித்தேன். அவன் ஒன்றும் ஓர் அப்பாவி அல்லன். அதோடு, அந்த டிராம் சம்பவத்தின்போது நானும் அவர்களுடன் இருந்திருந்ததை அவன் நினைவில் வைத்திருந்தான்.

“ஆனால், நான் மிகவும் கவலையாக இருந்தேன். சான்டர்ஸை மீறி என்ன செய்வது என்று நான் யோசித்தேன். நான் அவனைச் சந்தேகித்தேன் என்பதை மறைமுகமாக உணர்த்துகின்ற வார்த்தைகளைக் கூறுவதன் மூலம், கெஸ்டன் ஓட்டலில் வைத்து எதுவும் நிகழாமல் என்னால் பார்த்துக் கொள்ள முடியும் என்று நான் நம்பினேன். ஆனால், என்னுடைய நடவடிக்கை, அவன் தன்னுடைய முயற்சியைத் தள்ளிப்போடும்படி செய்யும், அவ்வளவுதான். அதனால், இதை நான் துணிச்சலுடன் அணுக முடிவு செய்தேன். அதாவது, ஏதாவது ஒரு விதத்தில் சான்டர்ஸைப் பொறி வைத்துப் பிடிக்கும் ஒரு திட்டம் அது. நான் தேர்ந்தெடுக்கின்ற வழியில் அவன் தன் மனைவியைக் கொலை செய்ய முயற்சிக்கும்படி என்னால் செய்ய முடிந்தால், அக்கொலை நிகழாமல் என்னால் தடுக்க முடியும் என்பதோடு, அவனைத் தோலுரித்துக் காட்டவும் முடியும் என்று நான் நினைத்தேன். அது கிளாடிஸுக்கு எவ்வளவு அதிர்ச்சியைக் கொடுத்தாலும், உண்மையை நேருக்கு நேர் எதிர்கொள்ளும் கட்டாயத்திற்கு

அது அவளை ஆளாக்கும்.”

“அப்படிப்பட்டதொரு திட்டத்தை உங்களால் கண்டுபிடித்திருக்க முடியுமா?” என்று லாயிட் கேட்டார்.

“கண்டிப்பாக என்னால் கண்டுபிடித்திருக்க முடியும். ஆனால், சான்டர்ஸ் என் பிடிக்குள் அடங்காத அளவு புத்திசாலியாக இருந்தான். அவன் தன் திட்டத்தைச் செயல்படுத்துவதைத் தாமதிக்கவில்லை. நான் அவனைச் சந்தேகிக்கக்கூடும் என்று அவன் எதிர்பார்த்திருந்தாலும், அதை நான் உறுதி செய்வதற்கு முன்பே தன் திட்டத்தை அமலாக்க அவன் தீர்மானித்தான். ஏதேனும் விபத்து நடந்தால் அதை நான் சந்தேகிப்பேன் என்பதைத் தெரிந்து கொண்ட அவன், அதை ஒரு கொலைபோல ஜோடிக்கத் திட்டமிட்டான்.”

அங்கிருந்தவர்கள் வியப்பால் பெருமூச்செறிந்தனர். அதைக் கவனித்த மார்ப்பிள், தலையாட்டிவிட்டுத் தன் கதையைத் தொடர்ந்தார்.

“அது எப்படி நடந்தது என்று இப்போது நான் விலாவாரியாக விளக்குகிறேன். அதைப் பற்றி இப்போது நினைத்தாலும் எனக்கு வருத்தமாக இருக்கும். எப்படியாவது அதை நான் தடுத்து நிறுத்தியிருந்திருக்க வேண்டும் என்று நினைத்து எப்போதுமே நான் வருந்தி வந்துள்ளேன். மேலே இருப்பவனுக்கு எல்லாம் தெரியும் என்ற நம்பிக்கையில், எல்லா சூழல்களிலும் என்னால் முடிந்த எல்லாவற்றையும் நான் செய்தேன்.

“ஆனால், கெஸ்டன் ஓட்டலில், இனம் புரியாத ஒரு பய உணர்வு காற்றில் கலந்திருந்தது. ஏதோ ஒன்று என் மனத்தை அழுத்திக் கொண்டிருந்தது. அங்குப் பல ஆண்டுகளாக வேலை பார்த்து வந்திருந்த ஜார்ஜ் என்ற போர்ட்டர், குளிர்காய்ச்சலில் திடீரென்று இறந்துவிட்டார். அப்போது கிறிஸ்துமஸுக்கு நான்கு நாட்கள்தான் இருந்தன. அடுத்த இருபத்து நான்கு மணிநேரத்திற்குள், அங்குப் பணியாற்றி வந்த வேலைக்காரிகளில் ஒருத்தி இறந்து போனாள். அவளுடைய பெயர் மேரி.

“அப்போது நான் அந்த ஓட்டலின் வரவேற்பறையில் அமர்ந்து, டிராலோப், திருமதி கார்ப்பென்டர் ஆகிய இரண்டு பெண்மணிகளுடன் பேசிக் கொண்டிருந்தேன். திருமதி கார்ப்பென்டர அங்கு நடை பெற்றுக் கொண்டிருந்த அசம்பாவிதச் சம்பவங்களை இரசித்துக் கொண்டிருந்தார்.

“அவர் என்னிடம், ‘நான் சொல்வதைக் குறித்து வைத்துக் கொள்ளுங்கள். இது இத்துடன் நிற்கப் போவதில்லை. இன்னொரு சாவு நிகழப் போகிறது. அதில் சந்தேகமே

இல்லை. அதற்கு நாம் நீண்ட நாட்கள் காத்துக் கொண்டிருக்க வேண்டியதும் இல்லை,' என்று கூறினார்.

"அப்போது நான் சட்டென்று நிமிர்ந்து பார்த்தேன். வாசலில் சான்டர்ஸ் நின்று கொண்டிருந்தான். நாங்கள் பேசிக் கொண்டிருந்தவற்றை அவன் கேட்டிருந்திருக்க வேண்டும். திருமதி கார்ப்பென்டரின் திகிலூட்டும் வார்த்தைகள் சான்டர்ஸிடம் அந்த யோசனைக்கு வித்திட்டிருக்க வேண்டும்.

"அவன் அந்த அறைக்குள் ஒரு மென்மையான புன்னகையுடன் நுழைந்தான்.

"அவன் எங்களிடம், 'நான் நகருக்குள் போகிறேன். உங்களில் யாருக்காவது கிறிஸ்துமஸ் பரிசுப் பொருட்கள் ஏதாவது வாங்க வேண்டுமா?' என்று கேட்டான்.

"பின் அவன் எங்களுடன் ஓரிரு நிமிடங்கள் சிரித்துப் பேசிக் கொண்டிருந்துவிட்டு அங்கிருந்து கிளம்பிவிட்டான். நான் அசௌகரியமாக உணர்ந்தேன். நான் என்னுடன் இருந்த பெண்களிடம், 'கிளாடிஸ் எங்கே? அவளை நீங்கள் யாரேனும் பார்த்தீர்களா?' என்று கேட்டேன்.

"அதற்கு டிராலோப், 'தன் தோழிகளைப் பார்க்கவும் அவர்களுடன் சேர்ந்து சீட்டாடவும் அவள் வெளியே போயிருக்கிறாள்,' என்று கூறினாள். அது சில நிமிடங்களுக்கு எனக்கு மன அமைதியைக் கொடுத்தது. ஆனாலும் என் கவலை தீரவில்லை. என்ன செய்வதென்று தெரியாமல் நான் தவித்தேன். அரை மணிநேரம் கழித்து நான் என் அறைக்குத் திரும்பினேன். வழியில் மாடிப்படியில் நான் என்னுடைய மருத்துவர் கோல்ஸைப் பார்த்தேன். என்னுடைய முடக்குவாதம் தொடர்பாக அவரை நான் தொடர்பு கொள்ள வேண்டியிருந்ததால், அவரை என் அறைக்கு அழைத்துச் சென்றேன். அப்போது அவர் என்னிடம், 'இந்த ஓட்டலில் வேலை பார்த்து வந்த மேரி என்ற வேலைக்காரப் பெண் இறந்துவிட்டாள். அதை இந்த ஓட்டலின் மேலாளர் இரகசியமாக வைத்திருக்கும்படி என்னிடம் கேட்டுக் கொண்டார். நீங்களும் இதைப் பற்றி யாரிடமும் கூறாதீர்கள்,' என்று தெரிவித்தார். கடந்த அரை மணிநேரமாக நாங்கள் அதைப் பற்றித்தான் பேசிக் கொண்டிருந்தோம் என்பதை நான் அவரிடம் சொல்லவில்லை. இப்படிப்பட்ட விஷயங்களை மூடி மறைக்க முடியாது என்பது கோல்ஸைப் போன்றவர்களுக்குக் கட்டாயம் தெரிந்திருக்க வேண்டும். ஆனால் அவர் ஓர் எளிய மனிதர். அதனால் அவர் அப்படிப் பேசிக் கொண்டிருந்தார். ஆனால் அவர் அடுத்துச் சொன்ன விஷயம்தான் என்னைத் தூக்கி வாரிப் போட்டது. சான்டர்ஸ் தன் மனைவியைச்

சோதிக்கும்படி தன்னைக் கேட்டுக் கொண்டதாகவும், தான் அங்கேதான் சென்று கொண்டிருந்ததாகவும் அவர் என்னிடம் கூறினார். கிளாடிஸ் சமீபத்தில் அஜீரணக் கோளாறு போன்றவற்றால் அவதிப்பட்டுக் கொண்டிருந்ததாக அவர் தெரிவித்தார்.

“ஆனால், அதே நாளன்றுதான், தனக்கு வலுவான ஜீரண சக்தி உண்டென்றும், அது குறித்துத் தான் பெருமை கொண்டிருந்ததாகவும் கிளாடிஸ் என்னிடம் கூறியிருந்தாள்.

“உடனே சான்டர்ஸ் குறித்த என்னுடைய சந்தேகம் நூறு மடங்கு வலுவடைந்தது. சான்டர்ஸ் எதற்கோ தன் மனைவியைத் தயார் செய்து கொண்டிருந்தான் என்று நான் அஞ்சினேன். ஆனால் எதற்காக? இது குறித்து டாக்டர் கோல்ஸிடம் பேச வேண்டுமா, வேண்டாமா என்று தீர்மானிப்பதற்குள் அவர் அங்கிருந்து போய்விட்டார். அப்படியே நான் பேசியிருந்தாலும், அவரிடம் என்ன சொல்வது என்பது குறித்து எனக்கு ஒரே குழப்பமாக இருந்தது. நான் என் அறையிலிருந்து வெளியே வந்தபோது, சான்டர்ஸ் மாடியிலிருந்து கீழே இறங்கி வந்து கொண்டிருந்தான். அவன் வெளியே செல்வதற்கான உடையணிந்திருந்தான். தான் நகருக்குள் செல்லவிருந்ததாக மீண்டும் கூறிய அவன், எனக்கு ஏதாவது வேண்டுமா என்று மீண்டும் கேட்டான். எனக்கு எதுவும் வேண்டாம் என்று இங்கிதமாகக் கூறிவிட்டு, நான் கீழே வந்து வரவேற்பறையில் அமர்ந்து கொண்டு தேநீர் ஆர்டர் செய்தேன். அப்போது மணி ஐந்தரை. பின்னர் டிராலோப்பும் என்னுடன் சேர்ந்து கொண்டாள். ஆறே முக்கால் மணிவரை நான் அங்கேதான் உட்கார்ந்திருந்தேன். அப்போது சான்டர்ஸ் வெளியிலிருந்து ஓட்டலுக்குள் நுழைந்தான். அவனுடன் இரண்டு பேர் வந்தனர். தன்னுடன் வந்திருந்தவர்களை ஓர் ஓரமாக நிற்க வைத்துவிட்டு, சான்டர்ஸ் எங்களை நோக்கி வந்தான். அவன் தன் மனைவிக்கு அளிக்கவிருந்த கிறிஸ்துமஸ் பரிசு குறித்து எங்களுடைய பரிந்துரையை நாடினான். அது ஒரு கைப்பை.

“அவன் எங்களிடம், ‘நான் ஒரு மாலுமி. எனக்குப் பெண்களின் நளினமான விஷயங்கள் பற்றி எதுவும் தெரியாது. நான் மூன்று கைப்பைகளை ஆரடர் செய்துள்ளேன். அவற்றில் ஏதாவது ஒன்றை எனக்காகத் தேர்ந்தெடுத்துத் தர முடியுமா?” என்று கேட்டான். நாங்களும் அதற்குச் சம்மதித்தோம். ‘என் மனைவி விரைவில் திரும்பி வந்துவிடுவாள். அதற்குள் நான் ஒன்றைத் தேர்ந்தெடுத்தாக வேண்டும். அதனால் என்னுடைய அறைக்கு உங்களால் வர முடியுமா?” என்று அவன் கேட்டான். நாங்களும் அவனுடன் அவனுடைய அறைக்குச் சென்றோம்.

அதற்கு அடுத்து நிகழ்ந்ததை என்னால் ஒருபோதும் மறக்க முடியாது.

"அந்த அறையின் கதவை சான்டர்ஸ் திறந்து விளக்கைப் போட்டான். எங்களில் எவர் அதை முதலில் பார்த்தோம் என்று எனக்குத் தெரியாது.

"கிளாடிஸ் தரையில் தலைகுப்புற விழுந்து கிடந்தாள் – பிணமாக!

"நான்தான் முதலில் அவளுக்கு அருகே சென்றேன். அவளுடைய கையைத் தொட்டுத் தூக்கி நாடித்துடிப்பைச் சோதித்தேன். அது வெட்டி வேலையாக இருந்தது. ஏனெனில், அவளுடைய ஒட்டுமொத்தக் கையும் அதற்குள் சில்லிட்டும் விறைத்தும் போயிருந்தது. அவளுடைய தலைக்கு அருகே, மணலால் நிரப்பப்பட்டிருந்த ஒரு காலுறை கிடந்தது – கொலை ஆயுதம்! கதவோரம் நின்று கொண்டிருந்த டிராலோப் தன் தலையைப் பிடித்துக் கொண்டு குலுங்கிக் குலுங்கி அழுதாள். 'என்னுடைய மனைவி! என்னுடைய மனைவி!' என்று அலறியபடி சான்டர்ஸ் தன் மனைவியின் உடலை நோக்கிப் பாய்ந்தான். அவன் கிளாடிஸைத் தொடுவதை நான் தடுத்தேன். அவன்தான் அவளைக் கொன்றிருக்க வேண்டும் என்று நான் உறுதியாக நம்பினேன். அங்கிருந்த ஏதோ ஒன்றை எடுத்துக் கொள்ளவோ அல்லது மறைக்கவோ அவன் விரும்பினான் என்று நான் சந்தேகப்பட்டேன்.

" 'சான்டர்ஸ், இங்கே இருக்கின்ற எதையும் நீங்கள் தொடக்கூடாது. உங்களுடைய மனத்தைத் தேற்றிக் கொள்ளுங்கள்,' என்று அவனிடம் கூறிவிட்டு, நான் டிராலோப்பிடம் திரும்பி, 'கீழே போய் இந்த ஓட்டலின் மேலாளரை அழைத்து வா,' என்று கூறினேன்.

"நான் கிளாடிஸின் உடலின் அருகே மண்டியிட்டு அமர்ந்தேன். சான்டர்ஸை அங்குத் தனியாக விட நான் விரும்பவில்லை. அவன் நடித்துக் கொண்டிருந்தான் என்றால், அவனது நடிப்பு பிரமாதமாக இருந்தது என்பதை நான் ஒப்புக் கொண்டாக வேண்டும். ஏனெனில், அவனுடைய நடிப்பு அவ்வளவு தத்ரூபமாக இருந்தது. வியப்பும் அதிர்ச்சியும் மிரட்சியும் அவனுடைய முகத்தின்மீது தாண்டவமாடின.

"அந்த ஓட்டலின் மேலாளர் சீக்கிரமாக அங்கு வந்துவிட்டார். உடனே எங்கள் அனைவரையும் வெளியேறுமாறு கூறிவிட்டு, அவர் அந்த அறையைப் பூட்டி அதன் சாவியைத் தன் கையில் வைத்துக் கொண்டார். பின் அவர் தொலைபேசியில் காவல்துறையினரைத் தொடர்பு கொள்வதற்காகக் கீழே சென்றார். ஆனால், தொலைபேசி

இணைப்பு பழுதடைந்திருந்ததால், காவல்துறையினரிடம் தகவல் தெரிவிப்பதற்காக அவர் தன்னுடைய பணியாளர்களில் ஒருவரை நகருக்குள் அனுப்பி வைத்தார். அதனால் காவலர்கள் அங்கு வந்து சேர வெகுநேரமாயிற்று. திருமதி கார்ப்பென்டரின் செயலைத்தான் எங்களால் பொறுத்துக்கொள்ள முடியவில்லை. தன்னுடைய கணிப்பு இவ்வளவு விரைவில் நிஜமாகியிருந்தது குறித்து அவர் திருப்தியடைந்திருந்தார். சான்டர்ஸ் தன்னுடன் வந்திருந்த நபர்களுடன் அந்த ஓட்டலின் தோட்டப் பகுதிக்குச் சென்று புலம்பிக் கொண்டும், அழுது கொண்டும், துக்கத்தின் அனைத்து அறிகுறிகளையும் வெளிப்படுத்திக் கொண்டும் இருந்தான்.

"இறுதியில் ஒருவழியாக, காவல்துறையினர் அங்கு வந்து சேர்ந்தனர். அவர்கள் சான்டர்ஸுடனும் அந்த மேலாளருடனும் சான்டர்ஸின் அறைக்குச் சென்றனர். பின்னர் அங்கு வருமாறு எனக்கு அழைப்பு விடுக்கப்பட்டது. நானும் மேலே சென்றேன். காவல் ஆய்வாளர் அந்த அறையிலிருந்த ஒரு மேசைக்கு அருகே அமர்ந்து எதையோ எழுதிக் கொண்டிருந்தார். அவர் ஓர் அறிவார்ந்த நபராகத் தெரிந்தார். அவரைப் பார்த்த உடனேயே எனக்கு அவரைப் பிடித்துப் போய்விட்டது.

"அவர் என்னிடம், 'நீங்கள்தான் மார்ப்பிளா?' என்று கேட்டார். நான் அதை ஆமோதித்தவுடன், 'இந்த உடல் கண்டுபிடிக்கப்பட்டபோது நீங்கள் இங்கு இருந்தீர்கள் என்று நான் அறிந்தேன்,' என்று கூறினார்.

"நான் ஆமாமென்று கூறிவிட்டு, அங்கு என்ன நிகழ்ந்திருந்ததோ அதைத் துல்லியமாக அப்படியே விவரித்தேன். நான் கோர்வையாகப் பேசியதைக் கேட்டு அவர் நிம்மதியடைந்தார். ஏனெனில், அதற்கு முன்பு அவர் சான்டர்ஸையும் டிராலோப்பையும் விசாரித்தபோது, அவர்கள் திக்கித் திணறிப் பதிலளித்து அவரைப் பாடாய்ப்படுத்தியிருந்தனர். ஒரு பெண் தன் வீட்டுக்குள் இருக்கின்றபோது எப்படி இருந்தாலும், வெளியிடங்களில் தன் உணர்ச்சிகளைத் தன் கட்டுப்பாட்டிற்குள் வைத்திருக்க வேண்டும் என்று என் அம்மா எனக்குக் கற்றுக் கொடுத்திருந்தது என் நினைவுக்கு வந்தது."

"நல்ல அறிவுரை," என்று ஹென்றி கூறினார்.

"நான் அந்தக் காவல்துறை அதிகாரியிடம் எல்லாவற்றையும் கூறி முடித்தப் பிறகு, அவர் என்னிடம், 'நன்றி, மேடம். இந்த உடலை நீங்கள் ஒரு முறை பார்த்து, நீங்கள் முதன்முதலில் பார்த்ததுபோலவே இப்போதும் இருக்கிறதா என்று எனக்குக்

கூறுங்கள்,' என்று வேண்டினார்.

"சான்டர்ஸ் அந்த உடலைத் தொட நான் அனுமதிக்கவில்லை என்ற தகவலை நான் அவரிடம் தெரிவித்தபோது, அதைப் பாராட்டுவதுபோல அவர் தலையசைத்தார்.

"அந்த அதிகாரி சான்டர்ஸைச் சுட்டிக்காட்டி, 'அவர் மிகவும் மனமுடைந்து போயிருப்பதுபோலத் தோன்றுகிறது,' என்றார்.

" 'எனக்கும் அப்படித்தான் தோன்றுகிறது - ஆமாம்,' என்று நான் பதிலளித்தேன்.

"நான் 'தோன்றுகிறது' என்ற வார்த்தைக்கு அதிக அழுத்தம் கொடுத்திருக்கவில்லை என்றபோதிலும், அந்த அதிகாரி என்னை உற்றுப் பார்த்தார்.

" 'அப்படியானால், இந்த உடல், நீங்கள் முதலில் பார்த்தபோது எப்படி இருந்ததோ அப்படியேதான் இப்போதும் இருக்கிறது என்று நான் எடுத்துக் கொள்ளலாமா?' என்று அவர் கேட்டார்.

" 'ஆமாம், அந்தத் தொப்பியைத் தவிர்த்து,' என்று நான் கூறினேன்.

"அதைக் கேட்டு அந்த அதிகாரி மீண்டும் என்னை உற்றுப் பார்த்தார்.

" 'நீங்கள் என்ன சொல்கிறீர்கள்?' என்று அவர் கேட்டார்.

"நான் அவரிடம் இவ்வாறு விளக்கினேன்: 'நான் முதலில் பார்த்தபோது அந்தத் தொப்பி கிளாடிஸின் தலையில் இருந்தது. இப்போது அது தரையில் அவருடைய உடலுக்கு அருகே கிடக்கிறது. அதை நீங்கள்தான் அப்புறப்படுத்தியிருக்க வேண்டும் என்று நான் நினைத்தேன்.' அதை அந்த அதிகாரி மறுத்தார். தாங்கள் எதையும் தொட்டிருக்கவோ அல்லது நகர்த்தியிருக்கவோ இல்லை என்று அவர் தெரிவித்தார். அவர் தன் புருவங்களைச் சுளித்தவாறு கிளாடிஸின் உடலைப் பார்த்தபடி நின்றார். கிளாடிஸ் வெளியே செல்வதற்கான ஆடைகளை அணிந்திருந்தாள். விலங்கு உரோமங்களைக் கொண்டிருந்த, காலர்களுடன்கூடிய, சிவப்பு நிறத்தில் இருந்த பெரிய கோட் ஒன்றை அவள் அணிந்திருந்தாள். ஆனால் அவளுடைய தலைக்கு அருகே கிடந்த தொப்பி மிகவும் மலிவானதாக இருந்தது.

"அந்தக் காவல் அதிகாரி சில நிமிடங்கள் கிளாடிஸின் உடலைப் பார்த்தவாறு அமைதியாக நின்று கொண்டிருந்தார். பின் அவருக்கு ஏதோ ஒரு யோசனை உதித்தது.

"அவர் என் பக்கம் திரும்பி, 'இறந்து போன இப்பெண்ணின் காதுகளில் கம்மல்கள் இருந்தனவா? அவற்றைப் பார்த்த

ஞாபகம் உங்களுக்கு இருக்கிறதா? அவர் காதணிகளை அணிகின்ற வழக்கம் உடையவரா?' என்று கேட்டார்.

"நான் அந்த அதிகாரியிடம், 'அதிர்ஷ்டவசமாக, இதுபோன்ற விஷயங்களை உன்னிப்பாகக் கவனிக்கின்ற பழக்கம் எனக்கு உண்டு. அவள் அணிந்திருந்த தொப்பிக்குக் கீழே முத்துகள் பளபளத்துக் கொண்டிருந்தன,' என்று விளக்கினேன்.

" 'நான் சந்தேகப்பட்டது சரியாகிவிட்டது. இப்பெண்ணின் நகைப்பெட்டியில் ஏதாவது இருந்ததா என்று தேடப்பட்டுள்ளது. அதில் விலையுயர்ந்த பொருட்கள் எதுவும் இருந்ததாகத் தெரியவில்லை. இவருடைய மோதிரங்கள் இவருடைய விரல்களிலிருந்து உருவப்பட்டுள்ளன என்று நான் நினைக்கிறேன். கொலைகாரன் இவருடைய காதணிகளை முதலில் மறந்துவிட்டிருக்க வேண்டும். கொலை நடந்தது கண்டுபிடிக்கப்பட்டப் பிறகு, கொலையாளி மீண்டும் திரும்பி வந்து அவற்றைத் திருடிச் சென்றிருக்க வேண்டும். அப்படி நடந்திருந்தால், அவன் துணிச்சலான ஒரு கொலைகாரன்தான்! இல்லையெனில்–' என்று கூறிவிட்டு அவர் அந்த அறையைச் சுற்றி நோட்டம் விட்டார். பின், 'இல்லையெனில், கொலை கண்டுபிடிக்கப்பட்டபோதுகூட அவன் இந்த அறையிலேயே மறைந்திருந்திருக்க வேண்டும்,' என்று கூறினார்.

"ஆனால், அந்த யோசனையில் பிழை இருந்ததை நான் சுட்டிக்காட்டினேன். நான் அங்கிருந்தபோது, கட்டிலுக்கு அடியில் பார்த்ததையும், அந்த ஓட்டலின் மேலாளர் அங்கிருந்த, துணிகள் வைப்பதற்கான சிற்றறையின் கதவைத் திறந்து பார்த்ததையும் நான் அந்த அதிகாரியிடம் குறிப்பிட்டேன். அதைத் தவிர இந்த அறையில் ஒளிந்து கொள்வதற்கு வேறு இடங்கள் இல்லாததையும் நான் சுட்டிக்காட்டினேன். அந்தச் சிற்றறைக்குள் தொப்பிகளை வைப்பதற்கான பெட்டி பூட்டப்பட்டிருந்தபோதிலும், அதற்குள் எவரும் பதுங்கியிருக்க முடியாத அளவுக்கு அது சிறியது என்பதையும் நான் எடுத்துரைத்தேன். இதைக் கேட்டு அந்த அதிகாரி தலையாட்டினார்.

" 'சரி இதில் நான் உங்களுடைய வாதத்தை ஏற்றுக் கொள்கிறேன். அப்படியானால், கொலைகாரன் மீண்டும் வந்து திருடிச் சென்றிருக்க வேண்டும் என்று நான் முதலில் கூறியதுதான் சரியாக இருக்க வேண்டும்,' என்று அவர் கூறினார்.

"அதற்கும் நான் மறுப்பு தெரிவித்தேன். 'மேலாளர்தான் கதவைப் பூட்டிச் சாவியை எடுத்துச் சென்றுவிட்டாரே?' என்று நான் கூறினேன்.

"அதற்கு அவர், 'இதெல்லாம் ஒரு பெரிய விஷயமே இல்லை. இந்த அறையையொட்டி ஒரு பால்கனியும், தீப்பிடித்தால் தப்பிப்பதற்கான ஓர் ஏணியும் இருக்கின்றன. திருடன் முதலில் வந்தபோதே அந்த வழியாகத்தான் வந்திருக்க வேண்டும். பெரும்பாலும் அவன் தன் வேலையை முடிப்பதற்கு முன்பாக நீங்கள் இங்கே உள்ளே நுழைந்திருந்திருக்க வேண்டும். அவன் பால்கனியில் பதுங்கியிருந்துவிட்டு, நீங்கள் அறையைப் பூட்டிக் கொண்டு போன பிறகு, மீண்டும் இந்த அறைக்குள் வந்து அந்தக் காதணிகளைக் கழற்றிச் சென்றிருக்க வேண்டும்,' என்று விளக்கினார்.

"நான் அவரிடம், 'இதில் ஒரு திருடன் சம்பந்தப்பட்டிருப்பதாக நீங்கள் உறுதியாக நம்புகிறீர்களா?' என்று கேட்டேன்.

"அதற்கு அவர், 'அப்படித்தான் தெரிகிறது, இல்லையா?' என்று கேட்டார்.

"ஆனால் அவருடைய குரலில் தொனித்த ஏதோ ஒன்று, அவர் சான்டர்ஸின் நடிப்பை முழுமையாக நம்பியிருக்கவில்லை என்பதை எனக்கு உணர்த்தியது.

"சான்டர்ஸ் தன் மனைவியைத் தீர்த்துக் கட்டுவதில் குறியாக இருந்தான் என்று நான் உறுதியாக நம்பினேன். அதே நேரத்தில், கிளாடிஸ் ஒரு விநோதமான முறையில் இறந்து போயிருந்தாள். பொதுவாக எனக்குத் தற்செயல் நிகழ்வுகளில் நம்பிக்கை கிடையாது. சான்டர்ஸ் ஓர் அயோக்கியன். அந்த அறையில் அவன் வெளிப்படுத்தியிருந்த நடிப்பு அபாரம் என்பதில் சந்தேகமில்லை. ஆனால் அது என்னை முட்டாளாக்கவில்லை. நான் அந்தக் காவல் அதிகாரியுடன் நடத்திய உரையாடலுக்குப் பிறகு, ஒரு விஷயம் மட்டும் என்னை உறுத்திக் கொண்டிருந்தது. இந்த பயங்கரமான காரியத்தை சான்டர்ஸ் செய்திருந்தால், பின்புற ஏணிப்படி வழியாக அவன் மீண்டும் அந்த அறைக்குள் வந்து தன் மனைவியின் காதணிகளைத் திருடிச் செல்வதற்கு என்னால் எந்தக் காரணத்தையும் யோசிக்க முடியவில்லை. அது நிச்சயமாக ஒரு விவேகமான காரியமாக இருந்திருக்காது. ஆனால் சான்டர்ஸ் ஒரு விவேகமான நபர். அதனால்தான், அவன் ஆபத்தானவன் என்று நான் கருதினேன்."

மார்ப்பிள் தன்னைச் சுற்றியிருந்தவர்களை நோட்டம் விட்டார்.

"நான் இங்கு என்ன சொல்ல வருகிறேன் என்பது உங்களுக்குப் புரிந்திருக்கும் என்று நான் நினைக்கிறேன். இந்த உலகில் எப்போதுமே எதிர்பாராத விஷயங்கள் நடந்து

கொண்டுதான் இருக்கின்றன. நான் சான்டர்ஸ் பற்றி மிகவும் உறுதியாக இருந்ததுதான் ஒருவேளை என் கண்களை மறைத்திருக்கக்கூடும். முடிவு எனக்கு அதிர்ச்சியூட்டுவதாக இருந்தது. ஏனெனில், சான்டர்ஸ் அந்தக் கொலையைச் செய்திருப்பதற்குச் சாத்தியமில்லை என்பது சந்தேகத்திற்கு இடமில்லாமல் நிரூபிக்கப்பட்டிருந்தது."

கர்னலின் மனைவியிடமிருந்து ஒரு ஆயாசப் பெருமூச்சு வெளிப்பட்டது. மார்ப்பிள் அவரை நோக்கித் திரும்பினார்.

"நான் இக்கதையைச் சொல்லத் தொடங்கியபோது இதை நீங்கள் எதிர்பார்த்திருக்க மாட்டீர்கள் என்பது எனக்குத் தெரியும். உண்மையில் நானும் இதை எதிர்பார்த்திருக்கவில்லை. ஆனால் உண்மைகள் உண்மைகள்தாம். தான் நினைத்துக் கொண்டிருந்தது தவறு என்று நிரூபிக்கப்படுகின்றபோது, ஒருவர் அதைப் பணிவுடன் ஒப்புக் கொண்டுவிட்டு, தன் வேலையைப் பார்க்கச் சென்றுவிட வேண்டும், அவ்வளவுதான். அடிப்படையில் சான்டர்ஸ் ஒரு கொலைகாரன் என்பதை நான் அறிந்திருந்தேன். அதை எதனாலும் மாற்ற முடியாது.

"உண்மையில் என்ன நடந்தது என்பதை அறிய இப்போது நீங்கள் ஆவலாக இருப்பீர்கள் என்பது எனக்குத் தெரியும். கிளாடிஸ் வெளியே சென்று தன் தோழிகளுடன் சீட்டாடிவிட்டு, அவர்களுடைய இடத்திலிருந்து மாலை ஆறேகால் மணிக்குக் கிளம்பியிருந்தாள். அங்கிருந்து ஒருவர் மெதுவாக நடந்து வந்தாலே, கால் மணி நேரத்தில் ஓட்டலுக்கு வந்து சேர்ந்துவிடலாம். அதனால் அவள் ஆறரை மணியளவில் தன் அறைக்கு வந்து சேர்ந்திருக்க வேண்டும். அவள் அங்கு வந்ததை எவரும் பார்க்கவில்லை என்பதால், அந்த ஓட்டலின் ஒரு பக்கத்தில் இருந்த கதவு வழியாக அவள் நேராகத் தன் அறைக்கு விரைந்து சென்றிருந்திருக்க வேண்டும். அறைக்குள் வந்தவுடன் அவள் தன்னுடைய உடையை மாற்றியிருந்திருக்க வேண்டும். (ஏனெனில், அவள் தன் தோழிகளைப் பார்க்கச் சென்றபோது அவள் அணிந்திருந்த உடை அங்கிருந்த அலமாரியில் தொங்கிக் கொண்டிருந்தது) அவள் இப்போது அணிந்திருந்த புதிய உடையைப் வைத்துப் பார்த்தபோது, அவள் மீண்டும் வெளியே செல்லத் தீர்மானித்திருந்திருக்க வேண்டும் என்று தோன்றியது. அப்போதுதான் அவளுக்கு அந்த மரண அடி விழுந்திருக்க வேண்டும். தன்னை யார் அடித்தது என்பதுகூட அவளுக்குத் தெரிந்திருந்திருக்காது என்று கூறப்பட்டது. மணல் அடைக்கப்பட்டப் பை ஒரு பயங்கரமான ஆயுதம் என்பதை நான் அறிந்து கொண்டேன். அநேகமாக அந்தக் கொலையாளி, துணிகளுக்கான

சிற்றறையில் பதுங்கியிருந்திருக்க வேண்டும். கிளாடிஸ் தன் பழைய உடையை அலமாரியில் தொங்கவிட்டுவிட்டதால், துணிகளுக்கான சிற்றறையை அவள் திறக்கவே இல்லை.

“இப்போது நாம் சான்டர்ஸிடம் வருவோம். நான் முன்பே கூறியபடி, சான்டர்ஸ் சுமார் ஐந்தரை மணியளவில் வெளியே சென்றுவிட்டிருந்தான். நகருக்குள் சென்ற அவன், இரண்டு கடைகளில் சில பொருட்களை வாங்கினான். பிறகு சுமார் ஆறு மணிக்கு அவன் கிரான்ட் ஸ்பா ஓட்டலுக்குச் சென்றான். அங்கே அவன் தன்னுடைய இரண்டு நண்பர்களைச் சந்தித்தான். அவர்களில் ஒருவனின் பெயர் ஹிட்ச்காக், மற்றொருவனின் பெயர் ஸ்பென்டர். அவர்கள் மூவரும் சேர்ந்து பில்லியர்ட்ஸ் விளையாடினர், நிறையவே மது அருந்தினர். ஆறு மணியிலிருந்து அவன் அவர்களுடன்தான் இருந்திருந்தான். பிறகு அவன் அவர்களை அழைத்துக் கொண்டு எங்கள் ஓட்டலுக்குத் திரும்பி வந்தான். அவர்களை ஓரிடத்தில் நிற்க வைத்துவிட்டுத்தான் அவன் எங்களை நோக்கி வந்தான். அப்போது மணி சுமார் ஆறே முக்கால் இருக்கும். அந்த நேரத்திற்குள் அவனுடைய மனைவி ஏற்கனவே இறந்திருந்திருக்க வேண்டும்.

“நான் அவனுடைய நண்பர்கள் இருவரையும் நேரில் சந்தித்துப் பேசிய விஷயத்தையும் நான் உங்களிடம் சொல்லியாக வேண்டும். எனக்கு அவர்களைப் பிடிக்கவில்லை. அவர்கள் இருவரும் இனிமையாகவும் பேசவில்லை, கனவான்களைப்போலவும் நடந்து கொள்ளவில்லை. ஆனால், மொத்த நேரமும் சான்டர்ஸ் தங்களுடன்தான் இருந்தார் என்று அவர்கள் கூறியது மட்டும் உண்மை என்று நான் உறுதியாக நம்பினேன்.

“மற்றொரு முக்கியமான விஷயம். கிளாடிஸ் சீட்டாடிக் கொண்டிருந்தபோது அவளுக்கு ஒரு தொலைபேசி அழைப்பு வந்ததுபோலத் தெரிகிறது. லிட்டில்வொர்த் என்ற பெயர் கொண்ட யாரோ ஒருவர் அவளிடம் பேசினார். அவர் கிளாடிஸைச் சந்திக்க விரும்பினார். அது குறித்து கிளாடிஸ் மகிழ்ச்சியும் பரவசமும் அடைந்தாள். ஆனால், அவள் தற்செயலாக ஓரிரு தவறுகளைச் செய்திருந்தாள். எதிர்பார்க்கப்பட்ட நேரத்திற்கு முன்பாகவே அவள் தன் அறைக்குத் திரும்பியிருந்தாள்.

“லிட்டில்வொர்த் என்ற பெயர் கொண்ட நண்பர் யாரேனும் சான்டர்ஸின் மனைவிக்கு இருந்தது அவருக்குத் தெரியுமா என்று சான்டர்ஸிடம் கேட்கப்பட்டது. ஆனால், தான் அப்பெயரைக் கேள்விப்பட்டிருக்கவே இல்லை

என்று சான்டர்ஸ் அடித்துக் கூறிவிட்டார். கிளாடிஸுக்கும் உண்மையில் லிட்டில்வொர்த் யார் என்பது தெரியாது. ஆனாலும், தொலைபேசியில் பேசிவிட்டுத் திரும்பியபோது அவள் புன்னகைத்துக் கொண்டும் வெட்கப்பட்டுக் கொண்டும் இருந்திருந்தாள். அப்படியானால், தொலைபேசியில் கிளாடிஸை அழைத்த நபர் தன்னுடைய உண்மையான பெயரை அவளிடம் வெளிப்படுத்தவில்லை என்பதுபோலத் தெரிகிறது. அதுவே ஒரு சந்தேகத்தைத் தோற்றுவிக்கிறது, இல்லையா?

"இப்போது எங்கள் முன் இருந்த பிரச்சனை, அது திருட்டுக்காக நடந்த கொலையா என்று கண்டுபிடிப்பதுதான். ஆனால், அது திருட்டுக்காக நடந்திருப்பதற்கான வாய்ப்பு குறைவுதான். அப்படியானால், கிளாடிஸ் சந்திக்கவிருந்த நபர் பின்புற ஏணி வழியாக அவளுடைய அறைக்குள் வந்திருந்தாரா? அவர்களுக்கிடையே ஏதேனும் தகராறு ஏற்பட்டதா? அதன் காரணமாக அந்த நபர் அவளைத் தாக்கியிருந்தாரா?"

இந்த இடத்தில் மார்ப்பிள் அக்கதையை நிறுத்தினார்.

"அப்படியானால், உண்மையில் என்ன நடந்தது?" என்று ஹென்ரி கேட்டார்.

"உங்களில் யாராலேனும் அதை ஊகிக்க முடியுமா?"

"ஊகிப்பதில் நான் மிகவும் மோசம்," என்று கர்னலின் மனைவி கூறினார். "கொலை நடந்த நேரத்தில் வேறு ஓர் இடத்தில் இருந்ததற்கு சான்டர்ஸிடம் வலுவான ஆதாரங்கள் இருந்தது துரதிர்ஷ்டவசமானதுதான். ஆனால், நீங்களே அதை ஏற்றுக் கொண்டிருப்பதால், அது சரியாகத்தான் இருக்கும்."

ஜேன் ஒரு கேள்வி கேட்டார்: "தொப்பிகள் வைப்பதற்கான பெட்டி மட்டும் ஏன் பூட்டப்பட்டிருந்தது?"

"என்னவொரு புத்திசாலித்தனமான கேள்வி!" என்று மார்ப்பிள் தன் முகம் மலர ஜேனைப் பாராட்டினார். "நானும் அதைத்தான் யோசித்துக் கொண்டிருந்தேன். ஆனால் அதற்கான விளக்கம் சாதாரணமானது. அதற்குள் எம்பிராய்டரி செய்யப்பட்டிருந்த ஒரு ஜோடி காலணிகளும் சில கைக்குட்டைகளும் இருந்தன. அவற்றை கிளாடிஸ் தன் கணவருக்குக் கிறிஸ்துமஸ் பரிசாக அளிப்பதற்காகப் பூட்டி வைத்திருந்தாள். அதன் சாவி அவளுடைய கைப்பையில் கண்டுபிடிக்கப்பட்டது."

"ஓ, அப்படியானால் என் கேள்வி சுவாரசியமான ஒன்றல்ல!" என்று ஜேன் அலுத்துக் கொண்டார்.

"அப்படியில்லை. இக்கதையில் உண்மையிலேயே சுவாரசியமான ஒரே அம்சம் அது ஒன்றுதான். கொலைகாரனின்

திட்டங்கள் தவறாகப் போனதற்கு அதுதான் காரணம்."

இப்போது அங்கிருந்த அனைவரும் மார்ப்பிளை நோக்கித் தங்களுடைய பார்வையைத் திருப்பினர்.

"இரண்டு நாட்களுக்கு என்னால்கூட அந்தப் புதிரை விடுவிக்க முடியவில்லை. நான் என் மண்டையைப் போட்டுக் குழப்பிக் கொண்டேன். பின்னர் திடீரென்றுதான் எனக்கு அது உதித்தது. நான் அந்தக் காவல் அதிகாரியிடம் சென்று, ஒரு விஷயத்தை முயற்சி செய்யுமாறு அவரிடம் பரிந்துரைத்தேன். அவரும் அதை நிறைவேற்றினார்."

"நீங்கள் அவரிடம் என்ன கேட்டீர்கள்?"

"அந்தத் தொப்பியை கிளாடிஸின் தலையில் போட்டுப் பார்க்குமாறு நான் அவரிடம் கோரினேன். நான் எதிர்பார்த்தபடியே அத்தொப்பி கிளாடிஸின் தலைக்குள் போகவில்லை. அது எப்படிப் போகும்? ஏனெனில், அது அவளுடைய தொப்பியே அல்ல."

"ஆனால் அது அவளுடைய தலையில் முதலில் இருந்தது என்று நீங்கள்தானே கூறினீர்கள்?" என்று கர்னலின் மனைவி கேட்டார்.

"அது 'அவளுடைய' தலையில் இருக்கவில்லை–"

தான் கூறிக் கொண்டிருந்த வாக்கியத்தைப் பாதியில் நிறுத்திவிட்டு அது அவர்களுடைய மனத்திற்குள் இறங்குவதற்காக அவர் காத்திருந்தார். பின்னர் அவர் தொடர்ந்தார்.

"அந்த அறையில் தரையில் கிடந்தது கிளாடிஸின் உடல்தான் என்று நாங்களாக முடிவு செய்துவிட்டோம். நாங்கள் ஒருபோதும் அதன் முகத்தைப் பார்க்கவில்லை. அந்தத் தொப்பி அதை மறைத்திருந்தது. அந்த உடல் குப்புறக் கிடந்தது."

"ஆனால், கிளாடிஸ் கொல்லப்பட்டிருந்தாள்தானே?"

"ஆமாம். ஆனால் அவள் பின்னர்தான் கொல்லப்பட்டாள். நாங்கள் காவல்துறையினரைத் தொடர்பு கொள்ள முயன்று கொண்டிருந்தபோது கிளாடிஸ் உயிரோடுதான் இருந்தாள்."

"அப்படியானால், வேறு யாரோ அவளைப்போல நாடகமாடியிருந்தனரா? ஆனால் நீங்கள் அவளைத் தொட்டபோது–"

"ஆமாம், நான் தொட்டபோது அந்த உடல் சில்லிட்டுத்தான் இருந்தது. அது உண்மையிலேயே ஒரு பிணம்தான்," என்று மார்ப்பிள் அந்த வாக்கியத்தை முடித்தார்.

"வாய்க்கு வந்ததை உளறாதீர்கள்!" என்று கர்னல் கூறினார். "அவ்வளவு எளிதாக எவருக்கும் பிணமெல்லாம் கிடைக்காது.

அப்படியே கிடைத்தது என்றே வைத்துக் கொள்வோம். அந்த முதல் பிணத்திற்கு என்னவாயிற்று?"

"அதை அந்தக் கொலைகாரன், தான் எடுத்திருந்த இடத்திலேயே வைத்துவிட்டான். அது ஒரு கொடூரமான, ஆனால் புத்திசாலித்தனமான யோசனை. நாங்கள் வரவேற்பறையில் உட்கார்ந்து பேசிக் கொண்டிருந்தபோதுதான் அந்த யோசனை சான்டர்ஸுக்கு உதித்திருந்தது. மேரியின் உடலைப் பயன்படுத்திக் கொண்டால் என்ன? சான்டர்ஸின் அறை, ஓட்டல் பணியாளர்கள் தங்கியிருந்த அதே தளத்தில் இருந்தது என்று நான் முன்பு கூறியது உங்களுக்கு நினைவிருக்கலாம். மேரியின் அறை, அதே மாடியில் சான்டர்ஸின் அறையிலிருந்து இரண்டு அறைகள் தள்ளி இருந்தது. மேரியின் உடலைப் பதப்படுத்துவதற்கு ஆட்கள் இரவு வெகுநேரத்திற்குப் பிறகுதான் வருவார்கள் என்று சான்டர்ஸ் கணக்குப் போட்டிருந்தான். அவன் பால்கனி வழியாக அந்த உடலைத் தன் அறைக்குக் கொண்டு வந்து, தன் மனைவியின் ஆடையை அதற்கு அணிவித்திருந்தான். அதன் முகத்தை மறைப்பதற்காகத் தொப்பியைத் தேடியபோது, தொப்பிகள் வைக்கப்பட்டிருந்த பெட்டி பூட்டப்பட்டிருந்ததைக் கண்டு, வேறு வழியில்லாமல் மேரியின் அறைக்கு மீண்டும் சென்று அவளுடைய தொப்பி ஒன்றைக் கொண்டு வந்து அப்பிணத்தின் தலையில் மாட்டியிருந்தான். அதை யாரும் கவனிக்க வாய்ப்பில்லை என்று அவன் கருதியிருக்க வேண்டும். அந்த மணல் பையை அவன் அந்த உடலுக்குப் பக்கத்தில் போட்டு வைத்தான். பின்னர் அவன் கீழே இறங்கிச் சென்று, தான் வேறு ஓர் இடத்தில் இருந்ததற்கான ஆதாரத்தை உருவாக்கச் சென்றுவிட்டான்.

"பின்னர், லிட்டில்வொர்த் என்ற பெயரில் அவன் தன் மனைவியைத் தொலைபேசியில் அழைத்தான். கிளாடிஸிடம் அவன் என்ன சொன்னான் என்பது எனக்குத் தெரியாது. ஆனால், அவள் தன்னுடைய சீட்டாட்டத்தைச் சீக்கிரமாக முடித்துவிட்டு ஓட்டலுக்குத் திரும்பி வருவதை அவன் உறுதி செய்திருந்தான். ஆனால், நேராக அறைக்குச் செல்லாமல், பின்புறம் ஏணி இருந்த இடத்திற்குச் சரியாக ஏழு மணிக்கு அவன் அவளை வரச் சொல்லியிருந்தான். அவளுக்குத் தான் ஓர் ஆச்சரியத்தை வைத்திருந்ததாக அவன் அவளிடம் கூறியிருந்திருக்கக்கூடும்.

"அவன் ஓட்டலுக்குத் திரும்பி வந்து, எங்களைத் தன்னுடன் தன்னுடைய அறைக்கு அழைத்துச் சென்று, அவனோடு சேர்ந்து நாங்களும் அந்தப் பிணத்தைப் பார்க்கும்படி அவன்

செய்திருந்தான். அந்த உடலைத் திருப்ப முயன்றதுபோல அவன் பாசாங்கு செய்திருந்தான். நான்தான் அவனைத் தடுத்துவிட்டிருந்தேன்! நாங்கள் காவல்துறைக்குத் தகவல் அனுப்பினோம். அவன் 'துக்கத்தில்' தள்ளாடியபடி அந்த ஓட்டலின் தோட்டத்திற்குச் சென்றுவிட்டான்.

"குற்றம் நடந்த 'பிறகு' அவன் எங்கே இருந்தான் என்று எவரும் விசாரிக்கவில்லை. அவன் தன் மனைவியை ஏணியின் அருகே சந்தித்து, அவளைத் தங்கள் அறைக்கு அழைத்துச் சென்றிருந்தான். ஒருவேளை அவன் அவளிடம் அந்த அறையிலிருந்த பிணத்தைப் பற்றி ஏதாவது கதைவிட்டிருந்திருக்கக்கூடும். கிளாடிஸ் அப்பிணத்தை நோக்கிக் குனிந்தபோது, அவன் அந்த மணல் பையால் அவளை அடித்துக் கொன்றுவிட்டான். அதை நினைத்தால் இப்போதும் எனக்குப் பற்றிக் கொண்டு வருகிறது. பின்னர் அவன் கிளாடிஸின் ஆடையைக் கழற்றி அதை அலமாரியில் மாட்டிவிட்டு, மேரியின் உடலில் அணிவிக்கப்பட்டிருந்த கோட்டைக் கழற்றி அவளுக்கு அணிவித்துவிட்டான்.

"ஆனால், மேரியின் தொப்பி கிளாடிஸின் தலைக்குள் போக மறுத்ததால், வேறு வழியில்லாமல் அதைத் தரையில் அவளுடைய பிணத்திற்குப் பக்கத்தில் போட்டுவிட்டு, அதை எவரும் கவனிக்க மாட்டார்கள் என்று அவன் நினைத்துவிட்டான். பின்னர் அவன் மறுபடியும் மேரியின் உடலைத் தூக்கிச் சென்று அவளுடைய அறையில் வைத்துவிட்டான்."

"இது நம்ப முடியாததாக இருக்கிறது," என்று லாயிட் கூறினார். "அவன் தேவையில்லாமல் ஆபத்தை விலைக்கு வாங்கியிருக்கிறான். காவல்துறையினர் முன்னதாகவே வந்திருந்தால் அவன் கண்டுபிடிக்கப்பட்டிருப்பான், இல்லையா?"

"தொலைபேசி இணைப்பு பழுதடைந்திருந்தது என்று நான் முன்பு கூறியது உங்களுக்கு நினைவிருக்கலாம். அதுவும் அவனுடைய கைங்கரியம்தான். அவர்கள் உடனடியாக அங்கு வந்தால் தன்னுடைய திட்டமெல்லாம் கெட்டுப் போகும் என்று அவனுக்குத் தெரியும். அதோடு, அந்த ஓட்டலுக்கு வந்த பிறகும், காவல் அதிகாரிகள், அந்த ஓட்டலின் மேலாளரின் அறையில் சிறிது நேரம் பேசிக் கொண்டிருந்துவிட்டுத்தான் சான்டர்ஸின் அறைக்கு வந்தனர். அவனுடைய திட்டத்திலிருந்த ஒரே ஒரு பலவீனம், முதலில் அவன் அந்த அறையில் கிடத்தியிருந்த உடல், இறந்து போய் இரண்டு மணிநேரம் ஆகிவிட்டிருந்த ஓர் உடலாகும். கிளாடிஸ் இறந்து வெறும் அரைமணி நேரம்

மட்டுமே ஆகியிருந்தது. முதலில் பார்த்திருந்தவர்களுக்கு இதுபோன்ற விஷயங்களில் பெரும் நிபுணத்துவம் இருக்காது என்று அவன் நம்பியிருந்திருக்கக்கூடும்."

லாயிட் தலையாட்டி அதை ஆமோதித்தார்.

மார்ப்பிள் தொடர்ந்து பேசினார். "என்னால் அதைக் கண்டுபிடித்திருக்க முடியும். ஏனெனில், நான் மேரியின் உடலைத் தொட்டுப் பார்த்தபோது, அது ஏற்கனவே சில்லிட்டுப் போயிருந்தது. ஆனால், காவல்துறை அதிகாரி என்னிடம் பேசியபோது, அப்போதுதான் கொலை நடந்திருந்ததைப்போல அவர் பேசினார். ஆனால் இரண்டுக்கும் முடிச்சுப் போட நான் தவறிவிட்டிருந்தேன்."

"அப்படிச் சொல்ல முடியாது. நீங்கள் நிறைய விஷயங்களைக் கண்டுபிடித்துள்ளீர்கள்," என்று ஹென்ரி கூறினார். "அப்புறம் என்ன நடந்தது?"

"சான்டர்ஸ் தூக்கிலிடப்பட்டான்," என்று மார்ப்பிள் ஒரு தீவிரமான முகத்துடன் கூறினார். "அவனை நீதிக்கு முன்னால் கொண்டு வந்து நிறுத்தியதில் நான் ஆற்றிய பங்கு குறித்து நான் ஒருபோதும் பின்வருத்தம் கொண்டதில்லை."

பிறகு அவருடைய முகம் சாந்தமாயிற்று. அவர் தொடர்ந்து இவ்வாறு கூறினார்:

"ஆனால், கிளாடிஸின் உயிரைக் காப்பாற்ற முடியாமல் போய்விட்டது குறித்து என்னை நானே வெகுவாகக் கடிந்து கொண்டேன். ஆனால் ஒரு முதியவளின் ஊகங்களுக்கு யார் செவி சாய்த்திருப்பார்கள்? ஒருவிதத்தில் பார்த்தால், கிளாடிஸ் மகிழ்ச்சியாக இருக்கும்போதே இறந்து போனது நல்லதுதான். அவள் சான்டர்ஸின் உண்மையான முகத்தை அறிந்து விரக்தியடைந்து மகிழ்ச்சியற்று வாழ்ந்து கொண்டிருப்பதைவிட இது மேல்தான். அந்த அயோக்கியனை கிளாடிஸ் காதலித்தாள், அவனை நம்பினாள். அவனைப் பற்றிய உண்மை தெரியாமலேயே அவள் இறந்தும் போனாள்."

குயினின் வருகை

அது புத்தாண்டுக்கு முந்தைய இரவு.

ராய்ஸ்டன் மாளிகையின் வரவேற்பறையில், விருந்துக்கு அழைக்கப்பட்டிருந்தவர்களில் மூத்தவர்கள் குழுமியிருந்தனர்.

விருந்துக்கு அழைக்கப்பட்டிருந்தவர்களில் இருந்த இளம் நபர்கள் ஏற்கனவே படுக்கைக்குச் சென்றுவிட்டது குறித்து சட்டர்துவைத் மகிழ்ச்சியடைந்தார். இளவயதினர் ஒரு கூட்டமாகச் சேர்ந்திருந்தால் அவருக்குப் பிடிக்காது. அவர்களை அவர் சுவாரசியமற்றவர்களாகவும் இங்கிதமற்றவர்களாகவும் கருதினார்.

சட்டர்துவைத்துக்கு வயது அறுபத்திரண்டு. அவருடைய முதுகு இலேசாக வளைந்திருந்தது. பிறருடைய வாழ்க்கையில் அவர் அளவுக்கதிகமான ஆர்வம் காட்டினார். ஒரு நாடகத்தை முன்வரிசையிலிருந்து பார்ப்பதுபோல அவர் தன் வாழ்நாள் நெடுகிலும் பிறருடைய வாழ்க்கையை உற்றுக் கவனித்து வந்திருந்தார். அதில் அவருடைய பாத்திரம் எப்போதுமே ஒரு பார்வையாளரின் பாத்திரமாகவே இருந்து வந்திருந்தது. ஆனால் இப்போது, மூப்பு தன் கொடுங்கரத்தைக் கொண்டு அவரை இறுக்கத் தொடங்கியிருந்த நிலையில், தன் முன் அரங்கேறிக் கொண்டிருந்த நாடகத்தை அவர் அதிகமாக விமர்சனம் செய்யத் தொடங்கியிருந்தார் சாதாரண நிகழ்வுகளிலிருந்து அவர் அதிகமாக எதிர்பார்த்தார்

இவ்விஷயங்களில் அவருக்கு சாமர்த்தியம் இருந்தது. ஒரு போர்க்குதிரைக்கு இருப்பது போன்ற மோப்ப உணர்வு இவ்விஷயங்களில் அவருக்கு இருந்தது. அன்று மாலையில் அவர் ராய்ஸ்டன் மாளிகைக்கு வந்ததிலிருந்தே அவரிடம் ஒரு விநோதமான குறுகுறுப்பு உணர்வு தோன்றியிருந்தது

மிக சுவாரசியமான ஏதோ ஒன்று நிகழ்ந்து கொண்டிருந்தது அல்லது நிகழவிருந்தது என்பதை உணர்த்திய உணர்வு அது.

அந்த விருந்துக்கு மிகச் சிலரே அழைக்கப்பட்டிருந்தனர். விருந்தோம்பி டாம் எவ்ஷாம். டாம் எப்போதுமே உற்சாகமாக இருந்தார். அவர் எல்லோருடனும் இனிமையாகப் பழகினார். அடுத்து, அரசியல் விவகாரங்களில் தீவிர ஈடுபாடு உடைய அவருடைய மனைவி. திருமணத்திற்கு முன்பு அவர் லாரா கீன் சீமாட்டியாக இருந்தார். இன்னொருவர் ரிச்சர்டு கான்வே. இராணுவத்தில் பணியாற்றியிருந்த அவர் ஒரு விளையாட்டு வீரராகவும், அதிகமாகப் பயணித்த ஒருவராகவும் இருந்தார். அவர்கள் தவிர ஆறேழு இளம் வயதினர் இருந்தனர். அவர்களுடைய பெயர்களைக்கூட சட்டர்துவைத் தெரிந்து கொள்ளவில்லை. கடைசியாக, போர்ட்டல் தம்பதியர்.

இந்தப் போர்ட்டல் தம்பதியினர்தாம் அவருக்கு சுவாரசியமூட்டினர்.

அதற்கு முன்புவரை அவர் அலெக்ஸ் போர்ட்டலைச் சந்தித்திருக்கவில்லை என்றாலும், அவரைப் பற்றிய அனைத்து விபரங்களையும் அவர் அறிந்து வைத்திருந்தார். அலெக்ஸின் அப்பாவையும் தாத்தாவையும் சட்டர்துவைத்துக்குத் தெரியும். நாற்பதை நெருங்கிக் கொண்டிருந்த அலெக்ஸ், பொன்னிறத் தலைமுடியையும் நீல நிறக் கண்களையும் கொண்டிருந்தார். விளையாட்டில் ஆர்வம் கொண்டிருந்த அவர், அவற்றில் பங்கேற்கவும் செய்தார். ஆனால், அவருக்குக் கற்பனை வளம் மட்டும் கிடையாது. அலெக்ஸிடம் தனித்துவமாக எதுவும் இருக்கவில்லை. அவர் ஒரு சராசரி ஆங்கிலேயர், அவ்வளவுதான்.

ஆனால், அவருடைய மனைவி எலனோர் வித்தியாசமானவராக இருந்தார். எலனோர் ஓர் ஆஸ்திரேலியர் என்பதை சட்டர்துவைத் அறிந்திருந்தார். இரண்டு ஆண்டுகளுக்கு முன்பு அலெக்ஸ் ஆஸ்திரேலியா சென்றிருந்தபோது, அங்கு அவரைச் சந்தித்தார். அங்கேயே அவரைத் திருமணமும் செய்து கொண்டு, இங்கிலாந்துக்குத் திரும்பி வந்தபோது அவரைத் தன்னோடு அழைத்து வந்துவிட்டார். திருமணத்திற்கு முன்பு எலனோர் இங்கிலாந்திற்கு வந்ததேயில்லை. ஆனால், சட்டர்துவைத் சந்தித்திருந்த மற்ற எந்தவோர் ஆஸ்திரேலியரைப்போலவும் அவர் இருக்கவில்லை.

இப்போது சட்டர்துவைத் எலனோரை இரகசியமாக அவதானித்தார். எலனோர் ஒரு சுவாரசியமான நபராகத் தெரிந்தார். அவர் துடிப்புடன் இருந்தார். அவரை ஓர் அழகி

என்று கூற முடியாவிட்டாலும், எந்தவோர் ஆண்மகனாலும் தவறவிடப்பட முடியாத, திகிலூட்டக்கூடிய ஒரு மாயாஜாலக் கவர்ச்சி அவரிடம் இருந்தது. சட்டர்துவைத்தின் ஆண்மைத்துவப் பக்கம் அப்படிப் பேசியது (அவரிடம் இரண்டு பக்கங்களும் இருந்தன); அவருடைய பெண்மைத்துவப் பக்கம் ஒரு சுவாரசியமான கேள்வியைக் கேட்டது: 'அவர் ஏன் தன் தலைக்குச் சாயம் பூசியுள்ளார்?'

எலனோர் தன் தலைக்குச் சாயம் பூசியிருந்ததை வேறு எவரும் கண்டுபிடித்திருக்க மாட்டார்கள். ஆனால், சட்டர்துவைத்தின் கண்களிலிருந்து அது தப்பவில்லை. இப்படிப்பட்ட விஷயங்களை அவர் அறிந்திருந்தார். அது அவருக்குப் புதிராக இருந்தது. கருப்பு நிறப் பெண்கள் தங்களுடைய தலைமுடிக்குப் பொன்னிறச் சாயம் பூசி அவர் பார்த்திருந்தார். ஆனால், வெள்ளைத் தோல் கொண்ட ஒரு பெண் தன் தலைக்குக் கருப்புச் சாயம் பூசி அவர் ஒருபோதும் பார்த்திருக்கவில்லை.

எலனோரைக் குறித்த அனைத்தும் சட்டர்துவைத்துக்கு சுவாரசியமூட்டின. எலனோர் தன் வாழ்வில் மிகவும் மகிழ்ச்சியாக இருக்க வேண்டும் அல்லது முற்றிலும் மகிழ்ச்சியற்றவராக இருக்க வேண்டும் என்ற உணர்வு அவருக்கு ஏற்பட்டிருந்தது. ஆனால், அந்த இரண்டில் எது உண்மை என்பதை அவரால் கண்டுபிடிக்க முடியவில்லை. அது அவருக்கு எரிச்சல் ஏற்படுத்தியது. அதோடு, எலனோர் தன் கணவரின்மீது ஒருவிதமான விநோதமான தாக்கம் ஏற்படுத்தியிருந்தார்.

'அலெக்ஸ் தன் மனைவியை மிகவும் நேசிக்கிறார், அவரைத் தலையில் தூக்கி வைத்துக் கொண்டாடுகிறார், ஆனால் சில சமயங்களில் அவர் தன் மனைவியைக் கண்டு பயப்படவும் செய்கிறார்! இது சுவாரசியமாகத்தான் இருக்கிறது!' என்று சட்டர்துவைத் தனக்குத் தானே கூறிக் கொண்டார்.

அலெக்ஸ் அளவுக்கதிகமாகக் குடித்தார். அது உறுதியாகத் தெரிந்தது. அவருடைய மனைவி அவரைப் பார்க்காத நேரங்களில் அவர் அப்பெண்ணை இரகசியமாக அவதானித்தார்.

'அலெக்ஸ் ஒரு பதற்றப் பேரவழி. அதை அவருடைய மனைவி அறிந்திருந்தும் அது குறித்து அவர் எதுவும் செய்யாமல் இருந்தார்,' என்று சட்டர்துவைத் நினைத்துக் கொண்டார்.

அந்த ஜோடியின்மீது அவருக்குப் பெரும் ஆர்வம் ஏற்பட்டிருந்தது. துல்லியமாக இதுதான் என்று சுட்டிக்காட்டப்பட முடியாத ஏதோ ஒன்று அவர்களுக்கு

இடையே ஓடிக் கொண்டிருந்ததாக அவர் உறுதியாக நம்பினார்.

அந்த அறையின் ஒரு மூலையில் இருந்த ஒரு சுவர்க்கடிகாரத்தின் ஓசை அவரை அவருடைய நினைவுகளிலிருந்து உசுப்பி எழுப்பியது.

"பன்னிரண்டு மணி," என்றார் டாம். "புத்தாண்டு பிறந்துவிட்டது. எல்லோருக்கும் புத்தாண்டு வாழ்த்துகள்! இந்தக் கடிகாரம் ஐந்து நிமிடங்கள் வேகமாக ஓடிக் கொண்டிருக்கிறது... இந்தக் குழந்தைகள் ஏன் புத்தாண்டு பிறக்கும்வரை காத்திருக்காமல் ஓடிப் போய்விட்டார்கள்?"

"குழந்தைகள் நிச்சயமாகத் தூங்கியிருக்க மாட்டார்கள். நம்முடைய படுக்கையில் சீப்பு போன்ற எதையாவது அவர்கள் ஒளித்து வைத்துக் கொண்டிருப்பார்கள். இது போன்ற விஷயங்கள் அவர்களுக்குக் குதூகலமூட்டுகின்றன. ஆனால், அது ஏன் என்பதுதான் எனக்குப் புரியவில்லை. நான் இவர்கள் வயதில் இருந்தபோது இதற்கெல்லாம் எனக்கு அனுமதி கிடையாது," என்று லாரா குறைபட்டுக் கொண்டார்.

"காலம் மாறும்போது பழக்கவழக்கங்களும் மாறுகின்றன," என்று ரிச்சர்டு புன்னகைத்தவாறு கூறினார்.

ரிச்சர்டு ஒரு இராணுவ வீரனுக்குரிய உயரத்துடனும் மிடுக்குடனும் இருந்தார். அவரும் டாமும் கிட்டத்தட்ட ஒரே மாதிரியாக இருந்தனர். இருவருமே நேர்மையானவர்கள், அன்பானவர்கள், தாங்கள் புத்திசாலிகள் என்று பாசாங்கு செய்யாதவர்கள்.

"என்னுடைய சிறு வயதில், நாங்கள் எல்லோரும் கைகோர்த்தபடி வட்டமாக நின்று கொண்டு, 'ஆல்டு லாங் சைன்'[1] என்ற பாடலைப் பாடுவோம்," என்று லாரா கூறினார். பின் அந்த பாடலில் இடம் பெற்றிருந்த 'பழைய பரிச்சயங்கள் மறக்கப்பட வேண்டும்!' என்ற வரிகளை அவர் பாடிவிட்டு, "இது நன்றாக இருக்கிறது, இல்லையா?" என்று கேட்டார்.

டாம் சிறிது நெளிந்தார்.

"லாரா, அதைப் பற்றி இப்போது பேச வேண்டாம்," என்று அவர் முணுமுணுத்தார்.

பிறகு, டாம் தன் இருக்கையிலிருந்து எழுந்து அந்த அறையின் ஒரு கோடிக்குச் சென்று, அவர்கள் அமர்ந்திருந்த இடத்தின் வெளிச்சத்தை அதிகரிப்பதற்காக ஒரு விளக்கின் சுவிட்சைப் போட்டார்.

"நான் அப்பாடலைப் பாடியது மடத்தனம்தான். அது

---

1 பொதுவாகப் புத்தாண்டை வரவேற்பதற்காகப் பாடப்படுகின்ற ராபர்ட் பர்ன்ஸின் மிகப் பிரபலமான ஸ்காட்டிஷ் பாடல்.

டாமுக்கு டெரிக்கை நினைவுபடுத்துகிறது," என்று லாரா ஒரு கிசுகிசுப்பான குரலில் கூறினார். பின் அவர் எலனோர் பக்கம் திரும்பி, "கணப்படுப்பு வெப்பம் உங்களுக்கு அதிகமாக இருக்கிறதா?" என்று கேட்டார்.

"ஆமாம். நான் என் நாற்காலியைச் சிறிது பின்னால் தள்ளிப் போட்டுக் கொள்கிறேன்," என்று கூறிவிட்டு எலனோர் அவ்வாறே செய்தார்.

'ஆகா! எலனோருக்குத்தான் என்னவோர் அழகான குரல்! எவருடைய நினைவிலிருந்தும் ஒருபோதும் நீங்காத ஒரு குரல்!' என்று சட்டர்துவைத் நினைத்துக் கொண்டார். எலனோர் சிறிது பின்னால் நகர்ந்திருந்ததால், அவருடைய முகம் நிழலுக்குள் போய்விட்டிருந்தது. என்ன அநியாயம்!

நிழலான பகுதியிலிருந்து எலனோரின் குரல் கேட்டது.

"டெரிக்கா? யார் அவர்?"

"ஓ, அவரா? அவர் இந்த மாளிகையின் முன்னாள் சொந்தக்காரர். அவர் தன்னைத் தானே சுட்டுக் கொண்டு இறந்து போனார்," என்று லாரா கூறினார். பிறகு அவர் டாமின் பக்கம் திரும்பி, "டாம், உங்களுக்குப் பிடிக்கவில்லையென்றால், இதைப் பற்றிப் பேசுவதை நான் நிறுத்திக் கொள்கிறேன்," என்று கூறிவிட்டு எங்களைப் பார்த்து, "அது டாமுக்கு பயங்கர அதிர்ச்சியளித்த ஒரு சம்பவம். ஏனெனில், டெரிக் தற்கொலை செய்து கொண்டபோது டாம் இங்கேதான் இருந்தார்," என்று கூறினார். பிறகு அவர் ரிச்சர்டிடம் திரும்பி, "ரிச்சர்டு, அச்சம்பவம் நிகழ்ந்தபோது நீங்களும் இங்கேதானே இருந்தீர்கள்?" என்று கேட்டார்.

"ஆமாம், லாரா," என்று ரிச்சர்டு பதிலளித்தார்.

மற்றொரு மூலையிலிருந்த மிகப் பழைய சுவர்க்கடிகாரம் ஒன்று முக்கி, முனகி, பின்னர் பன்னிரண்டு முறை மணியடித்தது.

"புத்தாண்டு வாழ்த்துகள்," என்று டாம் விட்டேத்தியாகக் கூறினார்.

"சரி, இப்போது நாம் புத்தாண்டை வரவேற்றுவிட்டோம்," என்று பொதுவாகக் கூறிய லாரா, எலனோரின் பக்கம் திரும்பி, "அடுத்து என்ன செய்யலாம்?" என்று கேட்டார்.

உடனே எலனோர் தன் இருக்கையைவிட்டு எழுந்தார்.

"நாம் தூங்கப் போகலாம்," என்று அவர் கூறினார்.

சட்டர்துவைத்தும் தன் இருக்கையைவிட்டு எழுந்தார். 'எலனோரின் முகம் வழக்கத்தைவிட அதிகமாக வெளுத்துப் போயிருக்கிறது,' என்று அவர் தனக்குள் எண்ணிக் கொண்டார்.

சட்டர்துவைத் ஒரு மெழுகுவர்த்தியை ஏற்றி எலனோரிடம்

கொடுத்துவிட்டு, பழைய காலப் பாணியில் உடலை வளைத்து அவருக்கு வணக்கம் தெரிவித்தார். எலனோர் அந்த மெழுகுவர்த்தியை வாங்கிக் கொண்டு அவருக்கு நன்றி தெரிவித்துவிட்டு, மாடிப்படியை நோக்கி மெதுவாக நடக்கத் துவங்கினார்.

திடீரென்று சட்டர்துவைத்தை ஒரு பழைய உள்ளுணர்வு ஆக்கிரமித்தது. அவர் எலனோரின் பின்னால் சென்று அவரைக் காப்பாற்ற விரும்பினார். அவர் ஏதோ ஒருவிதமான ஆபத்தில் இருந்ததாக அவரிடம் ஒரு விநோதமான உணர்வு தோன்றியது. அந்த உள்ளுணர்வு உடனே அடங்கியது. 'நானும் பதற்றமடையத் தொடங்கிவிட்டேன் போலும்!' என்று அவர் நினைத்துக் கொண்டார்.

மாடிப்படியை நோக்கிச் சென்றபோது, எலனோர் தன் கணவரை ஏறிட்டுக்கூடப் பார்க்கவில்லை. ஆனால், மேலே சென்றதும் தன் தலையை மட்டும் திருப்பி, அவர்மீது ஒரு நீண்ட பார்வையை வீசினார். விநோதமான அந்தப் பார்வை சட்டர்துவைத்தை உலுக்கியது.

சட்டர்துவைத் தன் விருந்தோம்பிக்கு இரவு வணக்கம் கூறினார். அவருடைய குரலில் ஒரு பதைபதைப்பு வெளிப்பட்டது.

"இது உண்மையிலேயே ஒரு 'மகிழ்ச்சியான' புதிய ஆண்டாக இருக்க வேண்டும் என்று நான் வேண்டிக் கொள்கிறேன்," என்று லாரா கூறினார். "ஆனால், அரசியல் சூழல் ஒரு மோசமான நிச்சயமின்மையுடன் இருப்பதாக எனக்குத் தோன்றுகிறது."

"அது உண்மைதான்," என்று சட்டர்துவைத் ஆர்வத்துடன் கூறினார்.

"இன்று நம் வீட்டுக்குள் முதலடி எடுத்து வைப்பவன் கரிய நிறத்தவனாக இருப்பான் என்று நான் நம்புகிறேன்," என்று கூறிய லாரா, சட்டர்துவைத்தைப் பார்த்து, "உங்களுக்கு இந்த கிராமிய மூடநம்பிக்கை பற்றித் தெரியும்தானே?" என்று கேட்டார். இல்லையென்று சட்டர்துவைத் தலையாட்டியதும், "புத்தாண்டு தினத்தன்று அப்படி நடந்தால், அது அதிர்ஷ்டத்தைக் கொண்டுவரும் என்பது ஐதீகம்," என்று கூறிவிட்டு லாரா அங்கிருந்து கிளம்பினார். போகும்போது, "இந்தக் குழந்தைகள் சீப்பு எதையும் கட்டிலுக்கு அடியில் ஒளித்து வைத்திருக்காமல் இருக்க வேண்டும். நான் குழந்தைகளை ஒருபோதும் நம்புவதில்லை. குறும்புக்காரக் கோமாளிகள்!" என்று கூறிக் கொண்டு, அவர் தன் தலையை சோகமாக ஆட்டியவாறு மாடிப்படிகளில் ஏறிச் சென்றார்.

பெண்கள் அங்கிருந்து கிளம்பியதும், ஆண்கள் தங்களுடைய

நாற்காலிகளைக் கணப்படுப்புக்கு அருகே இழுத்துப் போட்டுக் கொண்டனர்.

தன் கையில் ஒரு விஸ்கி பாட்டிலை எடுத்த டாம், "எப்போது என்று சொல்லுங்கள், திறந்துவிடலாம்," என்று கூறினார்.

எப்போது என்பது எப்போது என்பதை அவர்கள் சொன்னவுடன், முன்பு சபையில் பேசத் தகாததாகக் கருதப்பட்ட விஷயம் குறித்துப் பேச்சு திரும்பியது.

"சட்டர்துவைத், உங்களுக்கு டெரிக் கேப்பலைத் தெரியுமா?" என்று ரிச்சர்டு கேட்டார்.

"ஓரளவு தெரியும்."

"அலெக்ஸ், உங்களுக்கு அவரைத் தெரியுமா?"

"எனக்குத் தெரியாது. நான் அவரை ஒருபோதும் சந்தித்ததில்லை."

அலெக்ஸ் அதைக் கூறிய விதம் கடுமையானதாக இருந்ததைக் கண்டு சட்டர்துவைத் வியந்தார்.

"லாரா இந்தப் பேச்சை எடுக்கும்போதெல்லாம் எனக்கு வெறுப்பாக இருக்கும்," என்று டாம் மெதுவாகக் கூறினார். "அந்த சோகச் சம்பவத்திற்குப் பிறகு, இந்த வீடு, உற்பத்தித் தொழிலில் ஈடுபட்டிருந்த ஒரு தொழிலதிபருக்கு விற்கப்பட்டது. இது தனக்குச் சரிப்பட்டு வரவில்லை என்று கூறி ஓராண்டுக்குப் பிறகு அவர் இதை விற்றுவிட்டார். இந்த இடம் ஓர் அமானுசமான இடம் என்ற பேச்சு பரவலாகக் கிளம்பியது. இதற்கிடையே, மேற்கு கிடில்பி தொகுதியில் போட்டியிடுமாறு லாரா என்னை வற்புறுத்தினார். அதனால், நாங்கள் இந்தப் பகுதியில் வசித்தாக வேண்டிய சூழல் உருவானது. ஆனால், வசிப்பதற்குச் சரியான வீடு எதுவும் அமையவில்லை. ராய்ஸ்டன் மாளிகை மிகவும் மலிவான விலைக்கு வந்தது. இறுதியில் இதை நான் வாங்கினேன். ஆவிகள்மீது எனக்கு நம்பிக்கை கிடையாது. ஆனால், உங்களுடைய நெருங்கிய நண்பர்களில் ஒருவர் தற்கொலை செய்து கொண்ட ஒரு வீட்டில் நீங்கள் வாழ்ந்து கொண்டிருக்கிறீர்கள் என்று அடிக்கடி நினைவுபடுத்தப்படுவது எனக்குப் பிடிக்கவில்லை. டெரிக் எதற்காகத் தன்னை மாய்த்துக் கொண்டார் என்பது இன்றுவரை எங்களுக்குத் தெரியாது."

"காரணம் எதுவும் சொல்லிக் கொள்ளாமல் தற்கொலை செய்து கொண்டுள்ள முதல் நபர் அவரல்லர். அவர் கடைசி நபராகவும் இருக்கப் போவதில்லை," என்று அலெக்ஸ் தீவிரமாகக் கூறினார்.

அவர் எழுந்து சென்று, தன் கோப்பையில் தாராளமாக விஸ்கியை ஊற்றிக் கொண்டார்.

'அவரிடம் ஏதோ ஒன்று சரியில்லை. அது என்னவென்று தெரிந்தால் நன்றாக இருக்கும்!' என்று சட்டர்துவைத் தனக்குள் கூறிக் கொண்டார்.

"ஐயோ! வெளியே காற்று எப்படிப் பேயாட்டம் போட்டுக் கொண்டிருக்கிறது பார்த்தீர்களா? இன்றைய இரவு காட்டுத்தனமானதாக இருக்கப் போகிறது," என்று ரிச்சர்டு கூறினார்.

"பேய்கள் அலைந்து திரிவதற்குப் பொருத்தமான இரவு இது," என்று கூறி அலெக்ஸ் அசட்டையாகச் சிரித்தார். "நரகத்திலிருந்த சாத்தான்கள் எல்லாம் இன்று இரவு அங்கிருந்து வெளியேறிவிட்டன."

"லாராவின் கணக்குப்படி, அவற்றில் இருப்பதிலேயே கன்னங்கரேலென்று இருப்பதுகூட நமக்கு அதிர்ஷ்டத்தைக் கொண்டு வரும்," என்று கூறி ரிச்சர்டு சிரித்தார்.

வெளியே காற்று மீண்டும் ஊளையிட்டது. அது நின்றபோது, அந்த வீட்டின் பெரிய கதவு பலமாக மூன்று முறை தட்டப்பட்டச் சத்தம் கேட்டது.

அவர்கள் அனைவரும் ஒருவரையொருவர் அதிர்ச்சியுடன் பார்த்தனர்.

"இந்த அர்த்த இராத்திரியில் யார் இங்கு வருவார்கள்?" என்று டாம் கேட்டார்.

பிறகு அவர், "வேலைக்காரர்கள் படுக்கச் சென்றுவிட்டனர். நானே போய் கதவைத் திறக்கிறேன்," என்றார்.

அவர் கதவை நோக்கி நடந்து சென்று, அதன் தாழ்ப்பாள்களை விலக்கத் தடுமாறினார். பின்னர் அவர் ஒருவழியாக அக்கதவைத் திறந்தார். கடுங்குளிரான காற்று அந்த அறைக்குள் பாய்ந்து வந்தது.

அந்த நிலைப்படியில், உயரமாகவும் ஒல்லியாகவும் இருந்த ஒருவர் நின்று கொண்டிருந்தார். அந்தக் கதவுக்கு நேர் மேலே இருந்த பல வண்ணக் கண்ணாடிச் சன்னல் வழியாக வந்த ஒளி அவர்மீது பட்டு, அவருடைய ஆடை பல நிறங்களில் இருந்தது போன்ற ஒரு தோற்றத்தை ஏற்படுத்தியது. அவர் உள்ளே அடியெடுத்து வைத்ததும், ஓர் ஒல்லியான உடல்வாகையும் கரிய நிறத்தையும் கொண்ட ஒரு மனிதராக அவர் தோற்றமளித்தார்.

"நான் எந்த முன்னறிவிப்புமின்றி இப்படி உள்ளே நுழைவது குறித்து என்னை நீங்கள் மன்னிக்க வேண்டும்," என்று அந்த அந்நியர் ஓர் இனிமையான குரலில் கூறினார். "என் கார் திடீரென்று பழுதாகி நின்றுவிட்டது. என் ஓட்டுநர் அதைச் சரி செய்து கொண்டிருக்கிறார். அதற்கு ஓர் அரை மணிநேரம்

ஆகக்கூடும். வெளியே கடுமையாகக் குளிர்காற்று வீசுகிறது. அதனால்தான்–"

"நீங்கள் சொல்வது சரிதான். உள்ளே வாருங்கள். எங்களுடன் வந்து சிறிது மது அருந்துங்கள். உங்களுடைய காரைப் பழுது பார்ப்பதற்கு எங்களிடமிருந்து ஏதாவது உதவி தேவையா?" என்று டாம் அவரிடம் கேட்டார்.

"நன்றி. அதை என் ஓட்டுநரே பார்த்துக் கொள்வார். என்ன செய்ய வேண்டும் என்பது அவருக்குத் தெரியும்," என்று கூறிய அவர், "என் பெயர் குயின், ஹார்லி குயின்," என்று தன்னை அறிமுகப்படுத்திக் கொண்டார்.

"உட்காருங்கள், குயின்," என்று கூறிய டாம், தன்னையும் எங்களையும் குயினுக்கு அறிமுகப்படுத்தினார். "என் பெயர் டாம் எவ்ஷாம். இவர் ரிச்சர்டு கான்வே, இவர் சட்டர்துவைத்."

அறிமுகங்களை ஏற்றுக் கொண்ட குயின், டாம் அவருக்காக இழுத்துப் போட்ட நாற்காலியின்மீது அமர்ந்தார். அவர் அமர்ந்தபோது, கணப்படுப்பிலிருந்து விட்டு விட்டுக் கிளம்பிய வெளிச்சத்தில், அவருடைய முகத்தில் ஒரு நிழல் படிந்தது. அது அவர் ஒரு முகமூடி அணிந்திருந்தது போன்ற ஒரு பிரமையை ஏற்படுத்தியது.

டாம் அந்தக் கணப்படுப்புக்குள் ஒரு சில விறகுகளைத் தூக்கிப் போட்டார்.

"விஸ்கி?"

"சரி."

டாம் அவருக்கு ஒரு கோப்பையில் விஸ்கியைக் கொடுத்துக் கொண்டே இக்கேள்வியைக் கேட்டார்:

"குயின், உங்களுக்கு இப்பகுதி பரிச்சயமானதா?"

"சில ஆண்டுகளுக்கு முன் இதன் வழியாக நான் கடந்து சென்றிருக்கிறேன்."

"ஓகோ!"

"அப்போது இந்த வீடு டெரிக் கேப்பல் என்பவருக்குச் சொந்தமாக இருந்தது."

"ஆமாம். அது சரிதான். பாவம் டெரிக். உங்களுக்கு அவரைத் தெரியுமா?"

"ஆமாம். எனக்கு அவரைத தெரியும்."

அதைக் கேட்டவுடன் டாமின் நடத்தையில் ஒரு நுண்ணிய மாற்றம் ஏற்பட்டது. ஆங்கிலேயர்களின் குணாதிசயங்களைப் படித்திராதவர்களால் அதைக் கண்டுபிடித்திருக்க முடியாது. புதிதாக வந்திருந்த அந்நியர் குறித்து டாமிடம் முதலில் இருந்த இலேசான சந்தேகம் இப்போது அறவே விலகியிருந்தது. குயின் இப்போது அவருடைய நண்பருக்குத் தெரிந்த ஒரு

நபராக ஆகியிருந்ததால், அவரை நம்பலாம் என்ற நம்பிக்கை டாமிடம் ஏற்பட்டது.

"சொன்னால் நீங்கள் நம்ப மாட்டீர்கள். நாங்கள் அதைப் பற்றித்தான் இப்போது பேசிக் கொண்டிருந்தோம்," என்று டாம் கூறினார். "தர்க்கரீதியான சிந்தனைக்கு எதிராகத்தான் நான் இந்த இடத்தை வாங்கினேன். பொருத்தமான வேறு ஏதாவது ஓர் இடம் எனக்குக் கிடைத்திருந்தால், நான் இதை வாங்கியிருந்திருக்க மாட்டேன். ஆனால், அப்படி எதுவும் எனக்குக் கிடைக்கவில்லை. டெரிக் தற்கொலை செய்து கொண்ட இரவன்று நான் இந்த வீட்டில்தான் இருந்தேன். ரிச்சர்டும் அப்போது இங்கேதான் இருந்தார். அதனால் டெரிக்கின் ஆவி இந்த வீட்டில் உலா வரும் என்று நான் எப்போதும் எதிர்பார்த்தேன்."

"இது தெளிவாக விவரிக்கப்பட முடியாத ஒரு விவகாரம்," என்று குயின் கூறினார். அவர் ஒவ்வொரு வார்த்தையையும் மெதுவாகவும், தக்க இடைவெளி விட்டும், ஒரு நாடக நடிகரைப்போலப் பேசினார்.

"விவரிக்கப்பட முடியாதது என்று நீங்கள் பொருத்தமாகத்தான் கூறியிருக்கிறீர்கள். இந்தப் புதிர் எப்போதும் விடுவிக்கப்படாத ஒன்றாகத்தான் இருக்கப் போகிறது," என்று ரிச்சர்டு கூறினார்.

"நான் அப்படி நினைக்கவில்லை," என்று கூறிய குயின், ரிச்சர்டிடம், "நீங்கள் என்ன சொன்னீர்கள்?" என்று கேட்டார்.

"டெரிக்கின் கதை நம்ப முடியாத ஒன்று என்று கூறினேன். அந்த மனிதர் தன் வாழ்க்கையின் உச்சத்தில் இருந்தார். வாழ்க்கையை மகிழ்ச்சியாகவும், துளிகூடக் கவலையின்றியும், எதைப் பற்றியும் அலட்டிக் கொள்ளாமலும் அவர் வாழ்ந்து வந்தார். அவரோடு ஐந்தாறு நண்பர்களும் உடன் இருந்தனர். இரவு உணவு சாப்பிட்டுக் கொண்டிருந்தபோது அவர் மிகவும் உற்சாகமாக இருந்தார், வருங்காலம் குறித்துப் பல திட்டங்களைக் கொண்டிருந்தார். பாதிச் சாப்பிட்டிருந்த நிலையில், அவர் திடீரென்று எழுந்து, நேராகத் தன் அறைக்குச் சென்று தன் கைத்துப்பாக்கியை எடுத்துத் தன்னைத் தானே சுட்டு கொண்டு தற்கொலை செய்து கொண்டார். அவர் எதற்காக அப்படிச் செய்தார்? அதற்கான பதில் இதுவரை எவருக்கும் தெரியாது. அது இனி எவருக்கும் தெரியப் போவதும் இல்லை."

"நீங்கள் பொத்தம் பொதுவாக அடித்துவிடுகிறீர்கள்," என்று குயின் புன்னகைத்தபடி கூறினார்.

ரிச்சர்டு அவரை வெறித்துப் பார்த்தார்.

“நீங்கள் என்ன சொல்கிறீர்கள்? எனக்குப் புரியவில்லை.”

“ஒரு பிரச்சனை இதுவரை தீர்க்கப்படாமல் இருந்து வந்துள்ள காரணத்தால், அது என்றென்றைக்கும் தீர்க்கப்படாமலேயே இருந்துவிடும் என்ற அவசியமில்லை.”

“நீங்கள் என்ன சொல்கிறீர்கள்? அது குறித்த விபரங்கள் அப்போதே வெளிவரவில்லை. பத்து ஆண்டுகள் கழித்து இனியா வெளிவரப் போகின்றன?”

குயின் தன் தலையை மென்மையாக ஆட்டினார்.

“நான் உங்களுடைய கருத்தை ஒத்துக் கொள்ளவில்லை. வரலாற்றின் சான்றுகள் உங்களுக்கு எதிராக இருக்கின்றன. இன்றைய வரலாற்றியலாளர்கள் எழுதுவதை, பின்னால் வருகின்ற வரலாற்றியலாளர்கள் மாற்றி எழுதுவர். சரியான கண்ணோட்டத்தைப் பெறுவது, சரியான அளவுகோல்களுடன் விஷயங்களைப் பார்ப்பது ஆகியவைதான் இங்குள்ள கேள்வி. ஒன்றுக்கொன்று தொடர்புபடுத்திப் பார்ப்பதில்தான் எல்லாமே அடங்கியிருக்கிறது.”

அலெக்ஸ் சற்று முன்னால் சாய்ந்தார். அவருடைய முகம் வேதனையில் துடித்தது.

“நீங்கள் சொல்வது சரிதான், குயின். காலம் ஒரு கேள்வியைத் தூக்கியெறிந்துவிடுவதில்லை. அதை வேறு ஒரு வடிவத்தில் அது உங்கள் முன் வைக்கிறது.”

டாம் ஒரு புன்னகையுடன் அந்த யோசனையை சகித்துக் கொண்டிருந்தார்.

“அதாவது, நாம் டெரிக்கின் மரணத்திற்கான காரணத்தைக் கண்டறிவதற்காக இன்று இரவு ஒரு விவாத மேடை அமைத்தால், இன்றுகூட நம்மால் உண்மையை வெளிக் கொண்டுவர முடியும் என்று நீங்கள் கூறுகிறீர்களா?” என்று டாம் குயினிடம் கேட்டார்.

“அதற்கான சாத்தியக்கூறுகள் நிறையவே இருக்கின்றன, டாம். இப்போது அதிக காலம் கடந்துவிட்டிருப்பதால், தனிப்பட்டப் பாரபட்சமான கண்ணோட்டங்கள் மறைந்து போயிருக்கும். தகவல்கள் தகவல்களாகவே இருக்கும். அவற்றுக்கு நீங்கள் எந்த அர்த்தமும் கொடுக்க வேண்டியிருக்காது.”

டாம் சந்தேகத்துடன் முகஞ்சுளித்தார்.

“ஆனால், இதற்கு ஒரு துவக்கப்புள்ளி இருக்க வேண்டும்,” என்று தன்னுடைய அமைதியான, சமநிலையான குரலில் குயின் கூறினார். “பொதுவாக ஒரு கோட்பாடுதான் துவக்கப்புள்ளியாக இருக்கும். உங்களில் ஒருவருக்கு இது தொடர்பான கோட்பாடு ஏதேனும் இருக்கக்கூடும். ரிச்சர்டு, உங்களுக்கு அப்படியொன்று இருக்கிறதா?”

ரிச்சர்டு தீவிரமாக யோசித்தார்.

"ஆமாம். இருக்கிறது. இதில் எப்படியோ ஒரு பெண் சம்பந்தப்பட்டிருக்க வேண்டும் என்று நாங்கள் அனைவருமே கருதினோம். பொதுவாக, பெண் அல்லது பணம்தான் இதுபோன்ற விஷயங்களுக்குக் காரணமாக இருக்கும், சரிதானே? டெரிக்கின் விஷயத்தில் அது கண்டிப்பாகப் பணமாக இருந்திருக்க முடியாது. அப்படியானால், அது வேறு என்னவாக இருந்திருக்கும்?"

சட்டர்துவைத் தன் கருத்தைச் சொல்வதற்காக முன்பக்கமாகக் குனிந்தார். அப்போது மேல்மாடத்திற்கு அருகேயிருந்த சிறு தூண்களுக்குப் பக்கத்தில் ஒரு பெண்ணின் உருவம் குனிந்து அமர்ந்திருந்ததை அவர் கண்டார். அப்பெண் அமர்ந்திருந்த இடத்தின் காரணமாக, சட்டர்துவைத் இருந்த இடத்தைத் தவிர வேறு எந்த இடத்திலிருந்து பார்த்தாலும் அவர் இருப்பது தெரியாதபடி இருந்தது. கீழே நிகழ்ந்து கொண்டிருந்த உரையாடலைச் சரியாகக் கேட்பதற்காக அப்பெண் தன் காதைத் தீட்டிக் கொண்டு அங்குப் பதுங்கியிருந்ததை சட்டர்துவைத் புரிந்து கொண்டார். அப்பெண் தன்னுடைய இடத்தில் ஆடாமல் அசையாமல் அப்படியே இருந்ததால், ஒரு கணம், தன் கண்களே தனக்கு வித்தை காட்டிக் கொண்டிருந்தனவோ என்று சட்டர்துவைத் நினைத்துவிட்டார்.

ஆனால், அப்பெண் அணிந்திருந்த ஆடையை அவர் உடனடியாக அடையாளம் கண்டு கொண்டார். அதிலிருந்த சரிகை வேலைப்பாட்டை அவரால் பார்க்க முடிந்தது. அது எலனோர் என்பது அவருக்கு உறுதியாயிற்று.

திடீரென்று அன்றைய இரவின் அனைத்து நிகழ்வுகளும் ஒரு வடிவம் பெற்றுக் கொண்டிருந்ததுபோல அவருக்குத் தோன்றியது. குயினின் வருகை தற்செயலானதுபோல அல்லாமல், ஒரு நாடகத்தில் ஒரு கதாபாத்திரம் தான் எப்போது மேடைக்கு வர வேண்டும் என்ற சமிக்ஞையை உணர்ந்து உள்ளே நுழைந்திருந்ததைப்போல இருந்தது. அன்று இரவு ராய்ஸ்டனின் வரவேற்பறையில் ஒரு நாடகம் அரங்கேறிக் கொண்டிருந்தது. அதில் பங்கேற்றுக் கொண்டிருந்த ஒரு பாத்திரம், இறந்து போன ஒரு நபர். ஆமாம், டெரிக்கிற்கு அதில் ஒரு பாத்திரம் இருந்தது. அதை சட்டர்துவைத் உறுதியாக நம்பினார்.

பிறகு அவருக்குத் திடீரென்று ஒரு விஷயம் பளிச்சிட்டது. குயின்தான் அந்த நாடகத்தை இயக்கிக் கொண்டிருந்தார்! நடிகர்கள் எப்போது தலைகாட்ட வேண்டும் என்பதற்கான

சங்கேதக் குறியீடுகளை அவர்தான் கொடுத்துக் கொண்டிருந்தார். அவர்தான் இந்தப் பாவைக்கூத்தின் சூத்திரதாரி. அவர் இழுத்த இழுப்பிற்கு மற்றவர்கள் ஆடிக் கொண்டிருந்தனர். மேலே ஒளிந்திருந்த பெண்வரை அனைத்தையும் அவர் அறிந்திருந்தார்.

சட்டர்துவைத் தன் நாற்காலியில் நன்றாகச் சாய்ந்து அமர்ந்து கொண்டு, ஒரு பார்வையாளர் கதாபாத்திரத்தில், தன் முன் அரங்கேறிக் கொண்டிருந்த நாடகத்தைப் பார்த்துக் கொண்டிருந்தார். குயின் அமைதியாகவும் இயல்பாகவும் தன் கைகளிலிருந்த கயிறுகளை இழுத்துத் தன் பாவைகளை ஆட்டுவித்துக் கொண்டிருந்தார்.

"ஒரு பெண் அதில் சம்பந்தப்பட்டிருக்கக்கூடும்," என்று குயின் முணுமுணுத்தார். "அன்று இரவு உணவின்போது, எந்தவொரு பெண்ணைப் பற்றியும் பேச்சு எழவில்லையா?"

"ஏன் இல்லை?" என்று டாம் துவக்கினார். "டெரிக் தன்னுடைய நிச்சயதார்த்தத்தை அறிவித்தார். அவர் அது குறித்து முன்னுக்குப் பின் முரணாகப் பேசினார். பிறகு, 'நான் இப்போது அறிவிக்கக்கூடாதுதான். இருந்தாலும் சொல்கிறேன். நான் வெகு விரைவில் திருமணம் செய்து கொள்ளப் போகிறேன்,' என்று அவர் கூறினார்."

"அவர் மணமுடிக்கவிருந்த பெண் யாராக இருக்கும் என்பதை நாங்கள் எல்லோரும் ஊகித்துவிட்டோம்," என்று ரிச்சர்டு கூறினார். "மார்ஜரி தில்கே. அவர் மிகவும் இனிமையானவர்."

அது குயினின் முறை. ஆனால், அவர் பதிலளிக்காமல் மௌனம் காத்தார். ஆனால் அந்த மௌனம் சீண்டுவதாக இருந்தது. அது ரிச்சர்டின் கூற்றுக்கு சவால்விட்டதுபோல இருந்தது. அது ரிச்சர்டைப் பின்வாங்கும் நிலைக்குத் தள்ளியது.

"டாம், பின் அது வேறு யாராக இருக்கக்கூடும்?" என்று ரிச்சர்டு கேட்டார்.

"எனக்குத் தெரியாது," என்று டாம் மெதுவாகக் கூறினார். "டெரிக் அப்போது துல்லியமாக என்ன கூறினார்? தான் பிரம்மச்சரியத்திலிருந்து விரைவில் விடுபடவிருந்ததாகவும், அந்தப் பெண்ணின் அனுமதி இல்லாமல் அவருடைய பெயரை நம்மிடம் கூற முடியாது என்றும் அவர் கூறினார். அவர் கூறிய மற்றொன்றும் என் நினைவுக்கு வருகிறது. 'நான் உண்மையிலேயே ஓர் அதிர்ஷ்டக்காரன். அடுத்த ஆண்டு இதே நேரத்தில் நான் ஒரு மகிழ்ச்சியான குடும்பஸ்தனாக இருப்பேன் என்பதை என்னுடைய நெருங்கிய நண்பர்களாகிய உங்கள் இருவரிடமும் நான் பகிர்ந்து கொள்ள விரும்புகிறேன்,' என்று

அவர் கூறினார்," என்று விவரித்த டாம், குயினைப் பார்த்து, "அப்பெண் மார்ஜரியாகத்தான் இருக்க வேண்டும் என்று நாங்கள் அனுமானித்துக் கொண்டோம். ஏனெனில், அவர்கள் இருவரும் நல்ல நண்பர்களாக இருந்தனர். மார்ஜரிமீது டெரிக்கிற்கு ஓர் ஈர்ப்பு இருந்தது," என்று கூறினார்.

"ஆனால், இதில் ஒரு விஷயம்–" என்று துவக்கிய ரிச்சர்டு, அப்படியே நிறுத்திக் கொண்டார்.

"ரிச்சர்டு, என்ன சொல்ல வருகிறீர்கள்?"

"அது மார்ஜரியாக இருக்கின்ற பட்சத்தில் அதை உடனடியாக அறிவிப்பதில் அவருக்கு என்ன சிக்கல் இருந்தது என்பது எனக்குத் தெரியவில்லை. அவர் விஷயத்தில் எதற்காக இந்த இரகசியம்? டெரிக் கூறியதை வைத்துப் பார்த்தால், அவர் நிச்சயம் செய்திருந்த பெண் திருமணமானவராக இருந்திருக்க வேண்டும் என்று தோன்றுகிறது. அவர் சமீபத்தில் தன் கணவனை இழந்தவராகவோ அல்லது தன் கணவனை விவாகரத்து செய்யவிருந்த ஒருவராகவோ இருந்திருக்கக்கூடும்."

"நீங்கள் கூறுவது சரியாகத்தான் படுகிறது," என்று டாம் பதிலளித்தார். "அப்படியிருந்திருக்கும் பட்சத்தில், அதை உடனடியாக வெளியுலகிற்கு அறிவித்திருக்கக்கூடிய நிலையில் அவர் இருந்திருக்க மாட்டார். இப்போது அதைப் பற்றி நினைத்துப் பார்க்கும்போது, அதற்கு முந்தைய ஓராண்டில் மார்ஜரியை அவர் அதிகமாகப் பார்த்திருக்கவில்லை என்று எனக்குத் தோன்றுகிறது. அவர்களுக்கு இடையே நிலவிய உரசல் சரியாகிவிட்டிருந்தது என் நான் நினைத்தது என் நினைவுக்கு வருகிறது."

"இது சுவாரசியமாக இருக்கிறது," என்றார் குயின்.

"ஆமாம். யாரோ அவர்களுக்கிடையே புகுந்திருந்ததைப்போலத் தெரிந்தது," என்றார் டாம்.

"அது வேறொரு பெண்ணாக இருந்திருக்க வேண்டும்," என்றார் ரிச்சர்டு.

"அன்றிரவு, டெரிக் ஒரு பக்கம் மகிழ்ச்சியில் திளைத்திருந்தார். அதே சமயம், அவர் பதற்றமாகவும் இருந்தார்," என்று டாம் நினைவுகூர்ந்தார்.

"தலைவிதிக்கு எதிராகக் கலகம் செய்கின்ற ஒரு நபரைப்போல," என்று அலெக்ஸ் குறிப்பிட்டார்.

அவர் டெரிக்கைப் பற்றி அப்படிப் பேசிக் கொண்டிருந்தாரா அல்லது தன்னைப் பற்றியே அவர் அப்படிப் பேசிக் கொண்டிருந்தாரா என்று யோசித்த சட்டர்துவத், அலெக்ஸை உற்றுப் பார்த்தபோது, அவர் தன்னைப் பற்றித்தான் கூறிக் கொண்டிருக்க வேண்டும் என்ற முடிவுக்கு வந்தார்.

ஆமாம், தலைவிதியை மீற முயற்சித்துக் கொண்டிருந்த ஒரு மனிதனைத்தான் அலெக்ஸ் பிரதிநுதப்படுத்திக் கொண்டிருந்தார்.

ஏதோ நினைவு வந்தவராக சட்டர்துவைத் திடீரென்று மேலே பார்த்தார். அந்தப் பெண் இன்னும் அதே இடத்தில்தான் இருந்து கொண்டிருந்தார். இறந்துவிட்ட ஒரு பெண்ணைப்போல அவர் எந்த அசைவுமின்றி, கீழே நிகழ்ந்து கொண்டிருந்தவற்றைப் பார்த்துக் கொண்டும் கேட்டுக் கொண்டும் இருந்தார்.

"நீங்கள் கூறுவது சரியாகத்தான் இருக்க வேண்டும்," என்று ரிச்சர்டு கூறினார். "அன்று டெரிக் மிகவும் பரவசமாக இருந்தார். தன் சக்திக்கு மீறிய ஒன்றோடு மோதி வெற்றி பெற்றிருந்த ஒரு நபரைப்போல அவர் காணப்பட்டார்."

"தான் செய்யத் திட்டமிட்டிருந்த காரியத்தை நிறைவேற்றுவதற்கான துணிச்சலை உருவாக்கிக் கொண்டிருந்ததன் வெளிப்பாடாக அது இருந்திருக்கலாம்," என்று அலெக்ஸ் கூறினார்.

பிறகு அவர் உடனே எழுந்து மீண்டும் விஸ்கி பாட்டிலின் பக்கம் சென்றுவிட்டார்.

"அப்படிப்பட்ட எண்ணம் அவருடைய மனத்தில் துளிகூட இருக்கவில்லை என்று நான் சத்தியம்கூடச் செய்வேன்," என்று டாம் கூறினார். "ரிச்சர்டு கூறியது சரிதான். பெரிய சூதாட்டம் ஒன்றில் ஈடுபட்டு அதிர்ஷ்டவசமாக அதில் வென்றிருந்த ஒருவரைப்போலத்தான் அவர் நடந்து கொண்டார். அத்தகைய ஒரு மனப்போக்குத்தான் அவரிடம் இருந்தது."

"ஆனாலும், பத்து நிமிடங்கள் கழித்து அவர்–" என்று ரிச்சர்டு இழுத்தார்.

அவர்கள் மௌனமாக உட்கார்ந்திருந்தனர். பின் டாம் திடீரென்று தன் கையால் மேசையில் ஓங்கிக் குத்தினார்.

"அந்தப் பத்து நிமிடங்களில் ஏதோ நடந்திருக்க வேண்டும்," என்று டாம் கூறினார். "அது என்னவாக இருக்கும்? அதை நாம் இப்போது கவனமாக அலசலாம். நாம் எல்லோரும் பேசிக் கொண்டிருந்தோம். பாதி உரையாடலின்போது, டெரிக் திடீரென்று எழுந்து அங்கிருந்து போய்விட்டார்."

"ஏன்?" என்று குயின் கேட்டார்.

அவருடைய குறுக்கீடு டாமை நிலைகுலையச் செய்ததுபோல இருந்தது.

"நீங்கள் என்ன சொன்னீர்கள்?"

"நான் வெறுமனே 'ஏன்?' என்று மட்டும்தான் கேட்டேன்," என்று குயின் கூறினார்.

டாம் அச்சம்பவத்தை நினைவுபடுத்திக் கொள்ள முயன்றார்.

"ஓ! அப்போது அது ஒரு முக்கியமான விஷயமாகப் படவில்லை. அஞ்சலில் வந்த கடிதங்கள் மற்றும் பத்திரிகைகளைப் பற்றித்தான் நான் பேசுகிறேன். நாங்கள் பேசிக் கொண்டிருந்தபோது, வீட்டின் அழைப்பு மணி ஒலித்தது. நாங்கள் அது குறித்து மிகவும் பரவசமடைந்தோம். ஏனெனில், மூன்று நாட்களாகப் பனிப்புயல் வீசிக் கொண்டிருந்ததால், சாலைகள் அடைபட்டிருந்தன. செய்திப் பத்திரிகைகள், கடிதங்கள் போன்ற எதுவும் வருவதற்கு வழி இருக்கவில்லை. இறுதியில் ஒருவழியாக ஏதாவது வந்திருந்ததா என்று பார்ப்பதற்காக டெரிக் வெளியே சென்றார். அவர் திரும்பி வந்தபோது, கை நிறையக் கடிதங்கள் மற்றும் பத்திரிகைகளோடு வந்தார். ஒரு பத்திரிகையை விரித்து ஏதாவது முக்கியச் செய்தி வந்திருந்ததா என்று அவர் பார்த்தார். பிறகு திடீரென்று தன்னுடைய கடிதங்கள் அனைத்தையும் அள்ளிக் கொண்டு அவர் மாடிக்குச் சென்றுவிட்டார். அடுத்த மூன்றாவது நிமிடம், ஒரு துப்பாக்கி வெடித்தச் சத்தம் கேட்டது. அதை எப்படி விவரிப்பது? அது விவரிக்கப்பட முடியாதது."

"அதுவொன்றும் விவரிக்கப்பட முடியாத ஒன்றல்ல," என்றார் அலெக்ஸ். "டெரிக் எதிர்பார்த்திராத ஏதோ ஒரு செய்தி ஒரு கடிதம் மூலம் அவருக்கு வந்திருக்கும். இது வெளிப்படை."

"இப்படி வெளிப்படையான ஒரு விஷயத்தை நாங்கள் கோட்டைவிட்டிருப்போம் என்று எனக்குத் தோன்றவில்லை. அவருடைய உடலைப் பரிசோதித்த மருத்துவர் கேட்ட முதல் கேள்வி அதுதான். ஆனால், டெரிக் தான் எடுத்துச் சென்றிருந்த எந்தக் கடிதத்தையும் திறந்திருக்கவில்லை. அவருடைய மேசையின்மீது அக்கடிதங்கள் திறக்கப்படாத நிலையில் கிடந்தன."

அலெக்ஸின் முகம் தொங்கிப் போனது.

"அவற்றில் ஒன்றை அவர் திறந்து படித்திருந்திருக்கலாம். படித்தவுடன் அவர் அதை உடனடியாக அழித்தும் இருக்கலாம்."

"இல்லை. அது எனக்கு உறுதியாகத் தெரியும். இயல்பாக அவர் அப்படித்தான் செய்திருக்க வேண்டும், ஆனால் அங்கிருந்த ஒரு கடிதம்கூடத் திறக்கப்பட்டிருக்கவில்லை. எதுவும்கிழிக்கப்பட்டிருக்கவோ அல்லது எரிக்கப்பட்டிருக்கவோ இல்லை. அந்த அறையில் எந்த நெருப்பும் இருக்கவில்லை. இவற்றுக்கான எந்த அறிகுறியும் அங்கு இருக்கவில்லை."

அலெக்ஸ் தன் தலையை பலமாக ஆட்டினார்.

"இது அசாதாரணமாக இருக்கிறது."

"மொத்தத்தில், குலைநடுங்க வைக்கின்ற ஓர் அனுபவம் அது," என்று டாம் ஒரு தாழ்வான குரலில் கூறினார். "துப்பாக்கிச் சத்தம் கேட்ட உடனேயே நானும் ரிச்சர்டும் மேலே ஓடினோம். அங்கு டெரிக்கை நாங்கள் அந்தக் கோலத்தில் பார்த்தோம். அது எனக்கு பயங்கர அதிர்ச்சியளித்தது."

"அப்படியானால், அங்கு நீங்கள் செய்வதற்கு எதுவும் இருக்கவில்லை என்பதால் நீங்கள் காவல்துறையை உடனடியாகத் தொலைபேசியில் தொடர்பு கொண்டிருப்பீர்கள், அப்படித்தானே?" என்று குயின் கேட்டார்.

"அப்போது இந்த வீட்டில் எந்தத் தொலைபேசி இணைப்பும் ஏற்படுத்தப்பட்டிருக்கவில்லை. நான் இதை வாங்கிய பிறகுதான் ஒரு தொலைபேசி இணைப்பை ஏற்படுத்தினேன். அதிர்ஷ்டவசமாக, உள்ளூர் காவல்துறையைச் சேர்ந்த காவலர் ஒருவர் எங்களுடைய வீட்டில் அப்போது இருந்தார். டெரிக்கிற்குப் பிரியமான நாய் ஒன்று காணாமல் போயிருந்தது. அதைக் கண்டுபிடித்திருந்த காவல்துறை, அதை அந்தக் காவலரிடம் கொடுத்து அனுப்பியிருந்தது. டெரிக் தன்னை மாய்த்துக் கொள்வதற்கு ஒரு நிமிடம் முன்னதாகத்தான் அந்தக் காவலர் எங்கள் வீட்டுக்கு வந்து சேர்ந்திருந்தார். அது எங்களுக்குச் சில விஷயங்களை சுலபமாக்கியது."

"ஆமாம். அது ஒரு பயங்கரமான பனிப்புயல். அதுவும் இதேபோல ஜனவரி துவக்கத்தில்தானே நிகழ்ந்தது?" என்று ரிச்சர்டு கேட்டார்.

"பிப்ரவரி என்று நினைக்கிறேன். அதைத் தொடர்ந்து நாம் வெளிநாட்டிற்குச் சென்றோம், இல்லையா?" என்று டாம் கூறினார்.

"அது ஜனவரியில்தான் இருக்க வேண்டும். ஏனெனில், என் நண்பன் நெட் – உனக்கும் அவனைத் தெரியும் – ஜனவரி மாதக் கடைசியில் கீழே விழுந்து காலை உடைத்துக் கொண்டான்."

"ஒரு சம்பவம் நடந்த தேதியை ஒரு சில ஆண்டுகளுக்குப் பிறகு நினைவுகூர்வது மிகவும் கடினமாக இருக்கிறது, இல்லையா?"

"ஆமாம். அது உண்மைதான். உலகிலேயே அதுதான் மிகக் கடினமான விஷயம்," என்று குயின் இயல்பாக அந்த உரையாடலில் புகுந்தார். "ஒரு பெருந்தலைவரின் படுகொலை அல்லது ஒரு பெரிய கொலை விசாரணை போன்ற ஒரு பெரிய பொது நிகழ்வு ஒரு சம்பவத்தையொட்டி நிகழ்ந்திருந்தாலொழிய, அச்சம்பவத்தை நினைவில் வைத்திருப்பது கடினம்தான்."

"ஆகா! இப்போது நினைவுக்கு வருகிறது! இது ஆப்பிள்டன்

வழக்குக்குச் சற்று முன்னர் நடந்தது," என்றார் ரிச்சர்டு.

"ஆப்பிள்டன் வழக்கிற்குப் பிறகு அது நடந்தது என்று நான் நினைக்கிறேன்," என்று டாம் கூறினார்.

"இல்லை. அது அந்த வழக்கிற்கு முன்னர்தான் நடந்தது. டாம், உங்களுக்கு நினைவில்லையா? டெரிக்கிற்கு ஆப்பிள்டனை நன்றாகத் தெரியும். அதற்கு முந்தைய வசந்தகாலத்தின்போது, ஆப்பிள்டன் இறப்பதற்கு ஒரு வாரத்திற்கு முன்பு டெரிக் அவரோடு தங்கியிருந்தாரே? ஒரு நாள் இரவு, ஆப்பிள்டனைப் பற்றி அவர் நம்மிடம்கூடப் பேசிக் கொண்டிருந்தாரே! ஆப்பிள்டன் ஒரு சிடுமூஞ்சி என்றும், அவருடைய இளவயது மனைவி எப்படித்தான் அவரோடு குப்பை கொட்டிக் கொண்டிருந்தாரோ என்றும் அவர் அங்காலாய்த்துக் கொண்டாரே? அப்பெண் அந்தக் கிழவனைப் போட்டுத் தள்ளியதில் வியப்பில்லை."

"அடடா! அது சரிதான். ஆப்பிள்டனின் உடலை மறுபடியும் தோண்டி ஆராயவிருந்ததாக, டெரிக் அன்று அள்ளிக் கொண்டு வந்திருந்த பத்திரிகைகளில் ஒன்றில் ஒரு செய்தி வெளியாகியிருந்தது. அதை நான் படித்தேன். ஆனால் அதை அரைகுறை மனத்துடன்தான் என்னால் படிக்க முடிந்தது. ஏனெனில், மாடியில் டெரிக் பிணமாகக் கிடந்தது என் மனத்தை வதைத்துக் கொண்டிருந்தது."

"அது ஒரு பொதுவான, ஆனால் விநோதமான அம்சம்," என்று குயின் கூறினார். "நாம் கடும் மனஅழுத்தத்தை அனுபவித்துக் கொண்டிருக்கும்போது, நம்முடைய மனம், முக்கியத்துவமற்ற சில விஷயங்களின்மீது கவனத்தைக் குவித்து அவற்றைப் பதிய வைத்துக் கொள்ளும். வெகுகாலம் கழித்துக்கூட அவற்றை நம்மால் துல்லியமாக மீண்டும் நினைவுகூர முடியும். ஓர் அறையில் ஒட்டப்பட்டிருந்த வால்பேப்பர் போன்ற அற்பமான விஷயமாகக்கூட அது இருக்கலாம். ஆனால், அது எப்போதும் நம் நினைவில் இருக்கும்."

"நீங்கள் சொல்வது நூற்றுக்கு நூறு சரி," என்று ரிச்சர்டு உற்சாகமாகக் கூறினார். "இப்போது நாம் பேசிக் கொண்டிருக்கின்ற இத்தருணத்தில், திடீரென்று நான் டெரிக்கின் அறையில் இருப்பதைப் போன்ற உணர்வு எனக்கு ஏற்பட்டுள்ளது. டெரிக் தரையில் கிடக்கிறார். ஆனால், அந்த அறையின் சன்னல் வழியாக வெளியே தெரிந்த ஒரு பெரிய மரத்தை நான் உற்றுப் பார்த்துக் கொண்டிருக்கிறேன். நிலா வெளிச்சத்தில் அந்த மரத்தின் நிழல் பனியில் விழுந்திருக்கிறது. விட்டால், அதை நான் அப்படியே வரைந்துவிடுவேன். அந்த

அளவுக்கு அக்காட்சி என் கண் முன்னால் தத்ரூபமாகத் தெரிகிறது."

"வீட்டின் முகப்புக்கு நேர் மேலே உள்ள பெரிய அறைதான் டெரிக்கின் அறையா?" என்று குயின் கேட்டார்.

"ஆமாம். கார் உள்ளே வருவதற்கான பாதையின் ஒரு கோணத்திலிருந்து பார்த்தால் அந்தப் பெரிய மரம் தெரியும்."

அது குறித்துத் திருப்தி அடைந்ததுபோலக் குயின் தலையாட்டினார். சட்டர்துவைத்தும் ஒருவிதமான உற்சாகத்தில் இருந்தார். குயினின் ஒவ்வொரு வார்த்தையிலும், அவருடைய குரலின் தொனியிலும் ஏதோ ஒரு நோக்கம் நிறைந்திருந்ததாக சட்டர்துவைத் எண்ணினார். குயின் அங்கிருந்த அனைவரையும் எதையோ நோக்கி முடுக்கிவிட்டுக் கொண்டிருந்தார். அது என்ன என்பதுதான் சட்டர்துவைத்துக்குத் தெரியவில்லை. ஆனால், அங்கு நடந்து கொண்டிருந்தவற்றை இயக்கிக் கொண்டிருந்த கரம் யாருடையது என்பதில் அவருக்கு எந்த சந்தேகமும் இருக்கவில்லை.

அங்கு ஒரு தற்காலிகமான மௌனம் நிலவியது. பின்னர் டாம் மீண்டும் அதே விஷயத்திற்குத் திரும்பினார்.

"ஆப்பிள்டன் வழக்கு இப்போது எனக்கு நன்றாக நினைவுக்கு வருகிறது. அந்த வழக்கு ஒரு பயங்கரமான பரபரப்பைக் கிளப்பியிருந்தது. அப்பெண் அதிலிருந்து தப்பித்துவிட்டிருந்தாள், இல்லையா? அவள் செக்கச்செவேலென்று அழகாக இருந்தாள், இல்லையா?"

தன்னிச்சையாக சட்டர்துவைத்தின் பார்வை மேலே சென்றது. அது அவருடைய பிரமையா என்று தெரியவில்லை. ஆனால், அந்த உருவம் எதனாலோ தாக்கப்பட்டதுபோல இலேசாகச் சுருங்கியது. அந்த உருவத்தின் ஒரு கை அங்கிருந்த மேசையின் மேற்புறம் நோக்கிச் சென்றதுபோல அவருக்குத் தோன்றியது.

திடீரென்று கண்ணாடி உடைந்து நொறுங்கும் சத்தம் கேட்டது. விஸ்கியைத் தன் கோப்பையில் ஊற்றிக் கொண்டிருந்த அலெக்ஸ், விஸ்கி பாட்டிலைத் தவறவிட்டிருந்தார்.

"மன்னித்துக் கொள்ளுங்கள்! எனக்கு என்ன ஆயிற்று என்று தெரியவில்லை."

டாம் அவருடைய மன்னிப்பைப் பாதியிலேயே இடைமறித்தார். "பரவாயில்லை. அதனால் என்ன? ஆனால், இந்த விஸ்கி பாட்டில் உடைந்த சத்தம் எனக்கு ஒரு விஷயத்தை நினைவுபடுத்துகிறது. இதைத்தானே ஆப்பிள்டனின் மனைவியும் செய்தாள்? அவள் ஒயின் பாட்டிலைத்தானே போட்டு உடைத்தாள்?"

“ஆமாம். ஆப்பிள்டன் தினமும் ஒரே ஒரு கோப்பை ஒயின் அருந்தும் பழக்கத்தைக் கொண்டிருந்தார். அவர் இறந்த மறுநாள், அவருடைய மனைவி, அவர் கடைசியாகக் குடித்திருந்த ஒயின் பாட்டிலை வீட்டுக்கு வெளியே எடுத்துச் சென்று வேண்டுமென்றே போட்டு உடைத்ததை அவர்கள் வீட்டிலிருந்த பணியாட்கள் பார்த்தனர். அது அந்தப் பெண்ணைப் பற்றி மற்றவர்கள் வம்பளப்பதைத் தொடங்கி வைத்தது. அவள் ஆப்பிள்டனுடன் ஓர் அவலமான வாழ்க்கையை வாழ்ந்திருந்தாள் என்பதை அனைவரும் அறிவர். வதந்திகள் பெருகிப் பரவின. இறுதியில், சில மாதங்களுக்குப் பிறகு, ஆப்பிள்டனின் உறவினர்கள், புதைக்கப்பட்டிருந்த அவருடைய உடலை மீண்டும் தோண்டியெடுத்துப் பரிசோதனை செய்ய நீதிமன்ற உத்தரவு ஒன்றைப் பெற்றனர். பரிசோதனையின் முடிவில், ஆப்பிள்டனுக்கு விஷம் கொடுக்கப்பட்டிருந்தது கண்டுபிடிக்கப்பட்டது. அது ஆர்செனிக்கா?”

“இல்லை. அது ஸ்டிரைக்னைன் என்று நினைக்கிறேன். அது என்ன விஷம் என்பது முக்கியமல்ல. ஆப்பிள்டனுக்கு விஷம் கொடுக்கக்கூடிய நிலையில் இருந்த ஒரே நபர் அவருடைய மனைவி மட்டும்தான். ஆப்பிள்டனின் மனைவிமீது குற்றம் சாட்டப்பட்டது. அவள் நிரபராதி என்பதற்காக அல்லாமல், அவளுடைய குற்றத்தை நிரூபிப்பதற்குச் சரியான சாட்சியங்கள் இல்லாததால் இறுதியில் அவள் விடுவிக்கப்பட்டாள். வேறு வார்த்தைகளில் கூற வேண்டுமென்றால், அவள் ஓர் அதிர்ஷ்டசாலியாக இருந்தாள். அவள்தான் அதைச் செய்திருக்க வேண்டும் என்பதில் சந்தேகம் இருக்க முடியாது. ஆமாம், அதற்குப் பிறகு அவளுக்கு என்னவாயிற்று?”

“அவள் கனடாவுக்குச் சென்றாள் என்று நான் நினைக்கிறேன். அல்லது ஆஸ்திரேலியாவுக்கா? அவளுக்கு அங்கு யாரோ ஒரு மாமாவோ அல்லது வேறு யாரோ இருந்தார். அவர் அவளுக்கு அங்கே அடைக்கலம் கொடுத்தார்.”

அலெக்ஸ் தன் கோப்பையைத் தன் வலது கரத்தால் அநியாயத்திற்கு இறுக்கிப் பிடித்திருந்ததைப் பார்த்து சட்டர்துவைத் வியந்தார்.

‘அவர் தன் பிடியைத் தளர்த்திக் கொள்ளாவிட்டால், அவர் அதையும் உடைத்துவிடப் போகிறார்,’ என்று சட்டர்துவைத் நினைத்துக் கொண்டார்.

டாம் எழுந்து சென்று தன் கோப்பையில் மீண்டும் விஸ்கியை ஊற்றிக் கொண்டார்.

“டெரிக் தன்னை மாய்த்துக் கொண்டதற்கான காரணத்தை நாம் இன்னமும் நெருங்கியிருக்கவில்லை. நீங்கள் குறிப்பிட்ட

'விவாத மேடையும்' பெரிதாக உதவவில்லை. சரிதானே, குயின்?"

குயின் சிரித்தார்.

ஒரு கிண்டல் தொனி அதில் தெறித்தது. அதே நேரத்தில், அதில் ஒருவிதமான சோகமும் இழையோடியது. அது எல்லோரையும் தூக்கிவாரிப் போட்டது.

"என்னை மன்னித்துக் கொள்ளுங்கள், டாம்," என்று குயின் கூறினார். "நீங்கள் கடந்தகாலத்திலேயே வாழ்ந்து கொண்டிருக்கிறீர்கள். நீங்கள் ஏற்கனவே உங்களுக்கென்று அபிப்பிராயங்களை உருவாக்கி வைத்துள்ளீர்கள். என்னைப் போன்ற ஓர் அந்நியனால் மட்டுமே உண்மையைப் பார்க்க முடியும்."

"உண்மையா?"

"ஆமாம்."

"அதற்கு என்ன அர்த்தம்?"

"நீங்கள் கொடுத்திருந்த தகவல்களின் அடிப்படையில் என்னால் காட்சிகளை ஒரு வரிசைக்கிரமமாகத் தொகுக்க முடிகிறது. ஆனால் அவற்றின் முக்கியத்துவத்தை உங்களால் புரிந்து கொள்ள முடியவில்லை. நாம் இப்போது பத்து ஆண்டுகள் பின்னோக்கிச் செல்லலாம். உணர்ச்சிபூர்வமாகவோ அல்லது ஏற்கனவே உருவாக்கப்பட்டுள்ள அபிப்பிராயங்களின் அடிப்படையிலோ அல்லாமல் அவற்றைப் பார்க்கலாம்."

குயின் எழுந்து நின்றார். இப்போது அவர் உயரமாகத் தெரிந்தார். அவர் ஒரு மென்மையான குரலில் பேசினார்.

"நீங்கள் சாப்பிட்டுக் கொண்டிருக்கிறீர்கள். டெரிக் தன்னுடைய நிச்சயதார்த்தத்தை அறிவிக்கிறார். அப்பெண் மார்ஜரியாக இருக்க வேண்டும் என்று நீங்கள் நினைக்கிறீர்கள். ஆனால், இப்போது அது குறித்து நீங்கள் உறுதியாக இல்லை. உங்களுடைய கருத்துப்படி, அவர் தன் சக்திக்கு மீறிய ஒன்றோடு மோதி வெற்றி பெற்றிருந்த ஒரு நபரைப்போலக் காணப்படுகிறார். அப்போது வாசலில் அழைப்பு மணி ஒலிக்கிறது. சில நாட்களாக வராமல் இருந்த கடிதங்கள் ஒன்றாகச் சேர்ந்து வருகின்றன. அவர் எந்தக் கடிதத்தையும் திறந்து பார்க்கவில்லை என்று நீங்களே சொன்னீர்கள். ஆனால், அவர் செய்தித்தாளைத் திறந்து மேலோட்டமாகப் படித்திருந்தார். அது பத்தாண்டுகளுக்கு முன்பு நிகழ்ந்த ஒரு சம்பவம் என்பதால் அந்தச் செய்தித்தாளில் இடம் பெற்றிருந்த மிகப் பெரிய செய்தி எது என்பதை நம்மால் இப்போது கண்டுபிடிக்க முடியாது. அது வேறு ஏதோ ஒரு நாட்டில் நடைபெற்றிருந்த நிலநடுக்கமாக இருக்கலாம்

அல்லது ஓர் உள்ளூர் அரசியல் நெருக்கடியாக இருக்கலாம். அந்தப் பத்திரிகையில் வெளிவந்திருந்த செய்திகளில் ஒரு சிறிய பத்தியில் என்ன இருந்தது என்பதை மட்டும் நாம் அறிவோம்: 'மூன்று நாட்களுக்கு முன், ஆப்பிள்டனின் புதைக்கப்பட்டிருந்த உடலை மீண்டும் தோண்டியெடுத்து ஆராய உள்துறை அமைச்சகம் அனுமதி வழங்கியுள்ளது,' என்பதுதான் அச்செய்தி."

"என்ன?"

குயின் தொடர்ந்து பேசினார்.

"டெரிக் தன் அறைக்குச் செல்கிறார். சன்னல் வழியாக வெளியே எதையோ பார்க்கிறார். ரிச்சர்டு கூறியபடி, அந்தச் சன்னலின் திரைச்சீலைகள் விலக்கப்பட்டிருக்கின்றன. அங்கிருந்து பார்த்தால் கார் வருகின்ற பாதை தெரியும். அவர் வெளியே எதைப் பார்த்தார்? தன்னை மாய்த்துக் கொள்ளத் தூண்டிய எந்தக் காட்சியை அவர் அங்கிருந்து பார்த்திருக்கக்கூடும்?"

"நீங்கள் என்ன சொல்ல வருகிறீர்கள்? அவர் என்ன பார்த்தார்?"

"காவல்துறையைச் சேர்ந்த ஒரு காவலரை அவர் பார்த்திருந்திருக்க வேண்டும் என்று நான் நினைக்கிறேன். டெரிக்கின் தொலைந்து போன நாய் தொடர்பாக அக்காவலர் அங்கு வந்து கொண்டிருந்தார். ஆனால், அது டெரிக்கிற்குத் தெரியாது. அவர் ஒரு காவலரைக் கண்டார், அவ்வளவுதான்," என்று குயின் கூறினார்.

அங்கு ஒரு நீண்ட மௌனம் நிலவியது. அவர் சொல்ல வந்த கருத்தை உள்வாங்கிக் கொள்வதற்கு எல்லோருக்கும் சிறிது நேரம் பிடித்தாற்போலத் தோன்றியது.

இறுதியில், "அடக் கடவுளே!" என்று டாம் கிசுகிசுத்தார். "நீங்கள் அந்த அர்த்தத்திலா சொல்கிறீர்கள்? ஆப்பிள்டன் இறக்கும்போது டெரிக் அங்கு இல்லை. ஆப்பிள்டன் தன் மனைவியுடன் தனியாக இருந்தார்–"

"ஆனால், அவர் ஒரு வாரத்திற்கு முன்பு அங்கு இருந்திருக்கக்கூடும். ஸ்டிரைக்னைன், ஹைட்ரோகுளோரைடின் வடிவில் இருந்தாலொழிய அது சரியாகக் கரையாது. அந்த விஷத்தின் பெரும் பகுதி, அந்த ஒயின் பாட்டிலின் அடிமட்டத்தில், அதாவது, கடைசிக் கோப்பையில் இருந்திருக்க வேண்டும். டெரிக் அங்கிருந்து கிளம்பி ஒரு வாரம் கழித்து ஆப்பிள்டன் அதை அருந்தியிருக்க வேண்டும்.

அலெக்ஸ் வேகமாக அவர்களை நோக்கித் திரும்பினார். அவருடைய கண்கள் சிவந்திருந்தன. அவருடைய குரல்

கரகரத்துப் போயிருந்தது.

"ஆப்பிள்டனின் மனைவி ஏன் ஒயின் பாட்டிலை உடைத்தார்? அதை எனக்குச் சொல்லுங்கள்!" என்று அவர் அரற்றினார்.

அன்று முதன்முறையாக, குயின், சட்டர்துவைத்தை நோக்கிப் பேசினார்.

"சட்டர்துவைத், உங்களுக்கு வாழ்க்கையில் பரந்துபட்ட அனுபவம் இருக்கிறது. இதை உங்களால் விளக்க முடியக்கூடும்."

சட்டர்துவைத்தின் குரல் இலேசாக நடுங்கியது. அங்கு அரங்கேறிக் கொண்டிருந்த நாடகத்தில் அவர் பங்கேற்க வேண்டிய காட்சி வந்துவிட்டிருந்ததுபோலும்! அந்த நாடகத்தின் முக்கியமான வசனங்களை அவர் இப்போது பேச வேண்டியிருந்தது. அந்த நாடகத்தில் அவர் இனியும் ஒரு பார்வையாளர் அல்லர், அவர் ஒரு பங்கேற்பாளராக ஆகவிருந்தார்.

"என் பார்வையில்," என்று சட்டர்துவைத் அவையடக்கத்துடன் துவக்கினார். "டெரிக் ஆப்பிள்டனின் மனைவியைக் காதலித்திருக்க வேண்டும். ஆனால், ஆப்பிள்டனின் மனைவி ஏற்கனவே ஒரு திருமண உறவில் இருந்ததால், டெரிக்கின் காதலை அவர் ஊக்குவிக்காமல் இருந்திருக்க வேண்டும். அவருடைய கணவர் திடீரென்று இறந்ததும், அது டெரிக்கின் கைவண்ணமாக இருக்க வேண்டும் என்று அவர் சந்தேகித்திருக்கக்கூடும். டெரிக்கைக் காப்பாற்றுவதற்காக அவர் அந்த பாட்டிலை உடைத்திருக்கக்கூடும். பின்னர், தான் அந்தப் பாதகத்தைச் செய்யவில்லை என்று டெரிக் அப்பெண்ணை நம்ப வைத்திருந்திருக்கக்கூடும். அதைத் தொடர்ந்து, டெரிக்கை மணமுடிக்க அப்பெண் சம்மதித்திருக்கக்கூடும். ஆனாலும், அவர் அந்தத் தீர்மானத்தை இழுத்துப் பிடித்திருந்திருக்கக்கூடும். பெண்களுக்கு இப்படிப்பட்ட உள்ளுணர்வு நிறையவே உண்டு என்பது என் எண்ணம்."

சட்டர்துவைத் தன் பாத்திரம் பேச வேண்டியதைப் பேசி முடித்துவிட்டார்.

திடீரென்று, நடுக்கத்துடனகூடிய ஒரு பயங்கரப் பெருமூச்சுச் சத்தம் அங்குக் கேட்டது.

"அது என்ன சத்தம்?" என்று டாம் அதிர்ச்சியுடன் கேட்டார்.

அது எலனோரின் பெருமூச்சு என்று சட்டர்துவைத்தால் எளிதாகச் சொல்லியிருந்திருக்க முடியும். ஆனால், அங்கு அப்போது நிலவிய சூழலில் அவர் எந்தக் குழப்பத்தையும்

ஏற்படுத்த விரும்பவில்லை.

குயின் புன்னகை பூத்தார்.

"என் கார் தயாராகியிருக்கும் என்று நான் நினைக்கிறேன். டாம், உங்களுடைய விருந்தோம்பலுக்கு மிக்க நன்றி. என் நண்பர் டெரிக்கிற்காக நான் எதையோ உருப்படியாகச் செய்துள்ளதாக நான் நம்புகிறேன்."

அவர்கள் அவரை வெறுமனே வெறித்துப் பார்த்தனர்.

"டெரிக்கின் இந்த அம்சம் உங்களுக்குப் புரிபடவில்லையா? ஆப்பிள்டனின் மனைவியை அவர் அந்த அளவுக்கு நேசித்திருந்திருக்கிறார். அதுவும், ஒரு கொலை செய்யும் அளவுக்கு அவர் அப்பெண்ணைக் காதலித்திருந்திருக்கிறார்! ஆனால் தன் குற்றத்திற்கான பிரதிபலன் தனக்குக் கிடைத்துவிட்டது என்ற அவசர முடிவுக்கு வந்து அவர் தன்னையே மாய்த்துக் கொண்டார். ஆனால், இதில் அவர் தன்னை அறியாமலேயே, அக்கொலையின் பின்விளைவுகள் அனைத்தையும் ஆப்பிள்டனின் மனைவி எதிர்கொள்ளும்படி அவரை நிராதரவாக விட்டுவிட்டுச் சென்றுவிட்டார்.

"ஆனால், ஆப்பிள்டனின் மனைவிதான் நிரபராதி என்று விடுவிக்கப்பட்டுவிட்டாரே?" என்று டாம் முணுமுணுத்தார்.

"அவர்மீது சாட்டப்பட்டக் குற்றம் நிரூபிக்கப்பட முடியாமல் போனதுதான் அதற்குக் காரணம். இன்றும்கூட அப்பெண் அதன் பின்விளைவுகளை அனுபவித்துக் கொண்டிருப்பார் என்று நான் நினைக்கிறேன்."

அலெக்ஸ் தன் நாற்காலியில் மேலும் சரிந்து உட்கார்ந்து, தன் முகத்தைத் தன் கைகளுக்குள் புதைத்துக் கொண்டார்.

குயின் சட்டர்துவைத்தை நோக்கித் திரும்பினார்.

"நீங்கள் நாடகத்தில் விருப்பம் கொண்டவர், இல்லையா?"

சட்டர்துவைத் வியப்புடன் ஆமாமென்று தலையாட்டினர்.

"நீங்கள் ஹார்லிகுயின்[2] நாடகத்தைப் பார்க்க வேண்டும். அது உங்களுக்குப் பிடிக்கும் என்று நான் நினைக்கிறேன். அதன் குறியீடுகள் புரிந்து கொள்வதற்குச் சிரமமாக இருக்கும் என்றாலும், அது சுவாரசியமாக இருக்கும்," என்று சட்டர்துவைத்தை நோக்கிக் கூறிய குயின், பின் எல்லோரையும் பார்த்து, "சரி, நான் உங்கள் அனைவரிடமிருந்தும் விடைபெற்றுக் கொள்கிறேன்," என்று கூறிவிட்டு அங்கிருந்து வெளியேறினார்.

---

2 ஹார்லிகுயின் நாடகம் இங்கிலாந்தில் நடத்தப்படுகின்ற ஓர் இசை நாடகம். தமிழில் வெளிந்துள்ள அகதா கிறிஸ்டியின் 'கோடைக்கால மர்மங்கள்' என்ற சிறுகதைத் தொகுப்பில் இடம் பெற்றுள்ள 'ஹார்லிகுயினின் சந்து' சிறுகதையில் இது தொடர்பான ஒரு கதை இடம் பெற்றுள்ளது.

சட்டர்துவைத், மாடியில் தனக்கு ஒதுக்கப்பட்டிருந்த அறைக்குச் சென்றார். அங்கிருந்த சன்னலின் வழியாகக் குளிர்காற்று வந்து கொண்டிருந்ததால், அதன் திரைச்சீலையை இழுத்து மூடுவதற்காக அவர் அதன் அருகே சென்றார். கார் உள்ளே வரும் பாதை வழியாகக் குயின் நடந்து சென்று கொண்டிருந்தார். அப்போது, அந்த வீட்டின் கீழ்ப்புறம் ஒரு பக்கவாட்டுக் கதவு திறந்தது. அதற்குள்ளிருந்து ஒரு பெண் ஓடி வந்தார். சில நொடிகளுக்குக் குயினும் அந்தப் பெண்ணும் ஏதோ பேசினர். பின்னர் குயின் அவரிடமிருந்து விடைபெற்றுச் சென்றுவிட்டார். அந்தப் பெண் மீண்டும் அந்த வீட்டை நோக்கித் திரும்பி நடக்கத் துவங்கினார். அவர் சட்டர்துவைத்தின் அறையின் சன்னலுக்கு நேர்க் கீழே வந்தபோது, அவருடைய முகத்தில் தென்பட்டப் புதிய உற்சாகத்தைக் கண்டு சட்டர்துவைத் பிரமித்தார். ஒரு மகிழ்ச்சியான கனவில் லயித்திருந்த ஒரு பெண்ணைப்போல அவர் அசைந்து கொண்டிருந்தார்.

“எலனோர்!”

அலெக்ஸ் அங்கு வந்து அவருடன் இணைந்து கொண்டார்.

“எலனோர், என்னை மன்னித்துவிடு! நீ உண்மையை என்னிடம் கூறினாய். நான்தான் உன்னை முழுமையாக நம்பவில்லை...”

அடுத்தவர்களின் விவகாரங்களைத் தெரிந்து கொள்வது சட்டர்துவைத்துக்கு மிகவும் பிடிக்கும் என்றாலும், அவர் ஒரு கனவான். அதனால், தன் அறையின் சன்னலை உடனடியாகச் சாத்த வேண்டும் என்ற உந்துதல் அவருக்கு ஏற்பட்டது. அதனால் அதை அவர் சாத்தினார்.

ஆனால், அதை அவர் மிகவும் மெதுவாகச் சாத்தினார்.

அதனால், அவருக்கு எலனோரின் குரல் கேட்டது. அக்குரல் தனித்துவமானதாகவும் விவரிக்கப்பட முடியாததாகவும் இருந்தது.

“எனக்குப் புரிகிறது. அலெக்ஸ், நீங்கள் ஒரு நரகத்தில் வாழ்ந்து கொண்டிருந்தீர்கள். நானும் ஒரு காலத்தில் அப்படிப்பட்ட ஒரு நரகத்தில்தான் வாழ்ந்து கொண்டிருந்தேன். அளப்பரிய காதல் இருந்தது உண்மைதான். ஆனால் நம்பிக்கையும் சந்தேகமும் மாற்றி மாற்றி அங்குத் தாண்டவமாடிக் கொண்டிருந்தன. அலெக்ஸ், இதை நான் அறிவேன். ஆனால், அதைவிட மோசமான நரகம் ஒன்று இருக்கிறது. நான் உங்களோடு வாழ்ந்து வந்துள்ள வாழ்க்கைதான் அது. உங்களை ஆக்கிரமித்துக் கொண்டிருந்த சந்தேகப் பிசாசும், என்னைக் குறித்தப் பயமும் நம் காதலில் பெரும் நச்சைக்

கலந்துவிட்டன. இன்று இங்கு எதேச்சையாக வந்த அந்த அந்நியர் என்னைக் காப்பாற்றிவிட்டார். என்னால் இதை இனியும் தாங்கிக் கொள்ள முடியாது. அலெக்ஸ், இன்று இரவு என்னை நான் மாய்த்துக் கொள்ளத் திட்டமிட்டிருந்தேன். . ."

பாக்தாத் பேழை மர்மம்

'பாக்தாத் பேழை மர்மம்.' இந்த வார்த்தைகள், ஒரு வசீகரமான பத்திரிகைத் தலைப்பாக இருந்தது என்பதில் சந்தேகமில்லை. என்னுடைய இந்தக் கண்ணோட்டத்தை என் நண்பர் ஹெர்க்கியூல் புவாரோவிடம் நான் பகிர்ந்து கொண்டேன். அச்செய்தியில் இடம் பெற்றிருந்த எவரையும் எனக்குத் தெரியாது. ஒரு சாதாரணக் குடிமகனுக்கு இப்படிப்பட்டச் செய்திகளில் எத்தகைய ஆர்வம் இருக்குமோ அதே ஆர்வம்தான் எனக்கு இருந்தது. புவாரோவும் அதை ஒத்துக் கொண்டார்.

"ஆமாம். இதில் கீழைநாட்டுச் சுவையும் மர்மச் சுவையும் இழையோடுகின்றன. அந்தப் பேழை உள்ளூரில் தயாரிக்கப்பட்ட ஒரு போலியாகக்கூட இருக்கலாம். ஆனாலும் அந்தப் பத்திரிகையாளர் அதை 'பாக்தாத் பேழை' என்று அழைக்கத் துணிந்திருக்கிறார். இந்தத் தலைப்பில் மர்மம் என்ற வார்த்தையை அவர் சாதுரியமாக நுழைத்திருக்கிறார். இந்த விவகாரத்தில் பெரிதாக மர்மம் ஏதும் இருப்பதாக எனக்குத் தோன்றவில்லை," என்றார் புவாரோ.

"சரியாகச் சொன்னீர்கள். இதில் பயங்கரமும் கொடூரமும்தான் இருக்கின்றன, மர்மம் எதுவும் இல்லை."

புவாரோ ஏதோ யோசித்தபடி, "பயங்கரமும் கொடூரமும்." என்று முணுமுணுத்தார்.

"இந்த விவகாரம் வயிற்றைப் புரட்டுகின்ற ஒன்றாக இருக்கிறது," என்று கூறிய நான், என் இருக்கையைவிட்டு எழுந்து அந்த அறையின் குறுக்கும் நெடுக்குமாக நடந்தேன். "இந்தக் கொலைகாரன், ஒருவனை – தன்னுடைய நண்பனை – கொலை செய்து, அந்த அறையில் இருக்கின்ற ஒரு பெரிய பேழையில்

அவனுடைய பிணத்தைத் தூக்கிப் போட்டுவிடுகிறான். அரை மணிநேரம் கழித்து, அதே அறையில், சாகடிக்கப்பட்டவனின் மனைவியுடன் அவன் நடனமாடுகிறான். யோசித்துப் பாருங்கள்! அந்த அறையிலேயே அவளுடைய கணவனின் பிணம் இருப்பதை அவள்–"

"உண்மைதான்," என்று புவாரோ ஏதோ யோசனையுடன் கூறினார். "ஆனால், பெண்களிடம் இருப்பதாகப் பெரிதும் சிலாகிக்கப்படுகின்ற உள்ளுணர்வு இங்குப் பெரிதாக வேலை செய்துள்ளதுபோலத் தெரியவில்லையே."

"அவர்களுடைய கேளிக்கை சிறப்பாகச் சென்று கொண்டிருந்ததுபோலத் தோன்றுகிறது," என்று நான் ஒரு லேசான நடுக்கத்துடன் கூறினேன். "அவர்கள் நடனமாடிக் கொண்டும் சீட்டு விளையாடிக் கொண்டும் இருந்த நேரத்தில், அதே அறையில், மரணித்திருந்த ஒரு மனிதனும் இருந்திருக்கிறான். இதை அடிப்படையாக வைத்து ஒரு நாடகமே எழுதிவிடலாம்போல இருக்கிறது."

"அந்தப் பின்னணியில் ஏற்கனவே பல நாடகங்களும் கதைகளும் எழுதப்பட்டுவிட்டன," என்று புவாரோ கூறினார். "ஆனால், ஹேஸ்டிங்ஸ், நீங்கள் மனம் தளரத் தேவையில்லை," என்று வாஞ்சையுடன் அவர் தொடர்ந்தார். "ஒரு யோசனை ஒரு முறை பயன்படுத்தப்பட்டுவிட்டதாலேயே மீண்டும் பயன்படுத்தப்படக்கூடாது என்று அர்த்தமில்லை. உங்களுடைய படைப்பை வடிக்கத் துவங்குங்கள்."

நான் மேசையில் கிடந்த செய்திப் பத்திரிகையை எடுத்து, அதில் இடம் பெற்றிருந்த அந்த மங்கலான புகைப்படத்தைப் பார்த்தேன்.

"அந்தப் பெண் அழகாக இருந்திருக்க வேண்டும் என்பது இந்த மங்கலான புகைப்படத்திலிருந்தே தெரிகிறது," என்று நான் மெதுவாகக் கூறினேன்.

அந்தப் புகைப்படத்திற்குக் கீழே இவ்வாறு எழுதப்பட்டிருந்தது:

கொலை செய்யப்பட்ட நபரின் மனைவியான திருமதி கிளேட்டனின் சமீபத்திய புகைப்படம்

புவாரோ அந்தப் பத்திரிகையை என்னிடமிருந்து வாங்கினார்.

"ஆமாம். இவர் அழகாகத்தான் இருக்கிறார்," என்று அவர் கூறினார். "மனிதர்களின் ஆன்மாக்களை அலைக்கழிக்கும் அழகுடன் பிறப்பவர்களில் ஒருவர்போல அவர் தோன்றுகிறார்."

ஒரு பெருமூச்சுடன் அப்பத்திரிகையை அவர் என்னிடம்

திருப்பிக் கொடுத்தார்.

"கடவுள் புண்ணியத்தில், நான் எளிதில் உணர்ச்சிக்கு அடிமையாகின்ற நபர் அல்லன். பல நேரங்களில், நான் இக்கட்டான நிலைகளில் மாட்டிக் கொள்ளாமல் இருக்க அது எனக்கு உதவியுள்ளது."

அதற்குப் பிறகு நாங்கள் அந்த விவகாரத்தைப் பற்றி மேலும் பேசியதாக எனக்கு நினைவில்லை. புவாரோ அப்போது அதில் பெரிதாக ஆர்வம் காட்டவில்லை. கிடைத்திருந்த தகவல்கள் தெளிவாக இருந்தன. அதனால், அதைப் பற்றிய ஒரு விவாதம் அர்த்தமற்றதாகத் தோன்றியது.

எட்வர்டு கிளேட்டன், அவருடைய மனைவி மார்கரிட்டா, மேஜர் ஜாக் ரிச் ஆகிய மூவரும் நீண்டகால நண்பர்கள். கேள்விக்குரிய அந்த நாளான மார்ச் 10 அன்று இரவு, ஜாக் தன் வீட்டில் அளித்த ஒரு விருந்துக்குக் கிளேட்டன் தம்பதியரையும் அழைத்திருந்தார். அவர்களும் அந்த அழைப்பை ஏற்றுக் கொண்டிருந்தனர். ஆனால், அன்று இரவு சுமார் ஏழரை மணியளவில், கிளேட்டன் தன்னுடைய நண்பர் மேஜர் கர்ட்டிஸுடன் சேர்ந்து மது அருந்திக் கொண்டிருந்தபோது, ஸ்காட்லாந்துக்கு உடனே வரும்படி தனக்கு அழைப்பு வந்திருந்ததாகவும், அதனால் அன்றிரவு 8 மணி இரயிலில் தான் கிளம்பவிருந்ததாகவும் அவர் கர்ட்டிஸிடம் கூறினார்.

"இப்போது நேரம் குறைவாக இருப்பதால், நான் நேராக ஜாக்கிடம் சென்று என் நிலைமையை எடுத்துரைத்துவிட்டு, அங்கிருந்து உடனடியாகக் கிளம்பப் போகிறேன்," என்று கிளேட்டன் தன் நண்பரிடம் கூறினார். "மார்கரிட்டா அவசியம் அந்த விருந்துக்குச் செல்வாள். அவள் தனியாக அதில் கலந்து கொள்ள வேண்டியிருக்கும் என்றாலும், அவள் என் நிலைமையைப் புரிந்து கொள்வாள்."

கிளேட்டன் தன் நண்பரிடம் கூறியபடியே ஜாக்கின் வீட்டுக்குச் சென்றார். அவர் அங்குச் சென்றபோது இரவு 7.40 மணி. அப்போது ஜாக் வெளியே சென்றிருந்தார். அவருடைய வேலைக்காரனுக்குக் கிளேட்டனை நன்றாகத் தெரியும் என்பதால், வீட்டுக்குள் வந்து அவருக்காகக் காத்திருக்கும்படி அவன் கிளேட்டனிடம் கூறினான். ஆனால், தனக்கு நேரமில்லை என்றும், தான் ஒரு இரயிலைப் பிடிக்கும் அவசரத்தில் இருந்ததாகவும் கூறிய கிளேட்டன், உள்ளே வந்து ஜாக்குக்கு ஒரு குறிப்பு மட்டும் எழுதி வைத்துவிட்டுச் செல்வதாக அவனிடம் கூறினார்.

அதனால், அவன் கிளேட்டனை அவ்வீட்டின் வரவேற்பறைக்கு அழைத்துச் சென்றான்.

சுமார் ஐந்து நிமிடங்கள் கழித்து, ஜாக் அந்த வரவேற்பறையிலிருந்து வெளியே வந்தார். அவர் தன் வேலைக்காரனை அழைத்து, தனக்குச் சிகரெட்டுகள் வாங்கி வரும்படி அவனிடம் கூறினார். தன் எஜமான் வீடு திரும்பியிருந்ததைத் தான் கவனித்திருக்கவில்லைபோலும் என்று நினைத்தபடி, அவன் சிகரெட் வாங்க வெளியே சென்றான். அவன் திரும்பி வந்தபோது, வரவேற்பறையில் தன் எஜமான் மட்டும் இருந்ததைப் பார்த்த அவன், கிளேட்டன் அங்கிருந்து கிளம்பிச் சென்றிருக்க வேண்டும் என்று நினைத்துக் கொண்டான்.

சிறிது நேரத்தில், ஜாக்கின் வீட்டிற்கு விருந்தாளிகள் வரத் துவங்கினர். அவர்களில் மார்கரிட்டா, மேஜர் கர்ட்டிஸ், ஸ்பென்ஸ் தம்பதியர் ஆகியோர் அடங்குவர். அன்று இரவு அவர்கள் கிராமோபோனில் பாடல்களை ஓடவிட்டு நடனமாடினர். பின்னர் அவர்கள் சீட்டு விளையாடினர். வந்த விருந்தாளிகள் அனைவரும் நள்ளிரவு கடந்தவுடன் அங்கிருந்து கிளம்பிவிட்டனர்.

மறுநாள் காலையில் வரவேற்பறையைச் சுத்தம் செய்ய வந்த அந்த வேலைக்காரன், அந்த அறையிலிருந்த பேழைக்கு அருகேயும் கீழேயும் ஏதோ ஆழமான கறை படிந்திருந்ததைக் கண்டு வெலவெலத்துப் போனான். அந்தப் பேழையை, கிழக்கத்திய நாடுகளுக்குச் சென்று திரும்பியபோது ஜாக் தன்னுடன் கொண்டு வந்திருந்தார். அது ‘பாக்தாத் பேழை’ என்று அழைக்கப்பட்டது.

உள்ளுணர்வுரீதியாகத்தூண்டப்பட்ட அந்தவேலைக்காரன், அந்தப் பேழையின் மூடியைத் திறந்து உள்ளே எட்டிப் பார்த்தான். இதயத்தில் கத்தியால் குத்தப்பட்டிருந்த ஒருவனின் உடல் அப்பேழைக்குள் மடித்துத் திணிக்கப்பட்டிருந்ததைக் கண்டு அவன் குலை நடுங்கிவிட்டான்.

பயத்தில் மிரண்டு போயிருந்த அந்த வேலைக்காரன், உடனடியாக அருகேயிருந்த காவல் நிலையத்திற்குச் சென்று காவலர்களை அழைத்து வந்தான். அந்தப் பேழையில் பிணமாகக் கிடந்தது கிளேட்டன் என்பது கண்டுபிடிக்கப்பட்டது. சிறிது நேரத்திலேயே மேஜர் ஜாக் ரிச் கைது செய்யப்பட்டார். ஆனால், ஜாக் எல்லாவற்றையும் உறுதியாக மறுத்தார். முந்தைய நாள் தான் கிளேட்டனைப் பார்க்கவே இல்லை என்றும், கிளேட்டன் ஸ்காட்லாந்திற்குச் செல்லவிருந்தது குறித்து அவருடைய மனைவியிடமிருந்துதான் தான் தெரிந்து கொண்டதாகவும் அவர் கூறினார்.

இவைதாம் அந்த விவகாரத்தின் அப்பட்டமான உண்மைத்

தகவல்கள். அவதூறுப் பேச்சுகளுக்கும் ஊகங்களுக்கும் பஞ்சமிருக்கவில்லை. ஜாக்கிற்கும் மார்கரிட்டாவுக்கும் இடையே நிலவிய நெருக்கமான நட்பும் அன்னியோன்யமும் தேவைக்கு அதிகமாக அடிக்கோடிட்டுக் காட்டப்பட்டிருந்த விதத்தைப் பார்த்தால், அடிமுட்டாளுக்குக்கூட, மறைமுகமாகப் பத்திரிகைகள் என்ன சொல்ல வந்தன என்பது புரிந்துவிடும். அந்தக் கொலைக் குற்றத்திற்கான நோக்கம் வெளிப்படையாகவே சுட்டிக்காட்டப்பட்டது.

எந்தவிதமான அடிப்படையுமின்றி ஒருவர்மீது சேற்றை வாரி இறைப்பதைக் கொஞ்சம் சந்தேகக் கண் கொண்டுதான் பார்க்க வேண்டும் என்று என்னுடைய நீண்ட அனுபவம் எனக்குக் கற்றுக் கொடுத்துள்ளது. சுட்டிக்காட்டப்பட்டிருந்த நோக்கம் உண்மையில் இல்லாமல்கூட இருக்கலாம். வேறு ஏதாவது ஒரு காரணம் இதைத் துரிதப்படுத்தியிருந்திருக்கலாம். ஆனால், ஒரு விஷயம் மிகத் தெளிவாக இருந்தது - கொலையாளி மேஜர் ஜாக்தான்!

புவாரோவும் நானும் ஆலிஸ் சாட்டர்டன் சீமாட்டி அளித்த ஓர் இரவு விருந்துக்குச் செல்லாமல் இருந்திருந்தால், இந்த விவகாரம் இத்துடன் முற்றுப் பெற்றிருக்கும்.

புவாரோ ஒரு தனிமை விரும்பியாக இருந்தாலும், சமூக நிகழ்வுகள் குறித்துப் புலம்பினாலும், இது போன்ற விருந்து நிகழ்ச்சிகளை அவர் வெகுவாக விரும்பினார். அவர் முதலில் வெற்று ஆர்ப்பரிப்புகள் செய்தாலும், தான் ஒரு சிங்கம்போல நடத்தப்பட்டதை அவர் இரசிக்கவே செய்தார்.

சில நிகழ்வுகளில் அவர் வெளிப்படையாகவே தன் திருப்தியைக் காட்டிக் கொள்வார். சில வேளைகளில், அவருடைய தகுதிக்கு மீறி அவர் எக்கச்சக்கமாகப் புகழப்பட்டபோதும், அப்புகழுரைகளைக் கொஞ்சங்கூடச் கூச்சமின்றி அவர் ஏற்றுக் கொண்டதை நான் பார்த்திருக்கிறேன். மேலும், அவர் அதற்கு ஆணவத்துடன் பதிலளித்தும் நான் பார்த்துள்ளேன்.

சில நேரங்களில் இது போன்ற விஷயங்களில் அவர் என்னிடம் விதண்டாவாதம் புரிவார்.

“நண்பரே, நான் ஒன்றும் ஓர் ஆங்கிலேயன் அல்லன். நான் எதற்காக வெளிவேடம் போட வேண்டும்? வெளிவேடம் போடுபவர்கள் ஆங்கிலேயர்களாகிய நீங்கள்தாம். மிகக் கடினமான சூழலில் தன் விமானத்தை வெற்றிகரமாக ஓட்டித் தரையிறக்கிய ஒரு விமானியோ அல்லது ஒரு டென்னிஸ் சாம்பியனோ வெற்றிக் களிப்பில் தங்கள் நெஞ்சை நிமிர்த்தி நின்றாலும், வெளியே, “இது ஒன்றும்

பிரமாதமான காரியமில்லை," என்று கூறுவர். ஆனால், உண்மையிலேயே அவர்கள் தங்களைப் பற்றி அப்படித்தான் நினைத்துக் கொண்டிருப்பார்களா? நிச்சயமாக இல்லை. அது போன்ற காரியங்களை வேறு யாராவது செய்திருந்தால் அவர்களை அவர்கள் பிரமிப்புடன்தானே பார்ப்பார்கள்? அதுபோலத்தான் அவர்கள் தங்களையும் பார்ப்பர். ஆனால், அவர்கள் வளர்க்கப்பட்ட விதம், அவர்கள் வெளிப்படையாக அதைச் சொல்வதைத் தடுக்கிறது. ஆனால், நான்? நான் அப்படிக் கிடையாது. என்னிடம் இருக்கின்ற திறமைகள் வேறு யாரிடமாவது இருந்தால், நான் அவர்களுக்கு சல்யூட் அடித்து அவர்களுக்கு மரியாதை செய்வேன். ஆனால், என் துறையில் என் அருகேகூட வேறு எவராலும் நெருங்க முடியாது. அதனால், நான் வெளிவேடம் எதுவும் போடாமல், நான் ஒரு தலைசிறந்த மனிதன் என்று தாராளமாக ஒப்புக் கொள்கிறேன். ஒழுங்குமுறை, செயல்முறை, உளவியல் அறிவு ஆகியவை என்னிடம் அசாதாரணமான அளவில் இருக்கின்றன. ஏனெனில், நான் ஹெர்கியூல் புவாரோ! அப்படியிருக்கும்போது, நான் எதற்காக, முகம் சிவக்க, வாய் குழற, நான் ஒரு முட்டாள் என்று முணுமுணுக்க வேண்டும்? அது உண்மை அல்லவே?"

"ஹெர்கியூல் புவாரோவுக்கு நிகர் ஹெர்கியூல் புவாரோதான் என்பதில் சந்தேகமில்லை," என்று நான் ஒத்து ஊதினேன். நல்லவேளையாக, என் குரலில் தெறித்துக் கொண்டிருந்த எள்ளலை அவர் கவனிக்கவில்லை.

புவாரோவைத்தலையில்தூக்கிவைத்துக்கூத்தாடியவர்களில் ஒருவர் ஆலிஸ். பீக்கிங்கீஸ் என்ற ஜாதிநாயின் புதிரான நடத்தைக்குப் புவாரோ விளக்கம் கொடுத்த விதத்தையும், ஒரு சங்கிலியைக் கண்டுபிடித்ததன் மூலம், வீடு புகுந்து திருடிய ஒரு மிகப் பெரிய திருடனைப் புவாரோவால் கண்டுபிடிக்க முடிந்ததையும் வைத்து, ஆலிஸ் புவாரோவின் அபிமானியாக ஆனார். அதிலிருந்து, காதைப் பிளக்கும் அளவுக்கு அவர் புவாரோவின் புகழைச் சத்தமாகப் பாடி வந்திருந்தார்.

விருந்துகளின்போது புவாரோவை அவதானிப்பது கண்கொள்ளா காட்சியாக இருக்கும். விருந்துக்கென்றே அணியப்படுகின்ற வடிவான உடை, அழகான வெள்ளை நிற 'டை', சீராக வகிடெடுக்கப்பட்ட அவருடைய தலைமுடி, அவர் தன் தலையில் தடவிக் கொண்ட தைலத்தின் பளபளப்பு, மிகவும் கவனமாகப் பேணப்பட்டு வந்த, பிரசித்த பெற்ற அவருடைய மீசையின் முறுக்கு ஆகிய அனைத்தும் சேர்ந்து, தன் தோற்றம் குறித்தும் தான் அணியும் ஆடைகள் குறித்தும்

அதீத கவனம் செலுத்துகின்ற ஒரு மனிதரை நம் கண் முன் கொண்டுவந்து நிறுத்தும்.

சுமார் பதினொன்றரை மணியளவில், ஆலிஸ், புவாரோவை அவருடைய அபிமானிகளிடமிருந்து பிரித்தெடுத்துத் தனியாக அழைத்துச் சென்றார். நானும் ஓர் அழையா விருந்தாளியாக அவர்களுடன் ஒட்டிக் கொண்டேன்.

நாங்கள் மற்ற விருந்தினர்களிடமிருந்து விலகி வந்தவுடன், ஆலிஸ் புவாரோவிடம், "தயவு செய்து மாடியிலுள்ள என் அறைக்குச் செல்லுங்கள்," என்று கூறினார். "என் அறை எங்கு இருக்கிறது என்று உங்களுக்குத் தெரியும்தானே? உங்கள் உதவி மிகவும் தேவைப்படுகின்ற ஒரு பெண் அங்கே பரிதவிப்புடன் உங்களுக்காகக் காத்துக் கொண்டிருக்கிறாள். அவள் என்னுடைய நெருங்கிய தோழி. அதனால், முடியாது என்று மட்டும் கூறிவிடாதீர்கள்."

புவாரோவுக்கு முன்னால் உற்சாகத்துடன் நடந்து சென்ற ஆலிஸ், ஓர் அறையின் கதவைத் திறந்தார். பிறகு அவர் அங்கிருந்த பெண்ணிடம், "மார்கரிட்டா, இதோ அவரைக் கூட்டி வந்துள்ளேன். நீ கேட்கின்ற உதவியை அவர் செய்வார்," என்று கூறினார். பின்னர் அவர் புவாரோவின் பக்கம் திரும்பி, "கிளேட்டனின் மனைவிக்கு நீங்கள் உதவுங்கள்," என்று கேட்டுக் கொண்டார்.

புவாரோவின் மௌனத்தை சம்மதமாக எடுத்துக் கொண்டு, ஆலிஸ் அதே உற்சாகத்துடன் அங்கிருந்து அகன்றார்.

மார்கரிட்டா அந்த அறையின் சன்னலோரமாகப் போடப்பட்டிருந்த ஒரு நாற்காலியில் அமர்ந்திருந்தார். எங்களைக் கண்டதும் அவர் உடனே எழுந்து எங்களை நோக்கி வந்தார். துக்கம் கொண்டாடும்போது அணியப்படுகின்ற கருப்பு நிற உடையை அவர் அணிந்திருந்தார். அது அவருடைய வெள்ளை நிறத்தைத் தூக்கிக் காட்டியது. அவர் மிகவும் அழகாக இருந்தார். அதோடு, அவரிடமிருந்து வெளிப்பட்டக் குழந்தைத்தனமான வெகுளித்தனம் அவருடைய வசீகரத்தை மேலும் கூட்டியது.

"ஆலிஸ் கனிவானவர். இந்தச் சந்திப்பை அவர்தான் ஏற்பாடு செய்து கொடுத்தார். நீங்கள் எனக்குக் கண்டிப்பாக உதவுவீர்கள் என்று அவர் கூறினார். எனக்கு நீங்கள் உதவுவீர்களா இல்லையா என்பது எனக்குத் தெரியாது. ஆனால், உதவுவீர்கள் என்று நான் நம்பிக் கொண்டிருக்கிறேன்," என்று மார்கரிட்டா கூறினார்.

பிறகு அவர் தன் கரங்களைப் புவாரோவை நோக்கி நீட்டினார். அவற்றைப் பற்றிக் கொண்ட புவாரோ,

ஓரிரு கணங்கள் அவரை உன்னிப்பாகக் கவனித்தபடி நின்றார். புவாரோவின் செய்கையில் பண்பற்ற நடத்தை எதுவும் இருக்கவில்லை. மாறாக, அவரிடம் வருகின்ற புதிய வாடிக்கையாளர்களை அவர் எடைபோடும்போது பொதுவாக எப்படி நடந்து கொள்வாரோ, அப்படித்தான் மார்கரிட்டாவிடமும் அவர் நடந்து கொண்டார்.

இறுதியில், "என்னால் உங்களுக்கு உதவ முடியும் என்று நீங்கள் உண்மையிலேயே நம்புகிறீர்களா?" என்று புவாரோ கேட்டார்.

"ஆலிஸ் அப்படித்தான் சொன்னார்."

"அது எனக்குப் புரிகிறது. மேடம், நான் உங்களுடைய அபிப்பிராயத்தைக் கேட்கிறேன்."

மார்கரிட்டாவின் கன்னங்கள் இலேசாகச் சிவந்தன.

"நீங்கள் என்ன அர்த்தத்தில் இப்படிக் கேட்கிறீர்கள் என்பது எனக்குப் புரியவில்லை."

"நான் என்ன செய்ய வேண்டும் என்று நீங்கள் எதிர்பார்க்கிறீர்கள் என்ற அர்த்தத்தில்தான் நான் அப்படிக் கேட்டேன்."

"உங்களுக்கு – உங்களுக்கு – நான் யார் என்பது தெரியும்தானே?"

"நிச்சயமாக."

"அப்படியானால், உங்களிடம் நான் என்ன கேட்கப் போகிறேன் என்பதை உங்களால் எளிதில் ஊகிக்க முடியும். புவாரோ… கேப்டன் ஹேஸ்டிங்ஸ்…" மார்கரிட்டாவுக்கு நான் யார் என்பது தெரிந்திருந்தது எனக்கு இதமாக இருந்தது. "மேஜர் ஜாக் என் கணவரைக் கொல்லவில்லை."

"அவர் ஏன் கொன்றிருக்கக்கூடாது?"

"நீங்கள் என்ன சொல்கிறீர்கள்?"

மார்கரிட்டாவுக்கு ஏற்பட்ட அசௌகரியத்தைக் கண்டு புவாரோ புன்னகைத்தார்.

" 'அவர் ஏன் கொன்றிருக்கக்கூடாது?' என்று நான் கேட்டேன்," என்று புவாரோ தன் கேள்வியை மீண்டும் கூறினார்.

"நீங்கள் கேட்பது எனக்குப் புரியவில்லை."

"இதில் புரியாததற்கு என்ன இருக்கிறது? காவல்துறையினரும் வழக்கறிஞர்களும் 'மேஜர் ஜாக் ஏன் கிளேட்டனைக் கொன்றார்?' என்ற கேள்வியைத்தான் எழுப்புவர். நான் உங்களிடம் அதற்கு நேரெதிரான கேள்வியைக் கேட்கிறேன்: 'ஜாக் ஏன் கிளேட்டனைக் கொல்லவில்லை?' "

"அவர் கொன்றிருக்க மாட்டார் என்று நான் எப்படி

அவ்வளவு உறுதியாகச் சொல்கிறேன் என்று கேட்க வருகிறீர்களா? அது எனக்குத் தெரியாது. ஆனால், எனக்கு ஜாக்கை மிகவும் நன்றாகத் தெரியும்.”

“உங்களுக்கு ஜாக்கை மிகவும் நன்றாகத் தெரியும்!” மார்கரிட்டா கூறியதையே புவாரோ அவரிடம் திருப்பிக் கூறினார். புவாரோவின் குரல் எந்த உணர்ச்சியையும் வெளிப்படுத்தவில்லை.

மீண்டும் மார்கரிட்டாவின் கன்னங்கள் சிவந்தன.

“ஆமாம். எல்லோரும் அப்படித்தான் சொல்வார்கள். எல்லோரும் அப்படித்தான் நினைப்பார்கள். அதை நான் அறிவேன்.”

“மேடம், ஜாக்கை உங்களுக்கு எவ்வளவு நெருக்கமாகத் தெரியும் என்று அவர்கள் கேட்பார்கள். ஒருவேளை நீங்கள் உண்மையைப் பேசலாம். அல்லது பொய்யுரைக்கலாம். ஒரு பெண் பொய்யுரைக்க வேண்டியது மிகவும் அவசியம். அது ஒரு நல்ல ஆயுதம். ஆனால், மூன்று பேரிடம் மட்டும் ஒரு பெண் எப்போதும் உண்மையையே பேச வேண்டும்: பாவ மன்னிப்பு கோருவதற்கு அவள் நாடுகின்ற பாதிரியார், அவளுடைய சிகையலங்கார நிபுணர், மற்றும் அவளுடைய தனிப்பட்டத் துப்பறிவாளர் – அவள் அவரை நம்பும் பட்சத்தில்! மேடம், நீங்கள் என்னை நம்புகிறீர்களா?”

மார்கரிட்டா ஒரு நீண்ட பெருமூச்சு விட்டார். “ஆமாம். நான் உங்களை நம்புகிறேன்,” என்று கூறிய அவர், கூடவே, “நான் நம்பித்தான் ஆக வேண்டும்,” என்று சிறுபிள்ளைத்தனமாகக் கூறினார்.

“அப்படியானால், ஜாக்கை உங்களுக்கு எவ்வளவு நெருக்கமாகத் தெரியும்?”

மார்கரிட்டா ஒரு கணம் புவாரோவை மௌனமாகப் பார்த்தார். பிறகு அவர் துணிச்சலாகத் தன் மோவாயை உயர்த்தினார்.

“நான் உங்களுடைய கேள்விக்கு நேரடியாகவே பதிலளிக்கிறேன். இரண்டு ஆண்டுகளுக்கு முன்பு ஜாக்கை முதன்முதலாகப் பார்த்தக் கணத்திலேயே நான் அவரைக் காதலிக்கத் துவங்கிவிட்டேன். சமீப காலமாக அவரும் என்னைக் காதலிக்கத் துவங்கியிருந்தார் என்ற நினைப்பு எனக்கு ஏற்பட்டிருந்தது. ஆனால, அவர் ஒருபோதும் தன் வாயைத் திறந்து அதைச் சொன்னதில்லை.”

“சரி,” என்று புவாரோ கூறினார். “நீங்கள் கால் மணிநேரத்திற்கு மேல் என் நேரத்தை மிச்சப்படுத்திவிட்டீர்கள். இல்லையெனில், இந்த பதிலை உங்களிடமிருந்து பெறுவதற்குச் சுற்றி வளைத்துப்

பேச வேண்டிய நிலைக்கு நான் தள்ளப்பட்டிருப்பேன். நீங்கள் புத்திசாலித்தனமாக நடந்து கொள்கிறீர்கள். இப்போது நாம் உங்களுடைய கணவரின் விஷயத்திற்கு வருவோம். அவருக்கு உங்கள்மீது சந்தேகம் ஏற்பட்டிருந்ததா?"

"எனக்குச் சரியாகத் தெரியவில்லை," என்று மார்கரிட்டா மெதுவாகக் கூறினார். "சமீப காலமாக அவர் சந்தேகிக்கத் துவங்கியிருந்திருக்கலாம் என்று நான் நினைத்தேன். அவருடைய நடத்தை வித்தியாசமாக இருந்து வந்தது... ஆனால், அது என்னுடைய கற்பனையாகக்கூட இருந்திருக்கலாம்."

"வேறு யாருக்குமே இதைப் பற்றித் தெரியாது, அப்படித்தானே?"

"ஆமாம். நான் அப்படித்தான் நினைக்கிறேன்."

"மேடம், நான் இப்படிக் கேட்பதற்கு என்னை மன்னித்துக் கொள்ளுங்கள். நீங்கள் உங்களுடைய கணவரைக் காதலிக்கவில்லையா?"

அக்கேள்விக்கு வெகு சில பெண்களே இப்பெண்மணியைப்போல இப்படி நேரடியாக பதிலளித்திருப்பார்கள் என்று நான் நினைக்கிறேன். அவர்கள் தங்களுடைய உணர்ச்சிகளை விவரிக்க முயன்றிருப்பார்கள்.

மார்கரிட்டா வெறுமனே இவ்வாறு பதிலளித்தார்: "இல்லை."

"சரி, விஷயங்கள் இப்போது தெளிவாகியுள்ளன. உங்களைப் பொறுத்தவரை, ஜாக் உங்களுடைய கணவரைக் கொல்லவில்லை. ஆனால், அனைத்துச் சாட்சியங்களும் அவருக்கு எதிராக இருக்கின்றன என்பதை நீங்கள் உணர்ந்திருப்பீர்கள் என்று நான் நம்புகிறேன். உங்களுடைய கண்ணோட்டத்தில் அந்தச் சாட்சியங்களில் ஏதாவது குறைபாடு இருக்கிறதா?"

"இல்லை. எனக்குத் தெரிந்தவரை எதுவும் இல்லை."

"தான் ஸ்காட்லாந்துக்குச் செல்லவிருந்த செய்தியை உங்கள் கணவர் உங்களிடம் எப்போது முதன்முதலாகக் கூறினார்?"

"மதிய உணவு சாப்பிட்டு முடித்தப் பிறகு. அது ஒரு சலிப்பான வேலைதான் என்றாலும் தான் கண்டிப்பாகச் சென்றாக வேண்டும் என்று அவர் என்னிடம் கூறினார். நில மதிப்புகள் தொடர்பான விஷயம் என்று அவர் தெரிவித்தார்."

"அதற்குப் பிறகு?"

"அவர் தன் கிளப்புக்குச் சென்றுவிட்டார் என்று நான் நினைக்கிறேன். அதற்குப் பிறகு நான் அவரைப் பார்க்கவில்லை."

"இப்போது நாம் ஜாக்கிடம் வருவோம். அன்று இரவு

அவருடைய நடத்தை எப்படி இருந்தது? அவர் வழக்கமாக இருப்பதைப்போலவே இருந்தாரா?"

"ஆமாம். நான் அப்படித்தான் நினைக்கிறேன்."

"ஆனால், உங்களால் அதை உறுதியாகச் சொல்ல முடியாது, அப்படித்தானே?"

மார்கரிட்டாவின் புருவங்கள் உயர்ந்தன.

"ஜாக் அன்று சிறிது இறுக்கமாக இருந்தார். அவர் மற்றவர்களிடம் அப்படி இருக்கவில்லை. என்னிடம் மட்டும் அப்படி இருந்தார். ஆனால், அப்படி அவர் நடந்து கொள்வதற்கான காரணம் எனக்குத் தெரியும் என்று நான் நினைத்தேன். உங்களுக்கு நான் சொல்ல வருவது புரியும் என்று நான் நினைக்கிறேன். அவர் இறுக்கமாக இருந்தார் என்று கூறுவதற்குப் பதிலாக, அவர் ஏதோ யோசனையில் இருந்தார் என்று கூறுவது பொருத்தமாக இருக்கும். அதற்கும் கிளேட்டனுக்கும் தொடர்பு இருந்ததாக நான் நினைக்கவில்லை. கிளேட்டன் ஸ்காட்லாந்துக்குத் திடீரென்று சென்றுவிட்டார் என்பதை அறிந்தபோது அவர் வியப்படைந்தார் என்றாலும், அவர் அதைப் பெரிதாக எடுத்துக் கொள்ளவில்லை."

"அன்றைய இரவில் அசாதாரணமான வேறு எதுவும் உங்களுக்கு நிகழவில்லை, அப்படித்தானே?"

மார்கரிட்டா ஒரு கணம் யோசித்தார்.

"இல்லை. அப்படி எதுவும் நிகழவில்லை."

"அந்தப் பேழையை நீங்கள் கவனித்தீர்களா?"

மார்கரிட்டா சிறிது நடுக்கத்துடன், இல்லை என்பதுபோலத் தலையாட்டினார்.

"அது எப்படி இருந்தது என்பதுகூட எனக்கு நினைவில்லை. அன்று நாங்கள் சீட்டுக் கச்சேரியில்தான் அதிக நேரம் ஈடுபட்டிருந்தோம்."

"சீட்டு விளையாட்டில் யார் வெற்றி பெற்றார்கள்?"

"மேஜர் ஜாக் ரிச். அன்று எனக்கு அதிர்ஷ்டம் வாய்க்கவில்லை. மேஜர் கர்ட்டிஸுக்கும் அப்படித்தான். ஸ்பென்ஸ் தம்பதியர் ஓரளவுக்கு வென்றனர். ஆனால், அன்று அதிகமாக வெற்றி பெற்றது ஜாக்தான்."

"விருந்து எப்போது முடிவுக்கு வந்தது?"

"நள்ளிரவு பன்னிரண்டரை இருக்கும் என்று நினைக்கிறேன். பிறகு அங்கிருந்து நாங்கள் எல்லோரும் ஒன்றாகக் கிளம்பிவிட்டோம்."

"ஓ!" என்று கூறிய புவாரோ, ஏதோ யோசனைக்குள் மூழ்கி அமைதியாக இருந்தார்.

"என்னால் உங்களுக்கு இன்னும் அதிகமாக உதவ

முடிந்தால் நன்றாக இருக்கும்," என்று மார்கரிட்டா கூறினார். "துரதிர்ஷ்டவசமாக, உங்களிடம் பகிர்ந்து கொள்வதற்கு என்னிடம் அதிகமான தகவல்கள் இல்லை."

"நிகழ்காலத்தைப் பொறுத்தவரை நீங்கள் சொல்வது சரிதான். ஆனால், கடந்தகாலம் எப்படி?"

"கடந்தகாலமா?"

"ஆமாம். அப்போது ஏதாவது விவகாரங்கள் இருந்தனவா?"

மார்கரிட்டாவின் முகம் குங்குமமாய்ச் சிவந்தது.

"தன்னைத் தானேச் சுட்டுக் கொண்ட அந்த மனிதரைப் பற்றி நீங்கள் கேட்கிறீர்களா? அது என்னுடைய தவறல்ல."

"நான் யோசித்துக் கொண்டிருந்தது அந்த விவகாரத்தைப் பற்றி அல்ல."

"அப்படியானால், இருவருக்கும் இடையே நடைபெற்ற அந்தச் சண்டையைப் பற்றிக் கேட்கிறீர்களா? இத்தாலியர்கள் ஒற்றைக்கு ஒற்றைச் சண்டையில் எப்போதும் ஈடுபட்டுக் கொண்டுதானே இருக்கின்றனர்? நல்லவேளையாக அந்த மனிதர் கொல்லப்படவில்லை."

"அது உங்களுக்கு நிம்மதியளித்திருக்க வேண்டும்," என்று புவாரோ ஒரு தீவிரமான குரலில் கூறினார்.

மார்கரிட்டா அவரை சந்தேகத்துடன் பார்த்தார். புவாரோ எழுந்து மார்கரிட்டாவின் அருகில் சென்று அவருடைய கையைத் தன் கையில் எடுத்துக் கொண்டார்.

"நான் உங்களுக்காக ஒற்றைக்கு ஒற்றைச் சண்டையில் இறங்க மாட்டேன்," என்று குறிப்பிட்டப் புவாரோ, "ஆனால், நீங்கள் கேட்டுக் கொண்டதை நான் செய்கிறேன். உண்மையை வெளிக்கொண்டு வருகிறேன். உங்களுடைய உள்ளுணர்வு தெரிவிப்பது சரியாக இருக்கும் என்றும், அது உங்களுக்குத் தீங்கு விளைவிக்காது, மாறாக, நன்மை விளைவிக்கும் என்றும் நாம் நம்புவோமாக!" என்று கூறினார்.

அடுத்ததாக நாங்கள் பேட்டி கண்டது மேஜர் கர்ட்டிஸைத்தான். அவருக்கு நாற்பது வயதிருக்கும். அவர் ஒரு போர்வீரருக்கான உடலையும் கருமையான தலைமுடியையும் கொண்டிருந்தார். அவருக்கு ஜாக்கையும் கிளேட்டன் தம்பதியரையும் பல ஆண்டுகளாகத் தெரியும். பத்திரிகைகளில் வெளிவந்திருந்த செய்திகளை அவர் உறுதிப்படுத்தினார்.

அன்று இரவு சுமார் ஏழரை மணியளவில் கிளேட்டனுடன் சேர்ந்து தான் ஒரு கிளப்பில் மதுவருந்திக் கொண்டிருந்த செய்தியைக் கர்ட்டிஸ் எங்களோடு பகிர்ந்து கொண்டார். கிளேட்டன் அந்தக் கிளப்பிலிருந்து கிளம்பியபோது, தான் ஜாக்கின் வீட்டிற்குச் சென்று, தான் ஸ்காட்லாந்துக்குச்

செல்லவிருந்த செய்தியை அவரிடம் சொல்லிவிட்டு இரயில் நிலையத்திற்குச் செல்லவிருந்ததாக அவரிடம் கூறியதையும் அவர் எங்களோடு பகிர்ந்து கொண்டார்.

"அப்போது கிளேட்டனின் மனநிலை எப்படி இருந்தது? அவர் உற்சாகமாக இருந்தாரா அல்லது சோகமாக இருந்தாரா?"

கர்ட்டிஸ் யோசித்தார். பொதுவாகவே அவர் அளந்தளந்து பேசுகின்ற ஒரு நபராக இருந்தார்.

இறுதியில் அவர், "கிளேட்டன் உற்சாகமாக இருந்ததாகத்தான் எனக்குப் பட்டது," என்று கூறினார்.

"அவருக்கும் ஜாக்குக்கும் இடையே ஏதேனும் பிணக்கு இருந்ததா?"

"அடக் கடவுளே! அப்படியெல்லாம் எதுவும் இல்லை. அவர்கள் இருவரும் நல்ல நண்பர்களாக இருந்தனர்."

"ஜாக்குடன் தன் மனைவி கொண்டிருந்த நட்புக்கு அவர் ஏதேனும் ஆட்சேபனை தெரிவித்திருந்தாரா?"

கர்ட்டிஸுக்கு முகம் சிவந்துவிட்டது.

"இந்தப் பாழாய்ப் போன பத்திரிகைகள் வெளியிடுகின்ற கிசுகிசு செய்திகளையும் பொய்களையும் நீங்கள் அதிகமாகப் படிக்கிறீர்கள் என்று நான் நினைக்கிறேன். கிளேட்டன் அப்படி எந்த ஆட்சேபனையும் தெரிவிக்கவில்லை. 'மார்கரிட்டா அவசியம் அங்குச் செல்வாள்,' என்றுதான் கிளேட்டன் என்னிடம் கூறினார்."

"ஓ, அப்படியா? அது போகட்டும், அன்று இரவு ஜாக்கின் நடத்தை எப்படி இருந்தது? வழக்கம்போலவா?"

"நான் வித்தியாசமாக எதையும் பார்க்கவில்லை."

"மார்கரிட்டா? அவரும் வழக்கம்போலத்தான் இருந்தாரா?"

"உம்," என்று கூறிய கர்ட்டிஸ், சிறிது யோசனைக்குப் பிறகு, "இப்போது அதைப் பற்றி யோசித்துப் பார்க்கின்றபோது, மார்கரிட்டா வழக்கத்தைவிட அதிக அமைதியாகவே இருந்தார். அவர் எதையோ தீவிரமாக யோசித்துக் கொண்டிருந்ததுபோலக் காணப்பட்டார்," என்று கூறினார்.

"அந்த விருந்துக்கு முதலில் வந்தது யார்?"

"நான் அங்கே சென்றடைந்தபோது, ஸ்பென்ஸ் தம்பதியர் ஏற்கனவே அங்கு இருந்தனர. அப்போது மார்கரிட்டா ஏறகனவே மதுவருந்தத் தொடங்கியிருந்தார். நான்தான் தாமதமாகச் சென்றேன்."

"அன்றைய இரவில் நீங்கள் எதிலெல்லாம் கலந்து கொண்டீர்கள்? நடனம்? சீட்டு விளையாட்டு?"

"இரண்டிலும் சிறிதளவு நான் ஈடுபட்டேன். முதலில் நடனம்."

“அங்கு நீங்கள் ஐந்து பேர்தானே இருந்தீர்கள்?”

“ஆமாம். ஆனால் அது ஒரு பொருட்டாக இருக்கவில்லை. ஏனெனில், நான் நடனமாடுவதில்லை. நான் கிராமோபோன் ரெக்கார்டுகளை ஓடவிட்டுக் கொண்டிருந்தேன், மற்றவர்கள் நடனமாடிக் கொண்டிருந்தனர்.”

“யார், யாருடன் நடனம் ஆடினர்?”

“ஸ்பென்ஸ் தம்பதியர் இணைந்து ஆடுவதில் விருப்பம் கொண்டிருந்தனர். அவர்கள் இருவரும் நடனப் பைத்தியங்கள்.”

“அப்படியானால், மார்கரிட்டா ஜாக்குடன் மட்டும்தான் நடனமாடினாரா?”

“ஆமாம்.”

“அதற்குப் பிறகு நீங்கள் சீட்டாடினீர்களா?”

“ஆமாம்.”

“அங்கிருந்து நீங்கள் எப்போது கிளம்பினீர்கள்?”

“நள்ளிரவு கடந்து சிறிது நேரத்தில்.”

“எல்லோருமே ஒன்றாகத்தான் கிளம்பினீர்களா?”

“ஆமாம். இன்னும் சொல்லப் போனால், நாங்கள் எல்லோரும் ஒரே வாடகைக் காரில்தான் அங்கிருந்து கிளம்பினோம். நாங்கள் முதலில் மார்கரிட்டாவை இறக்கிவிட்டோம். அடுத்து நான் இறங்கிக் கொண்டேன். கடைசியாக ஸ்பென்ஸ் தம்பதியர் அந்தக் காரில் தங்கள் வீட்டுக்குச் சென்றனர்.”

நாங்கள் அடுத்து ஸ்பென்ஸ் தம்பதியரின் வீட்டுக்கு விஜயம் செய்தோம். நாங்கள் சென்றபோது ஸ்பென்ஸின் மனைவி மட்டுமே இருந்தார். அன்றைய இரவு குறித்து அவர் தெரிவித்தத் தகவல்கள் கர்ட்டிஸ் பகிர்ந்து கொண்ட தகவல்களோடு ஒத்துப் போயின. சீட்டாட்டத்தில் ஜாக் அதிகமாக வெற்றி பெற்றது குறித்து அவர் எரிச்சல் கொண்டிருந்தார் என்பது அவருடைய பேச்சின் ஊடாக வெளிப்பட்டது.

அன்று காலையில், ஸ்காட்லாந்து யார்டில் காவல்துறை ஆய்வாளராகப் பணியாற்றிக் கொண்டிருந்த தன் நண்பர் ஜேப்பிடம் புவாரோ பேசினார். அதன் விளைவாக, நாங்கள் ஜாக்கின் வீட்டை அடைந்தபோது, ஜாக் வீட்டு வேலைக்காரன் பர்கோயின் எங்களுக்காகக் காத்துக் கொண்டிருந்தான்.

அந்த வேலைக்காரனின் சாட்சியம் துல்லியமானதாகவும் தெளிவாகவும் இருந்தது. அவன் இவ்வாறு கூறினான்:

“திரு கிளேட்டன் எங்கள் வீட்டுக்கு வந்தபோது இரவு மணி 7.40 இருக்கும். துரதிர்ஷ்டவசமாக, அப்போது என்னுடைய எஜமான் ஜாக் வெளியே சென்றிருந்தார். திரு கிளேட்டன் என்னிடம், ‘நான் ஒரு இரயிலைப் பிடிக்கச் செல்ல

வேண்டியிருப்பதால், உன்னுடைய எஜமான் திரும்பி வரும்வரை என்னால் காத்திருக்க முடியாது. அதனால் நான் அவருக்கு ஒரு குறிப்புச் சீட்டு எழுதி வைத்துவிட்டுப் போகிறேன்,' என்று சொன்னார். அந்தக் குறிப்புச் சீட்டை எழுதுவதற்காக அவரை நான் வரவேற்பறைக்குள் அனுமதித்துவிட்டு, என் எஜமான் குளிப்பதற்காகத் தண்ணீர் பிடிக்கப் போய்விட்டேன். அதனால், என் எஜமான் திரும்பி வந்த சத்தம் எனக்குக் கேட்கவில்லை. அவர் தன்னிடம் வைத்திருந்த சாவியைக் கொண்டு வீட்டைத் திறந்து உள்ளே நுழைந்திருக்க வேண்டும் என்று நான் ஊகித்துக் கொண்டேன். என்னுடைய கணக்குப்படி, திரு கிளேட்டன் வந்து சேர்ந்ததற்குப் பத்து நிமிடங்களுக்குப் பிறகு, என் எஜமான் என்னை அழைத்து சிகரெட் வாங்கி வரும்படி கூறினார். அப்போது அவர் அந்த அறையின் கதவருகே நின்று கொண்டிருந்திருந்ததால், நான் அந்த அறைக்குள் செல்லவில்லை. நான் ஐந்து நிமிடங்கள் கழித்து சிகரெட்டோடு வீடு திரும்பியபோது, சிகரெட்டை என் எஜமானரிடம் கொடுப்பதற்காக வரவேற்பறைக்குள் நுழைந்தேன். அப்போது அந்த அறையில் என்னுடைய எஜமானரைத் தவிர வேறு யாரும் இருக்கவில்லை. அவர் சன்னலின் அருகே புகைபிடித்தபடி நின்று கொண்டிருந்தார். அவர் என்னிடம், 'குளிப்பதற்குத் தண்ணீர் தயாராக இருக்கிறதா?' என்று கேட்டார். 'ஆமாம், ஐயா,' என்று நான் கூறினேன். அவர் உடனே குளிக்கச் சென்றுவிட்டார். அந்த அறையில் அப்போது திரு கிளேட்டன் இல்லாததால், என் எஜமான் ஏற்கனவே அவரைச் சந்தித்துப் பேசிவிட்டு, அவரே திரு கிளேட்டனை வழியனுப்பி வைத்துவிட்டிருந்ததாக நான் அனுமானித்துக் கொண்டேன். அதனால் நான் திரு கிளேட்டனைப் பற்றி அவரிடம் எதுவும் கூறவில்லை. அவர் வழக்கமாக எப்படி இருப்பாரோ அப்படித்தான் அப்போதும் இருந்தார். அவர் குளித்துவிட்டு உடை மாற்றிக் கொண்டார். சிறிது நேரத்தில் விருந்தாளிகள் வரத் தொடங்கினர். முதலில் ஸ்பென்ஸ் தம்பதியர் வந்தனர். அடுத்து, மேஜர் கர்ட்டிஸும் திருமதி கிளேட்டனும் வந்தனர்."

பர்கோயின் இன்னொரு தகவலையும் கூறினான்: "திரு கிளேட்டன் என்னுடைய முதலாளி வருவதற்கு முன்பே எங்கள் வீட்டைவிட்டுச் சென்றிருக்கக்கூடும் என்று நான் நினைக்கவில்லை. ஏனெனில், அவர் அப்படிச் சென்றிருந்தால், வாசற்கதவை அவர் சாத்திய சத்தம் எனக்குக் கண்டிப்பாகக் கேட்டிருக்கும். ஏனெனில், அந்தக் கதவு வெளியேயிருந்து சாத்தினால், 'டமால்' என்று பெரிதாகச் சத்தம் போடும்."

திரு கிளேட்டனின் உடலைத் தான் கண்டுபிடித்தக் கதையையும் அவன் விட்டேத்தியான முறையிலேயே விவரித்தான். முதன்முறையாக என்னுடைய கவனம் அந்தப் பேழையின்மீது சென்றது. அது ஒரு நல்ல, பெரிய பேழைதான். அது கிராமோபோன் கருவிக்கு அருகே சுவரோரமாக வைக்கப்பட்டிருந்தது. அது ஏதோ ஒரு கருப்பு மரத்தில் செய்யப்பட்டிருந்தது. அதில் ஏகப்பட்டப் பித்தளை ஆணிகள் அடிக்கப்பட்டிருந்தன. அதன் மூடி எளிதாகத் திறந்து கொண்டது. நான் அதற்குள் உற்றுப் பார்த்தேன். என் உடல் நடுங்கியது. அப்பேழை நன்றாகத் தேய்த்துக் கழுவப்பட்டிருந்தாலும், அதற்குள் கறைகள் இருக்கத்தான் செய்தன.

திடீரென்று புவாரோ வியப்பை வெளிப்படுத்தினார். "அதோ, அங்கே இருக்கின்ற அந்தத் துளைகள் விநோதமாக இருக்கின்றன. அவை புதிதாகப் போடப்பட்டிருக்க வேண்டும் என்று தோன்றுகிறது."

புவாரோ குறிப்பிட்டத் துளைகள், அந்தப் பேழையின் உள்ளே, சுவரை ஒட்டியிருந்த பகுதியில் இடம் பெற்றிருந்தன. மூன்று அல்லது நான்கு துளைகள் இருந்தன. அவற்றின் விட்டம் ஒரு முக்கால் அங்குலம் இருந்தது. அவற்றைப் பார்த்தால் புதிதாகப் போடப்பட்டிருந்தவைபோலத்தான் தோன்றின.

புவாரோ அவற்றை அருகில் பார்ப்பதற்காகக் குனிந்தார். அப்போது, அவர் அந்த வேலைக்காரனை ஒரு கேள்விக்குறியுடன் நோக்கினார்.

அதற்கு அந்த வேலைக்காரன், "இது நிச்சயமாக விநோதமாகத்தான் இருக்கிறது. இவற்றை நான் இதற்கு முன்பு பார்த்திருந்த ஞாபகம் எனக்கு இல்லை. ஒருவேளை அவற்றை நான் கவனிக்காமல் விட்டிருந்திருக்கலாம்," என்று பதிலளித்தான்.

"இது ஒன்றும் முக்கியமான விஷயமல்ல," என்று புவாரோ கூறினார்.

அடுத்து அவர் அந்தப் பேழையை மூடிவிட்டு, அந்த அறையின் உட்பகுதிக்குச் சென்று, சன்னலுக்கு அருகே சுவருக்கு முதுகைக் காட்டியபடி நின்றார். பின் அவர் திடீரென்று அந்த வேலைக்காரனைப் பார்த்து ஒரு கேள்வி கேட்டார்.

"அன்று இரவு நீ உன்னுடைய எஜமானுக்கு சிகரெட் வாங்கிக் கொண்டு வந்தபோது, இந்த அறையில் ஏதாவது வித்தியாசமாக இருந்ததை நீ பார்த்தாயா?"

பர்கோயின் ஒரு நிமிடம் தயங்கினான். பின்னர் சிறிது

யோசனையுடன், “நீங்கள் இதைப் பற்றிக் குறிப்பிடுவது விநோதமாக இருக்கிறது. இப்போது நீங்கள் கேட்டதால் எனக்கு ஒரு விஷயம் நினைவுக்கு வருகிறது. அந்தப் படுக்கையறையிலிருந்து வருகின்ற குளிர்காற்றைத் தடுப்பதற்காக வைக்கப்பட்டிருந்த தடுப்புத் திரை, அதன் இடது புறமாகச் சிறிதளவு விலக்கி வைக்கப்பட்டிருந்தது.”

“இப்படியா?”

புவாரோ அதற்கு அருகே சென்று அதைச் சிறிது இழுத்தார். தோலால் செய்யப்பட்டிருந்த அந்தத் தடுப்புத் திரையில் அழகாக வண்ணம் தீட்டப்பட்டிருந்தது. புவாரோ சிறிதளவு இழுத்தபோதே அது இலேசாக அந்தப் பேழையை மறைத்தது. அவர் அதை மேலும் இழுத்தார். இப்போது அந்தப் பேழை மொத்தமாகப் பார்வையிலிருந்து மறைந்து போயிற்று.

“ஆமாம், அது இப்படித்தான் இருந்தது,” என்று அந்த வேலைக்காரன் கூறினான்.

“மறுநாள் காலையில்...?”

“அது அப்படியேதான் இருந்தது. எனக்கு நன்றாக நினைவிருக்கிறது. அதை நகர்த்தி வைத்தபோதுதான் நான் அந்தக் கறையைப் பார்த்தேன். கம்பளங்கள் சுத்தம் செய்யப்படுவதற்காக அனுப்பப்பட்டுள்ளன. அதனால்தான் தரை இப்படி இருக்கிறது.”

புவாரோ தலையாட்டிவிட்டு, “ஓ, அப்படியா! நன்றி,” என்று கூறினார்.

புவாரோ ஒரு புதிய பணநோட்டை எடுத்து அந்த வேலைக்காரனிடம் கொடுத்தார்.

“நன்றி, சார்.”

அவன் அங்கிருந்து அகன்றதும், “புவாரோ, இந்தத் தடுப்புத் திரை நகர்த்தி வைக்கப்பட்டது குறித்தத் தகவல் ஜாக்கிற்குச் சாதகமாக இருக்குமா?” என்று நான் கேட்டேன்.

“இல்லை. அது அவருக்குப் பாதகமாகவே இருக்கும்,” என்று புவாரோ வருத்தம் இழையோடிய ஒரு குரலில் கூறினார். “அந்தத் தடுப்புத் திரை அந்தப் பேழையை மறைத்துவிட்டது. அதோடு, கம்பளத்தில் படிந்திருந்த கறையையும் அது மறைத்துவிட்டது. விரைவிலேயே இரத்தம் அந்தப் பேழையிலிருந்து தரையில் கசிந்து அந்தக் கம்பளத்தில் படிந்திருந்திருக்கும். சிறிது நேரத்திற்கு அந்தத் தடுப்பான் அதைப் பார்வையிலிருந்து மறைத்துவிட்டது. ஆனால், எனக்கு ஒன்று மட்டும் புரியவில்லை. அந்த வேலைக்காரன்!”

“அவனுக்கென்ன இப்போது? எனக்கு அவன் படுபுத்திசாலியாகத் தோன்றுகிறான்.”

“என்ன சொன்னீர்கள், ஹேஸ்டிங்ஸ்? படுபுத்திசாலி என்றா? அப்படியானால், மறுநாள் காலையில் தன் வேலைக்காரன் அந்தப் பெட்டிக்குள் இருந்த பிணத்தை உறுதியாகக் கண்டுபிடித்துவிடுவான் என்பதை ஜாக் உணரத் தவறிவிட்டிருந்தார் என்பது நம்புவதுபோலவா இருக்கிறது? அவர் ‘அந்தக் காரியத்தைச்’ செய்த பிறகு, வேறு எதையும் செய்ய அவருக்கு நேரம் இருந்திருக்காது என்பது உண்மைதான். அவர் அந்த உடலை அந்தப் பேழைக்குள் திணித்து வைத்துவிட்டு, அந்தத் தடுப்புத் திரையை இழுத்து அதை மறைத்துவிட்டு, அன்று இரவு விருந்து சுமூகமாக நடந்தேறிவிடும் என்று நம்பிக் கொண்டிருந்திருக்கலாம். ஆனால், விருந்தினர்கள் சென்ற பிறகு பிணத்தை அப்புறப்படுத்த அவருக்கு வெகுநேரம் இருந்திருந்ததே?”

“தன் வேலைக்காரன் அந்தக் கறையைக் கவனிக்க மாட்டான் என்று அவர் நம்பியிருந்திருக்கலாம்.”

“ஹேஸ்டிங்ஸ், உங்களுடைய வாதம் அபத்தமானது. ஏனெனில், கம்பளத்தில் படிந்துள்ள கறைதான் எந்தவொரு நல்ல வேலைக்காரனின் கண்களிலும் முதலில் படும். அதோடு, ஜாக் அந்த விஷயம் குறித்து எதுவும் செய்யாமல் தன் படுக்கையறைக்குச் சென்று நிம்மதியாகக் குறட்டைவிட்டுத் தூங்குகிறார். இது சுத்தமாகப் பொருந்தவேயில்லை.”

“கிராமோபோனில் ரெக்கார்டுகளை மாற்றியபோது, கர்ட்டிஸ் அந்தக் கறைகளைக் கவனித்திருக்கக்கூடும், இல்லையா?” என்று நான் கேட்டேன்.

“அதற்கான சாத்தியக்கூறு குறைவுதான். அந்தத் தடுப்புத் திரையின் நிழல் அங்கு விழுந்திருக்கும் என்பதால் அவர் அதைச் சரியாகப் பார்த்திருக்க வாய்ப்பில்லை. ஆனால், இப்போது என்னால் ஒரு விஷயத்தை இலேசாகப் பார்க்க முடிகிறது.”

“எதை?” என்று நான் ஆர்வமாகக் கேட்டேன்.

“ஒரு மாற்று விளக்கத்திற்கான சாத்தியக்கூற்றை. நம்முடைய அடுத்த விஜயம் இது குறித்து நமக்குக் கூடுதல் தெளிவைக் கொடுக்கும்.”

அடுத்து நாங்கள், பிரேதப் பரிசோதனை செய்திருந்த மருத்துவரைப் பார்க்கச் சென்றோம். அதிகாரபூர்வமாக அவர் அளித்திருந்த பிரேதப் பரிசோதனை அறிக்கையில் குறிப்பிடப்பட்டிருந்த விஷயங்களையே அவர் மீண்டும் ஒப்பித்தார். கொல்லப்பட்டிருந்தவரின் இதயம் ஒரு நீண்ட, மெல்லிய கத்தியால் குத்தப்பட்டிருந்தது. கத்தி வெளியே உருவப்படாமல், காயத்தில் அப்படியே விடப்பட்டிருந்தது. மரணம் உடனடியாக நிகழ்ந்திருந்தது. ஜாக்கிற்குச்

சொந்தமான அந்தக் கத்தி, பொதுவாக அவருடைய எழுத்துமேசைமீது வைக்கப்பட்டிருக்கும். அதில் கைரேகை எதுவும் படிந்திருக்கவில்லை. ஒன்று, அது துடைக்கப்பட்டிருக்க வேண்டும் அல்லது ஒரு கைக்குட்டையால் மூடப்பட்டுப் பயன்படுத்தப்பட்டிருக்க வேண்டும் என்பது அந்த மருத்துவரின் அனுமானம். கொலை நடைபெற்ற நேரம் இரவு ஏழு மணியிலிருந்து ஒன்பது மணிக்குள் இருக்கலாம் என்று அவர் கருதினார்.

"அவர் நள்ளிரவுக்கு மேல் கொலை செய்யப்பட்டிருப்பதற்கான சாத்தியம் இருக்கிறதா?" என்று புவாரோ கேட்டார்.

"இல்லை. அதை என்னால் உறுதியாகக் கூற முடியும். பத்து மணிக்கு மேல் அது நடந்திருக்க வாய்ப்பில்லை. ஆனால், ஏழரையிலிருந்து எட்டு மணிக்குள் நடந்திருக்க அதிக வாய்ப்பு இருக்கிறது."

நாங்கள் வீடு திரும்பியதும், புவாரோ, "ஓர் இரண்டாவது சாத்தியக்கூற்றுககு இங்கு வாய்ப்பிருக்கிறது," என்று தெரிவித்தார். "ஹேஸ்டிங்ஸ், உங்களால் அதைப் பார்க்க முடிகிறதா? எனக்கு அது வெளிப்படையாகத் தெரிகிறது. நான் இன்னும் ஒரே ஒரு விஷயத்தை மட்டும் உறுதி செய்து கொள்ள வேண்டியிருக்கிறது. அது முடிந்துவிட்டால், மொத்த விவகாரமும் முடிந்தது மாதிரிதான்."

"அப்படி எதுவும் எனக்குத் தெரியவில்லை," என்று நான் கூறினேன்.

"முயற்சி செய்து பாருங்கள், ஹேஸ்டிங்ஸ்."

"சரி, முயற்சி செய்கிறேன்," என்று நான் துவக்கினேன். "7.40 மணிக்குக் கிளேட்டன் உயிருடன் இருந்திருக்கிறார். அவரைக் கடைசியாக உயிருடன் பார்த்தது ஜாக்தான்–"

"அப்படி நாம் ஊகிக்கிறோம்."

"ஏன் அப்படிச் சொல்கிறீர்கள்?"

"ஹேஸ்டிங்ஸ், நீங்கள் ஒன்றை மறந்துவிட்டீர்கள். ஜாக் அதை மறுக்கிறார். தான் வீடு திரும்பியபோது கிளேட்டன் தன் வீட்டில் இருக்கவில்லை என்று அவர் திட்டவட்டமாகக் கூறுகிறார்."

"ஆனால், கிளேட்டன் கிளம்பிச்சென்றிருந்தால், கதவை அவர் வெளியேயிருந்து மூடியிருப்பார். அது ஏற்படுத்தியிருக்கக்கூடிய சத்தம் தனக்குக் கண்டிப்பாகக் கேட்டிருக்கும் என்று அந்த வேலைக்காரன் கூறுகிறானே? அப்படியே கிளேட்டன் அந்த வீட்டைவிட்டுச் சென்றிருந்தால், அவர் மீண்டும் எப்போது அங்குத் திரும்பி வந்தார்? விருந்தினர்கள் சென்றதற்குப் பிறகு

கிளேட்டன் வந்திருக்க முடியாது. ஏனெனில், அதற்கு இரண்டு மணி நேரத்திற்கு முன்பாகவே அவர் இறந்திருக்க வேண்டும் என்று மருத்துவர் உறுதியாகக் கூறுகிறார். அப்படியானால், இதற்கு ஒரே ஒரு மாற்றுச் சாத்தியக்கூறுதான் இருக்கிறது."

"அது என்ன?" என்று புவாரோ கேட்டார்.

"கிளேட்டன் அந்த அறையில் இருந்த ஐந்து நிமிடங்களுக்குள் வேறு யாரோ அங்கு வந்து அவரைக் கொன்றிருக்க வேண்டும். ஆனால், இதில் சில விஷயங்கள் இடிக்கின்றன. அந்த வேலைக்காரனுக்குத் தெரியாமல் ஒருவர் அந்த வீட்டுக்குள் நுழைந்திருக்க வேண்டுமென்றால், அந்த வீட்டின் சாவி அவரிடம் இருந்திருக்க வேண்டும். அந்நபர் கிளேட்டனைக் கொன்றுவிட்டு வெளியே போகும்போது வாசற்கதவை ஓங்கிச் சாத்தியாக வேண்டியிருந்திருக்கும். அந்தச் சத்தம் கண்டிப்பாக அந்த வேலைக்காரனுக்குக் கேட்டிருக்கும்."

"அது சரிதான். அதனால் என்ன?" என்று புவாரோ கேட்டார்.

"அதற்கு மேல் எதையும் என்னால் யோசிக்க முடியவில்லை."

"பரிதாபம்," என்று புவாரோ முணுமுணுத்தார். "இது தெள்ளத் தெளிவாக இருக்கிறது – மார்கரிட்டாவின் தெளிந்த நீலக் கண்களைப்போல."

"நீங்கள் உண்மையிலேயே அப்படி நம்புகிறீர்களா?"

"சான்றுகள் கிடைக்கின்றவரை நான் எதையும் நம்புவதில்லை. என்னை நம்ப வைப்பதற்கு ஒரே ஒரு சிறிய சான்றுகூடப் போதும்."

அவர் தொலைபேசியை எடுத்து, ஸ்காட்லாந்து யார்டில் இருந்த ஜேப்பை அழைத்தார்.

இருபது நிமிடங்கள் கழித்து, பலவிதமான பொருட்கள் பரப்பி வைக்கப்பட்டிருந்த ஒரு மேசைக்கு அருகே நாங்கள் நின்று கொண்டிருந்தோம். இறந்து போயிருந்த மனிதனின் பாக்கெட்டிலிருந்து எடுக்கப்பட்டிருந்த பொருட்கள் அவை.

அந்த மேசையின்மீது, ஒரு கைக்குட்டை, சில சில்லறை நாணயங்கள், ஒரு பர்ஸ் ஆகியவை இருந்தன. அந்தப் பர்ஸில் மூன்று பவுன்டு பத்து ஷில்லிங் பணம் இருந்தது. மேலும், சில பழைய பில்களும், மார்கரிட்டாவின் பழைய புகைப்படம் ஒன்றும் அதில் இருந்தன. இவை போக, ஒரு பாக்கெட்-கத்தியும், ஒரு தங்கப் பென்சிலும், மரத்தாலான ஒரு சிக்கலான உபகரணமும் அவருடைய பாக்கெட்டிலிருந்து கண்டெடுக்கப்பட்டிருந்தன.

புவாரோ அந்தக் கடைசிப் பொருளைப் பாய்ந்து அள்ளிக் கொண்டார். அந்த மர உபகரணத்திலிருந்த ஸ்குரூவைக்

கழற்றியபோது, உள்ளேயிருந்து பல சிறிய பிளேடுகள் வந்து விழுந்தன.

“இதைப் பார்த்தீர்களா, ஹேஸ்டிங்ஸ்? மரத்தைத் துளையிடும் கருவி! இதைக் கொண்டு அந்தப் பேழையில் சில நிமிடங்களுக்குள் பல துளைகளைப் போட்டுவிடலாம்,” என்று புவாரோ கூறினார்.

“அந்தப் பேழையில் நாம் பார்த்திருந்த அந்தத் துளைகளா?”

“ஆமாம்.”

“அவற்றைக் கிளேட்டனே போட்டிருந்ததாக நீங்கள் சொல்கிறீர்களா?”

“ஆமாம். அவை உங்களுக்கு எதைச் சொல்கின்றன? வெளியே நடப்பவற்றைப் பார்ப்பதற்காகப் போடப்பட்டவை அல்ல அவை. ஏனெனில், அவை அந்தப் பேழையின் பின்பக்கத்தில் போடப்பட்டிருந்தன. அப்படியானால், அவை எதற்காகப் போடப்பட்டன? கண்டிப்பாகக் காற்று உள்ளே வருவதற்காகத்தான். ஆனால், பிணத்திற்குக் காற்று வருவதற்காக எவரும் துளைகள் போட மாட்டார்கள். கொலை செய்தவன் நிச்சயமாக அவற்றைப் போட்டிருந்திருக்க மாட்டான். அப்படியானால், அவை ஒரே ஒரு விஷயத்தைத்தான் தெரிவிக்கின்றன. ஒருவன் அந்தப் பேழைக்குள் மறைந்திருக்க முடிவு செய்திருந்தான். இதை அடிப்படையாகக் கொண்டு பார்த்தால், விஷயங்கள் மெதுவாகப் புரிபடத் துவங்குகின்றன: கிளேட்டனுக்குத் தன் மனைவி மற்றும் ஜாக்மீது சந்தேகம் இருக்கிறது. தான் வெளியூர் போகப் போவதாக அவர் பாசாங்கு செய்கிறார். அவர் ஜாக்கின் வீட்டை வெளியேயிருந்து கண்காணிக்கிறார். ஜாக் தன் வீட்டைவிட்டு வெளியேறும்வரை காத்திருந்துவிட்டு, ஜாக்கின் வேலைக்காரனின் அனுமதியுடன் அவர் அந்த வீட்டிற்குள் நுழைகிறார். ஒரு குறிப்பெழுதுவதாக அந்த வேலைக்காரனிடம் பொய் சொல்லிவிட்டு, கிளேட்டன் அந்தப் பேழையில் துளைகளை இட்டுவிட்டு, அதற்குள் ஒளிந்து கொள்கிறார். அன்று இரவு அவருடைய மனைவி அங்கு வரவிருக்கிறார். விருந்து முடிந்தபின் விருந்தினர்கள் அனைவரையும் ஜாக் வழியனுப்பி வைப்பார். கிளேட்டனின் மனைவி மட்டும் அங்கேயே தங்கிவிடக்கூடும் அல்லது அங்கிருந்து புறப்பட்டுச் செல்வதுபோலப் பாசாங்கு செய்துவிட்டு மீண்டும் திரும்பி வந்துவிடக்கூடும். எதுவாக இருந்தாலும், அன்று இரவு கிளேட்டனால் உண்மையைக் கண்டுபிடித்துவிட முடியும். சந்தேகத்தால் அலைக்கழிக்கப்பட்டு வாழ்ந்து கொண்டிருப்பதைவிட, உண்மை எதுவாக இருந்தாலும்

அது மேலானதாகத்தான் இருக்கும் என்று கிளேட்டன் நினைத்திருந்திருக்கலாம்."

"அப்படியானால், மற்றவர்கள் போன 'பிறகு' ஜாக் அவரைக் கொன்றிருக்கக்கூடும் என்று நீங்கள் நினைக்கிறீர்களா? ஆனால், அது சாத்தியமில்லை என்று அந்த மருத்துவர் ஏற்கனவே கூறிவிட்டாரே?" என்று நான் கேட்டேன்.

"சரியாகச் சொன்னீர்கள், ஹேஸ்டிங்ஸ். அப்படியானால், கிளேட்டன் எட்டு மணியளவில்தான் கொல்லப்பட்டிருக்க வேண்டும்."

"ஆனால், அச்சமயத்தில் எல்லோருமே அந்த அறையில் இருந்தனரே?"

"அது உண்மைதான்," என்று புவாரோ கவலையுடன் கூறினார். "அதுதான் அதிலுள்ள புத்திசாலித்தனமே. அதை உங்களால் பார்க்க முடிகிறதா? எல்லோரும் அந்த அறையில் அப்போது இருந்திருக்கின்றனர். தங்கள் மேல் சந்தேகம் வராமல் இருப்பதற்கு என்னவொரு கச்சிதமான திட்டம்! என்னவொரு கல்நெஞ்சக்காரத்தனம்! என்னவொரு துணிச்சல்!"

"எனக்கு இன்னும் புரியவில்லை."

"கிராமோபோன் ரெக்கார்டுகளை மாற்றுவதற்காக அந்தத் தடுப்புத் திரைக்குப் பின்னால் சென்றது யார்? அந்தக் கிராமோபோன் ரெக்கார்டு பிளேயரும் அந்தப் பேழையும் அருகருகே இருந்தன என்பது உங்களுக்கு நினைவிருக்கலாம். எல்லோரும் நடனமாடிக் கொண்டிருக்கின்றனர். கிராமோபோன் இசையிலிருந்து சத்தம் வந்து கொண்டிருக்கிறது. அந்த நடனத்தில் கலந்து கொள்ளாமல் இருக்கும் ஒருவன், மெதுவாக அந்தப் பேழையைத் திறந்து, தன் சட்டைக் கைக்குள் மறைத்து வைத்துள்ள கத்தியை எடுத்து, அந்தப் பேழைக்குள் மறைந்திருக்கும் மனிதனின் இதயத்தில் குத்திவிடுகிறான்."

"அது சாத்தியமே இல்லை. கிளேட்டன் பெரும் கூச்சல் போட்டிருந்திருப்பார்."

"அவருக்கு ஏற்கனவே மயக்க மருந்து கொடுக்கப்பட்டிருந்தால்?"

"என்ன சொல்கிறீர்கள்? மயக்க மருந்தா?"

"ஆமாம். இரவு ஏழரை மணிக்குக் கிளேட்டன் யாருடன் மதுவருந்திக் கொண்டிருந்தார்? ஓ! இப்போது உங்களுக்குப் புரிகிறதா? கர்ட்டிஸ்! கர்ட்டிஸ்தான் கிளேட்டனின் மனத்தில் அவருடைய மனைவியையும் ஜாக்கையும் பற்றி சந்தேக விதைகளை விதைத்துள்ளார். அந்த ஸ்காட்லாந்துப் பயண யோசனையையும், பேழைக்குள் மறைந்து கொள்வதையும், அந்தத் தடுப்புத் திரையை நகர்த்தி வைப்பதையும் கர்ட்டிஸ்தான்

கிளேட்டனிடம் பரிந்துரைத்திருக்கிறார். பேழைக்குள் மறைந்திருக்கின்ற கிளேட்டன் அந்தப் பெட்டியைத் திறந்து தன்னை ஆசுவாசப்படுத்திக் கொள்ள வேண்டும் என்பதற்காகக் கர்ட்டிஸ் அந்தத் தடுப்புத் திரையை நகர்த்தி வைக்கச் சொல்லவில்லை. மாறாக, அங்கிருப்பவர்களுக்குத் தெரியாமல் தான் அந்தப் பெட்டியின் மூடியைத் திறப்பதற்கு அது வசதியாக இருக்கும் என்பதற்காகத்தான் கர்ட்டிஸ் அப்படிச் செய்தார்! இத்திட்டத்திலுள்ள புத்திசாலித்தனத்தை உங்களால் பார்க்க முடிகிறதா, ஹேஸ்டிங்ஸ்? ஒருவேளை அந்தத் தடுப்புத் திரை விலகியிருப்பதை ஜாக் கவனித்து அதை மீண்டும் நகர்த்தி வைத்திருந்தாலும், அதனால் ஒன்றும் குடிமுழுகிப் போயிருக்காது. கர்ட்டிஸால் வேறொரு திட்டம் போட்டிருக்க முடியும். அவர் கொடுத்திருந்த இலேசான மயக்க மருந்தை உட்கொண்ட கிளேட்டன் அந்தப் பேழைக்குள் புகுந்து கொள்கிறார். மயக்க மருந்தின் காரணமாக அவர் நினைவிழக்கிறார். கர்ட்டிஸ் அந்தப் பேழையின் மூடியைத் திறந்து கிளேட்டனின் நெஞ்சில் கத்தியைப் பாய்ச்சுகிறார். அப்போது பின்னணியில் கிராமோபோனிலிருந்து பாட்டு சத்தமாக ஒலித்துக் கொண்டிருக்கிறது."

"இந்தக் கொலை எதற்காக?" என்று நான் கேட்டேன்.

புவாரோ தன் தோள்களைக் குலுக்கினார்.

"ஒருவன் எதற்காகத் தன்னைத் தானே துப்பாக்கியால் சுட்டுக் கொண்டான்? எதற்காக இரண்டு இத்தாலியர்கள் ஒற்றைக்கு ஒற்றைச் சண்டையில் ஈடுபட்டனர்? கர்ட்டிஸ் இரகசியமாக மார்கரிட்டாவை விரும்பியிருந்தார். மார்கரிட்டாவின் கணவரும் ஜாக்கும் அப்புறப்படுத்தப்பட்டவுடன், மார்கரிட்டா தன் பக்கம் கவனத்தைத் திருப்புவார் என்று கர்ட்டிஸ் எதிர்பார்த்தார்."

பின்னர் யோசனையுடன் புவாரோ இதையும் சொன்னார்:

"குழந்தைத்தனமான வெகுளித்தனத்தைக் கொண்ட பெண்கள் ஆபத்தானவர்கள். ஆனாலும் என்னால் கர்ட்டிஸை நினைத்து வியக்காமல் இருக்க முடியவில்லை. என்னவொரு கலைநயமான கொலைபாதகச் செயல்! இப்படிப்பட்ட ஒருவன் தூக்கில் தொங்கவிடப்படுவதற்கு நான் காரணமாக இருக்கப் போகிறேன் என்பது குறித்து என் நெஞ்சம் வேதனையுறுகிறது. நான் ஒரு மேதையாக இருக்கலாம். ஆனால், பிறருடைய மேதைமையை அடையாளம் காண முடிகின்ற திறமை எனக்கு இருக்கிறது. அது ஒரு கச்சிதமான கொலை! ஹெர்கியூல் புவாரோவாகிய நான் கூறுகிறேன், அது ஒரு கச்சிதமான கொலை! பிரமாதம்!"

பாதிரியாரின் மகள்

அந்த அலுவலகத்தில் ஏதோ யோசனையுடன் அங்குமிங்கும் நடந்து கொண்டிருந்த டப்பென்ஸ் பெரெஸ்ஃபோர்டு, "நம்மால் அந்தப் பாதிரியாரின் மகளிடம் நட்பு பாராட்ட முடிந்தால் எவ்வளவு நன்றாக இருக்கும்!" என்று கூறினாள்.

"ஏன்?" என்று டாமி பெரெஸ்ஃபோர்டு கேட்டான்.

"நீ வேண்டுமென்றால் இதை மறந்திருக்கலாம். ஆனால், ஒரு காலத்தில் நானும் ஒரு பாதிரியாரின் மகளாகத்தானே இருந்தேன்? அது எப்படியிருக்கும் என்பதை நான் அறிவேன். இந்தப் பரோபகாரச் சிந்தனைக்கு அதுதான் காரணம்."

"துப்பறியும் கதைகளில் வருகின்ற துப்பறிவாளர் ரோஜர் ஷெரிங்ஹாம் நீ என்ற நினைப்பு உனக்கு. நீ ஓரளவு அவரைப்போலப் பேசுகிறாய் என்றாலும், நீ போக வேண்டிய தூரம் இன்னும் நிறையவே இருக்கிறது."

"நான் உன் கருத்திலிருந்து மாறுபடுகிறேன். என்னுடையதில் ஒரு பெண்மைத்தனமான போக்கு இருக்கிறது. அதை ஆண்களால் ஒருபோதும் அடையவே முடியாது."

"சரி. மேலே சொல்."

"அந்த சக்தியைப் பயன்படுத்தி ஒரு பாதிரியாரின் மகளுக்கு உதவ வேண்டும் என்று நான் நினைக்கிறேன். நீ வேண்டுமென்றால் பார்த்துக் கொண்டே இரு. நம்முடைய பிளன்ட் துப்பறியும் நிறுவனத்தின் உதவியைப் பயன்படுத்தப் போகின்ற முதல் நபராக ஒரு பாதிரியாரின் மகள்தான் இருக்கப் போகிறாள்."

"நான் அப்படி நினைக்கவில்லை," என்றான் டாமி.

அப்போது, அந்நிறுவனத்தில் வேலை பார்த்துக் கொண்டிருந்த ஆல்பர்ட் அவர்களுடைய அறைக் கதவைத்

திறந்து கொண்டு உள்ளே வந்து, "உங்களைப் பார்க்க மோனிகா டீன் என்ற ஓர் இளம்பெண் வந்திருக்கிறார்," என்று அறிவித்தான்.

ஓர் ஒல்லியான பெண் அந்த அறையின் வாசலில் தயங்கியபடி நின்று கொண்டிருந்தாள். அவளுடைய தலைமுடி பழுப்பு நிறத்தில் இருந்தது. அவள் சாதாரணமான ஆடை அணிந்திருந்தாள். டாமி தன் இருக்கையைவிட்டு எழுந்து அவளை நோக்கிச் சென்றான்.

"குட் மார்னிங், மோனிகா. உள்ளே வாருங்கள். உங்களுக்காக நாங்கள் என்ன செய்ய வேண்டும் என்று சொல்லுங்கள்," என்று கூறிய டாமி, அருகிலிருந்த டப்பென்ஸைச் சுட்டிக்காட்டி, "இவர் என்னுடைய செயலாளர் செல்வி ஷெரிங்ஹாம்," என்று கூறினான்.

"மோனிகா, உங்களைப் பார்த்ததில் மகிழ்ச்சி," என்று டப்பென்ஸ் கூறினாள். "உங்களுடைய அப்பா, முன்பு ஒரு தேவாலயத்தில் வேலை பார்த்து வந்தார் என்று நான் நினைக்கிறேன், சரிதானே?"

"ஆமாம். ஆனால், அது உங்களுக்கு எப்படித் தெரியும்?"

"எங்களுக்கென்று சில வழிகள் இருக்கின்றன. நான் இவ்வாறு வளவளவென்று பேசுவதை நீங்கள் பொருட்படுத்த வேண்டாம்," என்று கூறிய டப்பென்ஸ், டாமியைச் சுட்டிக்காட்டி, "நான் வாய் ஓயாமல் பேசிக் கொண்டிருப்பது திரு பிளன்டுக்குப் பிடிக்கும். அது அவருக்குப் புதுப்புது யோசனைகளைக் கொடுப்பதாக அவர் கூறுகிறார்," என்று கூறினாள்.

மோனிகா டப்பென்ஸை வெறித்துப் பார்த்தாள். மோனிகா ஒல்லியாக இருந்தாள். அவள் அழகாக இருந்தாள் என்று கூற முடியாது. அவளுடைய கண்கள் கருநீல நிறத்தில் இருந்தன. அவளுடைய கண்களைச் சுற்றியிருந்த கருவளையங்கள் அவள் ஏதோ பிரச்சனையில் இருந்ததைப் பறைசாற்றின.

"மோனிகா, உங்களுடைய கதையைக் கூறுங்கள்," என்று டாமி கேட்டான்.

மோனிகா நன்றியுடன் டாமியின் பக்கம் திரும்பினாள்.

"என்னுடையது ஒரு நீண்ட கதை," என்று அந்தப் பெண் துவக்கினாள். "என் பெயர் மோனிகா டீன். என் அப்பா ஒரு புராட்டஸ்டன்ட் பாதிரியார். திருமணம் செய்து கொள்ள மதரீதியாக அப்பாதிரியார்களுக்கு அனுமதியுண்டு. அவர் சஃபோல்க் என்ற இடத்திலுள்ள ஒரு தேவாலயத்தில் பணியாற்றி வந்தார். மூன்று ஆண்டுகளுக்கு முன் அவர் இறந்துவிட்டார். அதிலிருந்து நானும் என் அம்மாவும் படாத

பாடுபட்டு வருகிறோம். என் அம்மா எழுந்து நடமாட முடியாத ஒரு நோயாளியாக ஆகிவிட்டதால், நான் பணக்காரர்களின் வீட்டுக்குச் சென்று குழந்தைகளுக்குப் படிப்புச் சொல்லிக் கொடுக்கின்ற வேலையில் ஈடுபட்டுள்ளேன். வேலைக்குப் போய்விட்டு வந்து நான் என் அம்மாவையும் பார்த்துக் கொள்ள வேண்டியுள்ளது. ஒட்டுமொத்தத்தில், நாங்கள் பரம ஏழைகள். ஒரு நாள், என் அப்பாவழி அத்தைகளில் ஒருவர் தன் சொத்துகள் அனைத்தையும் என் பெயருக்கு எழுதி வைத்துவிட்டு இறந்து போய்விட்டதாக ஒரு வழக்கறிஞரிடமிருந்து எனக்கு ஒரு கடிதம் வந்தது. இந்தப் பெண்மணியைப் பற்றி நான் எங்கள் வீட்டில் கேள்விப்பட்டுள்ளேன். பல ஆண்டுகளுக்கு முன் அவர் என் அப்பாவோடு சண்டை போட்டிருந்த விஷயமும், அவர் ஒரு பெரும் பணக்காரர் என்பதும் எனக்குத் தெரியும். அதனால், அச்செய்தி வந்ததும் எங்கள் பிரச்சனைகள் அனைத்தும் முடிவுக்கு வந்துவிட்டதாக நினைத்து நான் மகிழ்ந்தேன். ஆனால், விஷயங்கள் நாங்கள் எதிர்பார்த்திருந்தபடி நடைபெறவில்லை. அவர் வசித்து வந்த வீட்டை நான் சுவீகரித்தேன். ஆனால், பணம் என்று எதுவும் இருக்கவில்லை. ஒன்று, அவர் தன் பணத்தைப் போரின்போது இழந்திருக்க வேண்டும். அல்லது அவர் தன் சொத்துகளை விற்றுக் காலம் தள்ளியிருந்திருக்க வேண்டும். அந்த வீடு இப்போது என் வசம்தான் இருக்கிறது. அது என்னுடைய கைக்கு வந்த உடனேயே ஒரு நல்ல விலைக்கு அதை வாங்கிக் கொள்ள ஒருவர் முன்வந்தார். ஆனால், முட்டாள்தனமாக நான் அதை மறுத்துவிட்டேன். நாங்கள் அப்போது அதிக வாடகை கொடுத்துக் கொண்டு ஒரு சிறிய வீட்டில் வசித்து வந்ததால், அந்தப் பெரிய வீடு வசீகரமானதாக இருந்தது. அதன் பெயர் 'த ரெட் ஹவுஸ்.' என் அம்மாவை அந்த வீட்டில் என்னால் இன்னும் நன்றாக வைத்திருக்க முடியும் என்று நான் நினைத்தேன். அதில் பல அறைகள் இருந்ததால், சிலவற்றை வாடகைக்கு விட்டு ஓரளவு பணம் சம்பாதிக்க முடியும் என்று நான் நினைத்தேன்.

"நான் அத்திட்டத்தைச் செயல்படுத்தினேன். முதலில் அந்த வீட்டை வாங்க விரும்பிய நபர், கூடுதல் விலைக்கு அதை வாங்கிக் கொள்வதாக எனக்கு ஆசை காட்டினார். அதற்கு மயங்காமல் நாங்கள் அந்த வீட்டுக்குக் குடிபெயர்ந்தோம். வீட்டில் வாடகைக்கு அறைகள் இருந்ததாக நான் விளம்பரம் செய்தேன். முதலில் எல்லாம் நன்றாகத்தான் போய்க் கொண்டிருந்தது. அந்த வீட்டில் அறைகளை வாடகைக்கு எடுத்துக் கொள்வதற்குப் பலர் தயாராக இருந்தனர்.

என் அத்தையின் வீட்டில் வேலை பார்த்து வந்த பழைய வேலைக்காரி ஒருத்தி தொடர்ந்து எங்களுடன் அந்த வீட்டில் தங்கியிருந்தாள். நானும் அவளுமாகச் சேர்ந்து வீட்டு வேலைகளைச் செய்து வந்தோம். அப்போதுதான் சில விநோதமான சம்பவங்கள் நடைபெறத் துவங்கின.”

“அது என்ன விநோதமான சம்பவங்கள்?”

“புதிரான சம்பவங்கள். அந்த மொத்த இடமுமே ஏதோ ஒரு தீய சக்தியால் ஆட்கொள்ளப்பட்டிருந்ததைப்போல இருந்தது. சுவரில் மாட்டப்பட்டிருந்த படங்கள் தாமாகவே கீழே விழுந்தன. பீங்கான் தட்டுகளும் பாத்திரங்களும் தாமாகவே பறந்து சென்று சுவர்மீது மோதி உடைந்தன. ஒரு நாள் காலையில் நான் படுக்கையிலிருந்து எழுந்து வந்து பார்த்தபோது, வீட்டிலிருந்த அனைத்து அறைகலன்களும் இடம் மாறியிருந்தன. முதலில் யாரோ எங்களை பயமுறுத்துவதுபோல வேடிக்கை காட்டிக் கொண்டிருந்ததாக நாங்கள் நினைத்தோம். ஆனால், அந்த விளக்கத்தை நாங்கள் விரைவில் கைவிட வேண்டியதாயிற்று. சில நேரங்களில் நாங்கள் ஒன்றாக உட்கார்ந்து சாப்பிட்டுக் கொண்டிருந்தபோது மேல்தளத்தில் ஏதோ சாமான் தூக்கியெறியப்பட்டு உடைக்கப்பட்டது போன்ற சத்தம் கேட்கும். உடனே அங்கே ஓடிச் சென்று பார்த்தால், ஏதாவது ஓர் அறைகலன், தூக்கித் தரையில் வீசப்பட்ட நிலையில் கிடக்கும். ஆனால், ஆட்கள் எவரும் அங்கு இருக்க மாட்டார்கள்.”

“அது ‘போல்ட்டர்கைஸ்ட்’, ” என்று டப்பென்ஸ் ஆர்வத்துடன் கூறினாள்.

“டாக்டர் ஓ’நீலும் அப்படித்தான் சொன்னார். ஆனால் அதற்கு என்ன அர்த்தம் என்று எனக்குத் தெரியாது.”

“அது ஒருவிதமான கெட்ட ஆவி. மனிதர்களிடம் விளையாட்டுக் காட்டும்,” என்று டப்பென்ஸ் விளக்கினாள். ஆனால், உண்மையில் டப்பென்ஸுக்கு அதைப் பற்றிப் பெரிதாக எதுவும் தெரியாது.

“எது எப்படியோ, அதன் விளைவுகள் பயங்கரமாக இருந்தன. எங்கள் வீட்டில் வாடகைக்கு அறையெடுத்துத் தங்கியிருந்தவர்கள் அனைவரும் பயந்து போய் வீட்டைக் காலி செய்துவிட்டுப் போய்விட்டனர். புதிதாகக் குடிவந்தவர்களும் நீண்ட நாட்கள் தங்கவில்லை. அதனால் எங்களுக்குக் கிடைத்துக் கொண்டிருந்த வாடகைப் பணமும் நின்றுவிட்டது. எங்களுக்கு இருந்த கஷ்டம் போதாது என்பதுபோல, நாங்கள் சேர்த்து வைத்திருந்த சொற்பப் பணத்தை நாங்கள் முதலீடு செய்திருந்த நிறுவனமும் திடீரென்று திவாலாகிவிட்டது.”

“என்ன கொடுமை இது? நீங்கள் உண்மையிலேயே மிகவும் கஷ்டப்பட்டிருக்கிறீர்கள்,” என்று டப்பென்ஸ் அனுதாபத்துடன் கூறினாள். “இதைப் பற்றி பிளன்ட் விசாரிக்க வேண்டும் என்று நீங்கள் விரும்புகிறீர்களா?”

“இல்லை. மூன்று நாட்களுக்கு முன்பு, டாக்டர் ஓ’நீல் என்ற ஒருவர் எங்களை வந்து பார்த்தார். தான் ‘சொசைட்டி ஃபார் ஃபிசிக்கல் ரிசர்ச்’ என்ற அமைப்பின் உறுப்பினர் என்றும், எங்கள் வீட்டில் நடைபெற்றுக் கொண்டிருந்த விநோதமான விஷயங்கள் குறித்துத் தான் கேள்விப்பட்டிருந்ததாகவும், தான் அதில் மிகுந்த ஆர்வம் கொண்டிருந்ததாகவும் அவர் தெரிவித்தார். அதனால், அந்த வீட்டில் சில பரிசோதனைகளை மேற்கொள்வதற்காக அந்த வீட்டையே விலைக்கு வாங்கிக் கொள்வதற்குத் தான் தயாராக இருந்ததாகவும் நீல் எங்களிடம் தெரிவித்தார்.”

“அப்புறம்?”

“முதலில் நான் அது குறித்து மகிழ்ந்தேன் என்பதை நான் ஒப்புக் கொண்டாக வேண்டும். எங்களுடைய பிரச்சனைகளுக்கு ஏதோ ஒரு தீர்வு கிடைத்திருந்தது என்ற நிம்மதி எங்களுக்கு ஏற்பட்டது. ஆனால்–”

“ஆனால்?”

“நீங்கள் என்னைக் கற்பனாவாதி என்று எண்ணக்கூடும். ஒருவேளை நான் அப்படிப்பட்டவளாகக்கூட இருக்கலாம். ஆனால், என் ஊகம் சரியென்று நான் உறுதியாக நம்புகிறேன். அவர் அதே நபர்தான்.”

“அதே நபர் என்றால்?”

“முதலில் எங்கள் வீட்டை வாங்க விரும்பியிருந்த அதே நபர். என் எண்ணம் முற்றிலும் சரி என்று எனக்கு நிச்சயமாகத் தெரியும்.”

“உங்கள் எண்ணம் ஏன் சரியாக இருக்கக்கூடாது?”

“நான் சொல்வது உங்களுக்குச் சரியாகப் புரியவில்லை என்று நான் நினைக்கிறேன். அந்த இரண்டு நபர்களும் முற்றிலும் வேறுபட்டவர்கள். அவர்கள் இருவரும் வெவ்வேறு பெயர்களைக் கொண்டவர்கள். முதலாவது நபர் சுமார் முப்பது வயது மதிக்கத்தக்க ஓர் இளைஞர் அவர் நேர்த்தியாக உடை அணிந்திருந்தார் இரண்டாம் நபரான டாக்டர் நீல் ஐம்பதுகளில் இருந்தார். அவர் ஒரு வெள்ளைத் தாடி வைத்திருந்தார். அவர் கண்ணாடி அணிந்திருந்தார். அவர் கூன் விழுந்தவர்போல நடந்தார். அவருடைய பற்களில் ஒன்று தங்கப்பல்லாக இருந்தது. அவர் சிரித்தால் மட்டுமே அது வெளியே தெரியும். அந்த இளைஞரின் அதே பல்லும்

தங்கப்பல்லாக இருந்தது. அவர்கள் இருவரின் காதுகளும் ஒரே மாதிரியாக இருந்தன. அவர்கள் இருவருக்கும் காது மடல்கள் கிட்டத்தட்ட இல்லாததுபோல அவர்களுடைய காதுகள் அமைந்திருந்தன. அதிசயிக்கத்தக்க விதத்தில் இருந்த இந்த இரண்டு ஒற்றுமைகளுமே எப்படி எதேச்சையானவையாக இருக்க முடியும்? இதைப் பற்றி நான் மீண்டும் மீண்டும் சிந்தித்தேன். இறுதியில், ஒரு வாரத்தில் பதில் கூறுவதாக நான் அவருக்கு ஒரு கடிதம் எழுதினேன். சில காலத்திற்கு முன்பு உங்களுடைய துப்பறியும் நிறுவனம் வெளியிட்டிருந்த ஒரு விளம்பரத்தை சமீபத்தில் ஒரு பழைய பத்திரிகையில் நான் பார்த்தேன். அதனால்தான் நான் இங்கு வந்துள்ளேன்."

டப்பென்ஸ் தன் தலையை வேகமாக ஆட்டியபடி, "நீங்கள் சொல்வது சரிதான். என்னவென்று ஆராயப்பட வேண்டிய ஒன்றுதான் இது," என்று கூறினாள்.

"மோனிகா, உங்களுடையது சுவாரசியமான விவகாரம்தான்," என்று டாமி கூறினான். "இதில் இறங்க நாங்கள் ஒப்புக் கொள்கிறோம்."

"இறுதிவரை சென்று இதில் என்ன இருக்கிறது என்று பார்த்துவிடலாம்," என்றாள் டப்பென்ஸ்.

"நான் இப்படிப் புரிந்து வைத்துள்ளேன். இது சரிதானா என்று சொல்லுங்கள். உங்கள் வீட்டில், நீங்கள், உங்களுடைய அம்மா, ஒரு வேலைக்காரி ஆகிய மூவர் இருக்கிறீர்கள். உங்களுடைய வேலைக்காரியைப் பற்றிக் கூடுதல் தகவல் ஏதேனும் கூற முடியுமா?" என்று டாமி கேட்டான்.

"அவள் பெயர் குரோக்கெட். அவள் என்னுடைய அத்தையுடன் சுமார் பத்து ஆண்டுகள் இருந்திருந்தாள். அவள் ஒரு முதிய பெண்மணி. அவள் பழகுவதற்கு இங்கிதமானவள் அல்லள். ஆனால், அவள் ஒரு நல்ல வேலைக்காரி. அவளுக்குத் தன்னைப் பற்றி ஒருவிதமான பெருமிதம் உண்டு. ஏனெனில், அவள் தன் தங்கையை, சமுதாயத்தில் உயர்ந்த அந்தஸ்து கொண்ட ஒருவனுக்கு மணமுடித்துக் கொடுத்துள்ளாள். அவளுடைய தங்கைக்கு ஒரு மகன் இருக்கிறான். 'அவன் ஒரு கனவான்' என்று குரோக்கெட் எப்போதும் கூறுவாள்."

"உம்," என்று மட்டும் டாமி கூறினான். அதற்கு மேல் என்ன கேட்பது என்று அவனுக்குத் தெரியவில்லை.

மோனிகாவைத் தீவிரமாக அவதானித்துக் கொண்டிருந்த டப்பென்ஸ், திடீரென்று ஒரு முடிவுக்கு வந்தவள்போலப் பேசினாள்.

"இப்போது கிட்டத்தட்ட மதிய உணவு நேரம் நெருங்கிவிட்டது. மோனிகா, நாம் இருவரும் சேர்ந்து

ஒன்றாகச் சாப்பிடப் போகலாம். அப்போது நீங்கள் இன்னும் கூடுதல் தகவல்களை என்னிடம் பகிர்ந்து கொள்ளலாம்," என்று டப்பென்ஸ் கூறினாள்.

"இது ஒரு நல்ல திட்டம்தான்," என்று டாமி தெரிவித்தான்.

டப்பென்ஸும் மோனிகாவும் அருகிலிருந்த ஓர் உணவகத்திற்குச் சென்று, அங்கிருந்த வசதியான இருக்கைகளில் அமர்ந்து கொண்டனர். டப்பென்ஸ் மோனிகாவிடம், "உங்கள் வீட்டில் நடந்து கொண்டிருக்கின்ற இந்த விநோதமான நிகழ்வுகளைப் பற்றிக் கண்டுபிடிக்க வேண்டும் என்று நீங்கள் விரும்புவதற்கு ஏதேனும் குறிப்பான காரணம் இருக்கிறதா?" என்று கேட்டாள்.

அதைக் கேட்டு மோனிகாவின் முகம் சிவந்தது.

"அது, வந்து–" என்று மோனிகா இழுத்தாள்.

"மனத்தில் உள்ளதைக் கொட்டிவிடுங்கள்," என்று டப்பென்ஸ் அவளை ஊக்கப்படுத்தினாள்.

"என்னைத் திருமணம் செய்து கொள்ள இரண்டு பேர் விரும்புகின்றனர்."

"வழக்கமான கதையா? அவர்களில் ஒருவர் பணக்காரர், மற்றொருவர் ஏழை, அப்படித்தானே?"

"நீங்கள் எப்படித்தான் இவற்றையெல்லாம் தெரிந்து வைத்துள்ளீர்களோ?" என்று மோனிகா வியப்புடன் கேட்டாள்.

"அது இயற்கை விதி," என்று டப்பென்ஸ் விளக்கினாள். "இது எல்லோருக்கும் நடக்கிறது. எனக்கும் நடந்துள்ளது."

"அந்த இருவரில் ஒருவரை நான் திருமணம் செய்து கொள்ளும் பட்சத்தில், வீட்டை விற்றாலும், அதில் வருகின்ற பணத்தை மட்டும் வைத்துக் கொண்டு எங்களால் வாழ்க்கையை ஓட்ட முடியாது. அந்த இருவரில் ஏழையான ஜெரால்டு, புத்திசாலியான ஒரு பொறியாளர். அவரிடம் ஓரளவு பணம் இருந்தால், அவர் இப்போது வேலை பார்த்துக் கொண்டிருக்கின்ற நிறுவனம் அவரை ஒரு பங்காளியாகச் சேர்த்துக் கொள்ளும். மற்றொருவர் பாட்ரிட்ஜ். அவரும் ஒரு நல்ல மனிதர், பணக்காரர். அவரை நான் மணமுடித்துக் கொண்டால், என்னுடைய பிரச்சனைகள் அனைத்தும் சுலபமாய் தீர்ந்துவிடும். ஆனால்–"

"எனக்குப் புரிகிறது," என்று டப்பென்ஸ் அனுதாபத்துடன் கூறினாள். "இரண்டும் ஒன்றல்ல. ஜெரால்டிடம் நல்ல பண்புநலன்கள் இருக்கின்றன. அவற்றைக் கூட்டினால், அதை ஒரு சொத்தாகக் கருதலாம்."

மோனிகா அதை ஆமோதித்துத் தலையாட்டினாள்.

"உங்களுடைய வீட்டுக்கு நேரில் வந்து, அதையும்

அப்பகுதியையும் அலசி ஆராய்வது நல்லதென்று எனக்குத் தோன்றுகிறது. உங்கள் வீட்டு முகவரி என்ன?”

“த ரெட் ஹவுஸ், ஸ்டோர்டன்-இன்-த-மார்ஷ்.”

டப்பென்ஸ் அதைத் தன் குறிப்பேட்டில் எழுதிக் கொண்டாள்.

“நான் உங்களுக்கு–” என்று துவக்கிய மோனிகா, “எவ்வளவு–” என்று கூறி நிறுத்தினாள். அவளுடைய முகம் இலேசாகச் சிவந்தது.

“நாங்கள் விளைவுகளைப் பொறுத்தே எங்களுடைய கட்டணங்களை நிர்ணயிக்கிறோம்,” என்று டப்பென்ஸ் கூறினாள். “உங்களுடைய வீட்டில் நடைபெறுகின்ற நிகழ்வுகளுக்குப் பின்னாலுள்ள இரகசியத்தை நாங்கள் கண்டறிந்து கொடுப்பது உங்களுக்கு இலாபகரமாக அமைகின்ற பட்சத்தில், அதிலிருந்து ஒரு சிறு சதவீதத்தை எங்களுக்குக் கொடுங்கள். உங்களுடைய வீட்டின்மீது சிலர் காட்டுகின்ற அதீத ஆர்வத்தை வைத்துப் பார்க்கின்றபோது, அது இலாபகரமாகத்தான் இருக்கும் என்று தோன்றுகிறது. இல்லையெனில், நீங்கள் எங்களுக்கு எதுவும் கொடுக்க வேண்டியதில்லை.”

“மிக்க நன்றி,” என்று மோனிகா கூறினாள்.

“இனி இதைப் பற்றி நீங்கள் கவலைப்படாதீர்கள். நாங்கள் பார்த்துக் கொள்கிறோம். எல்லாம் நல்லபடியாக முடியும். இப்போது நாம் உணவை ருசிக்கலாம், வேறு சுவாரசியமான விஷயங்களைப் பற்றிப் பேசலாம்,” என்றாள் டப்பென்ஸ்.

த ரெட் ஹவுஸ்

மோனிகாவின் வீடு இருந்த கிராமப் பகுதியில் தாங்கள் தங்கியிருந்த ஓட்டல் அறையின் சன்னல் வழியாக வெளியே பார்த்துக் கொண்டிருந்த டாமி, “சரி, அடுத்து என்ன செய்யலாம்?” என்று டப்பென்ஸிடம் கேட்டான்.

“இந்த விவகாரத்தைப் பற்றி அலசலாம்,” என்று டப்பென்ஸ் கூறினாள்.

“எனக்கு மோனிகாவின் அம்மாவின்மீது சந்தேகமாக இருக்கிறது,” என்று டாமி கூறினான்.

“ஏன் அப்படிச் சொல்கிறாய்?”

“இந்தப் ‘போல்ட்டர்கைஸ்ட்’ விவகாரம் வெறும் நாடகம். மோனிகா அந்த வீட்டை விற்கும்படி செய்வதற்காக யாரோ அதைச் செய்து கொண்டிருக்கின்றனர். அப்படியானால், அந்த

வீட்டிலுள்ள சாமான்களை யாரோ ஒருவர் அங்குமிங்கும் வீசியெறிந்து கொண்டிருக்க வேண்டும். எல்லோரும் சாப்பிட்டுக் கொண்டிருந்தபோது, மேல் தளத்தில் சாமான்கள் தூக்கி வீசப்பட்டச் சத்தம் கேட்டதாக மோனிகா நம்மிடம் கூறினாள், இல்லையா? அவளுடைய அம்மா எழுந்து நடமாட முடியாத நிலையில் இருந்தால், கீழ்த்தளத்திற்கு அவரால் வந்திருக்க முடியாது. அதனால் அவர்தான் அதைச் செய்திருக்க வேண்டும் என்று நான் சந்தேகப்படுகிறேன்."

"எழுந்து நடமாட முடியாத ஒருவரால் எப்படிச் சாமான்களைத் தூக்கியெறிய முடியும்?"

"ஓ! அதற்கான பதில் எளிது. தன்னால் எழுந்து நடமாட முடியாது என்று அவர் நடித்துக் கொண்டிருக்கக்கூடும்."

"எதற்காக அவர் அப்படிச் செய்ய வேண்டும்?"

"இந்த இடத்தில் நீ என்னை மடக்கிவிட்டாய்," என்று டாமி ஒத்துக் கொண்டான். "ஒரு குற்றத்தைச் செய்திருக்கவே முடியாது என்று கருதப்படும் அளவுக்கு, சந்தேகத்திற்கு அப்பாற்பட்ட நிலையில் இருக்கின்ற ஒருவரைத்தான் முதலில் சந்தேகிக்க வேண்டும் என்ற கோட்பாட்டின்படி நான் செயல்படுகிறேன."

"நீ எல்லாவற்றையுமே வேடிக்கையாக எடுத்துக் கொள்கிறாய்," என்று டப்பென்ஸ் ஒரு கடுமையான குரலில் கூறினாள். "அந்த வீட்டை எப்படியாவது வாங்கிவிட வேண்டும் என்று சிலர் துடிப்பதற்குப் பின்னால் ஏதாவது ஒரு பெரிய காரணம் இருந்தாக வேண்டும். இதைக் கண்டுபிடிப்பதற்கு இதற்குள் ஆழமாக இறங்க உனக்கு வேண்டுமானால் விருப்பம் இல்லாதிருக்கலாம். ஆனால், எனக்கு விருப்பம் இருக்கிறது. எனக்கு மோனிகாவைப் பிடித்திருக்கிறது."

டாமி அதைக் கேட்டுத் தலையாட்டினான்.

"நீ சொல்வதை நான் ஏற்றுக் கொள்கிறேன். ஆனால் என்னால் உன்னை வம்புக்கு இழுக்காமல் இருக்க முடியாது. அந்த வீட்டு விஷயத்தில் விநோதமான ஏதோ ஒன்று இருக்கிறது என்பது உண்மை. அது எதுவாக இருந்தாலும், அதை அவ்வளவு எளிதில் அடைந்துவிட முடியாது. இல்லையென்றால், ஒரு சாதாரணமான திருட்டு அதைச் சாதித்துவிடும். ஒருவர் அந்த வீட்டை வாங்க விரும்புகிறார் என்றால், ஒன்று, அந்த வீட்டின் தோட்டத்திற்குக் கீழே நிலக்கரிச் சுரங்கம் ஏதாவது இருக்க வேண்டும்; அல்லது, அந்த வீட்டை இடித்து அதன் சுவர்களுக்குள் ஏதாவது ஒளித்து வைக்கப்பட்டிருக்கிறதா என்று அவர் பார்க்க விரும்பியிருக்கலாம்."

"நிலக்கரிச் சுரங்கம் என்ற யோசனை எனக்குப் பிடிக்கவில்லை.

புதையல் என்று சொல். அது போதையூட்டுவதாக இருக்கிறது."

"அப்படியானால், நான் நேராக இங்குள்ள வங்கிக்குச் சென்று, அதன் மேலாளரிடம், நான் கிறிஸ்துமஸ் விடுமுறைக்காக இந்த இடத்திற்கு வந்திருப்பதாகவும், இந்த ஓட்டலில் தங்கியிருப்பதாகவும், த ரெட் ஹவுஸை விலைக்கு வாங்க நான் ஆர்வமாக இருப்பதாகவும் தெரிவிக்கப் போகிறேன். அதனால் அந்த வங்கியில் என் பெயரில் ஒரு கணக்கைத் துவக்க வேண்டும் என்றும் நான் அவரிடம் கூறப் போகிறேன்," என்று டாமி கூறினான்.

"எதற்காக?"

"பொறுத்திருந்து பார்."

அரை மணிநேரம் கழித்து டாமி திரும்பி வந்தபோது, அவனுடைய கண்களில் மினுமினுப்பு கூடியிருந்தது.

"வங்கியில் எல்லாமே நான் திட்டமிட்டிருந்தபடி சென்றது. நான் எதேச்சையாகக் கேட்பதுபோல, அந்த வங்கி மேலாளரிடம், சமீபத்தில் அந்த வங்கியிலிருந்து யாராவது தங்கத்தை வெளியே எடுத்திருந்தார்களா என்று கேட்டேன். சிறு விவசாயிகள் போர்க்காலங்களில் சேமித்து வைத்தப் பணத்தை வங்கிகளிடம் தங்கமாக மாற்றி, அதைத் தங்களுடைய வீடுகளில் பதுக்கி வைப்பது வழக்கம். பிறகு நான் என் பேச்சை, வயது முதிர்ந்த பெண்மணிகளின் விநோதமான நடவடிக்கைகளின் பக்கம் திருப்பினேன். நான் கற்பனையாக ஓர் அத்தையை உருவாக்கி, அவர் இதுபோலச் செயல்பட்டதாக அந்த மேலாளரிடம் கதையளந்தேன். அது வேலை செய்தது. அப்படிப்பட்ட ஒரு செயலில் ஈடுபட்ட அவர்களுடைய வாடிக்கையாளர் ஒருவரைப் பற்றி அந்த மேலாளர் குறிப்பிட்டார். அந்தப் பெண்மணி, வங்கியில் தன்னுடைய கணக்கில் இருந்த பணம் முழுவதையும் தங்கமாக மாற்றிக் கொடுக்குமாறும், தன்னுடைய பங்குப் பத்திரங்கள் போன்றவற்றையும் திருப்பிக் கொடுத்துவிடுமாறும் தன்னை வற்புறுத்திய கதையை அந்த மேலாளர் என்னோடு பகிர்ந்து கொண்டார். இது என்ன முட்டாள்தனமான காரியமாக இருக்கிறதே என்று நான் அவரிடம் போலியாக அங்கலாய்த்தபோது, அப்படிச் செய்த பெண்மணி யார் என்பதை அவர் எதேச்சையாக என்னிடம் கூறிவிட்டார். அது வேறு யாருமல்லர். நம்முடைய 'த ரெட் ஹவுஸின்' முன்னாள் சொந்தக்காரரான, மோனிகாவின் அத்தைதான். அப்பெண்மணி அனைத்துப் பணத்தையும் பெற்று எங்கோ பதுக்கி வைத்துவிட்டார். தன் அத்தை தனக்கு அந்த வீட்டை விட்டுச் சென்றிருந்தபோதும், பணமாகப் பெரிய அளவில்

ஏதையும் விட்டுச் செல்லவில்லை என்று மோனிகா கூறியது உனக்கு நினைவிருக்கிறதா? மோனிகாவின் அத்தை அதைத் தன்னுடைய வீட்டில்தான் எங்கோ பதுக்கி வைத்திருக்க வேண்டும். அதை வேறு யாரோ அறிந்திருக்க வேண்டும். அது யாராக இருக்கும் என்பதையும் நான் ஊகித்துவிட்டேன்."

"யார் அது?" என்று டப்பென்ஸ் கேட்டாள்.

"வேலைக்காரி குரோக்கெட். தன்னுடைய முன்னாள் எஜமானியின் அனைத்து இரகசியங்களையும் அவள் தெரிந்து வைத்திருக்க வேண்டும்."

"அந்தத் தங்கப்பல்காரன் நீல்?"

"அது அந்த வேலைக்காரியின் தங்கை மகனாக இருக்க வேண்டும். ஆனால், மோனிகாவின் அத்தை அந்த சொத்துகளை எங்கே மறைத்து வைத்திருப்பார்? பெண்களைப் பற்றி என்னைவிட நீதான் நன்கு அறிந்தவள். பொருட்களைப் பதுக்கி வைக்க வேண்டும் என்றால், முதிய பெண்மணிகள் அவற்றை எங்கே மறைத்து வைப்பார்கள்?"

"தங்களுடைய பெட்டிகோட் மற்றும் காலுறைகளிலும், மெத்தைக்கு அடியிலும் ஒளித்து வைப்பர்."

டாமி அதை மறுக்கும் விதமாகத் தலையாட்டினான்.

"நீ சொல்வது பொதுவாகச் சரியாக இருக்கக்கூடும் என்றாலும், மோனிகாவின் அத்தையின் விஷயத்தில் அது பொருத்தமாக இருக்காது என்று நான் நினைக்கிறேன். அவர் இறந்த பிறகு அவருடைய பொருட்களை அவர்கள் ஒழுங்கு செய்தபோது, அந்தப் பொக்கிஷம் நீ சொல்வதுபோல ஒளித்து வைக்கப்பட்டிருந்தால் அதை அவர்கள் எளிதாகக் கண்டுபிடித்திருப்பார்கள். அந்த முதிய பெண்மணியால் தோட்டத்தில் ஒரு குழியைத் தோண்டியிருக்க முடியாது. அவரால் கூரையிலும் ஒளித்து வைத்திருக்க முடியாது. ஆனாலும் அவருடைய பொக்கிஷம் அந்த வீட்டில்தான் எங்கோ உள்ளது. குரோக்கெட் அதைக் கண்டுபிடித்திருக்கவில்லை என்றாலும், அது அந்த வீட்டில்தான் எங்கோ உள்ளது என்பதை அவள் அறிவாள். தாங்கள் அந்த வீட்டைச் சொந்தமாக்கிக் கொண்ட பிறகு, அதை மொத்தமாக இடித்துத் தள்ளி, தாங்கள் தேடிக் கொண்டிருக்கின்ற பொக்கிஷத்தை எடுத்துக் கொள்ளலாம் என்று குரோக்கெட்டும் நீலும் திட்டம் போட்டுள்ளனர். இதில் நாம் அவர்களை முந்திவிட வேண்டும். டப்பென்ஸ், நாம் உடனடியாக மோனிகாவின் வீட்டுக்குச் செல்லலாம்."

அவர்கள் அந்த வீட்டுக்குச் சென்றபோது மோனிகா அங்கு இருந்தாள். டாமியும் டப்பென்ஸும் அந்த வீட்டை வாங்க உத்தேசித்திருந்த தம்பதியர் என்று அவள் தன் அம்மாவிடமும்

குரோக்கெட்டிடமும் அவர்கள் இருவரையும் அறிமுகம் செய்து வைத்தாள். டாமிக்கும் டப்பென்ஸுக்கும் முழு வீட்டையும் தோட்டத்தையும் சுற்றிக் காட்ட அந்தப் பொய் உதவியாக இருக்கும் என்பதற்காகத்தான் அந்த ஏற்பாடு. அந்த வீட்டின் பொக்கிஷம் குறித்து டாமியும் டப்பென்ஸும் எந்த முடிவுக்கு வந்திருந்தார்களோ, அதை டாமி மோனிகாவிடம் கூறவில்லை. ஆனால், அவளுடைய அத்தையின் உடைகள் பற்றியும், தனிப்பட்டப் பிற உடைமைகள் பற்றியும் அவன் துளைத்துத் துளைத்து அவளிடம் பல கேள்விகள் கேட்டான். சில உடைமைகள் குரோக்கெட்டிடம் கொடுக்கப்பட்டிருந்தன. மற்றவை பல ஏழைக் குடும்பங்களுக்குப் பகிர்ந்து அளிக்கப்பட்டிருந்தன. கொடுப்பதற்கு முன்பாக அனைத்தும் முழுமையாகச் சோதனையிடப்பட்டிருந்தன.

"உங்களுடைய அத்தை ஏதாவது ஆவணங்களை விட்டுச் சென்றுள்ளாரா?" என்று டாமி மோனிகாவிடம் கேட்டான்.

"ஆமாம். அத்தையின் மேசை இழுப்பறை முழுவதும் காகிதங்களால் நிரம்பி வழிந்தது. அவர் தன்னுடைய படுக்கையறையில் வைத்திருந்த இழுப்பறைகளிலும் சில காகிதங்கள் இருந்தன. ஆனால், முக்கியமான எதுவும் அவற்றில் இருக்கவில்லை."

"அந்தக் காகிதங்களையெல்லாம் நீங்கள் தூக்கியெறிந்துவிட்டீர்களா?"

"இல்லை. பழைய காகிதங்களைத் தூக்கியெறிய என் அம்மா ஒருபோதும் அனுமதிக்க மாட்டார். நேரம் கிடைக்கும்போது அவற்றை ஒவ்வொன்றாக எடுத்துப் பார்க்க அவர் திட்டமிட்டுள்ளார்."

டாமி அதை அங்கீகரித்ததுபோல, "உங்களுடைய அம்மாவின் கண்ணோட்டம் சரிதான்," என்று கூறினான். பின்னர், தோட்டத்தில் பூச்செடிகளுக்கு இடையே வேலை செய்து கொண்டிருந்த ஒரு முதியவரை அவன் சுட்டிக்காட்டி, "இவர் உங்களுடைய அத்தையிடமும் வேலை செய்து கொண்டிருந்தாரா?" என்று கேட்டான்.

"ஆமாம். என் அத்தையின் காலத்தில் இவர் வாரத்திற்கு மூன்று நாட்கள் இங்கு வருவார். கடினமாக உழைக்க முடிகின்ற வயதை இவர் கடந்துவிட்டார். ஆனாலும் நான் இவரை வாரத்திற்கு ஒரு நாள் மட்டும் வந்து தோட்டத்தைப் பராமரிக்குமாறு கூறியிருக்கிறேன். அதற்கு மேல் இவருக்கு ஊதியம் கொடுக்க எனக்குக் கட்டுப்படியாகாது."

டப்பென்ஸ் மோனிகாவுடன் தொடர்ந்து பேச்சுக் கொடுத்துக் கொண்டிருக்க வேண்டும் என்பதைத் தெரிவிக்கும்

விதமாக, டாமி டப்பென்ஸை நோக்கிக் கண்ணடித்தான். பிறகு, தோட்டத்தில் வேலை செய்து கொண்டிருந்த அந்த முதியவரை நோக்கி அவன் சென்றான். அவன் அவரிடம் இனிமையாகப் பேசிக் கொண்டிருந்துவிட்டு, எதேச்சையாகக் கேட்பதுபோல, "நீங்கள் உங்களுடைய பழைய எஜமானியம்மாவின் பெட்டி ஒன்றைத் தோட்டத்தில் புதைத்தீர்களா?" என்று அவரிடம் கேட்டான்.

"நான் அப்படி எதையும் புதைக்கவில்லை. அவர் எதற்காக ஒரு பெட்டியைத் தோட்டத்தில் புதைக்க வேண்டும்?" என்று அந்தத் தோட்டக்காரர் கேட்டார்.

டாமி தலையாட்டிக் கொண்டே அங்கிருந்து நகர்ந்து வீட்டிற்குள் நுழைந்தான். மோனிகாவின் அத்தை வைத்திருந்த காகிதங்களிலிருந்து தனக்கு ஏதாவது தகவல் கிடைக்கக்கூடும் என்று அவன் நம்பினான். இல்லையெனில், அந்த வீட்டின் பிரச்சனையைத் தீர்ப்பது மிகவும் கடினமாகிவிடும். அந்த வீடு பழையதாக இருந்தாலும், ஒரு இரகசிய அறையையோ அல்லது பாதாள வழியையோ உள்ளடக்கியிருக்கும் அளவுக்கு அது புராதனமானது அல்ல.

டாமியும் டப்பென்ஸும் அங்கிருந்து கிளம்புவதற்கு முன், மோனிகா ஓர் அட்டைப்பெட்டியை அவர்களிடம் கொடுத்தாள்.

"இதில் நான் என் அத்தையின் காகிதங்கள் அனைத்தையும் போட்டு வைத்துள்ளேன்," என்று அவள் கிசுகிசுத்தாள். "இதை நீங்கள் எடுத்துச் சென்று நிதானமாகப் படிக்க உங்களுக்கு வசதியாக இருக்கும் என்று நான் நினைத்–"

அவள் அந்த வாக்கியத்தை முடிப்பதற்கு முன், மேல் தளத்தில் ஒரு பெரிய சத்தம் கேட்டது. டாமி வேகமாகப் படியேறி ஓடினான். அங்கிருந்த ஓர் அறையில் ஒரு பீங்கான் ஜாடியும் ஒரு பேசினும் சுக்குநூறாக உடைந்து கிடந்தன. அந்த அறையில் வேறு யாரும் இருக்கவில்லை.

"ஆவி மீண்டும் தன் கைவரிசையைக் காட்டியிருக்கிறதுபோலும்!" என்று டாமி சிரித்துக் கொண்டே முணுமுணுத்தான்.

யோசனையுடன் டாமி கீழ்த்தளத்திற்குச் சென்றான்.

"உங்களுடைய வேலைக்காரியுடன் நான் ஒரு நிமிடம் பேசலாமா?" என்று டாமி மோனிகாவிடம் கேட்டான்.

"கண்டிப்பாக. நான் போய் அவளை வரச் சொல்கிறேன்."

மோனிகா அங்கிருந்து சென்று ஒரு முதிய பெண்மணியுடன் திரும்பி வந்தாள். அப்பெண்தான் அவர்கள் அந்த வீட்டிற்குள் நுழைந்தபோது அவர்களுக்குக் கதவைத் திறந்துவிட்டிருந்தாள்.

டாமி அவளிடம், "நாங்கள் இந்த வீட்டை விலைக்கு வாங்கலாமா என்று யோசித்துக் கொண்டிருக்கிறோம்," என்று இனிமையாகக் கூறினான். "அப்படி நாங்கள் ஒருவேளை இதை வாங்க நேர்ந்தால், உங்களால் எங்களுக்கு வேலை செய்ய முடியுமா என்று என் மனைவி தெரிந்து கொள்ள விரும்புகிறாள்."

குரோக்கெட்டின் முகம் எந்த உணர்ச்சியையும் வெளிப்படுத்தவில்லை.

"நன்றி, சார். ஆனால், இது குறித்து நான் யோசிக்க வேண்டும்," என்று அவள் கூறினாள்.

டாமி மோனிகாவின் பக்கம் திரும்பினான்.

"மோனிகா, எங்களுக்கு இந்த வீடு மிகவும் பிடித்திருக்கிறது. இந்த வீட்டை வாங்கிக் கொள்ள வேறு ஒரு நபரும் விரும்புகிறார் என்பதை நாங்கள் அறிவோம். அவர் எவ்வளவு கொடுக்க முன்வந்திருந்தார் என்பதையும் நாங்கள் அறிவோம். அதைவிட நூறு பவுன்ட் அதிகமாகக் கொடுக்க நாங்கள் தயாராக இருக்கிறோம். இது ஒரு நல்ல விலை என்பதை நீங்கள் அறிவீர்கள்."

மோனிகா அர்த்தமில்லாத ஏதோ ஒன்றை முணுமுணுத்தாள். டாமியும் டப்பென்ஸும் அங்கிருந்து புறப்பட்டனர்.

வெளியே வந்ததும், டாமி டப்பென்ஸிடம், "நான் சந்தேகப்பட்டது சரிதான். குரோக்கெட்டுக்கு இதில் ஒரு பங்கிருக்கிறது. அவள் என்னைப் பார்க்க வந்தபோது, அவளுக்கு மூச்சிரைத்துக் கொண்டிருந்ததை நீ கவனித்தாயா? மேல் தளத்தில் அவள் அந்தச் சாமான்களைப் போட்டு உடைத்துவிட்டு, பின் மாடிப்படிகள் வழியாக இறங்கி ஓடி வந்திருக்க வேண்டும். சில நேரங்களில் அவள் தன்னுடைய தங்கை மகனை அந்த வீட்டுக்குள் அனுமதித்திருக்க வேண்டும். சில ஆவி விளையாட்டுகளை அவன்தான் விளையாடியிருந்திருக்க வேண்டும். நீ வேண்டுமானால் பார், இன்று இரவுக்குள், நீல் இந்த வீட்டுக்குக் கொடுக்க முன்வந்திருந்த விலையை அதிகரிப்பார்," என்று கூறினான்.

டாமி கூறியிருந்ததைப்போலவே, அன்று இரவு, அவர்கள் தங்கியிருந்த ஓட்டலுக்கு மோனிகாவிடமிருந்து ஒரு குறிப்பு வந்தது.

"தற்போதுதான் டாக்டர் நீலிடமிருந்து எனக்கு ஒரு செய்தி வந்தது. இந்த வீட்டுக்கு அவர் முன்பு குறிப்பிட்டிருந்த விலையைவிட நூற்றைம்பது பவுன்ட் அதிகமாகத் தர அவர் தயாராக இருக்கிறார்."

டாமி ஆழ்ந்து யோசித்துவிட்டு, "டாக்டர் நீலிடம் நிறையப்

பணம் இருக்க வேண்டும். அதோடு, இந்த வீட்டிலிருந்து அவர் பெறவிருக்கின்ற மதிப்பு, அவர் கொடுக்கத் தயாராக இருப்பதைவிடப் பல மடங்கு அதிகமாக இருக்க வேண்டும்," என்று டப்பென்ஸிடம் கூறினான்.

"ஓ! நம்மால் மட்டும் இதைக் கண்டுபிடிக்க முடிந்தால் நன்றாக இருக்கும்!"

"சரி, நாம் வேலையில் இறங்கலாம்."

மோனிகா கொடுத்திருந்த அட்டைப்பெட்டியிலிருந்த காகிதங்களை அவர்கள் அலசத் தொடங்கினர். அவை எந்த ஒழுங்குமுறையும் இல்லாமல் அப்பெட்டிக்குள் தாறுமாறாகத் திணித்து வைக்கப்பட்டிருந்தன. அவற்றை அலசுவது ஒரு கடினமான வேலையாக இருந்தது.

அவற்றில் பயனற்றப் பழைய பில்கள் ஏராளமாக இருந்தன. டாமியும் டப்பென்ஸும் ஆளுக்கொரு பக்கமாக அமர்ந்து கொண்டு அவற்றை ஒவ்வொன்றாக எடுத்துப் படிக்கத் துவங்கினர். அவ்வப்போது, தாங்கள் எடுத்திருந்த குறிப்புகளை அவர்கள் பரஸ்பரம் ஒருவரோடு ஒருவர் பகிர்ந்து கொண்டனர்.

"டப்பென்ஸ், உருப்படியாக ஏதாவது கிடைத்ததா?" என்று டாமி கேட்டான்.

"இல்லை. இரண்டு பழைய பில்கள், உருப்படாத மூன்று கடிதங்கள், புதிய உருளைக்கிழங்குகளை நீண்ட நாட்களுக்கு எப்படிப் பாதுகாப்பாக வைத்திருக்க வேண்டும் என்பதற்கான ஒரு குறிப்பு, எலுமிச்சை கேக் தயாரிப்பிற்கான ஒரு சமையல் குறிப்பு - அவ்வளவுதான். ஆமாம், உனக்கு என்னென்ன கிடைத்துள்ளன?"

"ஒரு பில், வசந்தகாலம் குறித்த ஒரு கவிதை, பத்திரிகையில் வெளியான இரண்டு கட்டுரைகள். ஒன்றின் தலைப்பு: 'பெண்கள் ஏன் முத்துகளை வாங்குகின்றனர் – அது ஒரு நல்ல முதலீடு என்பதால்!' மற்றொன்றின் தலைப்பு: 'நான்கு மனைவிகளைப் பெற்றிருந்த ஒரு மனிதன் – ஓர் அசாதாரணமான கதை!' முயல் கறி குறித்த ஒரு சமையல் குறிப்பு."

இறுதியில் மொத்தப் பெட்டியும் காலியானது. அவர்கள் ஒருவரையொருவர் பார்த்துக் கொண்டனர்.

டாமி ஒரு காகிதத்தை டப்பென்ஸிடம் நீட்டி, "காகிதங்களைப் பிரித்துக் கொண்டிருக்கும்போது நான் இதை எடுத்து ஓர் ஓரமாக வைத்திருந்தேன். இது விநோதமாக இருந்தது. ஆனால், நாம் தேடிக் கொண்டிருப்பதற்கும் இதற்கும் தொடர்பு இருப்பதாகத் தெரியவில்லை," என்று கூறினான்.

அதை உற்றுப் பார்த்த டப்பென்ஸ், "இதை 'அனகிராம்' என்று அழைப்பர். இது ஒருவிதமான வார்த்தை விளையாட்டு," என்று கூறிவிட்டு, அதில் எழுதப்பட்டிருந்ததைப் படிக்கத் துவங்கினாள்.

"என்னுடைய முதலாவதை தகிக்கும் நிலக்கரியின்மீது போட்டாய்
அதற்குள் என்னை முழுமையாகப் போட்டாய்;
என் இரண்டாவதுதான் உண்மையில் முதலாவது;
என் மூன்றாவதுக்குக் குளிர்காலச் சீற்றக் காற்று பிடிக்காது."

"இதில் கவிதை நயம் எதுவும் இருப்பதுபோல எனக்குத் தோன்றவில்லையே!" என்று டாமி முனகினான்.

"இதில் நீ என்ன தனித்துவத்தைக் கண்டாய் என்பதை என்னால் பார்க்க முடியவில்லை," என்றாள் டப்பென்ஸ். ஐம்பது ஆண்டுகளுக்கு முன்பு இது போன்றவற்றை மக்கள் சேமித்து வைப்பர் - குளிர்காலத்தில் இரவு வேளைகளில் கணப்படுப்பில் போட்டு எரிப்பதற்காக!"

"நான் அக்கவிதையில் இடம் பெற்றிருக்கும் வரிகளைப் பற்றிக் கூறவில்லை. அவற்றுக்குக் கீழே இடம் பெற்றிருக்கும் வார்த்தைகள்தாம் எனக்கு விநோதமாகத் தோன்றுகின்றன."

"லூக்கா, அதிகாரம் 11, வசனம் 9," என்று டப்பென்ஸ் படித்தாள். "இது ஒரு பைபிள் வாசகம்."

"ஆமாம். அது சரிதான். ஆனால், அந்த முதிய பெண்மணி எதற்காக இந்த பைபிள் வரிகளை ஒரு போலிக் கவிதையின் அடியில் எழுதி வைக்க வேண்டும்? அது உனக்கு விநோதமாகத் தோன்றவில்லையா?"

"ஆமாம். அது விநோதமாக இருக்கிறது என்பது உண்மைதான்," என்று டப்பென்ஸ் ஒப்புக் கொண்டாள்.

"நீ ஒரு பாதிரியாரின் மகளாக இருப்பதால், உன் பைபிள் இப்போது உன்னிடம் இருக்கும் என்று நான் எதிர்பார்க்கலாமா?"

"என்னிடம் இப்போது ஒரு பைபிள் இருப்பது உண்மைதான். இதை நீ எதிர்பார்த்திருக்க மாட்டாய். ஒரு நிமிடம் பொறு."

டப்பென்ஸ் தன் பயணப்பெட்டி அருகே ஓடிச் சென்று, ஒரு சிறிய சிவப்பு நிறப் புத்தகத்தை அதிலிருந்து எடுத்துக் கொண்டு மேசைக்குத் திரும்பினாள். பின் அப்புத்தகத்தின் பக்கங்களை அவள் வேகமாகத் திருப்பினாள். "லூக்கா, அதிகாரம் 11, வசனம் 9... இதோ இங்கே இருக்கிறது. ஓ! டாமி, இதைப் பார்!"

டாமி குனிந்து, டப்பென்ஸின் விரல்கள் சுட்டிக்காட்டிக் கொண்டிருந்த வரிகளைப் பார்த்தான்.

அதில், "தேடுங்கள், அப்பொழுது கண்டடைவீர்கள்," என்று எழுதப்பட்டிருந்தது.

"ஆகா! இதுதான்!" என்று டப்பென்ஸ் உற்சாகமாகக் கத்தினாள். "நமக்குக் கிடைத்துவிட்டது. அந்தப் போலிக் கவிதையின் புதிரை விடுவித்துவிட்டால், பொக்கிஷம் நமக்குத்தான். அதாவது, மோனிகாவுக்கு!"

"சரி, இப்போது அந்தப் புதிர்க் கவிதைக்குச் செல்லலாம். 'எனது முதலாவதை தகிக்கும் நிலக்கரியின்மீது போட்டாய்.' இதற்கு என்ன அர்த்தம்? 'என் இரண்டாவதுதான் உண்மையில் முதலாவது.' இது வடிகட்டிய ஒரு பிதற்றலாக அல்லவா இருக்கிறது!"

"உண்மையில் இது எளிதானதுதான். இதற்கு ஒருவிதமான சூட்சுமம் தேவை. அதை என்னிடம் கொடு."

டாமி அந்தக் காகிதத்தை மனமுவந்து அவளிடம் கொடுத்தான். டப்பென்ஸ் தன் நாற்காலியில் வசதியாக அமர்ந்து கொண்டு, தன் புருவங்களை நெறித்தவாறு தனக்குத் தானே முணுமுணுக்கத் தொடங்கினாள்.

ஓர் அரை மணிநேரம் கடந்திருந்தபோது, "உண்மையில் இது எளிதானதுதான்," என்று டாமி முணுமுணுத்தான்.

"அதிகமாக அலுத்துக் கொள்ளாதே! நாம் இதற்குப் பொருத்தமான தலைமுறையினர் அல்லர். நாளைக்கு நான் நகரத்திற்குள் சென்று வயதான கட்டை யாரையாவது அணுகலாமா என்று நான் யோசித்துக் கொண்டிருக்கிறேன். அவர்களால் இதைச் சட்டென்று விடுவித்துவிட முடியும். நான் மீண்டும் சொல்கிறேன். இதற்கு ஒரு சூட்சுமம் வேண்டும், அவ்வளவுதான்."

"சரி, சரி. நாம் மீண்டும் ஒரு முறை முயன்று பார்க்கலாம்."

"தகிக்கும் நிலக்கரியில் உன்னால் நிறைய விஷயங்களைப் போட முடியாது," என்றாள் டப்பென்ஸ். "அதை அணைக்க வேண்டுமென்றால், அதன்மீது நீரை ஊற்றலாம். அதை மேலும் எரிய வைக்க வேண்டுமென்றால், அதில் மேலும் மரக்கட்டைகளைப் போடலாம். அதைக் கொண்டு எதையேனும் கொதிக்க வைக்க வேண்டுமென்றால், அதன்மீது ஒரு கொதிகலனை வைக்கலாம்."

"அது ஒற்றை வார்த்தையாக இருக்க வேண்டும் என்று நான் நினைக்கிறேன். அதனால் 'மரக்கட்டை' என்ற வார்த்தையை எடுத்துக் கொள்ளலாமா?"

"ஆனால், மரக்கட்டைக்குள் எதையும் போட முடியாதே?"

"சரி, அப்படியானால், நெருப்புக்குள் போடக்கூடிய விஷயங்களாக யோசித்துப் பார்க்கலாம்."

"வாணலி? பானை?" என்று டப்பென்ஸ் கேட்டாள்.

"மட்பாண்டம்? நெருப்பில்தானே அதைச் சுடுவர்?"

அப்போது, அந்த ஓட்டல் சிப்பந்தி, அவர்களுடைய உணவு சிறிது நேரத்தில் தயாராகிவிடும் என்று அறிவித்தாள்.

"உங்களுக்கு உருளைக்கிழங்கு எப்படி சமைக்கப்பட வேண்டும் என்று சமையற்காரர் உங்களிடம் கேட்கச் சொன்னார்," என்று அப்பெண் கேட்டாள். "உருளைக்கிழங்கை வறுக்க வேண்டுமா அல்லது தோலோடு அவிக்க வேண்டுமா?"

"தோலோடு அவிக்க வேண்டும்," என்று டப்பென்ஸ் அவளிடம் உடனடியாகக் கூறினாள். "எனக்கு உருளைக்கிழங்கு மிகவும் பிடிக்–" டப்பென்ஸ் அந்த வாக்கியத்தைப் பாதியில் அப்படியே நிறுத்திவிட்டாள். அவளுடைய வாய், பாதி திறந்த நிலையில் இருந்தது.

"என்னவாயிற்று, டப்பென்ஸ்? ஆவி கீவி எதையாவது பார்த்துவிட்டாயா?"

"டாமி, உனக்குத் தெரியவில்லையா?" என்று டப்பென்ஸ் கத்தினாள். "அதுதான் நாம் தேடிக் கொண்டிருந்த வார்த்தை! உருளைக்கிழங்கு! முதலாவது வார்த்தை பானை. அந்தப் பானைக்குள் முழுமையாகப் போடப்பட்டது உருளைக்கிழங்கு!"

"நீ கூறியது சரிதான். நீ உண்மையிலேயே புத்திசாலிதான். ஆனால், ஒன்றுமில்லாத விஷயத்திற்காக நாம் ஏராளமான நேரத்தை வீணடித்துவிட்டோம். காணாமல் போயிருக்கும் பொக்கிஷத்தோடு உருளைக்கிழங்கு எந்தவிதத்திலும் பொருந்தாது. ஒரு நிமிடம் பொறு! ஆமாம், நாம் அந்தப் பெட்டியில் இருந்த காகிதங்களை அலசிக் கொண்டிருந்தபோது நீ வாசித்த ஒரு காகிதத்தில் என்ன எழுதியிருந்தது? 'புதிய உருளைக்கிழங்குகளை' சமைப்பது குறித்த ஏதோ சமையல் குறிப்பு அது. அதற்கும் இதற்கும் ஏதாவது தொடர்பு இருக்கிறதா என்று பார்க்கலாம்."

அந்தப் பெட்டிக்குள் இருந்த காகிதங்களை டாமி அவசர அவசரமாகத் தேடினான்.

"இதோ இங்கே இருக்கிறது. அதன் தலைப்பு: 'புதிய உருளைக்கிழங்குகளைப் பாதுகாப்பது எப்படி?' " என்று கூறிய டாமி, அதில் எழுதப்பட்டிருந்தவற்றைத் தொடர்ந்து படித்தான்: " 'புதிய உருளைக்கிழங்குகளைத் தகர டப்பாக்களில் போட்டு, தோட்டத்தில் புதைத்து வைக்கவும். அப்படிப் புதைத்து வைத்தால், கடுமையான குளிர்காலத்தில்கூட, அவை புதிதாகத்

தோண்டியெடுக்கப்பட்ட உருளைக்கிழங்குகளைப்போலவே இருக்கும்."

"ஆகா! நாம் கண்டுபிடித்துவிட்டோம். பொக்கிஷம் தோட்டத்தில் இருக்கிறது. அது தகர டப்பாக்களில் போட்டுப் புதைத்து வைக்கப்பட்டிருக்கிறது."

"ஆனால், நான் அந்தத் தோட்டக்காரரைக் கேட்டபோது, தான் தோட்டத்தில் எதையும் புதைத்திருக்கவில்லை என்று கூறினாரே!"

"அது எனக்கும் தெரியும். ஆனால், பொதுவாக, நீங்கள் கேட்கின்ற கேள்விகளுக்கு மக்கள் நேரடியாக பதிலளிப்பதில்லை. நீங்கள் எந்த அர்த்தத்தில் கேட்கிறீர்கள் என்று அவர்களாகவே ஒரு முடிவுக்கு வந்து அதற்கேற்பவே அவர்கள் பதிலளிக்கின்றனர். அசாதாரணமான எதையும் தான் புதைத்து வைத்திருக்கவில்லை என்று அவர் நம்புகிறார். நாளைக்கு நாம் அவருடைய வீட்டுக்குச் சென்று, உருளைக்கிழங்குகளை அவர் எங்கே புதைத்து வைத்தார் என்று அவரிடம் கேட்கலாம்."

மறுநாள், கிறிஸ்துமஸ் தினத்திற்கு முந்தைய நாள். அன்று அவர்கள் விசாரித்தறிந்து அந்தத் தோட்டக்காரரின் வீட்டுக்குச் சென்றனர். டப்பென்ஸ் அவரிடம் சில நிமிடங்கள் பொதுவான விஷயங்களைப் பேசிக் கொண்டிருந்துவிட்டு, மறைமுகமாக விஷயத்திற்கு வந்தாள்.

"எனக்கு உருளைக்கிழங்குகள் என்றால் கொள்ளைப் பிரியம். கிறிஸ்துமஸ் அன்று புதிய உருளைக்கிழங்குகள் கிடைத்தால் எவ்வளவு நன்றாக இருக்கும்! வான்கோழி இறைச்சியுடன் உருளைக்கிழங்கைச் சேர்த்துச் சமைத்தால் அற்புதமாக இருக்கும். சில இடங்களில் மக்கள் உருளைக்கிழங்குகளைத் தகர டப்பாக்களில் போட்டுப் புதைத்து வைப்பார்கள் என்றும், அது உருளைக்கிழங்குகளைப் புதிதாக வைத்திருக்கும் என்றும் நான் கேள்விப்பட்டிருக்கிறேன். இங்குள்ள மக்களுக்கும் அப்படிப்பட்டப் பழக்கம் இருக்கிறதா?"

"ஆமாம். இருக்கிறது," என்று அந்தத் தோட்டக்காரர் கூறினார். "என் பழைய எஜமானியம்மா ஒவ்வொரு கோடையிலும் மூன்று தகர டப்பாக்கள் நிறைய உருளைக்கிழங்குகளைத் தன்னுடைய தோட்டத்தில் புதைத்து வைப்பார். பெரும்பாலும் மறக்காமல் குளிர்காலத்தில் அவற்றை எடுத்துப் பயன்படுத்துவார்."

"அவர் எப்போதுமே, வீட்டை ஒட்டியிருக்கின்ற தோட்டப் பாததியில்தானே புதைத்து வைப்பார்?"

"இல்லை. அந்தத் தோட்டத்தில் இருக்கின்ற ஊசியிலை

மரத்திற்கு அருகே, அந்த வளாகத்தின் மதிற்சுவரை ஒட்டிப் புதைத்து வைப்பார்.”

அவர்களுக்குத் தேவைப்பட்டத் தகவலை அவரிடமிருந்து பெற்றுவிட்டதால், அவருக்குக் கிறிஸ்துமஸ் பரிசாக ஐந்து ஷில்லிங் கொடுத்துவிட்டு, அவர்கள் அவரிடமிருந்து விடைபெற்றுக் கொண்டனர்.

“அடுத்து நேராக மோனிகாவைப் பார்க்கச் செல்கிறோமா?” என்று டாமி கேட்டான்.

“விஷயங்களை அதிரடியாகச் செய்கின்ற யோசனை எதுவும் உனக்கு ஒருபோதும் உதிக்காதா? அதை என்னிடம் விட்டுவிடு. நான் அபாரமான யோசனை ஒன்றை வைத்துள்ளேன். உன்னால் எப்படியாவது ஒரு மண்வெட்டியை எங்கிருந்தாவது கொண்டுவர முடியுமா?”

டாமி எப்படியோ ஒரு மண்வெட்டிக்கு ஏற்பாடு செய்தான். அன்று பின்னிரவில் இரண்டு உருவங்கள் திருட்டுத்தனமாக அந்த ரெட் ஹவுஸின் மதில்மீது ஏறிக் குதித்து உள்ளே புகுந்தன. அந்தத் தோட்டக்காரர் குறிப்பிட்டிருந்த ஊசியிலை மரத்தைக் கண்டுபிடிப்பது கடினமானதாக இருக்கவில்லை. டாமி தோண்ட ஆரம்பித்தான். விரைவில் அவனுடைய மண்வெட்டி ஏதோ ஓர் உலோகத்தின்மீது மோதியது. ஒரு சில நிமிடங்களுக்குப் பிறகு, பிஸ்கெட்டுகளைப் போட்டு வைப்பதற்கான ஒரு பெரிய தகர டப்பாவை அக்குழிக்குள்ளேயிருந்து அவன் வெளியே எடுத்தான். அது பிளாஸ்டரால் இறுக்கமாக மூடப்பட்டிருந்தது. டாமியின் கத்தியைக் கொண்டு டப்பென்ஸ் அந்தப் பிளாஸ்டரைக் கிழித்து அந்தத் தகர டப்பாவைத் திறந்தாள். அதற்குள் அவள் எட்டிப் பார்த்தபோது அவளிடமிருந்து ஒரு முனகல் மட்டுமே வந்தது. அது முழுமையாக உருளைக்கிழங்குகளால் நிரப்பப்பட்டிருந்தது. அதில் வேறு எதுவும் இருக்கவில்லை.

“டாமி, மேலும் தோண்டு,” என்று டப்பென்ஸ் கூறினாள்.

இரண்டாவது தகர டப்பாவைக் கண்டுபிடிப்பதற்குச் சிறிது நேரம் பிடித்தது. முதல் முறையைப்போலவே இம்முறையும் டப்பென்ஸ் அந்தக் கத்தியால் அந்த டப்பாவைக் கிழித்துத் திறந்தாள்.

“அதற்குள் என்ன இருக்கிறது?” என்று டாமி ஆவலுடன் கேட்டான்.

“மறுபடியும் உருளைக்கிழங்குகள்தாம்!”

“அடக் கடவுளே!” என்று கூறிவிட்டு டாமி மேலும் தோண்டினான்.

“மூன்றாவது முறை அதிர்ஷ்டம் வாய்க்கும்!” என்று

ஆறுதலளிக்கும் விதத்தில் அவள் பேசினாள்.

“எனக்கென்னவோ மொத்த விஷயமும் ஒன்றுமில்லாமல் பிசுபிசுத்துப் போய்விடுமோ என்று சந்தேகமாக இருக்கிறது,” என்று டாமி கூறினான். ஆனாலும், அவன் தொடர்ந்து தோண்டினான்.

இறுதியில், மூன்றாவது தகர டப்பா அவர்களுக்குக் கிடைத்தது.

அதைத் திறந்த டப்பென்ஸ், “மீண்டும் உருளைக்கிழங்குகள்தாம் இருக்–” என்று தொடங்கி, பாதியில் அப்படியே நிறுத்தினாள். “ஓ, டாமி, நாம் தேடிக் கொண்டிருந்தது நமக்குக் கிடைத்துவிட்டது. இதில் மேற்புறம் மட்டும் உருளைக்கிழங்குகள் போட்டு வைக்கப்பட்டுள்ளன. இங்கே பார்!”

அவள் ஒரு பழைய பாணி வெல்வெட் பையை உயர்த்திப் பிடித்தாள்.

“சரி. இங்கு அநியாயத்திற்குக் குளிர்கிறது. நீ முதலில் கிளம்பிப் போ. நான் இந்தக் குழியில் மண்ணைப் போட்டு மூடிவிட்டுப் பின்னாலேயே வந்துவிடுகிறேன். ஆனால், நான் வரும்வரை அந்தப் பையைத் திறக்காமல் இரு!” என்று டாமி கூறினான்.

“சரி. சத்தியமாக நான் திறக்க மாட்டேன்,” என்று கூறிவிட்டு டப்பென்ஸ் அங்கிருந்து விரைந்தாள்.

டப்பென்ஸ் அவர்களுடைய ஓட்டலில் வெகுநேரம் காத்திருக்க வேண்டியிருக்கவில்லை. டாமி விரைவிலேயே அங்கு வந்து சேர்ந்தான். மண்ணைத் தோண்டியதன் காரணமாகவும் ஓடி வந்திருந்ததன் காரணமாகவும் அவன் வியர்வையில் குளித்திருந்தான்.

“ஓ! ஒருவழியாக இந்தத் தனியார் துப்பறியும் சிங்கங்கள் சாதித்துவிட்டன! என் அன்பு மனைவியே, இப்போது அந்த வெல்வெட் பையைத் திற!” என்று டாமி கூறினான்.

டப்பென்ஸ் அந்த வெல்வெட் பையைத் திறந்தாள். அதற்குள் ஒரு தோல் பையும், ஒரு பட்டுத் துணியால் சுற்றப்பட்டிருந்த ஒரு பொட்டலமும் இருந்தன. அவர்கள் முதலில் அந்தத் தோல் பையைத் திறந்தனர். அதற்குள் தங்க நாணயங்கள் இருந்தன. டாமி அவற்றை எண்ணினான்.

“இதில் இருநூறு பவுண்டு மதிப்பிற்கு இணையான தங்க நாணயங்கள் இருக்கின்றன. இதுதான் சட்டப்படி அதிகபட்சமாக ஒரு நபர் வைத்துக் கொள்ளக்கூடிய அளவாக இருக்க வேண்டும். சரி. இப்போது அந்தப் பட்டுப் பொட்டலத்தைப் பிரி.”

டப்பென்ஸ் அதைப் பிரித்தாள். அதற்குள் கற்றைக் கற்றையாக பிரிட்டிஷ் பவுன்டு நோட்டுகள் இருந்தன. டாமியும் டப்பென்ஸும் அவற்றை எண்ணினர். சரியாக இருபதாயிரம் பவுன்டுகள் இருந்தன.

"ஆகா!" என்று டாமி கூறினான். "நாம் இருவரும் பணக்காரர்களாகவும் நேர்மையானவர்களாகவும் இருப்பது மோனிகாவின் அதிர்ஷ்டம்தான், இல்லையா?"

பிறகு, அந்தப் பொட்டலத்திற்குள் ஒரு டிஷ்யூ பேப்பரில் சுருட்டி வைக்கப்பட்டிருந்த ஒரு பொருளை அவன் சுட்டிக்காட்டி, "அது என்ன?" என்று கேட்டான்.

டப்பென்ஸ் அதைப் பிரித்தாள். அதற்குள் அற்புதமான முத்து மாலை ஒன்று இருந்தது.

"எனக்கு இதைப் பற்றிப் பெரிதாகத் தெரியாது," என்று டாமி தெரிவித்தான். "ஆனால், அதன் விலைமதிப்பு, குறைந்தபட்சம் ஐயாயிரம் பவுன்டுகளாவது இருக்கும் என்பது என் ஊகம். இந்த முத்துகளின் அளவைப் பார்த்தாயா? அவை எவ்வளவு பெரிதாக இருக்கின்றன! முத்துகள் ஒரு சிறந்த முதலீடு என்ற பத்திரிகைக் கட்டுரையை அப்பெண்மணி ஏன் வைத்திருந்தார் என்பது இப்போது எனக்குப் புரிகிறது. அவர் தன் முதலீடுகள் அனைத்தையும் பணமாக்கி, அதைப் பவுன்டு நோட்டுகளாகவும் முத்து மாலையாகவும் மாற்றியிருந்திருக்கிறார்."

"ஓ, டாமி. இது அற்புதமாக இருக்கிறது. இனி மோனிகாவால் தனக்குப் பிடித்தமான அந்த இளைஞனைத் திருமணம் செய்து கொண்டு, என்னைப்போல என்றென்றைக்கும் மகிழ்ச்சியாக வாழ முடியும்!"

"இப்படிச் சொன்னதற்கு நன்றி, டப்பென்ஸ். அப்படியானால், நீ என்னுடன் மகிழ்ச்சியாக வாழ்ந்து கொண்டிருக்கிறாய், இல்லையா?"

"ஆமாம். ஆனால், அதை வெளிப்படையாகச் சொல்ல நான் திட்டமிட்டிருக்கவில்லை. அது வாய் தவறி வந்துவிட்டது."

"நீ உண்மையிலேயே என்னை இந்த அளவுக்கு நேசிப்பதாக இருந்தால், என்னுடைய இந்த ஒரு கேள்விக்கு பதில் சொல்வாயா?"

"இப்படிப் பொடி வைத்துப் பேசுவது எனக்குப் பிடிக்காது. பரவாயில்லை. கேட்டுத் தொலை."

"மோனிகா ஒரு பாதிரியாரின் மகள் என்பதை நீ எப்படிக் கண்டுபிடித்தாய்?"

"நம்மைச் சந்திப்பதற்கு நேரம் கேட்டு மோனிகா முதலில் நமக்கு ஒரு கடிதம் எழுதியிருந்தாள், இல்லையா? அதை வைத்து அவளுடைய அப்பாவின் பெயர் டீன் என்பதை

நான் தெரிந்து கொண்டேன். டீன் என்ற ஒரு பாதிரியாருடன் என் அப்பாவுக்குப் பழக்கம் இருந்தது. பாதிரியார் டீனுக்கு மோனிகா என்ற பெயரில் ஒரு மகள் இருந்தாள் என்பதும், அவள் என்னைவிட நான்கைந்து வயது சிறியவள் என்பதும் எனக்கு ஏற்கனவே தெரியும். இரண்டும் இரண்டும் நான்கு என்று நான் கணக்குப் போட்டேன்."

"உன்னைத் திருத்தவே முடியாது," என்று டாமி கூறினான். "ஹலோ, நள்ளிரவு மணி பன்னிரண்டாகிவிட்டது. கிறிஸ்துமஸ் வாழ்த்துகள், டப்பென்ஸ்!"

"டாமி, உனக்கும் கிறிஸ்துமஸ் வாழ்த்துகள்! மோனிகாவுக்கும் இது ஒரு மகிழ்ச்சிகரமான கிறிஸ்துமஸாக இருக்கும் – நம்மால்! அது குறித்து எனக்கு மகிழ்ச்சியே! பாவம் அந்தப் பெண்! அவளைப் பற்றி நினைக்கும்போது எனக்குத் தொண்டை அடைக்கிறது!"

"டார்லிங் டப்பென்ஸ்!" என்றான் டாமி.

"டார்லிங் டாமி!" என்றாள் டப்பென்ஸ். "ஆமாம், நாம் ஏன் இவ்வளவு உணர்ச்சிவசப்பட்டுக் கொண்டிருக்கிறோம்?"

"ஆண்டுக்கு ஒரு முறை மட்டுமே கிறிஸ்துமஸ் திருநாள் வரும் என்று என் பாட்டிகள் கூறுவர்," என்றான் டாமி உணர்ச்சிப் பெருக்குடன். "அதில் இப்போதும் உண்மை இருப்பதை என்னால் உணர முடிகிறது."

பிளைமவுத் எக்ஸ்பிரெஸ்

லெஃப்டினன்ட் அலெக் சிம்சன், நியூட்டன் ஆபாட் இரயில் நிலையத்தில் நின்று கொண்டிருந்த பிளைமவுத் எக்ஸ்பிரெஸின் முதல் வகுப்புப் பெட்டியில் ஏறினார். அவருடைய கனமான பயணப்பெட்டியைத் தூக்கிக் கொண்டு அவருக்குப் பின்னால் ஏறிய சுமை தூக்குபவர், மேலே பயணப்பெட்டிகள் வைப்பதற்கான இடத்தில் அதை வைப்பதற்காக அதைத் தூக்கியபோது, அந்தக் கடற்படை வீரர் அதைத் தடுத்துவிட்டார்.

"அதை மேலே வைக்க வேண்டாம். என் இருக்கையிலேயே வைத்துவிடு. நான் பிறகு அதை மேலே எடுத்து வைத்துக் கொள்கிறேன்," என்று கூறிவிட்டு அவனுக்கான சுமைகூலியை அவனிடம் கொடுத்தார்.

அவர் தாராளமாக டிப்ஸ் கொடுத்ததால் அவன் மகிழ்ச்சியுடன் அவருக்கு நன்றி கூறிவிட்டு அங்கிருந்து அகன்றான். அந்த இரயில் பெட்டியின் கதவுகள் பெரும் சத்தத்துடன் இழுத்து மூடப்பட்டன. ஓர் உரத்த குரல், "அடுத்த நிறுத்தம் பிளைமவுத்!" என்று அறிவித்தது. பின்னர் ஒரு விசில் அடிக்கப்பட்டதும், அந்த இரயில் வண்டி மெதுவாக அந்த நிலையத்திலிருந்து கிளம்பியது.

சிம்சன் இருந்த இரயில் பெட்டியில் வேறு எவரும் இருக்கவில்லை. டிசம்பர் மாதக் காற்று மிகவும் குளிராக இருந்தது. அதனால் அவர் சன்னலை இழுத்து மூடினார். அந்தப் பெட்டிக்குள் இருந்த காற்று அவருடைய மூக்கிற்குள் சென்றபோது, அவர் முகம் சுளித்தார். காற்றில் ஏதோ ஒரு வாசனை கலந்திருந்தது. ஒரு முறை தன்னுடைய காலில் ஓர் அறுவை சிகிச்சை செய்து கொள்வதற்காக அவர் ஒரு

மருத்துவமனையில் இருந்தபோது இதே வாசனையை அவர் அனுபவித்திருந்தார். பின்னர் அது என்னவென்று அவருடைய நினைவுக்கு வந்தது. குளோரோஃபார்ம்!

அதனால் அவர் மீண்டும் சன்னலைத் திறந்துவிட்டு வேறோர் இருக்கைக்கு இடம் மாறினார். இப்போது அவர் அந்த இரயில் போய்க் கொண்டிருந்த திசைக்கு நேர் எதிர்த்திசையைப் பார்த்தவாறு அமர்ந்திருந்தார். அவர் தன் பாக்கெட்டிலிருந்து ஒரு பைப்பை வெளியே எடுத்து அதைப் பற்ற வைத்தார். வெளியே தெரிந்த இரவு வானத்தைப் பார்த்தபடி அவர் சிறிது நேரம் புகைத்துக் கொண்டிருந்தார்.

பின்னர் அவர் தன் பயணப்பெட்டியைத் திறந்து அதிலிருந்து சில காகிதங்களையும் சில பத்திரிகைகளையும் வெளியே எடுத்தார். மீண்டும் அப்பெட்டியைப் பூட்டிவிட்டு, எதிரே இருந்த இருக்கைக்கு அடியில் அவர் அதைத் தள்ள முயன்றார். ஆனால் அது உள்ளே போக மறுத்தது. ஏதோ ஒன்று அதைத் தடுத்துக் கொண்டிருந்தது. அவர் பொறுமையிழந்து கொண்டிருந்ததால், அப்பெட்டியை இன்னும் பலமாகத் தள்ளினார். ஆனால், ஓரளவுக்கு மேல் அது உள்ளே போகவில்லை.

'என்ன இழவு இது? ஏன் இது உள்ளே போகவில்லை?' என்று தனக்குள் முணுமுணுத்தபடி அவர் அந்தப் பெட்டியை முழுவதுமாக வெளியே இழுத்து வைத்துவிட்டு, குனிந்து அந்த இருக்கைக்கு அடியில் பார்த்தார்...

மறுகணம், இரவைக் கிழித்துக் கொண்டு ஒரு பெரும் அலறல் அந்த இரயில் பெட்டியிலிருந்து எழுந்தது. அபாயச் சங்கிலி இழுக்கப்பட்டதால் அந்த இரயில் வலுக்கட்டாயமாக நிறுத்தத்திற்கு வந்தது.

* * *

"ஹேஸ்டிங்ஸ், பிளைமவுத் எக்ஸ்பிரஸ் மர்மம் குறித்துத் தெரிந்து கொள்ள நீங்கள் படுஆர்வமாக இருக்கிறீர்கள் என்பதை நான் அறிவேன். இதைப் படியுங்கள்," என்றார் புவாரோ.

மேசையின் மறுபுறம் அமர்ந்திருந்த என்னை நோக்கி அவர் ஒரு காகிதத்தை விட்டெறிந்தார். நான் அதை எடுத்துப் படித்தேன். அது இரத்தினச்சுருக்கமாக இருந்தது.

அன்புள்ள திரு புவாரோ அவர்களுக்கு,

உங்களால் எவ்வளவு விரைவாக முடியுமோ அவ்வளவு விரைவாக என்னைத் தொடர்பு கொள்ளுமாறு நான் உங்களைக் கேட்டுக் கொள்கிறேன்.

உண்மையுள்ள,

எபநேசர் ஹல்லிடே

இதற்கும் பிளைமவுத் எக்ஸ்பிரஸ் விவகாரத்திற்கும் இடையே என்ன தொடர்பு என்று எனக்குப் புரியவில்லை. அதனால் நான் ஒரு கேள்விக்குறியுடன் புவாரோவை ஏறிட்டுப் பார்த்தேன்.

அதற்குப் பதிலளிக்கும் விதமாக, மேசையில் கிடந்த செய்திப் பத்திரிகையைக் கையிலெடுத்து அவர் உரக்கப் படிக்கத் துவங்கினார்: " 'நேற்று இரவு ஒரு பரபரப்பான விஷயம் கண்டுபிடிக்கப்பட்டுள்ளது. பிளைமவுத்திற்குத் திரும்பிச் சென்று கொண்டிருந்த ஓர் இளம் கடற்படை அதிகாரி, தன் இருக்கைக்கு அடியில், நெஞ்சில் கத்தியால் குத்தப்பட்ட நிலையில் ஒரு பெண்ணின் பிணத்தைக் கண்டுபிடித்தார். அவர் உடனடியாக இரயிலின் அபாயச் சங்கிலியைப் பிடித்து இழுத்து இரயிலை நிறுத்தத்திற்கு கொண்டு வந்தார். சுமார் முப்பது வயது மதிக்கத்தக்க அந்தப் பெண், ஆடம்பரமான ஆடைகளை அணிந்திருந்தார். அவர் யாரென்று இன்னும் அடையாளம் காணப்படவில்லை.' "

புவாரோ தொடர்ந்து படித்தார்: " 'பின்னர் எங்களுக்குக் கிடைத்தச் செய்தி இது: பிளைமவுத் எக்ஸ்பிரெஸில் கொலை செய்யப்பட்டுக் கிடந்த அந்தப் பெண், மதிப்பிற்குரிய திருமதி ரூபர்ட் காரிங்டன் என்று அடையாளம் காணப்பட்டுள்ளார்.' "

பின்னர் புவாரோ என் பக்கம் திரும்பி இவ்வாறு கூறினார்: "ஹேஸ்டிங்ஸ், இப்போது உங்களுக்குப் புரிகிறதா? இல்லையென்றால், நானே அதையும் சொல்லிவிடுகிறேன். திருமணத்திற்கு முன்பு திருமதி ரூபர்ட் காரிங்டனின் பெயர் ஃப்புளோசி ஹல்லிடே. அமெரிக்க இரும்புத் தொழிலின் சக்கரவரத்தி என்று அழைக்கப்படுகின்ற திரு எபநேசர் ஹல்லிடேயின் மகள் அவள்."

"திரு ஹல்லிடேவே உங்களை அழைத்திருக்கிறாரா? பிரமாதம்!"

"கடந்தகாலத்தில், முதலீட்டுப் பத்திரங்கள் தொடர்பாக நான் அவருக்கு ஒரு சிறிய உதவி செய்திருந்தேன். ஒரு முறை, பாரிஸில் அரச குடும்பத்தினர் அளித்த ஒரு விருந்தில் நான் கலந்து கொண்டிருந்தபோது, யாரோ ஃப்புளோசியை எனக்குச்

சுட்டிக்காட்டி, 'அவள் ஒரு ஜாலியான பேர்வழி' என்று கூறினர். ஃபுளோசி ஒரு ஜாலிப் பேர்வழிதான். அந்தக் குணம் அவளுக்குப் பிரச்சனைகளைத் தோற்றுவித்தது. அவள் ஒரு மோசமான காதல் உறவில் கிட்டத்தட்ட மாட்டியிருந்தாள்."

"எப்படி?"

"ரோச்ஃபோர் பிரபு என்ற ஒரு மோசமான நபரிடம்தான் அவள் மாட்டிக் கொள்ளவிருந்தாள். ரோச்ஃபோர் ஓர் எமகாதகன். இளம்பெண்களை வளைத்துப் போடுவதில் கில்லாடி அவன். நல்லவேளையாக, அவளுடைய அப்பா, சரியான நேரத்தில் இதை மோப்பம் பிடித்து அவளை உடனடியாக அமெரிக்காவிற்குத் திருப்பி அழைத்துக் கொண்டு போய்விட்டார். ஃபுளோசிக்குத் திருமணமான செய்தியை ஒரு சில ஆண்டுகளுக்குப் பிறகு நான் கேள்விப்பட்டேன். ஆனால், அவளுடைய கணவரைப் பற்றி எனக்கு எதுவும் தெரியாது."

"ரூபர்ட் காரிங்டன் எந்த விதத்தில் பார்த்தாலும் மெச்சத்தக்க ஒரு நபர் அல்லன். அவன் தன் பணம் முழுவதையும் ஊதாரித்தனமாகச் செலவழித்து ஓர் ஓட்டாண்டியாக நின்றபோதுதான் எபநேசரின் பெரும் பணம் அவருடைய மகளின் வடிவில் ரூபர்ட்டுக்குக் கிடைத்தது," என்று நான் சொன்னேன்.

"பாவம் அந்தப் பேதைப் பெண்!"

"ஃபுளோசியைவிட அவளுடைய பணத்திற்காகத்தான் ரூபர்ட் அவளை மணமுடித்திருந்தான் என்பது வெளிப்பட்டவுடன், அவர்களிடையே பிளவு ஏற்பட்டது. அவர்கள் சட்டபூர்வமாகப் பிரிய ஏற்பாடுகள் மேற்கொள்ளப்பட்டு வந்ததாக சமீபத்தில் நான் அரசல்புரசலாகக் கேள்விப்பட்டேன்."

"எபநேசர் ஒரு முட்டாள் அல்லர். அவர் தன் மகளின் பணத்தை அவளிடமிருந்து பிரித்தெடுக்க முடியாதபடி செய்துவிடுவார்," என்று புவாரோ கூறினார்.

"அதை நான் ஏற்றுக் கொள்கிறேன். ஆனால், ரூபர்ட் பணத்திற்கு அல்லாடிக் கொண்டிருப்பதாக நான் கேள்விப்பட்டேன்."

"ஆகா! நான் என்ன நினைக்கிறேன் என்றால்–"

"நீங்கள் என்ன நினைக்கிறீர்கள்?"

"என்னருமை நண்பரே, என் வாயிலிருந்து எதையாவது பிடுங்க முயலாதீர்கள். இதில் நீங்கள் ஆர்வமாக இருப்பதை என்னால் கண்டுகொள்ள முடிகிறது. நான் எபநேசரைப் பார்க்கச் செல்லும்போது நீங்கள் என்னுடன் வர விரும்புவீர்கள் என்று நான் நினைக்கிறேன். இப்போது நீங்கள் வெளியே

போய் ஒரு வாடகைக்காரை அழைத்து வர முடியுமா?" என்று புவாரோ கேட்டார்.

* * *

விரைவில், எங்களுடைய வாடகைக் கார் அந்த அமெரிக்கப் பெருந்தொழிலதிபரின் அழகான வீட்டுக்குள் நுழைந்தது. லண்டனில் தங்கியிருக்கும்போது பயன்படுத்துவதற்காக அவர் அந்த வீட்டை வாடகைக்கு எடுத்திருந்தார். நாங்கள் அந்த வீட்டின் படிப்பறைக்கு அழைத்துச் செல்லப்பட்டோம். கிட்டத்தட்ட உடனடியாக ஒரு பருமனான நபர் எங்களுடன் சேர்ந்து கொண்டார். அவருடைய கண்கள் எங்களைத் துளைத்துவிடுவதைப்போலப் பார்த்தன.

"திரு புவாரா?" என்று அழைத்த எபநேசர், தொடர்ந்து பேசினார். "உங்களை எதற்காக நான் அழைத்தேன் என்பதை உங்களிடம் விளக்கத் தேவையில்லை என்று நான் நினைக்கிறேன். நீங்கள் பத்திரிகைச் செய்திகளைப் பார்த்திருப்பீர்கள். விஷயங்களை ஆறப் போடுகின்ற குணம் எனக்குக் கிடையாது. நீங்கள் லண்டனில் இருக்கின்ற செய்தியை நான் கேள்விப்பட்டேன். முன்பு என்னுடைய பத்திரங்கள் விவகாரத்தில் நீங்கள் திறமையாகச் செயல்பட்டிருந்தது என் நினைவுக்கு வந்தது. நான் ஒருபோதும் பிறருடைய பெயர்களை மறப்பதில்லை. சொடுக்குப் போட்டால் என்னால் ஸ்காட்லாந்து யார்டைக் கூப்பிட முடியும். என்னிடமும் ஏகப்பட்ட ஆட்கள் இருக்கின்றனர். பணம் ஒரு பிரச்சனையே அல்ல. நான் ஓடியாடி இவ்வளவு பணம் சேர்த்ததே என்னுடைய அருமை மகளுக்காகத்தான். இப்போது அவளே போய்விட்டாள். இதைச் செய்த கயவனைப் பிடிக்க என்னுடைய கடைசி சென்ட் பணம்வரை செலவழிக்க நான் தயாராக இருக்கிறேன். இதை நிகழ்த்திக் கொடுக்க வேண்டியது உங்களுடைய பொறுப்பு."

புவாரோ தலை சாய்த்து வணங்கினார்.

"உங்களுடைய வேண்டுகோளை நான் ஏற்றுக் கொள்கிறேன். நான் உங்களுடைய மகளைப் பாரீஸில் பல முறை பார்த்திருக்கிறேன். அவள் எதற்காகப் பிளைமவுத் நகருக்குச் சென்றாள் என்பது குறித்தத் தகவல்களையும், அது தொடர்பான பிற தகவல்களையும் என்னோடு பகிர்ந்து கொள்ளுமாறு நான் உங்களைக் கேட்டுக் கொள்கிறேன்."

"சரி, சொல்கிறேன்," என்று எபநேசர் தொடங்கினார். "முதலாவது, அவள் பிளைமவுத்திற்குச் செல்லத்

திட்டமிட்டிருக்கவில்லை. அவோன்மீட் கோர்ட் என்ற இடத்தில் சுவான்சீ சீமாட்டி அளிக்கவிருந்த ஒரு விருந்தில் கலந்து கொள்வதற்குத்தான் அவள் சென்று கொண்டிருந்தாள். லண்டனிலுள்ள பேடிங்டன் இரயில் நிலையத்திலிருந்து மதியம் 12.14 மணிக்குக் கிளம்பிய இரயிலில் புறப்பட்டு 2.50 மணிக்கு அவள் பிரிஸ்டலை அடைந்தாள். பிரிஸ்டலில் இறங்கி, அங்கிருந்து அவள் வேறொரு இரயிலைப் பிடித்து விருந்து நடக்கும் இடத்திற்குச் செல்ல வேண்டும். பொதுவாக லண்டனிலிருந்து பிளைமவுத்திற்குச் செல்கின்ற பிளைமவுத் எக்ஸ்பிரெஸ் இரயில்கள் பிரிஸ்டலுக்குச் செல்லாது. அவை வெஸ்ட்புரி என்ற இடத்தில் திரும்பி நேராகச் சென்றுவிடும். இந்த 12.14 மணி இரயில் மட்டுமே அதற்கு விதிவிலக்கு. அது வேறு எங்கும் நிற்காமல் நேராக பிரிஸ்டலுக்குச் செல்லும். அதற்குப் பிறகு, வெஸ்டன், டான்டன், எக்ஸெட்டர், நியூட்டன் அபாட் ஆகிய இடங்களின் வழியாகச் சென்று அது பிளைமவுத்தை அடையும். என் மகள் அந்த இரயிலில் முதல் வகுப்புப் பெட்டியில் பயணம் செய்தாள். அவளுடன் சென்ற அவளுடைய பணிப்பெண், அதற்கு அடுத்திருந்த மூன்றாம் வகுப்புப் பெட்டியில் பயணம் செய்து கொண்டிருந்தாள்."

புவாரோ தலையசைத்தார். எபநேசர் மேலும் தொடர்ந்தார்: "அவோன்மீடில் நடக்கவிருந்த விருந்தில் பெரிய மனிதர்கள் பலரும் கலந்து கொள்வர் என்பதால், தன்னுடைய நகைகள் அனைத்தையும் என் மகள் தன்னுடன் எடுத்துச் சென்றிருந்தாள். அதன் மதிப்பு கிட்டத்தட்ட ஒரு இலட்சம் டாலர்கள் இருக்கும்."

"ஒரு நிமிடம்," என்று புவாரோ குறுக்கிட்டார். "அந்த நகைகள் யாரிடம் இருந்தன? உங்களுடைய மகளிடமா அல்லது அவளுடைய பணிப்பெண்ணிடமா?"

"என் மகள் தன் நகைகளை எப்போதும் தானேதான் எடுத்துச் செல்வாள். அதை அவள் ஒரு சிறிய நீல நிற மொராக்கோ ஒப்பனைப் பையில் வைத்திருப்பாள்."

"சரி, மேலே சொல்லுங்கள்."

"இரயில் பிரிஸ்டலை அடைந்ததும், என் மகளின் பணிப்பெண்ணான ஜேன் மேசன், தன் வசமிருந்த, என் மகளின் உடைகள் அடங்கிய பயணப்பெட்டியை எடுத்துக் கொண்டு என் மகளின் பெட்டிக்குச் சென்றிருக்கிறாள். ஆனால் என் மகளோ, தான் பிரிஸ்டலில் இறங்கப் போவதில்லை என்றும், அதே இரயிலில் இன்னும் சிறிது தூரம் பயணித்து வேறோர் இடத்திற்குச் செல்லவிருந்ததாகவும் கூறி ஜேனை வியப்பில் ஆழ்த்தியிருக்கிறாள். தான் அதே இரயிலில் மாலைக்குள்

திரும்பி வந்துவிடுவதாகக் கூறிய என் மகள், ஜேனிடம், 'நீ என்னுடைய பயணப்பெட்டியை, பயணப்பெட்டிகளைப் பாதுகாக்கின்ற அறையில் ஒப்படைத்துவிட்டு, தேநீர் அருந்திவிட்டு, நான் வரும்வரை இதே இரயில் நிலையத்தில் காத்திரு,' என்று கூறியிருக்கிறாள். ஜேனும் அதுபோலவே காத்துக் கொண்டிருந்திருக்கிறாள். பல இரயில்கள் வந்து போயிருந்தன. ஆனால் அவை எதிலும் ஃபுளோசி திரும்பி வரவில்லை. கடைசி இரயில்வரை பார்த்துவிட்டு, ஜேன் அந்த இரயில் நிலையத்திற்கு அருகேயுள்ள ஓர் ஓட்டலுக்குச் சென்று அன்றைய இரவை அங்கே கழித்திருக்கிறாள். காலையில் பத்திரிகையைப் பார்த்துவிட்டுத்தான் நடந்த துயரச் சம்பவத்தைத் தெரிந்து கொண்டு, முதல் இரயிலைப் பிடித்து அவள் லண்டனுக்கு வந்து சேர்ந்தாள்."

"உங்களுடைய மகள் திடீரென்று தன் திட்டத்தை மாற்றியதற்கான காரணத்தை நீங்கள் அறிவீர்களா?"

"எனக்கு தெரிந்தது இதுதான்: ஜேனின் கூற்றுப்படி, பிரிஸ்டல் இரயில் நிலையத்தில் ஃபுளோசியை அவளுடைய இரயில் பெட்டியில் அவள் பார்த்தபோது, ஃபுளோசி தனியாக இருக்கவில்லை. அந்தப் பெட்டியில் வேறு ஒரு நபரும் இருந்திருக்கிறார். ஆனால், அவர் சற்றுத் தள்ளி சன்னலுக்கு அருகில் இருந்ததால், அவருடைய முகத்தை ஜேனால் பார்க்க முடியவில்லை.

"உங்கள் மகள் பயணித்த இரயில், தாழ்வாரங்களை உள்ளடக்கிய பெட்டிகளைக் கொண்ட இரயிலா?"

"ஆமாம்."

"தாழ்வாரம் எந்தப் பக்கத்தில் இருந்தது?"

"இந்தப் பெட்டியின் தாழ்வாரம் பிரிஸ்டல் இரயில்வே பிளாட்பாரம் பக்கத்தில் இருந்தது. என் மகள் தாழ்வாரத்தின் பக்கத்தில் நின்று கொண்டுதான் ஜேனுடன் பேசிக் கொண்டிருந்திருக்கிறாள்."

"அப்படியானால், உங்களுடைய மனத்தில் இது குறித்து–" என்று கூறிக் கொண்டிருந்த புவாரோ, "என்னை மன்னித்துக் கொள்ளுங்கள்," என்று கூறிவிட்டு, தன் இருக்கையிலிருந்து எழுந்து சென்று, அந்த அறையில், இலேசாகச் சாய்ந்த நிலையில் இருந்த, பேனா, மை புட்டி போன்றவை வைக்கப்பட்டிருந்த தாம்பாளத்தைச் சரியாக நிமிர்த்து வைத்தார். பின் அவர் தன் இருக்கைக்குத் திரும்பி வந்து அமர்ந்து கொண்டு, தன் செயலுக்காக மீண்டும் ஒரு முறை மன்னிப்புக் கேட்டுக் கொண்டார். அதன் பிறகு அவர் தன் பேச்சைத் தொடர்ந்தார். "ஏதாவது சரியாக இல்லையென்றால்

அது என்னைத் தொந்தரவு செய்யும். என் நடவடிக்கை உங்களுக்கு விநோதமாக இருக்கிறது, இல்லையா? நான் என்ன சொல்ல வந்தேன் என்றால், அந்த நபருடனான எதிர்பாராத சந்திப்புதான் உங்களுடைய மகளின் திடீர்ப் பயண மாற்றத்திற்குக் காரணமாக இருந்திருக்க வேண்டும் என்று நீங்கள் சந்தேகப்படுகிறீர்கள், இல்லையா?”

“அப்படித்தான் நினைக்கத் தோன்றுகிறது.”

“அந்த நபர் யாரென்று உங்களுக்குத் தெரியாது, அப்படித்தானே?”

அந்தக் கோடீஸ்வரர் ஒரு கணம் தயங்கிவிட்டு, பிறகு, “இல்லை. அவர் யாரென்று எனக்குத் தெரியாது,” என்று கூறினார்.

“உங்களுடைய மகளின் உடல் கண்டுபிடிக்கப்பட்டது குறித்து?”

“அதை ஓர் இளம் கடற்படை அதிகாரிதான் கண்டுபிடித்தார். அவர் உடனே ஊரையே கூட்டிவிட்டார். அந்த இரயிலில் ஒரு மருத்துவரும் இருந்திருக்கிறார். அவர் என் மகளின் உடலைப் பரிசோதித்திருக்கிறார். அவள் கத்தியால் குத்தப்படுவதற்கு முன், முதலில் அவளுக்குக் குளோரோஃபார்ம் மயக்க மருந்து கொடுக்கப்பட்டுள்ளது. ஃப்ளோசியின் உடல் கண்டுபிடிக்கப்பட்ட சமயத்தில், அவள் இறந்து நான்கு மணிநேரம் ஆகியிருந்திருக்கும் என்று அந்த மருத்துவர் கணித்திருந்தார். அப்படியெனில், இரயில் பிரிஸ்டலைவிட்டுக் கிளம்பிய சிறிது நேரத்திலேயே அவள் கொல்லப்பட்டிருக்க வேண்டும். அது பிரிஸ்டலுக்கும் வெஸ்டனுக்கும் இடையேயோ அல்லது வெஸ்டனுக்கும் டான்டனுக்கும் இடையேயோ நடந்திருக்கலாம்.”

“அந்த நகைப் பை?”

“அது மாயமாக மறைந்துவிட்டது.”

“இன்னுமொரு விஷயம். உங்களுடைய மகள் இறந்த பின் அவளுடைய சொத்து யாருக்குப் போய்ச் சேரும்?”

“திருமணத்திற்குப் பிறகு ஃப்ளோசி ஓர் உயில் எழுதினாள். அதன்படி, அவளுடைய இறப்புக்குப் பிறகு, அவளுடைய சொத்து முழுவதும் அவளுடைய கணவனைச் சென்றடையும்.” அவர் ஒரு நிமிடம் தயங்கினார். பின் அவர் தொடர்ந்து பேசினார்: “என் மருமகன் எந்தக் கொள்கையுமற்ற ஓர் அயோக்கியன் என்பது என் கருத்து. என் மகள் உயிரோடு இருக்கும்வரை அவளுடைய பணத்தை அவளிடமிருந்து அவன் மொத்தமாக அபகரிக்க முடியாதபடி நான் ஏற்பாடு செய்திருந்தேன். கடந்த சில ஆண்டுகளாக அவர்கள்

இருவரும் தனித்தனியாகத்தான் வாழ்ந்து வந்தனர். ஆனாலும் அவள் தன் கணவனுக்கு அவ்வப்போது பெரிய அளவில் பணம் கொடுத்துக் கொண்டிருந்தாள். இதை ஒரு முடிவுக்குக் கொண்டு வருவதற்காக, அவனிடமிருந்து நிரந்தரமாகப் பிரிந்துவிடும்படி நான் என் மகளிடம் தொடர்ந்து வற்புறுத்திக் கொண்டிருந்தேன். இறுதியில் அவள் எனக்குச் செவி சாய்த்தாள். தேவையான ஏற்பாடுகளைச் செய்யுமாறு நான் என் வழக்கறிஞர்களைப் பணித்திருந்தேன்."

"ரூபர்ட் காரிங்டன் இப்போது எங்கே இருக்கிறார்?"

"இங்கு லண்டனில்தான் இருக்கிறான். நேற்று நாட்டைவிட்டுச் சென்றிருந்த அவன் இப்போது ஊர் திரும்பிவிட்டான்."

புவாரோ சிறிது நேரம் யோசித்தார். பின், "அவ்வளவுதான்," என்று அவர் கூறினார்.

"நீங்கள் ஜேன் மேசனைப் பார்க்க விரும்புகிறீர்களா?"

"நீங்கள் அனுமதித்தால்!"

எபநேசர் ஒரு மணியை ஒலிப்பித்தார். அங்குத் தோன்றிய ஒரு பணியாளிடம் அவர் ஏதோ உத்தரவு பிறப்பித்தார்.

சில நிமிடங்கள் கழித்து ஜேன் மேசன் அந்த அறைக்குள் நுழைந்தாள். ஜேன் மரியாதைக்குரியவளாகத் தோன்றினாள். ஒரு துயரச் சம்பவம் நிகழ்ந்திருக்கும்போது ஒரு நல்ல பணியாள் எப்படி உணர்ச்சியை வெளிக்காட்டாமல் இருப்பாளோ, அவள் அப்படி இருந்தாள்.

"ஜேன், நான் உன்னிடம் சில கேள்விகள் கேட்க விரும்புகிறேன். உன் எஜமானி நேற்றுக் காலையில் கிளம்பியபோது வழக்கம்போல இருந்தாரா, அல்லது மிகவும் உற்சாகமாகவோ அல்லது பதற்றமாகவோ இருந்தாரா?"

"அவர் வழக்கம்போலத்தான் இருந்தார்."

"ஆனால், பிரிஸ்டல் இரயில் நிலையத்தில் அவர் வித்தியாசமாக இருந்தார், இல்லையா?"

"ஆமாம். அவர் மிகவும் பதற்றமாக இருந்தார். தான் என்ன சொல்லிக் கொண்டிருந்தோம் என்ற பிரக்ஞையே இல்லாதவர்போல அவர் தோன்றினார்."

"அப்போது அவர் உன்னிடம் துல்லியமாக என்ன சொன்னார்?"

"சார், என்னால் முடிந்தவரை நினைவுபடுத்திச் சொல்கிறேன். என் எஜமானி என்னிடம், 'ஜேன், நான் என்னுடைய திட்டத்தை மாற்ற வேண்டியுள்ளது. ஒரு விஷயம் நிகழ்ந்துள்ளது. நான் இங்கே இறங்கப் போவதில்லை. நான் இதே இரயிலில் தொடர்ந்து பயணித்தாக வேண்டும்.

என் பயணப்பெட்டியை, பயணப்பெட்டிகளைப் பாதுகாத்து வைக்கின்ற இடத்தில் ஒப்படைத்துவிட்டு, தேநீர் அருந்திவிட்டு, இந்த இரயில் நிலையத்திலேயே எனக்காகக் காத்துக் கொண்டிரு,' என்று கூறினார்.

"நான் அவரிடம், 'அம்மா, நான் இங்கேயே காத்திருக்கவா?' என்று கேட்டதற்கு, 'ஆமாம். இன்னொரு இரயில் பிடித்து நான் திரும்பி வந்துவிடுவேன். எப்போது என்று எனக்குத் தெரியாது. வெகுநேரம் ஆகலாம்,' என்று அவர் பதிலளித்தார்.

" 'சரி, அம்மா,' என்று நான் கூறினேன். அவரை என்னால் கேள்வி கேட்க முடியாது என்றாலும், அவருடைய நடத்தை எனக்கு விநோதமானதாகத் தோன்றியது."

"உன்னுடைய எஜமானியம்மா பொதுவாக அப்படி நடந்து கொள்ள மாட்டார், சரிதானே?"

"நீங்கள் சொல்வது சரிதான், சார்."

"அது குறித்து உன்னுடைய எண்ணம் என்ன?"

"என் எஜமானியம்மாவின் இரயில் பெட்டியில் இருந்த ஒரு நபருக்கும் அவருடைய விநோதமான நடத்தைக்கும் தொடர்பு இருக்கலாம் என்று எனக்குத் தோன்றியது. என் எஜமானி அந்த நபருடன் பேசவில்லை. ஆனால், அவர் என்னுடன் பேசிக் கொண்டிருந்தபோது, அவர் அந்த நபரின் பக்கம் ஓரிரு முறை திரும்பி, தான் சரியாகத்தான் நடந்து கொண்டிருந்தோமா என்பதை உறுதி செய்து கொண்டதைப்போல அவருடைய நடத்தை இருந்தது."

"ஆனால், நீ அந்த நபருடைய முகத்தைப் பார்க்கவில்லையா?"

"இல்லை. மொத்த நேரமும் அந்த நபர் எனக்கு முதுகைக் காட்டி நின்று கொண்டிருந்தார்."

"அந்நபரைப் பற்றி வேறு ஏதாவது கூற முடியுமா?"

"அவர் மஞ்சள் கலந்த பழுப்பு நிறத்தில் ஒரு மேலங்கி அணிந்திருந்தார். பயணங்களின்போது அணியப்படுகின்ற தொப்பி ஒன்றையும் அவர் அணிந்திருந்தார். அவர் உயரமாகவும் ஒல்லியாகவும் இருந்தார். அவருடைய பின்னந்தலை கருப்பாக இருந்தது."

"உனக்கு அவரைத் தெரியாதா?"

"இல்லை, சார். எனக்கு அவர் யாரென்று தெரியாது."

"ஒருவேளை அவர் உன்னுடைய எஜமான் காரிங்டனாக இருக்க வாய்ப்பிருக்கிறதா?"

அதைக் கேட்டு ஜேன் திடுக்கிட்டாள்.

"ஓ! நான் அப்படி நினைக்கவில்லை, சார்."

"ஆனால், அந்நபர் காரிங்டன் அல்லர் என்று உன்னால் உறுதியாகக் கூற முடியாது, அப்படித்தானே?"

"அவருடைய உடல்வாகு என் எஜமானுடையதைப்போலவே இருந்தது என்பது உண்மைதான். ஆனால், அது அவராக இருக்கும் என்று நான் ஒருபோதும் நினைக்கவில்லை. நான் அவரை அபூர்வமாகவே பார்த்திருக்கிறேன். அதனால், அது அவர் அல்லர் என்று என்னால் உறுதியாகக் கூற முடியாது."

அந்த அறையில் விரிக்கப்பட்டிருந்த கம்பளத்தில் விழுந்து கிடந்த ஓர் ஊக்கை, புவாரோ குனிந்து எடுத்தார். அதை அவர் தீவிரமாக உற்றுப் பார்த்தார். பின் அவர் தொடர்ந்து பேசினார்: "நீ உன் எஜமானியம்மா இருந்த பெட்டியை அணுகுவதற்கு முன், அந்நபர் பிரிஸ்டல் நிலையத்தில் அந்தப் பெட்டியில் ஏறியிருப்பதற்கு வாய்ப்பு இருக்கிறதா?"

அதைக் கேட்ட ஜேன் சிறிது யோசித்தாள்.

"ஆமாம், சார். அதற்கு வாய்ப்பிருக்கிறது. என் பெட்டியில் கூட்டம் அதிகமாக இருந்தது. அதனால், நான் அதிலிருந்து இறங்கி வருவதற்குச் சிறிது தாமதமாகிவிட்டது. அதோடு, அந்தப் பிளாட்பாரத்திலும் மக்கள் நெரிசல் அதிகமாக இருந்தது. அதுவும் என்னைத் தாமதப்படுத்தியது. ஆனால், அந்த நபர் பிரிஸ்டலில் இரயிலில் ஏறியிருந்தால், என் எஜமானியம்மாவிடம் பேசுவதற்கு அவருக்கு ஓரிரு நிமிடங்களே கிடைத்திருக்கும். அதனால், அவர் அந்த இரயிலில் ஏற்கனவே பயணம் செய்து கொண்டிருந்திருக்க வேண்டும் என்று நான் நினைக்கிறேன்."

"அதற்கு அதிக வாய்ப்புகள் இருப்பது உண்மைதான்."

புவாரோ சிறிது நிறுத்தினார். அப்போதும் அவர் முகம் சுளித்தவாறே இருந்தார்.

"சார், என் எஜமானியம்மா எந்த உடை அணிந்திருந்தார் என்பது உங்களுக்குத் தெரியும்தானே?"

"பத்திரிகைகளில் சில தகவல்கள் இடம் பெற்றிருந்தன. நான் அவற்றை உன் வாயால் கேட்க விரும்புகிறேன்."

"பிரகாசமான நீல நிறத்தில் ஒரு கோட்டும் ஸ்கர்ட்டும், ஒரு வெள்ளை நிறக் குல்லாயும் அவர் அணிந்திருந்தார்.

"அது பிறரை ஈர்க்கக்கூடிய ஓர் ஆடைதான்."

"ஆமாம், அது உண்மைதான்," என்று எபநேசர் கூறினார். "ஸ்காட்லாந்து யார்டைச் சேர்ந்த காவல் ஆய்வாளர் ஜேப், எந்த இடத்தில் அந்தக் கொடூரமான சம்பவம் நடந்திருக்கும் என்பதைக் கண்டுபிடிக்க அது உதவியாக இருக்கும் என்று என்னிடம் கூறினார். அந்த உடையில் அவளைப் பார்த்திருந்த எவரும் அதைக் கண்டிப்பாக நினைவில் வைத்திருந்திருப்பர்."

"நன்றி, ஜேன்."

ஜேன் அந்த அறையைவிட்டு வெளியேறினாள்.

"சரி, அப்படியானால் நான் கிளம்புகிறேன்," என்று கூறி, புவாரோ எழுந்தார். பின் அவர் எபநேசரிடம், "இதற்கு மேல் எனக்கு இங்கு வேலையில்லை. நான் உங்களிடம் ஒன்றே ஒன்று கேட்க விரும்புகிறேன். நீங்கள் என்னிடம் எல்லாவற்றையும் சொல்லிவிட்டீர்களா?"

"ஆமாம்."

"உறுதியாக?"

"ஆமாம், நிச்சயமாக."

"அப்படியெனில், இதற்கு மேல் சொல்வதற்கு ஒன்றுமில்லை. என்னால் இந்தக் கேஸை ஏற்றுக் கொள்ள முடியாது."

"ஏன்?"

"ஏனெனில், நீங்கள் என்னிடம் ஒளிவுமறைவின்றிப் பேசவில்லை."

"நான் உங்களுக்கு உறுதியளிக்கிறேன்"–

"இல்லை. நீங்கள் எதையோ சொல்லாமல் மறைத்து வைத்திருக்கிறீர்கள்."

அங்கு ஒரு கணம் அமைதி நிலவியது. பின் எபநேசர் தன் பாக்கெட்டிலிருந்து ஒரு காகிதத்தை வெளியே எடுத்து அதைப் புவாரோவிடம் கொடுத்தார்.

"புவாரோ, நீங்கள் பெற விரும்பியது இதைத்தான் என்று நான் நம்புகிறேன். ஆனால், இதை எப்படி நீங்கள் அறிந்தீர்கள் என்பதை மட்டும் என்னால் புரிந்து கொள்ள முடியவில்லை."

அதைக் கேட்டுப் புவாரோ வெறுமனே புன்னகைத்தார். பின் அவர் தன் கையிலிருந்த காகிதத்தைப் பிரித்தார். அது ஒரு கடிதம். மெல்லிய, சாய்வான ஒரு கையெழுத்தில் அது எழுதப்பட்டிருந்தது. புவாரோ அக்கடிதத்தை உரக்கப் படித்தார்.

"அன்பே,

உன்னை மீண்டும் சந்திக்கவிருப்பது குறித்து நான் பேருவகை அடைகிறேன். என் கடிதத்திற்கு உன்னிடமிருந்து எனக்கு வந்த இணக்கமான பதிலால் நான் இப்போது பொறுமையிழந்து தவிக்கிறேன். பாரிஸ் நினைவுகள் என்னைவிட்டு அகல மறுக்கின்றன. நாளை நீ லண்டனைவிட்டுக் கிளம்பவுள்ளது என் நெஞ்சை அறுக்கிறது. ஆனால், நீ கற்பனை செய்துள்ளதைக் காட்டிலும் விரைவாக, என் இதயராணியான உன்னுடன் கைகோர்த்து உலாவுவதற்கு மீண்டும் எனக்கு ஒரு வாய்ப்பு கிடைக்கப் போகிறது. அதை நான் ஆவலுடன் எதிர்பார்க்கிறேன்.

அன்பே, என்னை நம்பு. உன்மீது அர்ப்பணிப்பு கொண்டுள்ள, இன்னும் பைத்தியமாகத் திரிகின்ற–

அர்மன்ட் ரோசஃபோர்."

புவாரோ அந்தக் கடிதத்தை எபநேசரிடமே திருப்பிக் கொடுத்துவிட்டு, வணக்கம் தெரிவிக்கின்ற விதத்தில் உடலை இலேசாக வளைத்தார்.

"உங்களுடைய மகள் ரோச்ஃபோருடனான தன் உறவைப் புதுப்பித்துக் கொள்ள உத்தேசித்திருந்தது உங்களுக்குத் தெரியாது என்று நான் எடுத்துக் கொள்ளலாமா?"

"ஆமாம். அச்செய்தி இடியென என்மீது இறங்கியது. நான் இக்கடிதத்தை என் மகளின் கைப்பையில் இருந்து கண்டெடுத்தேன். இந்தப் பிரபு ஒரு காதல் மன்னன் என்பதை நீங்கள் அறிவீர்கள் என்று நான் நம்புகிறேன்."

ஆமாம் என்பதுபோலப் புவாரோ தலையசைத்தார்.

"இப்படி ஒரு கடிதம் இருப்பது உங்களுக்கு எப்படித் தெரியும் என்பதை நான் அறிந்து கொள்ள விரும்புகிறேன்."

புவாரோ அதைக் கேட்டுப் புன்னகைத்தார். "இப்படிப்பட்ட ஒரு கடிதம் இருப்பது எனக்கு உண்மையிலேயே தெரியாது. ஆனால், ஒருதுப்பறியும் நிபுணர், வெறும் காலடித்தடங்களையும் சிகரெட் சாம்பலையும் வைத்துத் துப்புத் துலக்குகின்ற ஒருவராக மட்டும் இருந்துவிடக்கூடாது. அவர் ஓர் உளவியல் நிபுணராகவும் இருக்க வேண்டும். உங்களுக்கு உங்களுடைய மருமகனைப் பிடிக்காது என்பதையும், அவரை நீங்கள் நம்பவில்லை என்பதையும் நான் அறிவேன். உங்களுடைய மகளின் இறப்பால் அவர்தான் பயன் பெறுவார். ஆனாலும், அவளுடன் இரயிலில் பயணித்திருந்த நபர், உங்களுடைய மருமகனின் உருவத்தோடு ஒத்திருந்தார் என்று அவளுடைய பணிப்பெண் கூறியபோதும் நீங்கள் அவர் பின்னால் செல்ல முயற்சிக்கவில்லை. அதற்கு என்ன காரணம் இருக்க முடியும்? ஏனெனில், உங்களுடைய சந்தேகம் வேறு யாரோ ஒருவர்மீது விழுந்திருந்தது. அதனால், நீங்கள் எதையோ என்னிடமிருந்து மறைக்கிறீர்கள் என்று நான் நம்பினேன்."

"புவாரோ, நீங்கள் கூறுவது சரிதான். இக்கடிதத்தைக் கண்டுபிடிக்கும்வரை, ரூபர்ட்தான் குற்றவாளியாக இருக்க வேண்டும் என்று நான் நம்பிக் கொண்டிருந்தேன். ஆனால், இக்கடிதம் என்னை நிலைகுலைய வைத்துவிட்டது."

அதைக் கேட்டப் புவாரோ இவ்வாறு கூறினார்: " 'நீ கற்பனை செய்துள்ளதைக் காட்டிலும் விரைவாக' என்று ரோச்ஃபோர் அக்கடிதத்தில் குறிப்பிட்டிருந்தார் உங்களுடைய மகளின் வாழ்வில் தான் மீண்டும் நுழைந்திருந்ததை நீங்கள் மோப்பம் பிடிக்கும்வரை காத்திருக்க அவர் விரும்பவில்லை. அப்படியானால், உங்களுடைய மகளுடன் அந்த இரயிலில் லண்டனிலிருந்து பயணம் செய்திருந்தது ரோச்ஃபோர்தானா?

என் நினைவு சரியாக இருக்குமென்றால், ரோச்ஃபோரும் ஒல்லியாகவும் உயரமாகவும் இருப்பார்."

அந்தக் கோடீஸ்வரர் தலையசைத்து அதை ஆமோதித்தார்.

"சரி, அப்படியானால், நான் விடைபெற்றுக் கொள்கிறேன். ஸ்காட்லாந்து யார்டிடம் உங்களுடைய மகளின் தொலைந்து போன நகைகளின் பட்டியல் இருக்கும் என்று நான் நினைக்கிறேன், சரிதானே?"

"ஆமாம். ஸ்காட்லாந்து காவல் ஆய்வாளர் ஜேப் இப்போது இங்கு வந்திருக்கிறார். நீங்கள் அவரைச் சந்திக்க விரும்புகிறீர்களா?"

* * *

ஜேப் எங்களுடைய நீண்டகால நண்பர். பாசம் கலந்த அலட்சியத்துடன் அவர் புவாரோவுக்கு வணக்கம் தெரிவித்தார்.

"எப்படி இருக்கிறீர்கள், புவாரோ? உங்கள் மூளை இன்னும் வலுவாகத்தான் இயங்கிக் கொண்டிருக்கிறதா?"

அவரை நோக்கிப் பெரிதாகப் புன்னகைத்தப் புவாரோ, "மூளையின் செயல்பாட்டுக்கெல்லாம் எந்தக் குறைச்சலும் இல்லை," என்று பதிலடி கொடுத்தார்.

"அப்படியானால், அது ரூபர்ட்தானா? நேற்று அவர் எங்கிருந்தார் என்பது இன்னும் மர்மமாகவே இருக்கிறது. நாங்கள் அவர்மீது ஒரு கண் வைத்திருக்கிறோம். அவரைக் கண்காணிக்க நாங்கள் ஓர் ஆளைப் போட்டிருக்கிறோம்," என்றார் ஜேப்.

"நல்ல முன்னெச்சரிக்கை நடவடிக்கைதான். ஆனால், ஒரு நாள் தாமதமாகச் செய்யப்பட்டிருக்கிறது," என்று புவாரோ மென்மையாக ஜேப்பின் காலை வாரினார்.

"புவாரோ, உங்களுக்கு எப்போதும் கிண்டல்தான். பிரிஸ்டல், வெஸ்டன், டான்டன் ஆகிய இடங்களுக்கு நான் போக வேண்டியிருக்கிறது."

"நீங்கள் இன்று மாலை திரும்பி வந்ததும் அந்தப் பயணங்கள் பற்றி என்னிடம் சொல்வீர்களா?"

"கண்டிப்பாக. இன்று திரும்பி வந்தால்!"

ஜேப் அங்கிருந்து கிளம்பியதும், "இந்தக் காவல் ஆய்வாளர் அங்குமிங்கும் ஓடிக் கொண்டிருப்பதில் அதிக நம்பிக்கை வைத்துள்ளார்," என்று புவாரோ முணுமுணுத்தார். "அவர் பல இடங்களுக்குப் பயணிக்கிறார், காலடித் தடங்களை அளவெடுக்கிறார், சேற்றையும் சிகரெட் சாம்பல்களையும்

சேகரிக்கிறார். எந்நேரமும் மும்முரமாக இருக்கிறார். ஹேஸ்டிங்ஸ், நான் அவரிடம் உளவியலைப் பற்றிக் கூறினால் அதற்கு அவர் என்ன பதிலளிப்பார் தெரியுமா? முதலில் புன்னகைப்பார். அடுத்து, தனக்குத் தானே இவ்வாறு கூறிக் கொள்வார்: 'பாவம் இந்த வயதான புவாரோ! அவருக்கு முற்றிவிட்டது! மறை கழன்றுவிட்டது!' கதவுகளில் தட்டிக் கொண்டேயிருக்கின்ற இந்தப் புதிய இளம் தலைமுறையைச் சேர்ந்தவர் அவர். ஆனால், இதில் வேடிக்கை என்ன தெரியுமா? அவர்கள் தொடர்ந்து கதவைத் தட்டிக் கொண்டே இருப்பர் – கதவு திறந்துதான் இருக்கிறது என்பதை அறியாமல்!"

"புவாரோ, இப்போது நீங்கள் என்ன செய்யப் போகிறீர்கள்?" என்று நான் கேட்டேன்.

"நமக்கு அளவற்ற நிதி வழங்கப்பட்டிருக்கிறது. அதனால், ரிட்ஸ் ஓட்டலைத் தொலைபேசியில் அழைக்கப் போகிறேன். அங்கேதான் நம்முடைய பிரபு தங்கியிருக்கிறார் என்பதை நீங்கள் கவனித்திருக்கக்கூடும். பிறகு, எனக்குக் கால்கள் இலேசாக வலிப்பதாலும், நான் ஏற்கனவே இரண்டு முறை தும்மல் வேறு போட்டுவிட்டதாலும், நான் என் வீட்டுக்குச் சென்று ஒரு மூலிகைத் தேநீர் தயாரித்துக் குடிக்கப் போகிறேன்."

* * *

மறுநாள் காலைவரை நான் புவாரோவைப் பார்க்கவில்லை. அப்போது அவர் அமைதியாக அமர்ந்து காலை உணவை உண்டு கொண்டிருந்தார்.

நான் ஆர்வமாக அவரிடம், "அப்புறம் என்ன நடந்தது?" என்று கேட்டேன்.

"ஒன்றும் நடக்கவில்லை."

"ஜேப்?"

"நான் அவரைச் சந்திக்கவில்லை."

"ரோச்ஃபோர்?"

"அவர் நேற்றைக்கு முன்தினமே ரிட்ஸ் ஓட்டலைக் காலி செய்துவிட்டுப் போய்விட்டாராம்."

"அதாவது, கொலை நடந்த அன்று?"

"ஆமாம்."

"அப்படியானால், எல்லாம் முடிந்துவிட்டது. ரூபரட்மீது பழி விழாது."

"ரோச்ஃபோர் ரிட்ஸ் ஓட்டலைக் காலி செய்துவிட்டுச் சென்றதால் எல்லாம் முடிந்துவிட்டதா? ஹேஸ்டிங்ஸ், ஆனாலும் நீங்கள் படுவேகமாகத்தான் செல்கிறீர்கள்."

“எது எப்படியோ, அவர் பின்தொடரப்பட்டுக் கைது செய்யப்பட வேண்டும். கொலைக்கு அவருக்கு என்ன நோக்கம் இருக்க முடியும்?”

“ஒரு இலட்சம் டாலர்கள் மதிப்புள்ள நகைகள் கிடைக்கும் என்பது எவருக்கு வேண்டுமானாலும் ஒரு கொலைக்கான நோக்கமாக இருக்க முடியும். என்னுடைய மனத்தில் எழும் கேள்வி இதுதான்: எதற்காக அவர் அவளைக் கொல்ல வேண்டும்? வெறுமனே அவளுடைய நகைகளைக் கொள்ளையடித்தால் போதாதா? ரோச்ஃபோர் நகைகளைக் களவாடியிருந்தால், அது குறித்து அவள் புகார் அளித்திருக்க மாட்டாள்.”

“என் அப்படி?”

“ஏனெனில், அவள் ஒரு பெண். முன்பு அவள் அவரைக் காதலித்திருந்தாள். அதனால், அந்த இழப்பை அவள் மௌனமாக சகித்துக் கொண்டிருப்பாள். பெண்கள் விஷயத்தில் கில்லாடியாக விளங்கிய ரோச்ஃபோர், உளவியல் கலையையும் நன்கு அறிந்தவர். அதனால், அதை அவர் கண்டிப்பாக அறிந்து வைத்திருந்திருப்பார். மறுபுறம், ரூபர்ட் அவளைக் கொன்றிருந்தால், அவன் எதற்காக அந்த நகைகளையும் எடுத்துச் சென்றிருக்க வேண்டும். அது தேவையில்லாமல் அவனைக் காட்டிக் கொடுத்துவிடுமல்லவா?”

“குற்றத்தைத் திசை திருப்புவதற்காக அவன் அப்படிச் செய்திருக்கலாம்.”

“ஹேஸ்டிங்ஸ், நீங்கள் சொல்வது ஒருவேளை சரியாக இருக்கலாம்,” என்று கூறிய புவாரா, “வெளியே ஜேப் வந்திருக்கிறார். கதவை அவர் தட்டும் விதத்தை நான் நன்கு அறிவேன்,” என்று கட்டியம் கூறினார்.

ஜேப் ஒரு பிரகாசமான புன்னகையுடன் உள்ளே நுழைந்தார்.

“குட் மார்னிங், புவாரோ! நான் காலையில்தான் திரும்பி வந்தேன். நான் நிறைய கண்டுபிடித்துள்ளேன். நீங்கள் எப்படி?”

“நானா? நான் என் எண்ணங்களைத் தொகுத்துள்ளேன்,” என்று புவாரோ எந்த ஆர்ப்பாட்டமும் இல்லாமல் கூறினார்.

ஜேப் வாய்விட்டுச் சிரித்தார்.

“புவாரோவுக்கு முதுமை வந்துவிட்டது,” என்று அவர் என்னைப் பார்த்துக் கூறினார். “இது நம்மைப் போன்ற இளைஞர்களுக்கு நல்ல செய்தி அல்ல.”

“கஷ்டம்தான்,” என்றார் புவாரோ.

“நான் என்ன கண்டுபிடித்தேன் என்று உங்களிடம் கூறவா?”

“நீங்கள் என்ன கண்டுபிடித்துள்ளீர்கள் என்பதை ஊகிக்க எனக்கு ஒரு வாய்ப்புக் கொடுக்கிறீர்களா?” என்று

கேட்டுவிட்டு, ஜேப்பின் பதிலுக்குக் காத்திருக்காமல் புவாரோ தொடர்ந்து பேசினார். "கொலைக்குப் பயன்படுத்தப்பட்டக் கத்தியை நீங்கள் கண்டுபிடித்துள்ளீர்கள். அது வெஸ்டன் நிலையத்திற்கும் டான்டன் நிலையத்திற்கும் இடையே தண்டவாளத்திற்கு அருகே உங்களுக்குக் கிடைத்தது. அதோடு, வெஸ்டன் நிலையத்தில் ஃபுளோசியைப் பார்த்திருந்த, செய்திப் பத்திரிகைகளைக் கூவி விற்றப் பையனை நீங்கள் பேட்டி கண்டுள்ளீர்கள். என்ன, சரிதானே?"

ஜேப்பின் திறந்த வாய் மூடவே இல்லை. "இவையெல்லாம் உங்களுக்கு எப்படித் தெரியும்? மறுபடியும் உங்களுடைய பிரமாதமான மூளையின் ஆற்றல் பற்றிப் பேசி எங்களுக்கு சலிப்பு ஏற்படுத்தாதீர்கள்."

"ஜேப், முதன்முறையாக, என்னுடைய மூளை பிரமாதமானது என்று ஒப்புக் கொண்டதற்கு நன்றி! செய்திப் பத்திரிகைகளை விற்கின்ற பையனுக்கு ஃபுளோசி ஒரு ஷில்லிங் நாணயத்தைக் கொடுத்தாளா என்று சொல்லுங்கள்."

"இல்லை, அவள் அரை பவுன்டு நாணயத்தைக் கொடுத்தாள்," என்று கூறிய ஜேப், தன் இயல்பு நிலைக்குத் திரும்பினார். பின்னர் ஒரு புன்னகையுடன், "இந்தப் பணக்கார அமெரிக்கர்கள் ஊதாரிகளாக இருக்கின்றனர்," என்று அவர் கூறினார்.

"அதன் விளைவாக, அந்தச் சிறுவன் ஃபுளோசியை மறக்கவில்லை."

"ஆமாம். இவ்வளவு பெரிய பணம் தினந்தோறும் கிடைப்பதில்லையே! ஃபுளோசி அந்தப் பையனை அழைத்து இரண்டு பத்திரிகைகளை வாங்கியிருக்கிறாள். அவற்றில் ஒன்றின் அட்டையில் இடம் பெற்றிருந்த பெண், நீல நிற உடை அணிந்திருக்கிறாள். 'அது என்னோடு பொருந்தும்!' என்று ஃபுளோசி கூறியிருந்திருக்கிறாள். அதைக்கூட அந்தப் பையன் நினைவில் வைத்திருந்தான். பிரேதப் பரிசோதனை செய்த மருத்துவரின் கணிப்புப்படி, இரயில் டான்டன் நிலையத்தை அடைவதற்கு முன் அந்தக் கொலை நடைபெற்றிருக்க வேண்டும். கொலையாளி, கொலை செய்து முடித்தவுடன், கொலைக்குப் பயன்படுத்தியிருந்த கத்தியை இரயிலுக்கு வெளியே தூக்கி எறிந்திருக்க வேண்டும் என்று நான் முடிவு கட்டினேன். அதனால், நான் இருப்புப்பாதை ஓரமாக நடந்தேன். நான் எதிர்பார்த்தபடியே அது தண்டவாளத்திற்கு அருகே கிடந்தது. டான்டன் இரயில் நிலையத்தில் நம்முடைய ஆளைப் பற்றி நான் விசாரித்தேன். அது ஒரு பெரிய இரயில் நிலையம் என்பதால், எவரும் கொலையாளியைக்

கவனித்திருக்கவில்லை. அவன் அடுத்த இரயிலைப் பிடித்து லண்டனுக்கு வந்திருக்க வேண்டும்."

அதை ஏற்றுக் கொள்வதுபோலப் புவாரோ தலையாட்டினார். "அது சாத்தியம்தான்."

"ஆனால், நான் இங்குத் திரும்பி வந்தபோது, எனக்கு வேறு ஒரு தகவல் கிடைத்தது. அந்த நகைகளில் ஒன்றில் ஒரு பெரிய மரகதக்கல் பதிக்கப்பட்டிருந்தது. அது நேற்று ஒரு வழக்கமான திருடனால் ஓர் அடகுக்கடையில் அடகு வைக்கப்பட்டிருந்தது. அது யாராக இருக்கும் என்று நீங்கள் நினைக்கிறீர்கள்?"

"அது யாரென்று எனக்குத் தெரியாது. ஆனால், அவன் ஒரு குள்ளமான மனிதனாக இருக்க வேண்டும்."

ஜேப் மறுபடியும் புவாரோவை வெறித்துப் பார்த்தார். "ஆமாம். மீண்டும் உங்களுடைய கூற்று சரிதான். அவன் குள்ளமானவன்தான். அவன் 'ரெட் நார்க்கி.' "

"அவன் யார்?" என்று நான் கேட்டேன்.

"அவன் ஒரு புத்திசாலியான நகைத்திருடன். ஆனால், அவன் கொலைகளில் ஈடுபடுவது கிடையாது. பொதுவாக ஒரு பெண்ணுடன் இணைந்துதான் அவன் தன் கைவரிசையைக் காட்டுவான். அவள் பெயர் கிரேசி கிட். ஆனால், இதுவரை எங்களுக்குக் கிடைத்துள்ள தகவல்களின்படி, இம்முறை அவள் இதில் ஈடுபட்டிருந்ததுபோலத் தெரியவில்லை. அவள் ஒருவேளை மற்ற நகைகளுடன் ஹாலந்திற்குப் பறந்திருக்கக்கூடும்," என்று ஜேப் கூறினார்.

"நீங்கள் நார்க்கியைக் கைது செய்துவிட்டீர்களா?"

"ஆமாம். ஆனால், நமக்கு அந்த மற்றொரு நபர்தான் தேவை என்பதை நீங்கள் மறக்கக்கூடாது. ஃபுளோசியுடன் அந்த இரயிலில் பயணித்த அந்த நபர்தான் நம் குறி. அவன்தான் இதைத் திட்டமிட்டிருக்க வேண்டும். ஆனால், என்னவானாலும், நார்க்கி தன் கூட்டாளியைக் காட்டிக் கொடுக்க மாட்டான்."

புவாரோ மெதுவாக, "உங்களுக்காக என்னால் நார்க்கியின் கூட்டாளியைக் கண்டுபிடித்துக் கொடுக்க முடியும்," என்று கூறினார்.

"உங்களுடைய சிறிய யோசனைகளில் ஒன்று இது, அப்படித்தானே?" என்று கூறிய ஜேப், புவாரோவைக் கூர்ந்து கவனித்தார். "உங்களுடைய வயதில், சில நேரங்களில் நீங்கள் உண்மைகளை வெளிக் கொண்டுவருவது நம்புதற்கரியதாக இருக்கிறது. சாத்தானின் அதிர்ஷ்டம்!"

"இருக்கலாம். இருக்கலாம்," என்று புவாரோ முணுமுணுத்தார். பின்னர் அவர் என்னிடம், "ஹேஸ்டிங்ஸ்,

என் தொப்பியையும் தொப்பியைத் துடைக்கும் பிரஷ்ஷையும் என்னிடம் எடுத்து வாருங்கள். மழை இன்னும் பெய்து கொண்டிருந்தால், என்னுடைய மழைக்காலக் காலணிகளையும் எடுத்து வாருங்கள்," என்று கூறியவர், ஜேப்பிடம் திரும்பி, "சரி, நாம் பின்னர் சந்திக்கலாம்," என்று கூறினார்.

"உங்களுக்கு வெற்றி கிடைக்க என் வாழ்த்துகள்!" என்று ஜேப் வாழ்த்தினார்.

நாங்கள் எதிர்கொண்ட முதல் வாடகைக்காரைப் புவாரோ நிறுத்தினார். நாங்கள் அதில் ஏறி எபநேசரின் வீட்டை நோக்கிச் சென்றோம்.

அந்த வீட்டை அடைந்ததும், புவாரோ அதன் அழைப்பு மணியை அழுத்தினார். கதவைத் திறந்த பணியாளிடம், புவாரோ ஒரு மென்மையான குரலில் எதையோ கூறினார். நாங்கள் உடனடியாக அந்த வீட்டின் மேல் மாடியிலிருந்த ஒரு சிறிய படுக்கையறைக்கு அழைத்துச் செல்லப்பட்டோம். உள்ளே நுழைந்ததும் புவாரோவின் கண்கள் அந்த அறையெங்கும் அலை பாய்ந்தன. இறுதியில், அங்கிருந்த ஒரு சிறிய டிரங்குப் பெட்டியின்மீது அவை நிலைத்தன. அது எந்த நிறுவனத்தின் பெட்டி என்று உற்று நோக்கிவிட்டு, தன் பாக்கெட்டிலிருந்து ஒரு சிறிய ஒயரை அவர் வெளியே எடுத்தார்.

பின் அவர் அந்த பணியாளிடம் திரும்பி, "உன் எஜமானரிடம் சென்று, அவரால் இங்கு வர முடியுமா என்று கேட்டு வா," என்று கூறினார்.

அந்தப் பணியாள் அங்கிருந்து அகன்றான். புவாரோ தன் கையிலிருந்த ஒயரைக் கொண்டு அந்தப் பெட்டியின் பூட்டை இலாவகமாகத் திறந்தார். பின் அதன் மூடியைத் திறந்து அதற்குள் இருந்த உடைகளை ஒவ்வொன்றாக வெளியே எடுத்துப் பார்த்துவிட்டு, அவர் அவற்றைத் தரையில் தூக்கியெறியத் துவங்கினார்.

மாடிப்படிகளில் யாரோ ஏறி வந்து கொண்டிருந்த சத்தம் கேட்டது. எபநேசர் உள்ளே நுழைந்தார்.

அந்த அறையின் அலங்கோலக் காட்சியை உற்று நோக்கிய எபநேசர், "இங்கு நீங்கள் என்ன செய்து கொண்டிருக்கிறீர்கள்?" என்று ஓர் உரத்தக் குரலில் கேட்டார்.

"நான் இதைத் தேடிக் கொண்டிருக்கிறேன்," என்று கூறிய புவாரோ, அந்தப் பெட்டியிலிருந்து ஒரு நீல நிறக் கோட், ஒரு ஸ்கர்ட், ஒரு வெள்ளைத் தொப்பி ஆகியவற்றை வெளியே எடுத்தார்.

"என் பெட்டியை ஏன் கலைத்துக் கொண்டிருக்கிறீர்கள்?" என்று ஒரு குரல் கேட்டது. நான் பின்னால் திரும்பிப்

பார்த்தபோது, ஜேன் அந்த அறைக்குள் நுழைந்து கொண்டிருந்தாள்.

புவாரோ என்னைப் பார்த்து, “ஹேஸ்டிங்ஸ், இந்த அறைக் கதவைச் சிறிது மூடுகிறீர்களா?” என்று கேட்டுக் கொண்டார். நான் அந்த அறைக் கதவை மூடியதும், “நன்றி, ஹேஸ்டிங்ஸ். அந்தக் கதவின்மீது சாய்ந்து நின்று கொள்ளுங்கள்,” என்று அவர் எனக்கு உத்தரவிட்டார். புவாரோ அடுத்து எபநேசரின் பக்கம் திரும்பி, “நான் உங்களுக்கு கிரேசி கிட்டை அறிமுகம் செய்து வைக்கிறேன்,” என்று கூறி, ஜேனை நோக்கிக் கையைக் காட்டினார். “வெகுவிரைவில், இவள் தன்னுடைய கூட்டாளியான ரெட் நார்க்கியோடு சேர்ந்து கொள்ளப் போகிறாள். ஜேப் இவளை அழைத்துச் செல்ல வருவார்.”

* * *

அந்த உணவு மேசையில் அமர்ந்திருந்த புவாரோ, இன்னொரு பதார்த்தத்தை எடுத்துத் தன் தட்டில் வைத்தவாறு, “கொலையாளியைக் கண்டுபிடிப்பது ஒன்றும் கடினமானதாக இருக்கவில்லை,” என்று கூறினார்.

பின் அவர் தொடர்ந்து பேசினார்: “தன் எஜமானி என்ன ஆடை அணிந்திருந்தார் என்பதை ஜேன் தானாகவே தெரிவிக்க முன்வந்தது எனக்கு விநோதமாகத் தோன்றியது. நம்முடைய கவனம் ஆடையை நோக்கி மடை மாற்றப்பட வேண்டும் என்பதில் அவள் ஏன் அவ்வளவு குறியாக இருந்தாள்? பிரிஸ்டல் நிலையத்தில் ஃப்ளோசியின் இரயில் பெட்டியில் இன்னொரு மர்ம நபர் இருந்தார் என்பதற்கு ஜேனின் வாக்கைத் தவிர வேறு நிரூபணங்கள் எதுவும் இல்லை. பிரேதப் பரிசோதனை செய்த மருத்துவரின் கணக்குப்படி, ஃப்ளோசி பிரிஸ்டலை அடைவதற்கு முன்பேகூடக் கொல்லப்பட்டிருக்கலாம். அப்படி நடைபெற்றிருந்தால், ஜேனும் அக்குற்றத்தில் உடந்தையாக இருந்திருக்க வேண்டும். அப்படி அவள் இதில் உடந்தையாக இருந்திருக்கும் பட்சத்தில், தன் வார்த்தைகள் தவிர்த்துக் கூடுதல் விஷயங்கள் தன்னுடைய கூற்றுக்கு ஆதரவாக இருக்குமாறு பார்த்துக் கொள்ள அவள் விரும்பியிருந்திருப்பாள். அன்று ஃப்ளோசி அணிந்திருந்த ஆடை மிகவும் வசீகரமானது. பொதுவாகத் தங்களுடைய எஜமானியரின் ஆடைத் தேர்ந்தெடுப்புகளில் பணிப்பெண்களுக்கு ஒரு குறிப்பிடத்தக்கப் பங்கு இருக்கும். பிரிஸ்டல் நிலையத்திற்குப் பிறகு, ஒரு நீல நிற கோட், ஸ்கர்ட் மற்றும் வெள்ளைத் தொப்பியுடன் ஒரு பெண்மணி அந்தப்

பெட்டியில் அமர்ந்திருந்ததை யாரேனும் பார்த்தால், தாங்கள் ஃப்புளோசியைப் பார்த்ததாகத்தான் அவர்கள் சத்தியம் செய்வர்.

"இதன் அடிப்படையில், சம்பவங்கள் இப்படித்தான் நடந்திருக்கும் என்று நான் என் மனத்தில் காட்சிப்படுத்தத் தொடங்கினேன். தன் எஜமானியம்மாவின் ஆடையைப் போன்ற ஓர் ஆடையை ஜேன் தனக்காகத் தயாரித்துக் கொள்வாள். அவளும் அவளுடைய கூட்டாளியும் சேர்ந்து முதலில் ஃப்புளோசிக்குக் குளோரோஃபார்ம் கொடுத்து அவளை மயக்கமடையச் செய்துவிட்டு, பிறகு அவளைக் கத்தியால் குத்திக் கொல்வர். அக்கொலை, லண்டனுக்கும் பிரிஸ்டலுக்கும் இடையே நடைபெற்றிருக்கும். பிறகு, ஃப்புளோசியின் உடலை ஓர் இருக்கைக்கு அடியில் தள்ளி ஒளித்து வைத்துவிட்டு, ஜேன் தன்னுடைய நீல நிற ஆடையை அணிந்து கொண்டு ஃப்புளோசியின் இடத்தை எடுத்துக் கொள்வாள். வெஸ்டன் இரயில் நிலையத்தில் தான் யாராவது ஒருவரால் அடையாளம் காணப்பட வேண்டும் என்று அவள் விரும்புவாள். எப்படி? பத்திரிகைகள் விற்கின்ற ஒரு பையன் இதற்குப் பொருத்தமாக இருப்பான். அவன் அவளை நினைவில் வைத்திருப்பதற்காக அவள் அவனுக்கு ஒரு பெரிய டிப்ஸ் கொடுப்பாள். அதோடு, ஒரு பத்திரிகையின் அட்டையில் இடம் பெற்றுள்ள, ஒரு நீல நிற ஆடை அணிந்துள்ள ஒரு பெண்ணின் புகைப்படத்தைச் சுட்டிக்காட்டுவதன் மூலம், அந்தப் பையன் தன்னை நினைவு வைத்திருப்பதை அவள் மேலும் உறுதி செய்வாள். கொலை, வெஸ்டனுக்கும் டான்டனுக்கும் இடையே நடைபெற்றிருந்ததாகச் சித்தரிப்பதற்காக, இரயில் வெஸ்டன் நிலையத்தைக் கடந்ததும், கொலைக்குப் பயன்படுத்தப்பட்டக் கத்தியை அவள் இரயிலிருந்து வெளியே எறிவாள். அதன் பிறகு, ஒன்று, அவள் தன் உடையை மாற்றிக் கொள்வாள்; அல்லது அதை முழுவதுமாக மறைக்கின்ற விதத்தில் ஒரு பெரிய அங்கியை அணிந்து கொள்வாள். அவள் டான்டன் இரயில் நிலையத்தில் இறங்கி, எதிர்த்திசையில் பயணித்து மீண்டும் பிரிஸ்டல் இரயில் நிலையத்திற்கு வந்து சேர்வாள். இதற்கிடையே, அவளுடைய கூட்டாளி, ஃப்புளோசியின் பயணப்பெட்டியை அதற்கான பாதுகாப்பு அறையில் வைத்துவிட்டிருப்பான். அதற்கான இரசீதை, ஜேன் திரும்பி வந்ததும் அவளிடம் கொடுத்துவிட்டு, அவன் வேறொரு இரயிலைப் பிடித்து லண்டனுக்குச் சென்றுவிடுவான். ஜேன் தன் நாடகத்தில் தன்னுடைய பாத்திரத்தைச் செவ்வனே செய்வதற்காக, அவள் நம்மிடம் கூறியிருந்தபடி அந்த

இரயில் நிலையத்தில் இரவுவரை காத்திருந்துவிட்டு, பிறகு அருகிலுள்ள ஓர் ஓட்டலில் ஓர் அறையெடுத்து அன்றிரவை அங்கே கழித்துவிட்டு, மறுநாள் காலையில் லண்டனுக்குத் திரும்பி வந்துவிடுகிறாள்.

“ஜேப் பிரிஸ்டலுக்கும் மற்ற இடங்களுக்கும் போய்விட்டுத் திரும்பி வந்தபோது, அவர் என் கணிப்புகளை உறுதி செய்தார். அதோடு, ஒரு பிரபலமான நகைத்திருடன் ஃபுளோசியின் நகைகளை அடகு வைத்தத் தகவலை அவர் என்னிடம் பகிர்ந்து கொண்டபோது, அந்த நபர், இரயிலில் தான் பார்த்திருந்ததாக ஜேன் வர்ணித்திருந்த நபருக்கு நேர் எதிரானவராக இருக்க வேண்டும் என்று நான் அனுமானித்தேன். அந்நபர் ரெட் நார்க்கி என்பதையும், அவன் எப்போதும் கிரேசி கிட் என்ற பெண்ணுடன் சேர்ந்துதான் நகைத்திருட்டில் ஈடுபடுவான் என்பதையும் நான் அறிந்து கொண்டபோது, கிரேசியை எங்கே கண்டுபிடிக்கலாம் என்பது எனக்கு உடனடியாகத் தெரிந்துவிட்டது.”

“ரோச்ஃபோர்?”

“இதைப் பற்றி நான் ஆழமாக யோசித்தபோது, அவருக்கும் இந்தச் சம்பவத்திற்கும் எந்தத் தொடர்பும் இருக்காது என்பது எனக்கு உறுதியாயிற்று. கொலை செய்யும் அளவுக்கு அவர் துணிய மாட்டார் என்பது எனக்குப் புரிந்தது. அது அவருடைய பாணி அல்ல.”

அதே மேசையில் அமர்ந்திருந்த எபநேசர், “நான் உங்களுக்குப் பெரிதும் நன்றிக்கடன் பட்டிருக்கிறேன். நாம் சாப்பிட்டு முடித்தப் பிறகு நான் உங்களுக்கு வழங்கவிருக்கின்ற காசோலை உங்களுடைய உதவிக்கு ஒருக்காலும் ஈடாகாது என்பது எனக்குத் தெரியும்,” என்று கூறினார்.

புவாரோ அதைக் கேட்டு அடக்கமாகப் புன்னகைத்தார். பிறகு அவர் என்னிடம் ஒரு கிசுகிசுப்பான குரலில் இவ்வாறு கூறினார்: “அதிகாரபூர்வமாக, குற்றவாளியைக் கண்டுபிடித்ததற்கான எல்லா பெருமையும் ஜேப்பைத்தான் போய்ச் சேரும். அது பரவாயில்லை. கிரேசி கிட் வேண்டுமானால் அவரிடம் சிக்கியிருக்கலாம், ஆனால் அவருடைய குடுமி என் கையில்!”

பொலன்சா விரிகுடாவில் ஒரு பிரச்சனை

ஸ்பெயினிலுள்ள பார்சிலோனா நகரத்திலிருந்து ஒரு கப்பலில் கிளம்பிய பார்க்கர் பைன், மஜோர்கா தீவின் தலைநகரமான பால்மாவில் அதிகாலையில் வந்திறங்கினார். இறங்கியதும் இறங்காததுமாக அவர் அங்குச் சந்தித்தது ஏமாற்றத்தைத்தான். அந்நகரிலிருந்த அனைத்து ஓட்டல்களும் நிரம்பி வழிந்தன. எந்த ஓட்டலிலும் அவருக்கு இடம் கிடைக்கவில்லை. இறுதியில், சாமான்கள் வைப்பதற்கான அறை போன்ற, காற்று உள்ளே வருவதற்கு வழியே இல்லாத ஓர் அறையை அவருக்குத் தருவதற்கு ஓர் ஓட்டல்காரரர் முன்வந்தார். ஆனால், அதை ஏற்றுக் கொள்ள பார்க்கர் தயாராக இருக்கவில்லை.

அப்போது பால்மா மிகவும் பிரபலமாக விளங்கியது. பணப் பரிமாற்ற விகிதம் சுற்றுலாப் பயணிகளுக்குச் சாதகமாக இருந்ததால், அமெரிக்கர்கள், பிரிட்டிஷார் மற்றும் பிறர் குளிர்காலத்தில் மஜோர்கா தீவுக்குப் படையெடுத்தனர். இப்போது பால்மா நகரில் ஓட்டல் அறை கிடைக்கவில்லை என்பதால், அத்தீவின் மறுமுனையில் இருந்த ஃபார்மென்டார் நகரத்திற்குச் செல்வதைத் தவிர பார்க்கருக்கு வேறு வழி இருக்கவில்லை. ஆனால், அங்கே ஓட்டல் அறைகளின் வாடகை, சுற்றுலாப் பயணிகளே அஞ்சுகின்ற அளவுக்கு அநியாயத்திற்கு அதிகமாக இருந்தது.

பார்க்கர் ஒரு காபியும் ரொட்டியும் சாப்பிட்டுவிட்டு, பால்மாவிலிருந்த ஒரு பிரபலமான தேவாலயத்தைச் சுற்றிப் பார்ப்பதற்காகச் சென்றார். ஆனால், அதன் கட்டடக்கலை வேலைப்பாடுகளை இரசிக்கின்ற மனநிலையில் அவர் இருக்கவில்லை.

அடுத்து, தோழமையாகப் பேசிய ஒரு வாடகைக்கார்

ஓட்டுநரிடம், தனக்குத் தெரிந்த அரைகுறை பிரெஞ்சு மற்றும் ஸ்பானிஷ் மொழிகளில், ஓட்டல் அறைகளைப் பற்றி அவர் விசாரித்துக் கொண்டிருந்தார். சோல்லர், அல்குடியா, பொலன்சா, ஃபார்மென்டர் போன்ற, அத்தீவின் பிற நகரங்களில் இருந்த ஓட்டல்களைப் பற்றி அவர்கள் உரையாடினர். அந்த இடங்களில் நல்ல ஓட்டல்கள் இருந்தாலும், அவை அதிக வாடகை வசூலித்ததாக அந்த ஓட்டுநர் தெரிவித்தார்.

அதிக வாடகை என்றால், அது எவ்வளவு அதிகம் என்பதைத் தெரிந்து கொள்ள பார்க்கர் பெரும் முயற்சி செய்ய வேண்டியிருந்தது. அந்த ஓட்டுநர் மீண்டும் மீண்டும் ‘அதிகம்’ என்று மட்டுமே புலம்பிக் கொண்டிருந்தாரே ஒழிய, எவ்வளவு அதிகம் என்று கூற மறுத்தார். அங்கு வருகை புரிந்த ஆங்கிலேயர்கள், அங்கு ஓட்டல் வாடகை மலிவாகவும் நியாயமாகவும் இருந்ததாலும்தான் அங்கு வந்தனர் என்பது அந்த ஓட்டுநரின் அனுமானமாக இருந்தது. இறுதியில் ஒருவழியாக, ஃபார்மென்டாரிலிருந்த ஓட்டல்களின் வாடகை பற்றிய விபரங்களை அந்த ஓட்டுநரின் வாயிலிருந்து பார்க்கர் பிடுங்கிவிட்டார். அவர் அப்போதுதான் ஜெருசலேம், எகிப்து ஆகிய இடங்களுக்குச் சென்று திரும்பியிருந்ததால், அவருக்கு இது மலைப்பூட்டும் ஒரு தொகையாக இருக்கவில்லை.

இறுதியில் அவர் அந்த ஓட்டுநருடன் பேசி, அவர்கள் ஃபார்மென்டாருக்குச் செல்வது என்றும், போகின்ற வழியில் இருந்த ஊர்களில் அமைந்திருந்த ஓட்டல்களிலும் விசாரித்துக் கொண்டே செல்வது என்றும் பார்க்கர் ஏற்பாடு செய்து கொண்டார். அவருடைய பயணப்பெட்டிகள் இடக்குமடக்காக அந்தக் காரில் ஏற்றப்பட்டன. அவர்கள் பால்மாவிலிருந்து கிளம்பினர்.

ஆனால் அவர்கள் ஒருபோதும் ஃபார்மென்டாருக்குப் போய்ச் சேரவில்லை. அந்த வாடகைக்கார், பொலன்சா நகரின் குறுகலான தெருக்களின் வழியாகச் சென்று கொண்டிருந்தபோது, பினோ டி ஓரோ என்ற ஓட்டல் பார்க்கரின் கண்களில் பட்டது. அந்தச் சிறிய ஓட்டல், கடற்கரையின் ஓரமாக அமைந்திருந்தது. அதைப் பார்த்தவுடன், இதுதான் தான் தேடிக் கொண்டிருந்த இடம் என்று அவருடைய மனத்தில் பட்டது. தான் தங்குவதற்கு அங்கே ஓர் அறை தனக்குக் கிடைக்கும் என்ற நம்பிக்கையுடன், அவர் தான் வந்த காரை நிறுத்தச் சொல்லிவிட்டு, வண்ணம் தீட்டப்பட்டிருந்த கதவு வழியாக அந்த ஓட்டலுக்குள் நுழைந்தார்.

அந்த ஓட்டலின் சொந்தக்காரர்கள் ஒரு முதிய தம்பதியர்.

அவர்களுக்கு ஆங்கிலம், பிரெஞ்சு ஆகிய இரண்டு மொழிகளுமே தெரிந்திருக்கவில்லை. ஆனாலும், விஷயம் சுமூகமாக நடந்தேறியது. கடலைப் பார்த்தபடி அமைந்திருந்த அறைகளில் ஒன்று பார்க்கருக்கு ஒதுக்கப்பட்டது. வாடகைக்கார் ஓட்டுநர் பார்க்கரின் பயணப்பெட்டிகளை இறக்கி வைத்துவிட்டு, பகற்கொள்ளை அடித்துக் கொண்டிருந்த ஃபார்மென்டார் நகர ஓட்டல்களுக்குப் போகாமல் பார்க்கர் தப்பித்திருந்தது குறித்து அவரைப் பாராட்டிவிட்டு, தன்னுடைய கட்டணத்தை வாங்கிக் கொண்டு அங்கிருந்து மகிழ்ச்சியுடன் புறப்பட்டுச் சென்றார்.

தன் அறைக்குச் சென்ற பார்க்கர் தன் கைக்கடிகாரத்தில் மணி பார்த்தார். அப்போது மணி ஒன்பதே முக்கால்தான் ஆகியிருந்தது. அதனால், அவர் அந்த ஓட்டலின் சிறிய மொட்டை மாடிக்குச் சென்றார். அந்த இடம் பிரகாசமான காலைநேரச் சூரிய ஒளியில் குளித்துக் கொண்டிருந்தது.

அங்கு நான்கு மேசைகள் போடப்பட்டிருந்தன. அவற்றில் ஒன்றில் அவர் அமர்ந்தார். அன்று இரண்டாம் முறையாக அவர் மீண்டும் காபி மற்றும் ரொட்டியை ஆர்டர் செய்தார். அவருக்கு அருகேயிருந்த மேசையில், ஓர் அம்மா, அப்பா, மற்றும் வளர்ந்த மகள்கள் இருவர் அடங்கிய ஒரு ஜெர்மானியக் குடும்பம் அமர்ந்திருந்தது. சற்றுத் தள்ளியிருந்த மற்றொரு மேசையில், ஓர் அம்மாவும் மகனும் அடங்கிய ஓர் ஆங்கிலேயக் குடும்பம் உட்கார்ந்திருந்தது.

அந்த ஆங்கிலேயப் பெண்மணிக்கு ஐம்பத்தைந்து வயது இருக்கலாம். அவர் தன் நரைத்தத் தலைமுடியை நேர்த்தியாக அழகுபடுத்தியிருந்தார். பயணம் செய்கின்ற ஆங்கிலேயப் பெண்கள் அணிகின்ற வசதியான டுவீடு கோட்டும் ஸ்கர்ட்டும் அவர் அணிந்திருந்தார்.

அவருடைய மகனுக்கு இருபத்தைந்து வயது இருக்கலாம். அவன் அளவான உயரத்தில் சாதாரணமாக இருந்தான். அவன் தன் அம்மாவுடன் ஓர் இணக்கமான உறவில் இருந்தான் என்பது வெளிப்படையாகத் தெரிந்தது. அவர்கள் சேர்ந்து சிரித்தபடி உரையாடிக் கொண்டிருந்தனர். தன்னுடைய அம்மாவுக்கு வேண்டிய பொருட்களை அவன் சிரத்தையுடன் எடுத்துக் கொடுத்துக் கொண்டிருந்தான்.

அவர்கள் பேசிக் கொண்டிருந்தபோது, தற்செயலாக அப்பெண்ணின் கண்கள் பார்க்கரின் கண்களைச் சந்தித்தன. பார்க்கரைக் கண்டுகொள்ளாத பாவனை அதில் இருந்தாலும், தன்னை அவர் எடைபோட்டு ஒரு முடிவுக்கு வந்திருந்தார் என்பதைப் பார்க்கர் அறிந்து கொண்டார்.

பார்க்கரும் ஓர் ஆங்கிலேயேர் என்பதை அப்பெண் உணர்ந்திருப்பார் என்பது நிச்சயம். விரைவில் ஒரு எதார்த்தமான முறையில் அப்பெண் தன்னுடன் ஓர் உரையாடலை நிகழ்த்துவார் என்று பார்க்கர் கணித்தார்.

அது குறித்துப் பார்க்கருக்கு எந்த ஆட்சேபனையும் இருக்கவில்லை. அவர் வெளிநாடுகளுக்குச் சென்றபோதெல்லாம் அங்கே அவரைச் சந்தித்த ஆங்கிலேயர்கள் அவருக்கு சலிப்பு ஏற்படுத்தினர் என்றாலும், ஓர் இணக்கமான முறையில் நேரத்தைக் கழிப்பதற்கு அவர் எப்போதும் தயாராகவே இருந்தார். சிறிய ஓட்டல்களில் தங்கியிருக்கின்றபோது இதுபோல இணக்கமாக நடந்து கொள்ளாவிட்டால், அது தேவையற்ற இறுக்கத்தைத் தோற்றுவிக்கும். குறிப்பிட்ட இந்தப் பெண்மணிக்கு நல்ல 'ஓட்டல் இங்கிதங்கள்' தெரிந்திருந்ததாகப் பார்க்கர் கருதினார்.

அந்த இளைஞன் சிரித்தபடி எதையோ சொல்லிவிட்டு ஓட்டலுக்குள் சென்றுவிட்டான். அந்தப் பெண்மணி தன் கடிதங்களையும் தன் கைப்பையையும் எடுத்துக் கொண்டு, கடற்கரையைப் பார்த்தபடி இருந்த ஒரு நாற்காலியில் வசதியாக உட்கார்ந்து கொண்டார். அவர் தன் கையில் வைத்திருந்த 'த கான்டினென்டல் டெய்லி' என்ற பத்திரிகையை விரித்துப் படிக்கத் துவங்கினார். அவர் பார்க்கருக்கு முதுகைக் காட்டியபடி அமர்ந்திருந்தார்.

பார்க்கர் காபியின் கடைசி வாயைப் பருகிவிட்டு, அந்தப் பெண்மணி இருந்த திசை நோக்கி இலேசாகப் பார்வையை ஓடவிட்டார். உடனடியாக அவர் உறைந்து போனார். சரியாகச் சொல்ல வேண்டுமென்றால், அவர் எச்சரிக்கையடைந்தார். தன் விடுமுறை தொடர்ந்து அமைதியாக இருக்குமா என்ற சந்தேகம் அவருக்கு ஏற்பட்டது. அந்தப் பெண்மணியின் முதுகு பல விஷயங்களை வெளிப்படுத்தியது. பார்க்கர் தன் தொழில்வாழ்க்கையில் பல முதுகுகளை வகைப்படுத்தியிருந்தார். குறிப்பிட்ட அந்தப் பெண்ணின் முதுகு இறுக்கமாக இருந்தது. அந்தப் பெண்ணின் முன்பக்கத்தைப் பார்க்காமலேயே, அவருடைய கண்களில் கண்ணீர் நிரம்பியிருந்ததையும், அவர் தன்னைக் கட்டுப்படுத்திக் கொள்ளப் படாதபாடு பட்டுக் கொண்டிருந்ததையும் பார்க்கர் உணர்ந்து கொண்டார்.

அவர் எழுந்து ஓட்டலுக்குள் சென்றார். ஓர் அரைமணி நேரம் கழித்து, ஓட்டலின் வரவேற்பறையில், அவருடைய பெயரையும் முகவரியையும் ஓட்டல் பதிவேட்டில் பதிவு செய்யுமாறு அவர் கேட்டுக் கொள்ளப்பட்டார். அவர் அங்குச் சென்று, 'சி. பார்க்கர் பைன், லண்டன்' என்று அந்தப்

பதிவேட்டில் கையெழுத்திட்டார்.

அதற்கு ஒரு சில வரிகள் மேலே, திருமதி அடேலா செஸ்டர், திரு பேசில் செஸ்டர் ஆகிய பெயர்கள் இடம் பெற்றிருந்தன. அவற்றுக்குக் கீழே, ஹோல்ம் பார்க், டெவோன் என்ற முகவரி குறிப்பிடப்பட்டிருந்தது. உடனே, பார்க்கர் ஒரு பேனாவை எடுத்து, தன்னுடைய கையெழுத்தின்மீது 'கிறிஸ்டோபர் பைன்' என்று எழுதினார்.

பொலன்சாவில் இருக்கும்போது அடேலா மகிழ்ச்சியற்று இருந்தால், அவர் தன்னைத் தொடர்பு கொள்ள விரும்பினால் வசதியாக இருக்குமே என்ற எண்ணத்தில்தான் பார்க்கர் தன்னுடைய விளம்பரங்களில் இடம் பெற்றிருக்கும் பெயரான கிறிஸ்டோபர் பைன் என்ற பெயரை அந்த ஓட்டலின் பதிவேட்டில் எழுதினார்.

பைன் இங்கிலாந்தில் இருந்தபோது 'டைம்ஸ்' பத்திரிகையில் தன் சேவையைப் பற்றி விளம்பரம் கொடுப்பார். அதில் தன் பெயரைக் கிறிஸ்டோபர் பைன் என்றுதான் அவர் குறிப்பிட்டிருப்பார். ஆனால், டைம்ஸ் பத்திரிகையை வழக்கமாகப் படிப்பவர்கள்கூட அவருடைய விளம்பரத்தைப் பார்த்திருக்க மாட்டார்கள் ஆனால், அவர்கள் வெளிநாட்டுக்குச் செல்லும்போது, ஆங்கில தினசரிகளை, விளம்பரங்கள் உட்பட அனைத்தையும் வரிவிடாமல் படிப்பர். அதனால் அவர்களுக்குப் பைனைப் பற்றித் தெரிந்திருக்கும்.

இதற்கு முன்பு பல முறை பார்க்கருடைய விடுமுறைப் பயணங்கள் இடையூறுக்கு உள்ளாகியிருந்திருக்கின்றன. கொலையில் தொடங்கி, அச்சுறுத்திப் பணம் பறிப்பதற்கான மிரட்டல்வரை, பலவிதமான பிரச்சனைகளை அவர் தீர்த்திருக்கிறார். மஜோர்காவிலாவது நிம்மதியுடன் இருக்க வேண்டும் என்ற நினைப்புடன்தான் அவர் இங்கு வந்திருந்தார். மன உளைச்சலுக்கு ஆளாகியிருந்த ஓர் அம்மாவால் தன் நிம்மதி தொலையவிருந்ததாக அவர் உள்ளுணர்வுரீதியாக அறிந்திருந்தார்.

பார்க்கர் அந்த ஓட்டலில் மகிழ்ச்சியாக இருந்தார். அதற்கு அருகேயிருந்த மரிபோசா என்ற ஒரு பெரிய ஓட்டலில் பல ஆங்கிலேயேர்கள் தங்கியிருந்தனர். அந்த ஓட்டலுக்கு அருகே ஓவியக் கலைஞர்களின் குடியிருப்பு ஒன்று இருந்தது. கடற்கரையோரமாக நடந்து சென்றால், ஒரு மீன்பிடி கிராமத்தை அடையலாம. அங்கு ஒரு சில கடைகளும் ஒரு மதுவிடுதியும் இருந்தன. மொத்தத்தில், அந்த இடம் அமைதியாகவும் இனிமையானதாகவும் இருந்தது. அந்த இடத்தில், இளம்பெண்கள, அரைக்கால்

சட்டைகளை அணிந்து கொண்டும் மார்புக்குக் குறுக்காக வண்ணமயமான சிறு துணிகளைச் சுற்றிக் கொண்டு வலம் வந்தனர். இளைஞர்கள், நீண்ட தலைமுடியுடனும் தலைகளில் தொப்பிகளுடனும் மதுவிடுதிகளில் பல விஷயங்களை விவாதித்துக் கொண்டிருந்தனர்.

பார்க்கர் அந்த ஓட்டலுக்கு வந்து சேர்ந்த மறுநாள், வானிலை, கடலின் காட்சி போன்ற பொதுவான விஷயங்கள் குறித்து, அடேலா, பார்க்கருடன் ஓரிரு வார்த்தைகள் பேசினார். பின் அவர் அந்த ஜெர்மானியப் பெண்மணியுடனும் ஓரிரு வார்த்தைகள் பேசினார்.

பிறருக்குப் பிடித்துப் போகின்ற ஓர் இளைஞனாக பேசில் இருந்தான். அவன் பார்க்கரை 'சார்' என்று அழைத்தான், அவர் கூறியதைப் பொறுமையாகக் கேட்டான். சில நேரங்களில், இரவு உணவுக்குப் பிறகு, அந்த மூன்று ஆங்கிலேயர்களும் காபி அருந்தியபடி அரட்டையடித்தனர். மூன்றாவது நாளன்று அவர்கள் அதுபோலக் கூடிப் பேசிக் கொண்டிருந்தபோது, பத்து நிமிடங்கள் கழித்து பேசில் அங்கிருந்து எழுந்து சென்றுவிட்டான். அதனால், பார்க்கரும் அடேலாவும் தனியாக உரையாட வேண்டியதாயிற்று.

பூக்களைப் பற்றியும், அவற்றை வளர்ப்பது பற்றியும், பிரிட்டிஷ் நாணயத்தின் பரிதாப நிலையைப் பற்றியும், பிரான்ஸுக்குச் செல்வது இப்போது எவ்வளவு செலவுமிக்கதாக ஆகியிருந்தது என்பது பற்றியும், நல்ல மாலைநேரத் தேநீரைப் பெறுவது எவ்வளவு கடினமானதாக ஆகியிருந்தது என்பது பற்றியும் அவர்கள் பேசினர்.

ஒவ்வோர் இரவும் தன் மகன் எழுந்து சென்ற பிறகு, அடேலாவின் உதடுகள் நடுங்கியதையும், அதை அவர் உடனடியாகக் கட்டுப்படுத்திக் கொண்டு மேலே குறிப்பிடப்பட்டுள்ள விஷயங்களைப் பற்றி உரையாடியதையும் பார்க்கர் கவனிக்கத் தவறவில்லை.

அடேலா கொஞ்சம் கொஞ்சமாகத் தன் மகனைப் பற்றிப் பேச ஆரம்பித்தார். அவன் பள்ளியில் சிறப்பாகப் படித்தது பற்றியும், எப்படி அவனை எல்லோருக்கும் பிடிக்கும் என்பது பற்றியும், அவனுடைய அப்பா மட்டும் உயிருடன் இருந்திருந்தால் அவனைக் குறித்து அவர் எவ்வளவு பெருமைப்பட்டிருப்பார் என்பது பற்றியும், பேசில் தறிகெட்டு அலைகின்ற ஓர் இளைஞனாக இல்லாதிருந்தது பற்றியும் அவர் பேசினார்.

அதோடு, "தன் வயதை ஒத்த வயது கொண்ட இளைஞர்களுடன் கலந்துறவாடும்படி நான் எப்போதும்

அவனிடம் கேட்டுக் கொள்வேன். ஆனால், அவன் என்னோடு இருப்பதை விரும்புகிறான்," என்று அவர் தெரிவித்தார். அவருடைய பேச்சில் தன் மகனைக் குறித்தப் பெருமிதம் ஒரு மிதமான அளவில் இழையோடியது.

பார்க்கர் இதுபோன்ற சமயங்களில் வழக்கமாக அளிக்கின்ற சாதுரியமான பதிலை அடேலாவிடம் அளிக்கவில்லை. மாறாக, அவர் இப்படிக் கூறினார்: "இந்த ஓட்டலில் இல்லாவிட்டாலும், இதைச் சுற்றிலும் ஏராளமான இளைஞர்கள் இருக்கின்றனர்."

அதைக் கேட்டவுடன் அடேலா இறுக்கமடைந்ததைப் பார்க்கர் கவனித்தார். அடேலா இவ்வாறு கூறினார்: "இங்கு ஏராளமான ஓவியர்கள் இருக்கின்றனர் என்பதை நான் அறிவேன்." 'ஓவியர்கள்' என்று அவர் சொல்லிய விதம், அவர் கலை விஷயத்தில் கொஞ்சம் பழமைவாதியாக இருக்கலாம் என்ற எண்ணத்தைப் பார்க்கருக்குக் கொடுத்தது. அதே சமயம், இக்கால இளைஞர்கள், தாங்கள் ஓவியர்களாக ஆகப் போவதாகச் சொல்லிவிட்டு எதுவுமே செய்யாமல் சுற்றித் திரிந்து கொண்டிருந்தனர் என்பதையும் மறுக்க முடியாது. எண்ணற்ற இளம்பெண்கள் அளவுக்கதிகமாகக் குடித்துக் கொண்டிருந்தனர்.

அதற்கு மறுநாள், பேசில், பார்க்கரிடம், "சார், நீங்கள் இங்கு வந்தது குறித்து நான் மிகவும் மகிழ்ச்சி அடைந்துள்ளேன். குறிப்பாக என் அம்மாவின் பொருட்டு! இரவில் நீங்கள் அவருடன் உரையாடுவதை அவர் வெகுவாக இரசிக்கிறார்," என்று கூறினான்.

"நான் இங்கே வருவதற்கு முன் நீங்கள் இருவரும் இரவில் எப்படிப் பொழுது போக்கிக் கொண்டிருந்தீர்கள்?"

"நாங்கள் சீட்டு விளையாடிப் பொழுதைக் கழித்தோம்."

"ஓ! அப்படியா?"

"ஆனால், சீட்டு விளையாட்டு விரைவில் எனக்கு சலித்துவிட்டது. உண்மையைச் சொல்லப் போனால், இங்கு நான் சில நண்பர்களைச் சம்பாதித்துள்ளேன். அது ஒரு கலக்கல் கும்பல். என் அம்மாவுக்கு அவர்களைப் பிடிக்கவில்லை என்று நான் நினைக்கிறேன்," என்று கூறிவிட்டு அது ஏதோ வேடிக்கையான விஷயம் என்பதுபோல அவன் சிரித்தான். "என் அம்மா கொஞ்சம கர்நாடகம். முழுக்கால் சட்டை அணிகின்ற பெண்கள்கூட அவருக்கு அதிர்ச்சியூட்டுபவர்களாக இருக்கின்றனர்."

"அது உண்மைதான்," என்று பார்க்கர் ஒத்துக் கொண்டார்.

"காலத்திற்கு ஏற்ப நாம் மாற வேண்டும் என்று நான் என்

அம்மாவிடம் கூறுகிறேன். எங்கள் ஊர் இளம்பெண்கள் மிகவும் சலிப்பூட்டுபவர்களாகவும் சுவாரசியமற்றவர்களாகவும் இருக்கின்றனர்."

"ஓ, அப்படியா!"

இதெல்லாம் பார்க்கருக்கு சுவாரசியமாகத்தான் இருந்தது. அம்மாவுக்கும் பிள்ளைக்கும் இடையே அரங்கேறிக் கொண்டிருந்த அந்த நாடகத்தில் அவர் ஒரு பார்வையாளராக மட்டுமே கலந்து கொண்டிருந்தார். அதில் பங்கேற்பதற்கு அவருக்கு அழைப்பு விடுக்கப்பட்டிருக்கவில்லை.

பின்னர் ஒரு சவாலான விஷயம் – பார்க்கரின் கண்ணோட்டத்தில் – நடந்தேறியது. பார்க்கருக்குத் தெரிந்த, உற்சாகத்தின் ஊற்றாகத் திகழ்ந்த, நீனா வைசெர்லி ஒரு பெண்மணி, மரிபோசா ஓட்டலில் வந்து தங்கினார். பார்க்கர் அவரை ஒரு தேநீர்க் கடையில் சந்தித்தார். அப்போது அங்கு அடேலாவும் உடன் இருந்தார்.

நீனா உற்சாகமாகக் கத்தினார்:

"ஆகா! இங்கு யார் யாரெல்லாம் இருக்கிறார்கள்! பார்க்கர் பைன். தலைசிறந்த பார்க்கர் பைன். மறுபுறம், அடேலா செஸ்டர். நீங்கள் இருவரும் ஒருவரையொருவர் அறிவீர்களா? ஓ! ஏற்கனவே தெரியுமா? என்ன? நீங்கள் இருவரும் ஒரே ஓட்டலில் தங்கியிருக்கிறீர்களா? பார்க்கருக்கு நிகர் வேறு யாரும் கிடையாது. அவர் ஒரு மாயாவி! இந்த நூற்றாண்டின் அற்புதம்! நீங்கள் காத்துக் கொண்டிருக்கின்றபோது, உங்களுடைய அனைத்துப் பிரச்சனைகளையும் அவர் காணாமல் போகச் செய்துவிடுவார்! அவரைப் பற்றி நீங்கள் கண்டிப்பாகக் கேள்விப்பட்டிருப்பீர்கள். அவருடைய விளம்பரங்களை நீங்கள் படித்திருக்கிறீர்களா? 'நீங்கள் பிரச்சனையில் சிக்கி இருக்கிறீர்களா? கலந்தாலோசியுங்கள் பார்க்கரை!' அவரால் செய்ய முடியாதது எதுவும் கிடையாது. எலியும் பூனையுமாக உள்ள ஒரு தம்பதியரைக்கூடப் பார்க்கர் ஒன்றுசேர்த்து வைப்பார். உங்களுக்கு வாழ்க்கையில் விரக்தி ஏற்பட்டுள்ளதா? உங்களுடைய வாழ்க்கையில் நீங்கள் இதுவரை அனுபவித்திராத ஒரு சாகச அனுபவத்தை அவர் உங்களுக்காக உருவாக்கிக் கொடுப்பார்."

இது நீண்ட நேரம் போய்க் கொண்டிருந்தது. பார்க்கர் அவ்வப்போது தலையிட்டு அவற்றுக்கு மறுப்பு தெரிவித்துக் கொண்டிருந்தார். அடேலா அவரைப் பார்த்தப் பார்வையில் ஏற்பட்டிருந்த மாற்றத்தை அவர் வெறுத்தார். அவருடைய புகழ் பாடிக் கொண்டிருந்த அந்த வாயாடியுடன் நெருக்கமாகக் கூடிக் கதைத்தவாறு அடேலா கடற்கரையில்

நடந்து கொண்டிருந்ததை அவர் இன்னும் வெறுத்தார்.

அதன் உச்சம் அவர் எதிர்பார்த்திருந்ததைவிட விரைவாகவே வந்தது. அன்றைய இரவு அவர்கள் சேர்ந்து காபி அருந்திய பிறகு, அடேலா, பார்க்கரிடம், “உங்களுடன் கொஞ்சம் பேச வேண்டும். விருந்தினர்களுடன் பேசுவதற்காக உள்ள அறைக்கு நாம் செல்லலாம்,” என்று கூறினார்.

அதற்கு இணங்குவதைத் தவிர பார்க்கருக்கு வேறு வழி இருக்கவில்லை.

அடேலா தன்னைக் கட்டுப்படுத்திக் கொள்ள மிகவும் சிரமப்பட்டார். அவர்கள் அந்த அறையில் நுழைந்து அதன் கதவு சாத்தப்பட்டவுடன் அவர் தன்னுடைய கட்டுப்பாட்டை முற்றிலுமாக இழந்தார். அவர் ஒரு நாற்காலியில் உட்கார்ந்து கொண்டு அழத் துவங்கினார்.

“பார்க்கர், நீங்கள் என் மகனைக் காப்பாற்ற வேண்டும். நாம் அவனைக் காப்பாற்ற வேண்டும். அது என் இதயத்தை நொறுக்கிக் கொண்டிருக்கிறது!”

“நான் ஓர் அந்நியன்–”

“உங்களால் எதையும் செய்ய முடியுமென்று நீனா வைசெர்லி கூறுகிறாள். நான் உங்கள்மீது உறுதியான நம்பிக்கை வைக்க வேண்டும் என்று அவள் கூறினாள். உங்களிடம் எல்லாவற்றையும் சொல்லிவிடுமாறும், அப்படி நான் செய்தால், நீங்கள் மொத்தத்தையும் சரி செய்துவிடுவீர்கள் என்றும் அவள் கூறினாள்.”

இந்த விஷயத்தில் தேவையில்லாமல் மூக்கை நுழைத்த நீனாவைப் பார்க்கர் உள்ளுக்குள் கறுவினார். அவர் தன் தலைவிதியை நொந்தவாறு, அடேலாவிடம், “சரி எல்லாவற்றையும் கொட்டிவிடுங்கள். ஓர் இளம்பெண் இதில் சம்பந்தப்பட்டிருக்கிறாள், அப்படித்தானே?” என்று கேட்டார்.

“பேசில் அவளைப் பற்றி உங்களிடம் சொன்னானா?”

“நேரடியாகச் சொல்லவில்லை.”

அடேலாவின் வாயிலிருந்து வார்த்தைகள் உணர்ச்சிப்பெருக்குடன் மடை திறந்த வெள்ளமெனப் பாய்ந்து வந்தன. “அந்தப் பெண் பயங்கரமானவள். அவள் குடித்தாள். உரையாடல்களின்போது கெட்ட வார்த்தைகளைச் சரளமாக அள்ளி வீசினாள். கிட்டத்தட்ட நிர்வாணமாக இருந்தாள். அவளுடைய சகோதரி இங்கு வசித்து வருகிறாள். அவள் ஒரு டச்சுக்காரனை மணமுடித்துள்ளாள். அவன் ஓர் ஓவியன். மொத்த ஏற்பாடுமே கேவலமாக இருக்கிறது. அவர்களில் பாதிப் பேர் திருமணம் செய்து கொள்ளாமல் ஒன்றாகக் குடித்தனம் நடத்திக் கொண்டிருக்கிறார்கள். பேசில்

முற்றிலுமாக மாறிவிட்டான். அவன் எப்போதும் அமைதியாக இருப்பான், தீவிரமான விஷயங்களில் ஈடுபாடு காட்டுவான். ஒரு கட்டத்தில் அவன் தொல்லியல் படிக்கலாமா என்று–"

"பயப்படாதீர்கள், இயற்கை பழி வாங்கிக் கொள்ளும்."

"நீங்கள் சொல்வது புரியவில்லை."

"தீவிரமான விஷயங்களில் ஈடுபாடு காட்டுவது இளைஞர்களுக்கு ஆரோக்கியமானதல்ல. அவன் அடுத்தடுத்துப் பல பெண்களின் வலையில் விழுந்து தன்னை ஒரு முட்டாளாக்கிக் கொள்வதுதான் சரியானது."

"பார்க்கர், வேடிக்கையை நிறுத்திவிட்டுச் சிறிது தீவிரமாகப் பேசுங்கள்."

"நான் தீவிரமாகத்தான் பேசுகிறேன். நேற்று ஓர் இளம்பெண் உங்களுடன் அமர்ந்து தேநீர் அருந்திக் கொண்டிருந்தாளே? அவளா?"

அவர் கவனித்திருந்தார். சிவப்பு லிப்ஸ்டிக் பூசப்பட்ட உதடுகளுடன் இருந்த அப்பெண், சாம்பல் நிறத்தில் முழுக்கால் சட்டை அணிந்திருந்தாள். ஒரு சிறிய சிவப்புத் துணியை மார்புக்குக் குறுக்கே தளர்வாகக் கட்டியிருந்தாள். அவள் தேநீருக்குப் பதிலாகக் காக்டெயில் பருகினாள்.

"ஓ, நீங்கள் பார்த்தீர்களா? அலங்கோலத்தின் உச்சம்! பேசில் பொதுவாகப் பாராட்டிப் புகழ்கின்ற இரகத்தைச் சேர்ந்தவள் அல்லள் அவள்."

"இளம்பெண்களை இரசிப்பதற்கு நீங்கள் அவனுக்குப் போதுமான வாய்ப்பு வழங்கியிருக்கவில்லை என்று நான் சந்தேகிக்கிறேன்."

"நானா?"

"அவனுக்கு உங்களுடன் இருப்பது அதிகமாகப் பிடித்திருக்கிறது. அது நல்லதல்ல. இதை என்னால் உறுதியாகச் சொல்ல முடியும்: நீங்கள் விஷயங்களைப் பூதாகரமாக ஆக்காமல் இருந்தால், அவன் இதிலிருந்து விரைவில் தெளிந்துவிடுவான்."

"உங்களுக்கு நிலைமையின் தீவிரம் புரியவில்லை என்று நினைக்கிறேன். அவன் அந்தப் பெண்ணைத் திருமணம் செய்து கொள்ள விரும்புகிறான். அவளுடைய பெயர் பெட்டி கிரெக். அவர்களுக்குத் திருமணம் நிச்சயமாகிவிட்டது."

"ஓ! நிலைமை அந்த அளவுக்கு முற்றிவிட்டதா?"

"ஆமாம். நீங்கள் ஏதாவது செய்தாக வேண்டும். இந்தப் பேரழிவிலிருந்து என் மகனை நீங்கள் மீட்டெடுக்க வேண்டும். இல்லையெனில், அவனுடைய மொத்த வாழ்க்கையும் பாழாகிவிடும்."

“ஒருவருடைய வாழ்க்கையை அவரைத் தவிர வேறு எவரொருவராலும் பாழாக்க முடியாது.”

“பேசில் விஷயத்தில் இது சாத்தியப்படும்,” என்று அடேலா உறுதியாகக் கூறினார்.

“நான் பேசிலைப் பற்றிக் கவலைப்படவில்லை.”

“அப்படியானால், அந்தப் பெண்ணைப் பற்றிக் கவலைப்பட்டுக் கொண்டிருக்கிறீர்களா?”

“இல்லை. நான் உங்களைப் பற்றிக் கவலைப்பட்டுக் கொண்டிருக்கிறேன். நீங்கள் உங்களுடைய பிறப்புரிமையை நாசமாக்கிக் கொண்டிருக்கிறீர்கள்.”

அடேலாவுக்குத் தூக்கிவாரிப் போட்டது. அவர் நிமிர்ந்து பார்க்கரைப் பார்த்தார்.

பார்க்கர் தொடர்ந்து பேசினார்: “ஒருவர் தன்னுடைய வாழ்க்கையில் இருபதுக்கும் நாற்பதுக்கும் இடைப்பட்டக் காலத்தை எப்படிச் செலவழிக்கிறார்? தனிப்பட்ட மற்றும் உணர்ச்சிரீதியான உறவுகள் எனும் தளையால் அது பின்னிப் பிணைக்கப்பட்டிருக்கிறது. அது அப்படித்தான் இருக்கும். அதுதான் எதார்த்தமான வாழ்க்கை. ஆனால், அதற்குப் பிறகு ஒரு புதிய கட்டம் வருகிறது. அப்போது நீங்கள் வாழ்க்கை குறித்துச் சிந்திக்கிறீர்கள், அதை அவதானிக்கிறீர்கள், மற்றவர்களைப் பற்றிக் கண்டறிகிறீர்கள், உங்களைப் பற்றிய உண்மையைத் தெரிந்து கொள்கிறீர்கள். வாழ்க்கை உண்மையான ஒன்றாக, முக்கியத்துவமுள்ள ஒன்றாக மாறுகிறது. வாழ்க்கையை இப்போது நீங்கள் முழுமையான ஒன்றாகப் பார்க்கிறீர்கள். அதை ஒரே ஒரு நாடகக் காட்சியாக, நீங்கள் நடிக்கின்ற ஒரு நாடகக் காட்சியாக நீங்கள் பார்ப்பதில்லை. எந்தவொரு மனிதனும் தன்னுடைய நாற்பத்தைந்தாவது வயதுவரை ஒரு சுயமாக இருப்பதில்லை. அந்த வயதுக்குப் பிறகுதான் அவனுடைய தனித்துவத்திற்குத் தன்னை வெளிப்படுத்திக் கொள்ள ஒரு வாய்ப்புக் கிடைக்கிறது.”

“நான் பேசிலைப் பற்றியே நினைத்து வந்துள்ளேன். அவன்தான் எனக்கு எல்லாமாக இருந்து வந்துள்ளான்,” என்று அடேலா கூறினார்.

“அப்படி இருந்திருக்கக்கூடாது. அதற்கான விலையைத்தான் நீங்கள் இப்போது கொடுத்துக் கொண்டிருக்கிறீர்கள். உங்களால் எவ்வளவு முடியுமோ, அந்த அளவுக்கு நீங்கள் அவனை நேசியுங்கள். அதே சமயம், நீங்கள் வெறுமனே பேசிலின் தாயார் மட்டும் அல்லர், அடேலா செஸ்டர் என்ற தனிமனுஷி நீங்கள் என்பதை நீங்கள் மறந்துவிடாதீர்கள்.”

“பேசிலின் வாழ்க்கை பாழானால் என் இதயம்

சுக்குநூறாகிவிடும்."

அடேலாவின் முகத்தின்மீது ஓடிய நுண்ணிய ரேகைகளையும் அவருடைய உதடுகளின் துடிப்பையும் பார்க்கர் அவதானித்தார். ஏதோ ஒரு விதத்தில், அடேலா, மிகவும் நேசிக்கத்தக்க ஒரு பெண்மணியாக இருந்தார். அவர் காயப்படுவதைப் பார்க்கர் விரும்பவில்லை.

அதனால், அவர் அடேலாவிடம், "சரி, நான் பார்த்துக் கொள்கிறேன்," என்று கூறினார்.

பேசில் அவரிடம் பேச அளவுக்கு மீறி ஆர்வமாக இருந்தான். தன் பக்க நியாயத்தை எடுத்துரைக்க அவன் துடித்துக் கொண்டிருந்தான்.

"இந்த மொத்த விவகாரமும் எனக்குத் தலைவேதனையாக இருக்கிறது. என் அம்மா ஒரு குறுகிய மனத்துடனும் பாரபட்சமான சிந்தனையுடனும் இருக்கிறார். அவர் தன் மனத்தை இன்னும் விசாலப்படுத்திக் கொண்டால், பெட்டி எவ்வளவு நல்ல பெண் என்பதை அவரால் பார்க்க முடியும்."

"சரி, பெட்டி எப்படி?"

அவன் பெருமூச்சுவிட்டான்.

"பெட்டியைச் சமாளிப்பது மிகவும் கடினம். அவள் சிலவற்றை விட்டுக்கொடுத்தால் நன்றாக இருக்கும். எடுத்துக்காட்டாக, லிப்ஸ்டிக் போடுவதை ஒரு நாள் ஒத்தி வைத்தால், அது பெரும் வித்தியாசத்தை ஏற்படுத்தும். அம்மாவைச் சீண்டுவதற்காக அவள் அளவுக்கதிகமாகத் தன்னை ஒரு நவீன யுவதியாகக் காட்டிக் கொள்கிறாள்."

பார்க்கர் புன்னகைத்தார்.

"என்னைப் பொறுத்தவரை, பெட்டியும் என் அம்மாவும்தாம் இந்த உலகிலேயே எனக்கு மிகவும் பிடித்தமானவர்கள். அவர்கள் இருவருக்கும் ஒருவரையொருவர் பிடித்துப் போகும் என்று நான் நினைத்திருந்தேன்."

"தம்பி, நீங்கள் நிறைய கற்றுக் கொள்ள வேண்டியிருக்கிறது."

"நீங்கள் என்னுடன் வந்து பெட்டியைச் சந்தித்து இது குறித்துப் பேசினால் நன்றாக இருக்கும்."

பார்க்கர் அதற்கு உடனடியாக ஒப்புக் கொண்டார்.

பெட்டியும், அவளுடைய சகோதரி ஸ்டெல்லாவும், ஸ்டெல்லாவின் கணவர் ஹான்ஸும் கடலிலிருந்து சற்றுத் தள்ளியிருந்த ஒரு பாழடைந்த கட்டடத்தில் வசித்து வந்தனர். அவர்களுடைய வாழ்க்கை புத்துணர்ச்சியளிக்கக்கூடிய விதத்தில் எளிமையானதாக இருந்தது. அந்த வீட்டில் அறைகலன்கள் என்று பார்த்தால், கட்டில்கள் தவிர, உட்கார்வதற்கு மூன்று நாற்காலிகளும் ஒரு மேசையும்

மட்டுமே இருந்தன. சுவரில் பதிக்கப்பட்டிருந்த அலமாரியில் சில சாப்பாட்டுத் தட்டுகளும் கோப்பைகளும் மட்டும் இருந்தன. ஹான்ஸ் ஓர் உற்சாகமான இளைஞனாக இருந்தான். அவனுடைய பொன்னிறத் தலைமுடி தாறுமாறாக வளர்ந்து கிடந்தது. அவன் ஆங்கிலத்தை விநோதமாகவும் படுவேகமாகவும் பேசினான். அவன் பேசியபோது, அந்த அறையின் குறுக்கும் நெடுக்குமாக நடந்து கொண்டே பேசினான். ஸ்டெல்லா உருவத்தில் சிறியவளாகவும் வெள்ளை நிறத்திலும் இருந்தாள். பெட்டியின் தலைமுடி சிவப்பாக இருந்தது. அவளுடைய முகத்தின்மீது சில செம்புள்ளிகள் இருந்தன. அவளுடைய கண்களில் குறும்பு கொப்பளித்துக் கொண்டிருந்தது. அவளுடைய ஒப்பனை, முந்தைய நாள் பேசிலின் அம்மாவைப் பார்க்க வந்தபோது அவள் செய்திருந்ததைவிடக் குறைவாக இருந்ததைப் பார்க்கர் அவதானித்தார்.

பெட்டி அவருக்கு ஒரு காக்டெயில் பானத்தைக் கொடுத்துவிட்டு, அவரைப் பார்த்துக் கண்ணடித்துவிட்டு, "எங்களுக்கு இடையேயான இந்தப் பூசலுக்குள் இப்போது நீங்களும் குதித்துள்ளீர்களா?" என்று கேட்டாள்.

பார்க்கர் ஆமாமென்று தலையசைத்தார்.

"பெருசே, நீங்கள் யார் பக்கம்? இளம் காதலர்கள் பக்கமா? அல்லது அதை ஏற்றுக் கொள்ளாத அந்த அம்மையார் பக்கமா?"

"நான் உன்னிடம் ஒரு கேள்வி கேட்கலாமா?"

"கண்டிப்பாக."

"நீ இதில் சாதுரியமாக நடந்து கொண்டிருக்கிறாயா?"

"இல்லவே இல்லை," என்று பெட்டி வெளிப்படையாகக் கூறினாள். "ஆனால், அந்தப் பழம்பெருச்சாளி எனக்குக் கோபம் ஏற்படுத்தியது." (தான் கூறியது பேசிலின் காதில் விழவில்லை என்பதை உறுதி செய்து கொள்வதற்காக, அவன் எங்கிருந்தான் என்று அவள் சுற்றுமுற்றும் பார்த்தாள்.) "அந்தப் பெண்மணி என்னை மிகவும் வெறுப்பேற்றுகிறார். இவ்வளவு காலமும் பேசிலை அவர் தன் முந்தானையில் முடிந்து வைத்திருந்தார். அப்படிப்பட்டக் காரியங்கள், பிறர் பார்வையில் ஒருவனை முட்டாளாகத் தோன்ற வைக்கும். பேசில் உண்மையில் ஒரு முட்டாள் அல்லன். அவனுடைய அம்மாதான் ஒரு நாட்டாண்மை இராணியாக நடந்து கொள்கிறார்."

"அது ஒன்றும் அவ்வளவு மோசமான விஷயமல்ல. இன்று அது ஒரு பழமைவாதப் போக்காகப் பார்க்கப்படுகிறது,

அவ்வளவுதான்."

பெட்டி திடீரென்று கண்ணடித்தாள்.

"பழைய இராஜா காலத்து நாற்காலிகளை மேலே பரணில் போட்டு வைத்துவிட்டு, சிறிது காலம் கழித்து அவற்றைக் கீழே இறக்கி, 'இவை அற்புதமாக இருக்கின்றன, இல்லையா?' என்று கேட்பதற்கு ஒப்பானதா இது?"

"கிட்டத்தட்ட அப்படித்தான்."

அது குறித்து பெட்டி யோசித்தாள்.

"நீங்கள் சொல்வது சரியாக இருக்கலாம். நான் உங்களிடம் நேர்மையாக நடந்து கொள்கிறேன். உண்மையைச் சொல்ல வேண்டுமென்றால், பேசில்தான் என்னைக் கோபப்படுத்தியிருந்தான். என்னைப் பற்றி அவனுடைய அம்மாவின் மனத்தில் நான் என்ன அபிப்பிராயம் ஏற்படுத்துவேனோ என்று நினைத்துப் பதற்றமடைந்து அவன்தான் எனக்கு எரிச்சலூட்டினான். அது என்னை விநோதமாக நடந்து கொள்ள வைத்தது. அவனுடைய அம்மா அவனைச் சரிக்கட்டிவிட்டால், இப்போதுகூட அவன் என்னைக் கைகழுவிவிடுவான் என்று நான் உறுதியாக நம்புகிறேன்."

"பேசிலின் அம்மா காய்களைத் திறமையாக நகர்த்தும் பட்சத்தில்!"

"காய்களைச் சரியாக நகர்த்த நீங்கள் அவருக்குக் கற்றுக் கொடுக்கப் போகிறீர்களா? அவர் தானாக அதைச் சிந்திக்க மாட்டார். அது உங்களுக்கும் தெரியும். அவர் தொடர்ந்து என்னை ஏற்றுக் கொள்ள மறுப்பார், அவ்வளவுதான். ஆனால், அது அவர் விரும்புகின்ற விளைவுகளை ஏற்படுத்தாது. ஆனால், நீங்கள் அவரைத் தூண்டிவிட்டால்–"

பெட்டி தன் உதட்டைக் கடித்துக் கொண்டாள். அவள் தன்னுடைய வெகுளித்தனமான நீல நிறக் கண்களை உயர்த்தி பார்க்கரின் கண்களைப் பார்த்தாள்.

"நான் உங்களைப் பற்றிக் கேள்விப்பட்டிருக்கிறேன். மனித இயல்புகளைப் பற்றி நீங்கள் தெரிந்து வைத்துள்ளதாக நம்பப்படுகிறது. பேசிலும் நானும் ஒரு சரியான ஜோடியா? எங்களுடைய உறவு தேறுமா?"

"அதை நான் சொல்ல வேண்டுமென்றால், நீ என்னுடைய மூன்று கேள்விகளுக்கு பதிலளிக்க வேண்டும்."

"சுயம்வரக் கேள்விகளா? பரவாயில்லை, கேளுங்கள்."

"நீ தூங்கும்போது சன்னலைத் திறந்து வைத்துக் கொண்டு தூங்குவாயா அல்லது அடைத்து வைத்துக் கொண்டு தூங்குவாயா?"

“திறந்து வைத்துக் கொண்டுதான் தூங்குவேன். எனக்கு நன்றாகக் காற்று வீச வேண்டும்.”

“நீயும் பேசிலும் ஒரே விதமான உணவு வகைகளை இரசித்து உண்கிறீர்களா?”

“ஆமாம்.”

“இரவில் நீ சீக்கிரமாகத் தூங்கப் போவாயா அல்லது தாமதமாகப் போவாயா?”

“சீக்கிரமாகத் தூங்கச் செல்வதுதான் எனக்குப் பிடிக்கும். இரவு பத்தரை மணிக்கே கொட்டாவி மேல் கொட்டாவியாக வரும். அதிகாலை எனக்குப் புத்துணர்ச்சியூட்டுவதாக நான் உணர்கிறேன். ஆனால், இதை நான் வெளிப்படையாக ஒப்புக் கொள்வதில்லை.”

“உங்கள் இருவருடைய ஜோடிப் பொருத்தம் சிறப்பானதாக இருக்கும்,” என்றார் பார்க்கர்.

“இது அரைவேக்காட்டுத்தனமான சோதனையாக எனக்குத் தோன்றுகிறது.”

“அப்படியில்லை. கணவன் வெகுநேரம் கண்விழிக்க விரும்புகின்ற ஒருவனாகவும், மனைவி ஒன்பதரை மணிக்குப் படுக்கைக்குப் போக விரும்புகின்ற ஒருத்தியாகவும் இருந்த காரணத்தால் அவர்களுடைய திருமண உறவு இரணகளமான கதை எனக்குத் தெரியும். ஒன்றல்ல, இரண்டல்ல. எனக்குத் தெரிந்தே ஏழு தம்பதியர் இதுபோன்ற பிரச்சனையை எதிர்கொண்டிருந்தனர்.”

“எல்லோராலும் மகிழ்ச்சியாக இருக்க முடியாது என்பது ஒரு வருத்தமான விஷயம்தான். நானும் பேசிலும் மகிழ்ச்சியாக இருப்பதற்காக அவனுடைய அம்மா தன் ஆசீர்வாதத்தை வழங்க வேண்டும்.”

பார்க்கர் தன் தொண்டையைச் செருமினார்.

“அதற்கு ஏற்பாடு செய்துவிட முடியும் என்று நான் நம்புகிறேன்,” என்றார் பார்க்கர்.

“நீங்கள் இரட்டை வேடம் போடுகிறீர்களோ என்று எனக்கு சந்தேகமாக இருக்கிறது.”

பார்க்கரின் முகம் எந்த உணர்ச்சியையும் வெளிப்படுத்தவில்லை.

பார்க்கர் அடேலாவிடம் பேசியபோது ஆறுதலாகப் பேசினாலும் பொத்தம் பொதுவாகவே பேசினார். நிச்சயதார்த்தம் என்பது திருமணம் அல்ல என்று அவர் கூறினார். பிறகு, தான் ஒரு வாரத்திற்கு சோல்லர் நகருக்குச் செல்லவிருந்ததாக அவர் அடேலாவிடம் தெரிவித்தார். பட்டும் படாமலும் நடந்து கொள்ளுமாறு அவர் அடேலாவுக்குப்

பரிந்துரைத்தார். வெளிப்பார்வைக்கு, அடேலா தன் மகனின் போக்கிற்கு விட்டுக்கொடுத்திருந்தது போன்ற ஒரு தோற்றத்தை உருவாக்கிக் கொள்ளுமாறு பார்க்கர் அவரிடம் கேட்டுக் கொண்டார்.

அவர் சோல்லரில் ஒரு வாரம் மகிழ்ச்சியாகப் பொழுதைக் கழித்தார்.

அவர் திரும்பி வந்தபோது, தான் முற்றிலும் எதிர்பார்த்திராத ஒரு நிலைமை உருவாகியிருந்ததை அவர் கண்டார். அவர் பொலன்சாவில் தான் தங்கியிருந்த ஓட்டலுக்குள் நுழைந்தபோது அவர் முதலில் கண்டது, அடேலாவும் பெட்டியும் ஒன்றாக அமர்ந்து தேநீர் அருந்திக் கொண்டிருந்த காட்சியைத்தான். பேசில் அப்போது அங்கு இல்லை. அடேலா சோகமாகவும் களைப்பாகவும் காணப்பட்டார். பெட்டி களையிழந்து தோற்றமளித்தாள். அவள் ஒப்பனை எதுவும் செய்திருக்கவில்லை. அவள் நன்றாக அழுதிருந்ததைப்போல அவளுடைய இமைகள் தோன்றின.

அவர்கள் இருவரும் அவருக்குத் தோழமையுடன் வணக்கம் தெரிவித்தனர். ஆனால், பேசிலைப் பற்றி அவர்கள் மூச்சுவிடவில்லை. பார்க்கர் அவர்கள் அருகே சென்று அமர்ந்தார்.

திடீரென்று பெட்டியிடமிருந்து ஓர் ஆயாசப் பெருமூச்சு எழுந்தது. பார்க்கர் தன் தலையைத் திருப்பி, பெட்டியின் பார்வை சென்ற இடத்தைப் பார்த்தார்.

பேசில் கடற்கரையிலிருந்து அந்த ஓட்டலுக்குள் நுழைந்து கொண்டிருந்தான். அவனுடன், ஒரு தேவதை போன்ற அழகுடன் ஒரு பெண் இருந்தாள். பார்த்தவுடன் மூர்ச்சையடையச் செய்கின்ற பேரழகு அது. அவள் கருப்பாகவும் வடிவாகவும் இருந்தாள். அவள் வெறுமனே ஒரு மெல்லிய ஆடையை மட்டும் அணிந்திருந்தாள் என்பதை எவராலும் கவனிக்காமல் இருக்க முடியாது. அவள் ஏராளமாக ஒப்பனை செய்திருந்தாள். ஆனால், அது அவளுடைய அழகுக்கு அழகு சேர்த்தது. தன் பார்வையை அவளிடமிருந்து விலக்கிக் கொள்ள முடியாத நிலையில் பேசில் இருந்தான்.

“பேசில், நீ மிகவும் தாமதமாக வந்துள்ளாய்,” என்று அடேலா கூறினார். “நீ பெட்டியை உணவகத்திற்குக் கூட்டிச் செல்வதாக வாக்களித்திருந்தாய்.”

“அதற்கு நான்தான் பொறுப்பு,” என்று அந்த அனாமத்து அழகி கொஞ்சிக் கொஞ்சிப் பேசினாள். “நாங்கள் நிலை மறந்து போய்விட்டோம்.” பின் அவள் பேசிலின் பக்கம் திரும்பி, “அன்பே! நன்றாக போதை ஏறுகிறாற்போல எதையாவது

எனக்கு ஆர்டர் செய்," என்று கூறினாள்.

அவள் தன் காலணிகளை உதறி எறிந்துவிட்டுத் தன் கால்களை நீட்டிக் கொண்டாள். அவளுடைய கால்கள் செம்மையாகப் பராமரிக்கப்பட்டிருந்தன. கால்விரல் நகங்கள் நேர்த்தியாக வெட்டப்பட்டிருந்தன. அவற்றில், அவளுடைய கைவிரல்களில் பூசப்பட்டிருந்த அதே மரகதப் பச்சை நிற நகப்பூச்சு பூசப்பட்டிருந்தது.

அவள் அங்கிருந்த இரண்டு பெண்களையும் உதாசீனப்படுத்திவிட்டு, பார்க்கர் பக்கம் சாய்ந்தாள்.

"படுமோசமான தீவு இது. நான் பேசிலைப் பார்க்கின்றவரை இது ஒரு சலிப்பூட்டும் இடமாக இருந்தது. பேசில் ஓர் அருமையான செல்லப் பிள்ளை."

"இவர் பார்க்கர் பைன். இவள் ரமோனா," என்று அடேலா அவர்கள் இருவரையும் ஒருவருக்கொருவர் அறிமுகம் செய்து வைத்தார்.

அந்தப் பெண் அந்த அறிமுகத்தை ஒரு சோம்பேறித்தனமான புன்னகையின் மூலம் ஏற்றுக் கொண்டாள்.

"நான் உங்களைப் பார்க்கர் என்று கூப்பிடலாம் என்று எனக்குத் தோன்றுகிறது. நீங்கள் என்னை டொலோரெஸ் என்று அழைக்கலாம்," என்று அவள் முணுமுணுத்தாள்.

பேசில் பானங்களோடு திரும்பி வந்தான். ரமோனா அவர்களுடைய உரையாடலில் வாய் திறக்காமல் கலந்து கொண்டாள். அவள் தன் பார்வையை பேசிலுக்கும் பார்க்கருக்கும் இடையே மாற்றி மாற்றிச் செலுத்தினாள். அங்கிருந்த இரண்டு பெண்களையும் அவள் சிறிதும் கண்டுகொள்ளவில்லை. பெட்டி அந்த உரையாடலில் கலந்து கொள்ள ஓரிரு முறை முயன்றாள். ஆனால், ரமோனா வெறுமனே பெட்டியை வெறித்துப் பார்த்துவிட்டு ஒரு கொட்டாவி விட்டாள்.

பின் ரமோனா திடீரென்று தன் இருக்கையைவிட்டு எழுந்தாள்.

"நான் கிளம்புவதற்கான வேளை வந்துவிட்டது என்று நினைக்கிறேன். நான் தங்கியிருக்கும் ஓட்டல்வரை என்னை யார் கொண்டுவந்து விடப் போகிறீர்கள்?"

பேசில் தன் நாற்காலியிலிருந்து துள்ளி எழுந்தான்.

"நான் உன்னுடன் வருகிறேன்."

"பேசில் நீ–" என்று அடேலா தொடங்கினார்.

"நான் உடனே வந்துவிடுகிறேன், அம்மா."

"சரியான பிள்ளைப்பூச்சி!" என்று ரமோனா யாரையும் பார்க்காமல் பொதுவாகக் கூறினாள். தொடர்ந்து பேசிலைப்

பார்த்து, "அம்மாவைச் சுற்றியே எப்போதும் வளைய வளைய வருபவன்தானே நீ?" என்று கேட்டாள்.

பேசில் அவமானத்தால் முகம் சிவந்தான், அசௌகரியமாக நெளிந்தான். ரமோனா அடேலா இருந்த திசை நோக்கித் தலையசைத்துவிட்டு, பார்க்கரை நோக்கிப் பிரகாசமானதொரு புன்னகையை வீசிவிட்டு, பேசிலோடு சேர்ந்து நடக்கத் துவங்கினாள்.

அவர்கள் இருவரும் சென்ற பிறகு, அங்கு ஓர் அசௌகரியமான மௌனம் நிலவியது. பார்க்கர் முதல் ஆளாகப் பேசி அந்த மௌனத்தைக் கலைக்க விரும்பவில்லை. பெட்டி தன் கைகளைப் பிசைந்தபடி கடலை வெறித்துக் கொண்டிருந்தாள். அடேலாவின் முகம் கோபத்தால் சிவந்திருந்தது.

பெட்டி பார்க்கரிடம், "பொலன்சாவில் நாங்கள் கைவசப்படுத்தியுள்ள இந்தப் புதிய அம்சத்தைப் பற்றி நீங்கள் என்ன நினைக்கிறீர்கள்?" என்று கேட்டாள். அவளுடைய குரலில் ஒரு இலேசான நடுக்கம் இருந்தது.

பார்க்கர் எச்சரிக்கையுடன், "உம். கொஞ்சம் விந்தையானதாக இருக்கிறது," என்று கூறினார்.

"விந்தையானதா?" என்று கேட்டுவிட்டு, பெட்டி கசப்புடன் சிரித்தாள்.

"அவள் படுமோசமாக இருக்கிறாள். பேசிலுக்குப் பைத்தியம்தான் பிடித்திருக்க வேண்டும்," என்று அடேலா கூறினார்.

உடனே பெட்டி, "பேசில் ஒழுங்காகத்தான் இருக்கிறான்," என்று வெடுக்கென்று கூறினாள்.

"அவளுடைய கால்விரல்கள்," என்று தொடங்கிய அடேலாவுக்குக் குமட்டிக் கொண்டு வந்தது.

பெட்டி திடீரென்று எழுந்து நின்றாள்.

"திருமதி செஸ்டர், நான் கிளம்புகிறேன். இரவு உணவுக்கு நான் இங்கு இருக்க விரும்பவில்லை."

"பேசில் ஏமாற்றமடைவான்."

"அவனா? ஏமாற்றமடைவானா?" என்று கேட்டுவிட்டு பெட்டி ஒரு வறட்டுச் சிரிப்பை உதிர்த்தாள். "அவனைப் பற்றி எனக்குத் தெரியாது. ஆனால், நான் கண்டிப்பாக ஏமாற்றமடைவேன். அதோடு, எனக்குத் தலைவலி மண்டையைப் பிளக்கிறது."

பின் அவள் அவர்கள் இருவரையும் பார்த்துப் புன்னகைத்துவிட்டு அங்கிருந்து சென்றுவிட்டாள். அடேலா பார்க்கரின் பக்கம் திரும்பினார்.

“இந்த இடத்திற்கு நாங்கள் வராமல் இருந்திருந்தால் நன்றாக இருந்திருக்கும்.”

பார்க்கர் தன் தலையை சோகமாக ஆட்டினார்.

“நீங்கள் இங்கிருந்து சென்றிருக்கக்கூடாது. நீங்கள் இங்கு இருந்திருந்தால் இது நடந்திருக்காது,” என்று அடேலா கூறினார்.

பார்க்கர் அதற்கு பதிலளிக்க வேண்டிய கட்டாயத்திற்கு ஆளானார்.

“அழகான இளம்பெண்கள் விஷயத்தில் என்னால் உங்கள் மகன்மீது ஆதிக்கம் செலுத்த முடியாது. எளிதில் வீழ்ந்துவிடுகின்ற இயல்பு அவனுக்கு இருப்பதுபோலத் தோன்றுகிறது.”

“அவன் இப்படி ஒருபோதும் இருந்ததில்லை,” என்று அடேலா கண்ணீருடன் கூறினார்.

அடேலாவை உற்சாகப்படுத்தும் விதமாக, “இந்தப் புதிய கவர்ச்சியின் காரணமாக, பேசில் பெட்டிமீது கொண்டிருந்த காதல் மயக்கத்திலிருந்து விடுபட்டிருக்கிறான். இது உங்களுக்குத் திருப்தியளித்திருக்க வேண்டும்,” என்று கூறினார்.

“நீங்கள் ஏன் இப்படிச் சொல்கிறீர்கள் என்று எனக்குத் தெரியவில்லை. பெட்டி ஒரு நல்ல பெண். அவள் பேசில்மீது அர்ப்பணிப்புடன் இருக்கிறாள். இந்த விஷயத்தில் அவள் மிகவும் நயமாக நடந்து கொள்கிறாள். என் பையன்தான் பைத்தியம் பிடித்துள்ளவன்போல நடந்து கொள்கிறான்.”

அடேலாவிடம் ஏற்பட்டிருந்த இந்தத் தலைகீழ் மாற்றத்தை ஒரு சின்ன முகச்சுளிப்புக்கூட இல்லாமல் பார்க்கர் உள்வாங்கிக் கொண்டார். அவர் இதற்கு முன்பு எண்ணற்ற முறை பெண்களிடம் இப்படிப்பட்ட முரண்பாடுகளைக் கண்டிருந்தார்.

அதனால், அவர் மென்மையாக, “பைத்தியம் என்று நான் சொல்ல மாட்டேன். வசியப்பட்டுக் கிடக்கிறான் என்று சொல்லலாம்,” என்றார்.

“அந்தச் சனியன் ஒரு வெளிநாட்டுச் சரக்கு. நம்மால் அதைத் தாக்குப்பிடிக்க முடியாது.”

“ஆனால், அது கொள்ளை அழகோடு இருக்கிறது.”

அடேலா ஒரு பாம்புபோலச் சீறினார.

பேசில் உள்ளே நுழைந்து கொண்டிருந்தான்.

“ஹலோ, அம்மா. பெட்டி எங்கே?”

“தலைவலி என்று கூறி அவள் தன் வீட்டுக்குப் போய்விட்டாள். நான் அவளைக் குற்றம் சொல்ல மாட்டேன்.”

“ஓ, பிணங்கிக் கொண்டு சென்றுவிட்டாளா?”

“பேசில், நீ பெட்டியுடன் ஓர் இனிமையற்ற முறையில் நடந்து கொள்கிறாய்.”

“அம்மா, உன் புராணத்தை நிறுத்துகிறாயா? நான் மற்றொரு பெண்ணுடன் பேசுகின்றபோதெல்லாம் பெட்டி இப்படி இரகளையில் ஈடுபட்டால், நாங்கள் மிகச் சிறப்பாகக் குடித்தனம் நடத்திக் கிழித்ததுபோலத்தான்!”

“உனக்கு நிச்சயதார்த்தம் ஆகிவிட்டது என்பதை நினைவில் வைத்துக் கொள்.”

“ஓ! எங்களுக்கு நிச்சயம் ஆகிவிட்டது என்பதற்காக நாங்கள் இருவரும் எங்களுக்கென்று தனித்தனியாக நண்பர்களை வைத்துக் கொள்ளவே கூடாதா?”

அவன் சிறிது இடைவெளிவிட்டான்.

“இப்போது பெட்டி இங்கு நம்மோடு சேர்ந்து உணவருந்தப் போவதில்லை என்றால், நான் மீண்டும் மரிபோசா ஓட்டலுக்குச் செல்லப் போகிறேன். தங்களுடன் சேர்ந்து உணவருந்தும்படி அவர்கள் என்னை அழைத்தார்கள்.”

“பேசில்!–”

அவன் அடேலாவை நோக்கி எரிச்சலுடன்கூடிய ஒரு பார்வையை வீசிவிட்டு ஓட்டலைவிட்டு வெளியேறினான்.

அடேலா பார்க்கரை நோக்கி அர்த்தம் கலந்த ஒரு பார்வையை வீசினார்.

“பார்த்தீர்களா அவனை?”

பார்க்கர் அனைத்தையும் பார்த்துக் கொண்டுதான் இருந்தார்.

இரண்டு நாட்களில் விஷயம் முற்றிவிட்டது. அன்று பெட்டியும் பேசிலும் கடற்கரையோரமாக நெடுந்தொலைவு நடந்து செல்லவும், மதிய உணவைக் கையோடு எடுத்துச் சென்றுவிட்டு மாலை நேரத்தையொட்டித் திரும்பி வரவும் திட்டமிட்டிருந்தனர். ஆனால், திட்டமிட்டபடி பேசில் தங்கியிருந்த ஓட்டலுக்கு பெட்டி வந்தபோது, அவன் அதை மறந்துவிட்டிருந்ததோடு மட்டுமல்லாமல், ரமோனா குழுவினருடன் அவன் ஃபார்மென்டாருக்குச் சென்றுவிட்டிருந்ததையும் அவள் கண்டாள்.

பெட்டி தன் உதடுகளை அழுத்தமாகக் கடித்துக் கொண்டதைத் தவிர வேறு எந்த உணர்ச்சியையும் வெளிப்படுத்தவில்லை. ஆனால், அவள் நேராக அடேலாவிடம் சென்று, “இதனால் ஒன்றும் பிரச்சனை இல்லை. ஆனால், எங்களுடைய திருமணத்தை நிறுத்திவிடுவதுதான் சரியாக இருக்கும் என்று எனக்குப் படுகிறது,” என்று கூறினாள்.

பேசில் அவளுக்கு அளித்திருந்த நிச்சயதார்த்த அடையாள

மோதிரத்தைக் கழற்றி அடேலாவிடம் கொடுத்துவிட்டு, "இதை அவனிடம் கொடுத்துவிடுங்கள். இது குறித்துக் கவலைப்பட வேண்டாம் என்று அவனிடம் சொல்லுங்கள்," என்று அவள் கூறினாள்.

"பெட்டி, இப்படிச் செய்யாதே. அவன் உண்மையிலேயே உன்னை விரும்புகிறான்."

"அவனுடைய நடவடிக்கைகளைப் பார்த்தால் அப்படித்தான் தெரிகிறது, இல்லையா?" என்று கேட்டுவிட்டு பெட்டி சிரித்தாள். "எனக்கும் சுயமரியாதை இருக்கிறது. நான் அவனுக்கு வாழ்த்துத் தெரிவித்ததாக அவனிடம் தெரிவியுங்கள்."

மாலையில் பேசில் தன்னுடைய ஓட்டலுக்குத் திரும்பியபோது, அவன் ஒரு பெரும் புயலை எதிர்கொள்ள வேண்டியிருந்தது.

அவன் பெட்டிக்கு அளித்திருந்த நிச்சயதார்த்த மோதிரத்தை மேசையில் பார்த்தபோது அவனுடைய முகம் சிவந்தது.

"ஓ, அவள் இப்படித்தான் உணர்கிறாளா? அப்படியானால், இப்படிச் செய்வதுதான் சரியாக இருக்கும்."

"பேசில்!"

"அம்மா! சமீப நாட்களாக எங்களுக்குள் அவ்வளவாக ஒத்துப் போகவில்லை."

"அது யாருடைய தவறு?"

"அதற்கு நான் மட்டும் காரணம் என்று நான் கருதவில்லை. அவளிடம் பொறாமை பேயாட்டம் போட்டுக் கொண்டிருக்கிறது. இப்போது நீ ஏன் அவளுக்கு வக்காலத்து வாங்கிக் கொண்டிருக்கிறாய்? அவளைத் திருமணம் செய்து கொள்ள வேண்டாம் என்று நீதானே சில நாட்களுக்கு முன்பு என்னிடம் கெஞ்சினாய்?"

"அது நான் அவளைப் பற்றி அறிவதற்கு முன்பாக. பேசில், நீ இந்தப் புதிய ஜந்துவைத் திருமணம் செய்து கொள்ளத் திட்டமிட்டிருக்கவில்லையே?"

"அவள் சம்மதித்தால், அடுத்த நொடியில் நான் அதற்கு ஒப்புக் கொள்வேன். ஆனால், அவளுக்கு இப்படிப்பட்ட யோசனை எதுவும் இல்லை."

அடேலாவின் முதுகுத்தண்டு சில்லிட்டது. அவர் உடனே பார்க்கரைத் தேடிச் சென்றார். பார்க்கர் நிழலாக இருந்த ஒரு மூலையில் அமர்ந்து கொண்டு அமைதியாக ஒரு புத்தகத்தைப் படித்துக் கொண்டிருந்தார்.

"நீங்கள் ஏதாவது செய்தாக வேண்டும். இல்லையெனில், என் பையனின் வாழ்க்கை பாழாகிவிடும்."

பேசிலின் வாழ்க்கை இப்படி அடிக்கடிப் பாழாகிக் கொண்டிருந்ததாகக் கேட்டுக் கொண்டிருந்தது பார்க்கருக்கு சலிப்பூட்டியது.

"இதில் நான் செய்வதற்கு என்ன இருக்கிறது?"

"முதலில் போய் அந்தச் சனியனைப் பாருங்கள். தேவையெனில், பணம் கொடுத்து அவளை வளையுங்கள்."

"அதற்கு நிறையச் செலவாகக்கூடும்."

"அதைப் பற்றி எனக்குக் கவலையில்லை."

"இப்பிரச்சனையைத் தீர்ப்பதற்கு வேறு வழிகளும் இருக்கலாம்."

அடேலா அவரை ஒரு கேள்விக்குறியுடன் பார்த்தார். பார்க்கர் அதை மறுப்பதுபோலத் தலையாட்டினார்.

"என்னால் எந்த வாக்குறுதியும் தர முடியாது. இதில் என்னால் என்ன செய்ய முடியும் என்று பார்க்கிறேன். இதைப் போன்ற விஷயங்களை நான் இதற்கு முன்பு கையாண்டுள்ளேன். ஆனால், இதைப் பற்றி பேசிலிடம் வாயைத் திறந்துவிடாதீர்கள். பிறகு எல்லாம் கெட்டுவிடும்."

"கண்டிப்பாக. நான் அவனிடம் வாயைத் திறக்க மாட்டேன்."

பார்க்கர் அன்று மரிபோசா ஓட்டலிலிருந்து திரும்பி வந்தபோது நள்ளிரவு ஆகியிருந்தது. அடேலா அவருக்காகக் காத்துக் கொண்டிருந்தார்.

அடேலா மூச்சைப் பிடித்து வைத்துக் கொண்டு, "என்னவாயிற்று?" என்று கேட்டார்.

பார்க்கரின் கண்கள் மின்னிக் கொண்டிருந்தன.

"ரமோனா நாளை காலையில் பொலன்சாவைவிட்டுச் சென்றுவிடுவாள். நாளை இரவுக்குள் அவள் இந்தத் தீவைவிட்டுச் சென்றுவிடுவாள்."

"ஓ, பார்க்கர். இதை எப்படிச் சாதித்தீர்கள்?"

"இதற்கு ஒரு சென்ட் காசுகூடச் செலவாகவில்லை," என்று பார்க்கர் கூறினார். அவருடைய கண்கள் மீண்டும் மினுமினுத்தன. "அவளை எப்படியாவது என் பிடிக்குள் கொண்டுவந்துவிட முடியும் என்று நான் நம்பினேன். அது சாத்தியமாகிவிட்டது."

"நீங்கள் உண்மையிலேயே அற்புதமானவர். நீனா உங்களைப் பற்றிக் கூறியது முழுக்க முழுக்கச் சரிதான். உங்களுடைய கட்டணம் எவ்வளவு என்று கூறினால்–"

பார்க்கர் தன் கையை உயர்த்தி அதைத் தடுத்தார்.

"இதற்கு நீங்கள் எனக்குப் பணம் எதுவும் தர வேண்டாம். உங்களுக்கு உதவ முடிந்ததில் எனக்கு மிக்க மகிழ்ச்சி. இனி எல்லாம் சரியாகப் போகும் என்று நான் நினைக்கிறேன்.

தன்னிடம் சொல்லாமல் கொள்ளாமல் ரமோனா இந்தத் தீவைவிட்டே போய்விட்டது குறித்தும், தொடர்பு கொள்வதற்கு எந்த முகவரியையும் அவள் விட்டுச் செல்லாதது குறித்தும் உங்களுடைய மகன் முதலில் மனவேதனை அடையக்கூடும். ஓரிரு வாரங்களுக்கு அவனிடம் இதமாக நடந்து கொள்ளுங்கள்."

"பெட்டி மட்டும் அவனை மன்னித்தால்–"

"அவள் அவனைக் கண்டிப்பாக மன்னிப்பாள். அவர்களுக்கிடையே ஒரு நல்ல ஜோடிப் பொருத்தம் இருக்கிறது. இன்னொரு விஷயம். நானும் நாளை கிளம்புகிறேன்."

"ஓ, பார்க்கர். எங்களுக்கு உங்களைத் தேடும்."

"உங்களுடைய மகன் ஒரு மூன்றாவது பெண்ணின்மீது காதல் வயப்படுவதற்கு முன்பு நான் இங்கிருந்து கிளம்பிவிடுவதே எனக்கு நல்லது என்று நான் நினைக்கிறேன்."

* * *

பார்க்கர் அந்தக் கப்பலின் கைப்பிடியைப் பிடித்துக் கொண்டு, பால்மா நகரின் விளக்குகளைப் பார்த்துக் கொண்டிருந்தார். அவருக்கு அருகே ரமோனா நின்று கொண்டிருந்தாள்.

பார்க்கர் ரமானாவிடம், "உன் நடிப்பு பிரமாதம், மேடலீன். உடனடியாகக் கிளம்பி வரும்படி நான் உனக்குத் தந்தி அனுப்பியது நல்லதாகப் போய்விட்டது. உன்னை ஓர் அமைதியான குடும்பப் பெண்ணாகப் பார்ப்பது எனக்கு விநோதமாக இருக்கிறது," என்று கூறினார்.

மேடலீன் டி சாரா அல்லது டொலோரெஸ் ரமோனா அல்லது மேகி சேயர்ஸ் என்ற பல பெயர்களைக் கொண்ட அப்பெண், "நீங்கள் இது குறித்து நிறைவாக இருப்பது எனக்கு மகிழ்ச்சியளிக்கிறது. இது ஒரு நல்ல மாற்றம். எனக்குக் கப்பல் பயணம் அவ்வளவாக ஒத்து வராது. அதனால் கப்பல் கிளம்புவதற்கு முன் நான் கீழே சென்று படுத்துத் தூங்கப் போகிறேன்," என்று கூறினாள்.

சில நிமிடங்கள் கழித்து, பார்க்கரின் தோள்மீது ஒரு கை விழுந்தது. அவர் திரும்பிப் பார்த்தார். பேசில் அங்கு நின்று கொண்டிருந்தான்.

"நான் உங்களை நேரில் வழியனுப்புவதற்காக வந்தேன். என்னுடைய மற்றும் பெட்டியினுடைய நன்றியையும் அன்பையும் நான் உங்களுக்குத் தெரிவித்துக் கொள்கிறேன். உங்களுடைய பிரமாதமான நாடக அரங்கேற்றத்தால் இப்போது பெட்டியும் என் அம்மாவும் பிசின் போட்டு

ஒட்டப்பட்டவர்கள்போல இருக்கின்றனர். வயதான என் அம்மாவை ஏமாற்றுவது ஓர் அவமானகரமான செயல்தான். ஆனால், அவர் கையாள்வதற்குக் கடினமான ஒருவராக ஆகியிருந்தார். எப்படியோ, இப்போது எல்லாம் சரியாகிவிட்டது. என்னுடைய எரிச்சல் மனநிலை நடிப்பை நான் இன்னும் ஓரிரு தினங்களுக்கு கவனமாகத் தொடர வேண்டும். நானும் பெட்டியும் உங்களைக் குறித்து நன்றியுணர்வுடன் இருக்கிறோம்."

"உங்கள் இருவருக்கும் அனைத்து விதமான மகிழ்ச்சியும் கிடைக்க வேண்டும் என்று நான் வாழ்த்துகிறேன்," என்றார் பார்க்கர். "நன்றி."

அடுத்து அங்கு ஒரு சிறிய இடைவெளி நிலவியது. பின்னர், பேசில் அலட்சியமாகக் கேட்பதுபோல, "இங்கு மேடலீன் டி சாரா இருக்கிறாரா? நான் அவருக்கும் நன்றி கூற விரும்புகிறேன்," என்று கேட்டான்.

பார்க்கர் அவனைத் தீவிரமாக உற்றுப் பார்த்துவிட்டு, "மன்னித்துக் கொள். அவள் ஏற்கனவே தூங்கப் போய்விட்டாள்," என்று கூறினார்.

"என் துரதிர்ஷ்டம்! நான் பின்னர் அவளை லண்டனில் பார்த்துக் கொள்கிறேன்."

"அவள் உடனடியாக என் தொழில் தொடர்பாக அமெரிக்காவுக்குச் செல்லவிருக்கிறாள்."

"ஓ! பரவாயில்லை. சரி, நான் வருகிறேன்," என்று கூறி பேசில் விடைபெற்றுக் கொண்டான்.

பார்க்கர் புன்னகைத்துக் கொண்டார். அவர் தன்னுடைய அறைக்குச் செல்லும் வழியில், மேடலீனின் அறைக் கதவைத் தட்டினார்.

"நம்முடைய இளம் நண்பன் இங்கு வந்திருந்தான். மேடலீனின் சொக்குப்பொடி வசியம் கண்கூடாகத் தெரிந்தது. எப்படியும் ஓரிரு நாட்களில் அவன் தெளிந்துவிடுவான். ஆனாலும் நீ இளைஞர்களின் கவனத்தைச் சிதறடிப்பதில் கில்லாடிதான்!"

புகலிடம்

அந்தப் பாதிரியாரின் மனைவி, தன் வீட்டுத் தோட்டத்திலிருந்து கை நிறைய செவ்வந்திப் பூக்களுடன் அருகிலிருந்த தேவாலயத்தை நோக்கி நடந்து சென்று கொண்டிருந்தார். அவருடைய காலணிகளில் தோட்டத்து மண் நிறையவே ஒட்டியிருந்தது. அவருடைய மூக்கிலும் சில மண் துகள்கள் ஒட்டியிருந்தபோதிலும், அது குறித்து அவர் பிரக்ஞையற்று இருந்தார்.

அவர் தன் வீட்டு வளாகத்தின் துருப்பிடித்தக் கதவைத் திறப்பதற்குச் சிறிது சிரமப்பட்டார். அப்போது திடீரென்று வீசிய காற்று அவருடைய தொப்பியை அவருடைய தலையிலிருந்து சிறிது தூக்கியது. ஏற்கனவே கோணல்மாணலாக வீற்றிருந்த அந்தத் தொப்பி இப்போது காற்றினால் மேலும் அலைக்கழிக்கப்பட்டது. "பெருந்தொல்லை!" என்று முணுமுணுத்தார் டயானா ஹார்மன்.

டயானா தன் கையில் வைத்திருந்த செவ்வந்திப் பூக்களுடன் அந்த தேவாலயத்தின் முன்னால் இருந்த நடைபாதையில் நடந்து சென்று, தேவாலயத்தின் கதவுகளை அடைந்தார்.

நவம்பர் மாதக் காற்று லேசானதாகவும் ஈரப்பதத்துடனும் இருந்தது. மேகங்கள் வானில் அணிவகுத்துச் சென்றன. ஆங்காங்கே நீலவானம் எட்டிப் பார்த்துக் கொண்டிருந்தது. தேவாலயத்தின் உள்ளே இருட்டாகவும் குளிராகவும் இருந்தது. பிரார்த்தனை நேரங்களில் மட்டுமே அங்குக் கணப்படுப்பு ஏற்றப்பட்டது.

'இதை நான் சீக்கிரமாகவே முடித்துவிடுவது நல்லது. நான் குளிரில் சாக விரும்பவில்லை,' என்று டயானா தனக்குத் தானே கூறிக் கொண்டார்.

அது அவருக்குப் பழக்கமான காரியமாக இருந்ததால், பூக்குடுவைகள், தண்ணீர், பூச்செருகிகள் போன்றவற்றை அவர் விரைவாகச் சேகரித்தார். "எனக்கு இந்தச் செவ்வந்திப் பூக்களைப் பார்த்துச் சலித்துவிட்டது. இவை லில்லி மலர்களாக இருந்திருந்தால் இன்னும் நன்றாக இருந்திருக்கும்," என்று முணுமுணுத்தபடி, அவர் அந்த மலர்களைப் பூக்குடுவைகளிலும் பூச்செருகிகளிலும் வேகவேகமாகச் செருகினார்.

அவருடைய மலர் அலங்காரங்களில் பெரிய கலை வேலைப்பாடோ அல்லது தனித்துவமோ இருக்கவில்லை. ஏனெனில், டயானாவுக்குக் கலையுணர்வோ அல்லது தனித்துவமான திறமையோ கிடையாது. ஆனால், அவருடைய மலர் அலங்காரம் மனத்திற்கு இதமூட்டுவதாகவும் அழகாகவும் இருந்தது. அவர் மலர்களை அடுக்கி முடித்துவிட்டு, அந்தப் பூக்குடுவைகளைத் தூக்கிக் கொண்டு வழிபாட்டுப் பீடத்தை நோக்கிச் சென்றார். சரியாக அந்நேரத்தில் சூரியனும் வெளியே தலைகாட்டியது.

தேவாலயத்தின் கிழக்குப் பக்கத்தில் சிவப்பு மற்றும் நீல நிறங்களில் அமைந்திருந்த கண்ணாடிச் சன்னல் வழியே சூரிய ஒளி உள்ளே பாய்ந்தது. அந்தத் திடீர் வெளிச்சம் ஏற்படுத்திய விளைவு திடுக்கிட வைப்பதாக இருந்தது. "நகைகளைப்போல ஜொலிக்கிறது!" என்று டயானா நினைத்துக் கொண்டார். டயானா திடீரென்று அப்படியே உறைந்து நின்றுவிட்டார். அவருக்கு முன்னால், பாதிரியார் நிற்கக்கூடிய மேடைக்கு அருகே அமைந்திருந்த படிகளில் ஏதோ ஓர் உருவம் சுருண்டு கிடந்தது.

தன் கைகளில் வைத்திருந்த மலர்களைக் கவனமாகக் கீழே வைத்துவிட்டு, அவர் அந்த உருவத்திற்கு அருகே சென்று குனிந்து பார்த்தார். அது ஓர் ஆண். குப்புறக் கிடந்த அந்த நபருக்கு அருகே மண்டியிட்டு, மெதுவாகவும் கவனமாகவும் டயானா அவரைத் திருப்பினார். அந்த நபருடைய மணிக்கட்டை நோக்கி டயானாவின் கை சென்றது. அந்நபரின் நாடித்துடிப்பு மிகவும் பலவீனமாக இருந்தது, அது சீராகவும் இருக்கவில்லை. அவருடைய முகம் கிட்டத்தட்டப் பச்சை நிறத்திற்கு மாறியிருந்தது. மொத்தத்தில், அந்த மனிதர் வேகமாக இறந்து கொண்டிருந்தார் என்பது டயானாவுக்குப் புரிந்தது.

அந்நபருக்கு சுமார் நாற்பத்தைந்து வயது இருக்கலாம். அவர் கருப்பு நிற சூட் அணிந்திருந்தார். அது கசங்கியிருந்தது. டயானா தான் பிடித்திருந்த கையை மெதுவாகத் தரையில் வைத்துவிட்டு, அந்நபரின் மற்றொரு கையைப் பார்த்தார்.

அது அவருடைய மார்புக்கு அருகே இருந்தது. அந்தக் கையின் முஷ்டி மடங்கியிருந்தது. டயானா இன்னும் உற்றுக் கவனித்தபோது, அவருடைய உள்ளங்கை ஒரு கைக்குட்டை போன்ற ஒரு துணியை இறுகப் பற்றியிருந்தது புலப்பட்டது. அந்த முஷ்டியைச் சுற்றிலும் பழுப்பு நிறத்தில், காய்ந்து போன ஏதோ திரவம் தெளிக்கப்பட்டிருந்ததுபோலத் தோன்றியது. அது காய்ந்து போன இரத்தம் என்பது டயானாவுக்குப் புரிந்தது. டயானா தன் குதிகால்கள்மீது உட்கார்ந்தார். அவருடைய நெற்றி சுருங்கியது.

அதுவரை மூடிக் கிடந்த அந்த நபரின் கண்கள் திடீரென்று திறந்து டயானாவின் முகத்தின்மீது நிலை கொண்டன. அவை நிலைகுத்தியும் இருக்கவில்லை, அலைபாய்ந்து கொண்டும் இருக்கவில்லை, ஆனால் அவை உயிர்த்துடிப்புடன் இருந்தன. புத்திசாலித்தனம் அவற்றில் வெளிப்பட்டுக் கொண்டிருந்தது. அவருடைய உதடுகள் அசைந்தன. அவருடைய வாயிலிருந்து வெளிவந்த வார்த்தைகளைக் கேட்பதற்காக டயானா அவரருகே குனிந்தார். உண்மையில், அந்நபரின் வாயிலிருந்து ஒரே ஒரு வார்த்தை மட்டுமே உதிர்ந்தது:

"புகலிடம்."

அவர் அந்த வார்த்தையை உதிர்த்தபோது அவருடைய முகத்தின்மீது ஒரு மெல்லிய புன்னகைக் கீற்று தென்பட்டதுபோல டயானாவுக்குத் தோன்றியது. டயானா சரியாகத்தான் கேட்டிருந்தார் என்பதை உணர்த்தும் விதமாக, ஒரு கணத்திற்குப் பிறகு அந்நபர் மீண்டும் 'புகலிடம்' என்று கூறினார்.

பின் ஒரு நீண்ட, மெல்லிய ஆசுவாசப் பெருமூச்சு அவரிடமிருந்து வந்தது. அவருடைய கண்கள் மீண்டும் மூடிக் கொண்டன. டயானாவின் கை மீண்டும் அந்நபரின் நாடித்துடிப்பைச் சோதிக்கச் சென்றது. இப்போது அது முன்பைவிட மெல்லியதாக இருந்தது. டயானா ஒரு தீர்மானத்துடன் எழுந்தார்.

"அசையவோ அல்லது அசைய முயற்சிக்கவோ செய்யாதீர்கள். நான் உதவிக்கு ஆட்களை அழைக்கப் போகிறேன்," என்று டயானா கூறினார்.

மீண்டும் அந்நபரின் கண்கள் திறந்தன. ஆனால், இம்முறை அவை கிழக்கிலிருந்த கண்ணாடிச் சன்னல் வழியாக வந்து கொண்டிருந்த வண்ணமயமான வெளிச்சத்தின்மீது இலயித்தன. அவர் எதையோ முணுமுணுத்தார். ஆனால், அது டயானாவுக்குச் சரியாகக் கேட்கவில்லை. ஆனால், அது தன்னுடைய கணவரின் பெயராக இருக்கக்கூடும் என்று

டயானா நினைத்தார். அது அவரைத் தூக்கிவாரிப் போட்டது.

"ஜூலியனா?" என்று டயானா கேட்டார். "நீங்கள் இங்கு ஜூலியனைத் தேடியா வந்தீர்கள்?" ஆனால், அதற்கு அவரிடமிருந்து எந்த பதிலும் வரவில்லை. அவருடைய கண்கள் மூடியிருந்தன. அவருடைய மூச்சு மெதுவாக வந்து கொண்டிருந்தது.

டயானா அங்கிருந்து வேகமாக வெளியேறினார். அவர் தன் கைக்கடிகாரத்தைப் பார்த்துத் திருப்தியுடன் தலையாட்டினார். டாக்டர் கிரிஃபித்ஸ் இன்னும் அவருடைய கிளினிக்கில்தான் இருப்பார். அந்த தேவாலயத்திலிருந்து நடந்து சென்றால் இரண்டு நிமிடங்களில் அந்தக் கிளினிக்கை அடைந்துவிடலாம். டயானா நேராக அங்குச் சென்று, அழைப்பு மணியை அடிக்காமல் உள்ளே நுழைந்து, காத்திருப்பு அறையைக் கடந்து, டாக்டர் கிரிஃபித்ஸின் அறைக் கதவைத் தட்டாமல் உள்ளே நுழைந்தார்.

"டாக்டர், நீங்கள் என்னுடன் உடனே வர வேண்டும். தேவாலயத்தில் ஒரு நபர் இறந்து கொண்டிருக்கிறார்," என்று டயானா கூறினார்.

சில நிமிடங்களில் அவர்கள் இருவரும் தேவாலயத்தை அடைந்தனர். கிரிஃபித்ஸ் அந்நபரின் அருகே மண்டியிட்டு அவரைப் பரிசோதித்தார்.

"நாம் இவரை உங்களுடைய வீட்டுக்கு மாற்ற வேண்டும். இவருக்குச் சிகிச்சையளிப்பதற்கு அது வசதியாக இருக்கும் – அதனால் பெரிய பயன் எதுவும் இல்லை என்றாலும்கூட!"

"சரி. நான் போய் ஓர் அறையைத் தயார் செய்கிறேன். இவரை இங்கிருந்து தூக்கிச் செல்வதற்கு நான் ஹார்ப்பரையும் ஜோன்ஸையும் அனுப்புகிறேன்."

"நன்றி. அங்கிருந்து என்னால் தொலைபேசி மூலம் அவசர ஊர்தியை அழைக்க முடியும். ஆனால், அது வருவதற்குள்–" அவர் தன் வாக்கியத்தை நிறைவு செய்யாமல் அப்படியே விட்டுவிட்டார்.

"உள்ளுக்குள் இரத்தம் வடிந்துள்ளதா?" என்று டயானா கேட்டார்.

அதை ஆமோதித்துத் தலையாட்டிய கிரிஃபித்ஸ், "இவர் எப்படி இங்கே வந்தார்?" என்று வினவினார்.

டயானா சிறிது யோசித்துவிட்டு, "இவர் இங்கு முழு இரவும் விழுந்து கிடந்திருக்க வேண்டும் என்று நான் நினைக்கிறேன்," என்று கூறினார். "காலையில் வேலைக்குச் செல்கின்ற வழியில் ஹார்ப்பர்தான் இந்த தேவாலயத்தைத் திறந்து வைப்பார். ஆனால், அவர் பொதுவாக உள்ளே வருவதில்லை."

ஐந்து நிமிடங்கள் கழித்து கிரிஃபித்ஸ் தொலைபேசியில் பேசி முடித்துவிட்டு, இறந்து கொண்டிருந்த அந்த நபர் கிடத்தப்பட்டிருந்த அறைக்கு வந்தார். அந்நபர் ஒரு சோபாவில் படுக்க வைக்கப்பட்டிருந்தார். அந்த சோபாவின்மீது சில போர்வைகள் விரிக்கப்பட்டிருந்தன. டயானா ஒரு பாத்திரத்தில் தண்ணீர் கொண்டு வந்து வைத்தார். டாக்டர் தன் பரிசோதனையை முடித்தார்.

“நான் செய்ய வேண்டியதைச் செய்துவிட்டேன்,” என்று கிரிஃபித்ஸ் கூறினார். “நான் அவசர ஊர்திக்கு அழைப்பு விடுத்துள்ளேன். காவல்துறையினருக்கும் தெரிவித்துவிட்டேன்.” பின் அவர் தன் புருவங்களை உயர்த்தியவாறு, கண்மூடிய நிலையில் அங்குப் படுத்துக் கிடந்த அந்த நபரை வெறித்துப் பார்த்தபடி நின்றார். அந்நபருடைய இடது கை, அவருடைய பக்கவாட்டில் எதையோ பிடுங்க முயற்சி செய்ததுபோல இயங்கிக் கொண்டிருந்தது.

“இவர் சுடப்பட்டிருக்கிறார்,” என்று கிரிஃபித்ஸ் கூறினார். “இவர் மிக அருகிலிருந்து சுடப்பட்டிருக்க வேண்டும். காயத்திலிருந்து வந்து கொண்டிருந்த இரத்தத்தை நிறுத்துவதற்காக இவர் ஒரு கைக்குட்டையைச் சுருட்டி அதில் திணித்திருக்கிறார்.”

“சுடப்பட்டப் பிறகு இவரால் நிறைய தூரம் சென்றிருக்க முடியுமா?”

“அது சாத்தியம்தான். துப்பாக்கிச் சூட்டினால் படுகாயம் அடைந்தவர்கள் பலர், சில நேரங்களில் ஒரு தெரு நீளத்திற்கு நடந்து சென்றுவிட்டு, ஐந்து அல்லது பத்து நிமிடங்களுக்குப் பிறகு அப்படியே கீழே விழுந்துள்ளனர். அதனால், இவர் தேவாலயத்தில் வைத்துச் சுடப்பட்டிருக்க வேண்டும் என்ற அவசியமில்லை. இங்கிருந்து சற்றுத் தொலைவிலுள்ள ஓரிடத்தில்கூட இவர் சுடப்பட்டிருக்கலாம். அல்லது, இவர் தன்னைத் தானே சுட்டுக் கொண்டு துப்பாக்கியைக் கீழே போட்டுவிட்டு, இந்த தேவாலயத்தை நோக்கித் தள்ளாடியபடி நடந்து வந்திருக்கலாம். அவர் ஏன் உங்கள் வீட்டுக்கு வராமல் தேவாலயத்திற்கு வந்தார் என்பதுதான் எனக்குப் புரியவில்லை.”

“அது ஏன் என்று எனக்குத் தெரியும்,” என்று டயானா கூறினார். “அதை அவரே சொன்னார்: ‘புகலிடம்.’ ”

கிரிஃபித்ஸ் டயானாவை உற்றுப் பார்த்தார். “புகலிடமா?”

தன் கணவர் அந்த அறைக்குள் நுழைந்ததைக் கண்ட டயானா, “ஜூலியன், இங்கே வாருங்கள்,” என்று அழைத்தார்.

பாதிரியார் ஜூலியன் ஹார்மன் தன் மனைவியின் அருகே

வந்தார். அறிவிலும் நுட்பமாகப் பகுத்தறியும் திறனிலும் சிறந்து விளங்குபவர்களுக்கே உரிய நடத்தை அவரிடமிருந்து வெளிப்பட்டது. அந்த நடத்தையின் காரணமாக, தோற்றத்தில், அவர் உண்மையில் இருந்ததைவிட இன்னும் வயது முதிர்ந்தவர்போலக் காட்சியளித்தார். தன்னுடைய வீட்டு சோபாவில் ஒரு நபர் படுக்க வைக்கப்பட்டிருந்ததைக் கண்ட ஜூலியன் வியப்பும் குழப்பமும் அடைந்தார்.

டயானா தன்னுடைய வழக்கமான சொற்சிக்கனத்துடன் நிலைமையை விளக்கினார்: "நம்முடைய தேவாலயத்தில் இவர் இறந்து கொண்டிருந்த நிலையில் கிடந்தார். இவர் சுடப்பட்டிருக்கிறார். ஜூலியன், உங்களுக்கு இவரைத் தெரியுமா? இவர் உங்களுடைய பெயரை முணுமுணுத்ததுபோல எனக்குக் கேட்டது."

ஜூலியன் சோபாவுக்கு அருகே வந்து குனிந்து அந்நபரைப் பார்த்தார். "பாவம்," என்று முணுமுணுத்துவிட்டு, "இவரை எனக்குத் தெரியாது. இவரை நான் இதற்கு முன்பு ஒருபோதும் பார்த்ததில்லை என்பதை என்னால் கிட்டத்தட்ட உறுதியாகக் கூற முடியும்," என்றார்.

சரியாக அக்கணத்தில் அந்நபர் தன் கண்களைத் திறந்தார். அவரின் கண்கள் முதலில் டாக்டர் கிரிஃபித்ஸைப் பார்த்தன. அடுத்து அவை ஜூலியனின் பக்கம் திரும்பின. அதைத் தொடர்ந்து, அவை டயானாவை நோக்கிச் சென்றன.

கிரிஃபித்ஸ் முன்னே வந்து, "என்ன நடந்தது என்று உங்களால் சொல்ல முடிந்தால் நன்றாக இருக்கும்," என்று அவசரமாக அந்நபரிடம் கேட்டார்.

டயானாமீது நிலை கொண்டிருந்த தன் பார்வையை விலக்கிக் கொள்ளாமல், அந்நபர் ஒரு மெதுவான குரலில், "தயவு செய்து – தயவு செய்து–" என்று கூறினார். பிறகு, ஒரு லேசான நடுக்கத்துடன் அவர் இறந்து போனார்.

* * *

காவலர் ஹெய்ஸ் தன் குறிப்பேட்டையும் பென்சிலையும் வெளியே எடுத்தார். "திருமதி டயானா, அப்படியானால், உங்களால் கூற முடிந்தது இவ்வளவுதானா?" என்று கேட்டார்.

"ஆமாம்," என்று கூறிய டயானா, "இவை அவருடைய கோட் பாக்கெட்டில் இருந்தன," என்றார்.

ஹெய்ஸுக்கு அருகேயிருந்த ஒரு மேசையில், ஒரு பர்ஸ், 'டபிள்யூ.எஸ்.' என்ற எழுத்துகள் பொறிக்கப்பட்ட ஒரு பழைய கைக்கடிகாரம், லண்டனுக்குத் திரும்பிச் செல்வதற்கான

ஒரு பயணச்சீட்டு ஆகியவை இருந்தன. வேறு எதுவும் இருக்கவில்லை.

"இவர் யார் என்று நீங்கள் கண்டுபிடித்துவிட்டீர்களா?" என்று டயானா கேட்டார்.

ஹெய்ஸ் இவ்வாறு கூறினார்: "ஆமாம். இவருடைய பெயர் வில்லியம் சான்ட்போர்ன். எக்லெஸ் தம்பதியர் காவல் நிலையத்தைத் தொலைபேசி மூலம் தொடர்பு கொண்டனர். இவர் திருமதி எக்லெஸின் சகோதரர். சில காலமாகவே இவருக்கு உடல்நிலையும் மனநிலையும் சரியில்லாமல் இருந்து வந்துள்ளன. சமீபத்தில் இவருடைய நிலைமை மோசமடைந்திருந்தது. நேற்று முன்தினம் தன் வீட்டைவிட்டு வெளியேறியிருந்த இவர், மீண்டும் ஒருபோதும் வீடு திரும்பவே இல்லை. இவர் தன்னுடன் ஒரு கைத்துப்பாக்கியையும் எடுத்துச் சென்றிருந்தார்."

"அவர் இங்கு வந்து தன்னுடைய துப்பாக்கியால் தன்னைத் தானே சுட்டுக் கொண்டாரா?" என்று டயானா கேட்டார். "ஏன்?"

"அவர் மனத்தளர்ச்சியால் அவதிப்பட்டுக் கொண்டிருந்திருக்கிறார்–"

டயானா ஹெய்ஸின் பேச்சில் குறுக்கிட்டு, "நான் அதைக் கேட்கவில்லை. அவர் ஏன் 'இங்கு' வந்து இறந்தார் என்றுதான் நான் கேட்டேன்," என்றார்.

அதற்கான காரணத்தை ஹெய்ஸ் அறிந்திருக்கவில்லை. அதனால், "அவர் 5.10 மணிக்கான பேருந்தில் வந்திருக்கிறார்," என்று அவர் ஏதோ உளறினார்.

"அது சரிதான். ஆனால் எதற்காக இந்த இடத்திற்கு வந்தார்?" என்று டயானா மீண்டும் கேட்டார்.

"எனக்குத் தெரியவில்லை," என்று ஹெய்ஸ் ஒப்புக் கொண்டார். "ஆனால், மனத்தின் சமநிலை பாதிக்கப்பட்டிருந்தால்–"

டயானா அந்த வாக்கியத்தை நிறைவு செய்தார். "மனத்தின் சமநிலை பாதிக்கப்பட்டிருந்தால் ஒருவர் எங்கு வேண்டுமானாலும் அதைச் செய்யக்கூடும் என்பது சரிதான். ஆனால், அவர் எதற்காக ஒரு பேருந்தைப் பிடித்து இது போன்ற ஒரு கிராமத்திற்கு வர வேண்டும்? அது வெட்டி வேலையாக எனக்குத் தோன்றுகிறது. இங்கு அவருக்கு யாரையும் தெரியாது, அப்படித்தானே?"

"நாங்கள் இதுவரை விசாரித்துள்ளதுபடி பார்த்தால், அவருக்கு இங்கு யாரையும் தெரியாது என்பது சரிதான்," என்று கூறிய ஹெய்ஸ், எழுந்து நின்று, "எக்லெஸ் தம்பதியர்

உங்களைப் பார்க்க வருவர். உங்களுக்கு ஆட்சேபனை இல்லையென்றால் அவர்களுடன் பேசுங்கள்," என்று கூறினார்.

"அதில் எனக்கொன்றும் ஆட்சேபனை இல்லை," என்று டயானா கூறினார். "அது இயல்பானதுதான். அவர்களிடம் கூறுவதற்குக் கூடுதல் தகவல் என்னிடம் இருந்தால் நன்றாக இருக்கும் என்றுதான் நான் நினைத்தேன்."

"சரி, அப்படியானால், நான் கிளம்புகிறேன்," என்று கூறிவிட்டு ஹெய்ஸ் விடைபெற்றுக் கொண்டார்.

வாசல்வரை வந்து அவரை வழியனுப்பிய டயானா, "இது ஒரு கொலை அல்ல என்பதுவரை எனக்கு மகிழ்ச்சியே," என்று அவரிடம் கூறினார்.

ஒரு கார் அவர்களுடைய வீட்டு வாசலில் வந்து நின்றது. அதைப் பார்த்ததும், "அதில் வந்துள்ளது எக்லெஸ் தம்பதியர் என்று நான் நினைக்கிறேன்," என்று ஹெய்ஸ் கூறினார்.

ஒரு கடினமான எதிர்கொள்ளலுக்கு டயானா தன்னைத் தயார் செய்து கொண்டார். 'ஆனால், எப்போது வேண்டுமானாலும் என்னால் ஜூலியனை உடன் அழைத்துக் கொள்ள முடியும். மக்கள் துக்கத்தில் இருக்கின்றபோது ஒரு பாதிரியார் அருகில் இருப்பது அவர்களுக்கு வலுவைத் தரும்,' என்று அவர் நினைத்துக் கொண்டார்.

திரு எக்லெஸ் குண்டாக இருந்தார். திருமதி எக்லெஸ் ஒல்லியாகவும் உயரமாகவும் இருந்தார்.

திருமதி எக்லெஸ், "இது எங்களுக்குப் பெரும் அதிர்ச்சியளித்துள்ளது," என்று டயானாவிடம் கூறினார்.

"ஓ! என்னால் புரிந்து கொள்ள முடிகிறது," என்று டயானா பதிலளித்தார். "உட்காருங்கள். உங்களுக்குத் தேநீர் கொண்டு வரட்டுமா?"

தேநீர் வேண்டாம் என்று எக்லெஸ் மறுத்துவிட்டார். "வில்லியம் கடைசியாக என்ன சொன்னார் என்பதைத் தெரிந்து கொள்ள நாங்கள் விரும்புகிறோம்," என்று அவர் கூறினார்.

"வில்லியம் வெகுகாலம் வெளிநாட்டில் இருந்தார். அங்கு அவர் மிக பயங்கரமான அனுபவங்களை எதிர்கொண்டிருந்திருக்கக்கூடும். திரும்பி வந்ததிலிருந்தே அவர் மனத்தளர்ச்சியுடனும் எங்களிடமிருந்து ஒதுங்கியும் இருந்து வந்தார். இந்த உலகம் வாழத்தக்க ஒன்றல்ல என்றும், வாழ்க்கையில் எதிர்பார்ப்பதற்கு எதுவுமில்லை என்றும் அவர் கூறி வந்தார். பாவம், வில்லியம்!" என்று திருமதி எக்லெஸ் கூறினார்.

டயானா எதுவும் பேசாமல் அவர்கள் இருவரையும் ஓரிரு

நிமிடங்கள் வெறித்துப் பார்த்தார்.

திருமதி எக்லெஸ் தொடர்ந்து பேசினார்: "வில்லியம் எங்களுக்குத் தெரியாமல் என் கணவரின் கைத்துப்பாக்கியை எடுத்துக் கொண்டு கிளம்பிச் சென்றுவிட்டார். பின் அவர் ஒரு பேருந்தைப் பிடித்து இங்கு வந்துள்ளதுபோலத் தெரிகிறது. எங்கள் வீட்டில் வைத்துத் தன்னைத் தானே சுட்டுக் கொல்ல அவருக்கு மனம் வந்திருக்காது."

"பாவம், வில்லியம். அவரை எடை போடுவது நன்றாக இருக்காது," என்று எக்லெஸ் கூறினார்.

மறுபடியும் அங்கு ஓர் அசௌகரியமான மௌனம் நிலவியது. பின்னர் எக்லெஸ், "அவர் கடைசிச் செய்தி எதையாவது விட்டுச் சென்றாரா? இறுதியாக ஏதாவது சொன்னாரா?" என்று கேட்டார்.

எக்லெஸின் கண்கள் டயானாவை உன்னிப்பாக அவதானித்துக் கொண்டிருந்தன. திருமதி எக்லெஸூம் முன்னால் குனிந்து, டயானாவின் வாயிலிருந்து வரவிருந்த பதிலைப் பதற்றத்துடன் எதிர்பார்த்துக் காத்திருந்தார்.

"இல்லை," என்று டயானா மெதுவாகக் கூறினார். "அவர் மரணிக்கும் தருவாயில் தேவாலயத்திற்குள் நுழைந்திருக்கிறார் – ஒரு புகலிடத்திற்காக!"

திருமதி எக்லெஸ் ஒரு குழப்பமான குரலில் பேசினார். "புகலிடமா? நீங்கள் என்ன சொல்கிறீர்கள் என்று எனக்கு–"

அவரை முடிக்கவிடாமல் எக்லெஸ் குறுக்கிட்டு, "புனிதமான இடம்!" என்று அவரிடம் கூறினார். "பாதிரியாரின் மனைவியான இந்தப் பெண்மணி அந்த அர்த்தத்தில்தான் அதைக் கூறியுள்ளார்," என்று அவர் பொறுமையிழந்து கூறினார். "தற்கொலை செய்து கொள்வது பாவம். அதற்குப் பிராயச்சித்தம் தேடத்தான் வில்லியம் முயன்றிருக்கிறார்."

"அவர் இறப்பதற்கு முன் எதையோ சொல்ல முயன்றார்," என்று டயானா கூறினார். "அவர் 'தயவு செய்து' என்று ஆரம்பித்தார். அதற்கு மேல் அவரால் பேச முடியவில்லை."

திருமதி எக்லெஸ் மூக்கை உறிஞ்சிவிட்டு, "இது மனத்தைப் பிழிகிறது," என்று அரற்றினார்.

எக்லெஸ் தன் மனைவியை சாந்தப்படுத்தினார். "உன்னை வருத்திக் கொள்ளாதே. இதற்கு நம்மால் எதுவும் செய்ய முடியாது. குறைந்தபட்சம், வில்லியம் இப்போது அமைதியடைந்துள்ளான் என்று உன் மனத்தைத் தேற்றிக் கொள்." பின் அவர் டயானாவின் பக்கம் திரும்பி, "திருமதி ஹார்மன், உங்களுக்கு நன்றி. நாங்கள் உங்களுக்குத் தொந்தரவு எதுவும் கொடுத்திருக்கவில்லை என்று நாங்கள் நம்புகிறோம்.

ஓர் உயர்ந்த பொறுப்பிலுள்ள ஒரு பாதிரியாரின் மனைவிக்கு எவ்வளவு வேலைகள் இருக்கும் எனபதை நாங்கள் அறிவோம்," என்றார்.

அவர்கள் இருவரும் டயானாவுடன் கைகுலுக்கிவிட்டு அவரிடமிருந்து விடைபெற்றனர். பின் திருமதி எக்லெஸ் திடீரென்று திரும்பி, டயானாவிடம், "ஒரு விஷயத்தை நான் உங்களிடம் கேட்க மறந்துவிட்டேன். வில்லியமின் கோட் உங்களிடம் இருக்கிறதா?" என்று கேட்டார்.

"அவருடைய கோட்டா?" என்று கேட்ட டயானாவின் நெற்றி சுருங்கியது.

"வில்லியமின் நினைவாக நாங்கள் அவருடைய பொருட்களை வைத்திருக்க விரும்புகிறோம்."

"அவருடைய பாக்கெட்டில் ஒரு பர்ஸும், ஒரு பழைய கைக்கடிகாரமும், லண்டனுக்குத் திரும்பிச் செல்வதற்கான ஒரு பயணச்சீட்டும் இருந்தன. அவற்றை நான் காவலர் ஹெய்ஸிடம் கொடுத்துவிட்டேன்."

"அப்படியானால் சரி," என்றார் எக்லெஸ். "காவல்துறையினர் அவற்றை எங்களிடம் திருப்பிக் கொடுத்துவிடுவர். அவர் தன்னுடைய தனிப்பட்ட ஆவணங்களைப் பர்ஸில் வைத்திருக்கக்கூடும்."

"அந்தப் பர்ஸில் ஒரே ஒரு பவுன்ட் நோட்டைத் தவிர வேறு எதுவும் இருக்கவில்லை," என்று டயானா கூறினார்.

"கடிதங்கள் போன்ற எதுவும் இல்லையா?"

இல்லையென்று டயானா தலையாட்டினார்.

"உங்களுக்கு மீண்டும் நன்றி," என்று எக்லெஸ் கூறினார். பிறகு, "வில்லியமின் கோட்டும் காவலரிடம்தான் இருக்கிறதா?" என்று அவர் கேட்டார்.

டயானா அதை நினைவுபடுத்திக் கொள்ள முயன்றார்.

"இல்லை. அவருடைய காயத்தை ஆராய்வதற்காக நானும் டாக்டரும் அவருடைய கோட்டைக் கழற்றினோம்," என்று கூறிய டயானா, அந்த அறையைச் சுற்றிலும் பார்த்தார். "துண்டுகளோடும் காயத்தைக் கழுவுவதற்குக் கொண்டு வந்த நீர்க்கலயத்துடனும் சேர்த்து அதை நான் மேலே எடுத்துச் சென்றிருக்க வேண்டும்," என்றார்.

"உங்களுக்கு சிரமம் இல்லையென்றால், அந்தக் கோட்டை எங்களிடம் கொண்டு வந்து தாருங்கள். அவர் கடைசியாக அணிந்த ஆடை. என் மனைவி அதை வைத்திருக்க விரும்புகிறார்," என்று எக்லெஸ் கூறினார்.

"அதிலொன்றும் பிரச்சனை இல்லை," என்று டயானா கூறினார். "அதைத் துவைத்துச் சுத்தம் செய்த பிறகு பெற்றுக்

கொள்கிறீர்களா? ஏனெனில், அதில் – உங்களுக்குத்தான் தெரியுமே – கறைகள் படிந்திருக்கின்றன.”

“அதெல்லாம் தேவையில்லை. அப்படியே கொடுத்தால் போதும்.”

அதைக் கேட்டு டயானாவின் புருவங்கள் உயர்ந்தன. “சரி, நான் போய் அதை எடுத்து வருகிறேன்,” என்று கூறிவிட்டு மாடிக்குச் சென்ற டயானா, திரும்பி வருவதற்குச் சற்றுத் தாமதமானது.

மூச்சிரைக்க வந்த டயானா, “தாமதத்திற்கு மன்னித்துக் கொள்ளுங்கள்,” என்று கூறினார். “துவைப்பதற்கு வைத்திருந்த துணிகளுடன் என் வேலைக்காரி இதையும் கலந்துவிட்டாள். அதைத் தேடிக் கண்டுபிடிப்பதற்குச் சற்று நேரமாகிவிட்டது. இதை ஒரு பையில் போட்டுக் கொடுக்கிறேன்.”

அவர்களுடைய மறுப்பையும் மீறி, டயானா அதை ஒரு பையில் போட்டு அவர்களிடம் கொடுத்தார். அவர்கள் மீண்டும் ஒரு முறை மன்னிப்புக் கேட்டுவிட்டு விடைபெற்றுக் கொண்டனர்.

டயானா அந்த அறையிலிருந்து வெளியேறி தன் வீட்டின் படிப்பறைக்குச் சென்றார். அங்கு போதனைச் சொற்பொழிவு ஒன்றை எழுதிக் கொண்டிருந்த ஹார்மன் நிமிர்ந்து பார்த்தார்.

“ ‘புகலிடம்’ என்றால் என்ன?” என்று டயானா அவரிடம் கேட்டார்.

“ரோமானிய மற்றும் கிரேக்கக் கோவில்களில் கடவுளின் சிலை இருந்த இடத்தை அது குறித்தது. இலத்தீன் மொழியில் அது அடைக்கலம் என்ற பொருளைக் கொண்டிருக்கிறது. கி.பி. 399 வாக்கில், கிறித்தவ தேவாலயங்களில் புகலிடத்திற்கான உரிமை நிறைவேற்றப்பட்டது.” அவர் இதே பாணியில் தொடர்ந்து பேசிக் கொண்டிருந்தார்.

ஆனால், குழப்பத்தை வெளிப்படுத்திய தன் மனைவியின் முகபாவத்தைப் பார்த்து அவ்வப்போது அவர் நிறுத்திவிட்டு மீண்டும் தொடர்ந்தார்.

இறுதியில், டயானா, “அன்பே, உங்கள் விளக்கம் அற்புதம்,” என்று கூறிவிட்டு, குனிந்து அவருடைய மூக்கின் நுனியில் முத்தமிட்டார். தான் குட்டிக்கரணம் போட்டதற்காகத தன் எஜமானியம்மா தன்னைப் பாராட்டியதற்கு ஒரு நாய் எப்படி உணருமோ, அதுபோல ஜூலியன் அப்போது உணர்ந்தார்.

“எக்லெஸ் தம்பதியர் இங்கு வந்திருந்தனர்,” என்று டயானா அவரிடம் கூறினார்.

ஜூலியனின் முகத்தின்மீது யோசனை ரேகைகள் படர்ந்தன. “எக்லெஸ் தம்பதியரா? யார் அவர்கள்? எனக்கு

நினைவில்லையே?"

"உங்களுக்கு அவர்களைத் தெரியாது. நம்முடைய தேவாலயத்தில் மரணமடைந்த நபரின் சகோதரியும் அவருடைய கணவரும்தாம் அவர்கள்."

"ஓ! நீ என்னைக் கூப்பிட்டிருந்திருக்கலாம்."

"அதற்குத் தேவையே இருக்கவில்லை. அவர்களுக்கு ஆறுதல் கொஞ்சங்கூடத் தேவைப்படவில்லை." பின்னர் டயானா தொடர்ந்து அவரிடம் இவ்வாறு கேட்டார்: " 'பர்ரோஸ் அன்ட் போர்ட்மேன்' என்ற பிரபலமான கடையில் பெரும் தள்ளுபடி விலைகளில் சில பொருட்களை வாங்குவதற்காக நாளை நான் லண்டன் போகப் போகிறேன். உங்களுக்கான சாப்பாட்டை நான் சமைத்து வைத்துவிட்டுப் போனால், நீங்கள் அதை அடுப்பில் சூடாக்கிச் சாப்பிட்டுக் கொள்வீர்களா?"

"அங்கு என்ன விற்பார்கள்?" என்று ஜூலியன் கேட்டார்.

"கட்டில் விரிப்புகள், மேசை விரிப்புகள், துண்டுகள், கண்ணாடி துடைக்கும் துணிகள் போன்றவற்றை அங்கு விற்பர். அதற்கு 'வெள்ளைத் தள்ளுபடி' என்று பெயர். அதோடு, ஒரு விஷயமாக ஜேன் மார்ப்பிள் அத்தையையும் நான் பார்க்க வேண்டியிருக்கிறது."

* * *

டயானா குறிப்பிட்டிருந்த ஜேன் மார்ப்பிள் என்ற அந்த முதிய பெண்மணி, லண்டன் நகரத்தில் இரண்டு வாரங்கள் தங்கி அங்கிருந்த பல விஷயங்களை அனுபவிப்பதற்காக வந்திருந்தார். லண்டனில் தன்னுடைய மருமகன் ரேமன்ட் வெஸ்டின் அடுக்ககத்தில் அவர் தங்கியிருந்தார்.

தன்னைப் பார்க்க வந்திருந்த டயானாவிடம், "ரேமன்டும் அவனுடைய மனைவியும் இரண்டு வாரங்களுக்கு அமெரிக்கா சென்றுள்ளனர். அதனால் இங்கு வந்து தங்கியிருக்குமாறு அவர்கள் என்னிடம் கேட்டுக் கொண்டனர்," என்று கூறிய மார்ப்பிள், "நீ எதற்காக என்னைப் பார்க்க விரும்பினாய்? முதலில் அதைச் சொல்," என்று கேட்டார்.

டயானா மார்ப்பிளின் ஞானஸ்நான குழந்தைகளில் அவருக்கு மிகவும் பிடித்தமானவர். மார்ப்பிள் டயானாவைக் கனிவுடன் பார்த்தார்.

டயானா தன் கதையைக் கூறினார். அது சுருக்கமானதாகவும் தெளிவானதாகவும் இருந்தது. டயானா கதையை முழுமையாகக் கூறி முடித்ததும், "சரி எனக்கு விஷயங்கள் புரிகின்றன," என்று மார்ப்பிள் கூறினார்.

“இதற்காகத்தான் இதை உங்களிடம் கூறுவதற்காக நான் இங்கு வந்தேன். ஏனெனில், நான் அந்த அளவு புத்திசாலி அல்லள்,” என்று டயானா கூறினார்.

“அப்படியெல்லாம் இல்லை. நீ புத்திசாலிதான்.”

“ஆனால், நான் ஜூலியன் அளவு பெரும் புத்திசாலி கிடையாது.”

“அது உண்மைதான். ஜூலியன் ஓர் அறிவுஜீவி. ஜூலியனிடம் பரந்துபட்ட அறிவு இருக்கிறது. ஆனால், உன்னிடம் எதார்த்த அறிவு இருக்கிறது.”

“எனக்கு என்ன செய்வதென்றே தெரியவில்லை. அதனால்தான் உங்களிடம் வந்தேன். இதைப் பற்றி ஜூலியனிடம் விவாதிக்க முடியாது. ஏனெனில், அவர் அநியாயத்திற்கு ஒழுக்கமுடைமையில் பற்று கொண்டுள்ளவர்.”

“நீ சொல்ல வருவது எனக்குப் புரிகிறது. பெண்களாகிய நாம் வித்தியாசமானவர்கள்,” என்று கூறிய மார்ப்பிள், தொடரந்து பேசினார்: “டயானா, என்ன நடந்தது என்று நீ என்னிடம் கூறினாய். அது குறித்து நீ என்ன நினைக்கிறாய் என்று சொல்.”

“இதில் எல்லாமே தப்பாக இருக்கிறது. தேவாலயத்திற்கு வந்து இறந்து போன நபருக்குப் புகலிடம் பற்றி நன்றாகவே தெரிந்திருக்கிறது. அதை ஜூலியன் எவ்வாறு சொல்வாரோ, அதேபோலவே அந்த நபர் கூறினார். அதை வைத்துப் பார்க்கும்போது, அந்த நபர் நன்றாகப் படித்த, அறிவார்ந்த ஒருவராக இருக்க வேண்டும் என்று தோன்றுகிறது. அவர் தன்னைத் தானே சுட்டுக் கொண்டிருந்தால், அவர் தேவாலயத்திற்குள் தன்னை இழுத்துக் கொண்டு வந்து ‘புகலிடம்’ என்று கூறியிருந்திருக்க மாட்டார். துரத்தப்பட்டுக் கொண்டிருக்கின்ற ஒரு நபர் தேவாலயத்தில் அடைக்கலம் பெறுகின்றபோது பயன்படுத்துகின்ற வார்த்தைதான் புகலிடம். அப்போது நீங்கள் பாதுகாப்பாக உணர்வீர்கள். உங்களைத் துரத்திக் கொண்டிருப்பவர்களால் உங்களைத் தொட முடியாது. ஒரு காலத்தில், நீங்கள் தேவாலயத்திற்குள் தஞ்சம் புகுநதுவிட்டால், சட்டத்தாலேயே உள்ளே நுழைய முடியாத ஒரு நிலை இருந்தது.”

அப்படிச் சொல்லிய டயானா ஒரு கேள்விக்குறியுடன மார்ப்பிளை நிமிர்ந்து பார்த்தார். மார்ப்பிள் தலையசைத்து அதை ஆமோதித்தார். டயானா தொடர்ந்தார்: “ஆனால் அந்த எக்லெஸ் தம்பதியர் முற்றிலும் வேறு மாதிரியாக இருந்தனர். அவர்கள் அறியாமையில் உழன்றவர்களாகவும் காடுமுரடானவர்களாகவும் இருந்தனர். மறறொரு

விஷயம். இறந்து போன அந்த மனிதரிடம் இருந்த கைக்கடிகாரத்தின் பின்புறத்தில் 'டபிள்யூ. எஸ்.' என்ற எழுத்துகள் பொறிக்கப்பட்டிருந்தன. ஆனால் அதன் உட்புறத்தில் – அதை நான் திறந்து பார்த்தேன் – மிகச் சிறிய எழுத்துகளில், 'வால்ட்டருக்கு, அப்பாவிடமிருந்து!' என்ற வாசகம் பொறிக்கப்பட்டிருந்தது. அதில் ஒரு தேதியும் இடம் பெற்றிருந்தது. ஆனால், எக்லெஸ் தம்பதியர் அந்நபரை எப்போதும் வில்லியம் என்றே அழைத்தனர்."

மார்ப்பிள் பேசுவதற்காக வாயைத் திறந்தார். ஆனால், அதற்குள் டயானா மீண்டும் பேசத் துவங்கிவிட்டார். "உங்களுடைய அதிகாரபூர்வமான பெயரும் உங்களுடைய நெருங்கிய சொந்தக்காரர்கள் உங்களை அழைக்கின்ற பெயரும் வித்தியாசப்படலாம் என்பதை நான் அறிவேன். உங்களுக்கு இடப்பட்டப் பெயர் வில்லியமாக இருந்து, நீங்கள் 'கேரட்' என்றோ, 'போன்டா' என்றோ அழைக்கப்படலாம். ஆனால், ஒரு வால்ட்டரை எந்தவொரு சகோதரியும் வில்லியம் என்று அழைக்க மாட்டாள்."

"வந்திருந்தது அந்த நபருடைய சகோதரி அல்லள் என்று நீ சொல்ல வருகிறாயா?"

"ஆமாம். இறந்து போன நபருடைய சகோதரியாக அவள் இருப்பதற்குச் சாத்தியமே இல்லை. அத்தம்பதியர் இருவருமே இனிமையற்றவர்களாக இருந்தனர். இறப்பதற்கு முன் 'வில்லியம்' ஏதாவது சொன்னாரா என்பதைத் தெரிந்து கொள்ளவும், அவருடைய உடைமைகளைப் பெறவுமே அவர்கள் எங்கள் வீட்டுக்கு வந்திருந்தனர். அவர் எதுவும் சொல்லவில்லை என்று நான் அவர்களிடம் கூறியபோது, அவர்கள் நிம்மதியடைந்ததை அவர்களுடைய முகங்களில் என்னால் பார்க்க முடிந்தது. அந்நபரைச் சுட்டது எக்லெஸாகத்தான் இருக்க வேண்டும் என்று நான் நினைக்கிறேன்."

"அப்படியானால், இது ஒரு கொலையா?"

"ஆமாம். அதனால்தான் நான் உங்களிடம் வந்தேன்."

டயானாவின் வார்த்தைகள் சாதாரணமானவையாகத் தோன்றலாம். ஆனால், சில தளங்களில் புத்திசாலித்தனமாகக் கொலையாளிகளைக் கண்டுபிடிக்கக்கூடிய ஒருவர் என்ற நற்பெயருக்குச் சொந்தக்காரராக மார்ப்பிள் திகழ்ந்தார்.

"அந்நபர் இறப்பதற்கு முன் என்னைப் பார்த்து 'தயவு செய்து' என்று கூறினார்," என்று டயானா தெரிவித்தார். "அவருக்காக நான் ஏதோ ஒன்றைச் செய்ய வேண்டும் என்று அவர் விரும்பினார். ஆனால், அது என்ன என்று தெரியாமல் நான் தவித்துக் கொண்டிருக்கிறேன்."

மார்ப்பிள் ஓரிரு நிமிடங்கள் யோசித்துவிட்டு, டயானாவிடம், "இறந்து போன நபர் எதற்காக உங்களுடைய தேவாலயத்திற்கு வர வேண்டும்?" என்று கேட்டார்.

"உங்களுக்கு ஒரு புகலிடம்தான் வேண்டுமென்றால், நீங்கள் எந்தவொரு தேவாலயத்திலும் புகுந்து கொள்ளலாம். ஒரு நாளைக்கு நான்கு முறை மட்டுமே பேருந்து போகின்ற ஒரு தனிமையான இடத்திற்கு அவர் எதற்காகச் செல்ல வேண்டும் என்ற அர்த்தத்தில் நீங்கள் கேட்கிறீர்களா?"

"ஆமாம். அவர் அங்கு ஏதோ ஒரு நோக்கத்திற்காகத்தான் வந்திருக்க வேண்டும். அவர் அங்கு யாரோ ஒருவரைப் பார்க்க வந்திருக்க வேண்டும். உங்கள் ஊரான சிப்பிங் கிளெக்ஹார்ன் ஒரு பெரிய இடமல்ல. அதனால், அவர் அங்கு யாரைப் பார்க்க வந்திருந்தார் என்பது குறித்து உனக்கு ஏதாவது யோசனை இருந்தாக வேண்டும்."

டயானா தன் சிற்றூர்வாசிகளை ஒவ்வொருவராகத் தன் மனத்தில் சீர்தூக்கிப் பார்த்தார். பின்னர் தலையாட்டியபடி, "அது அவர்களில் யாராக வேண்டுமானாலும் இருக்கலாம்," என்று அவர் கூறினார்.

"அந்நபர் யாருடைய பெயரையும் குறிப்பிடவில்லையா?"

"அவர் ஜூலியனின் பெயரைக் குறிப்பிட்டார். அல்லது அப்படி அவர் கூறியதாக நான் நினைத்துக் கொண்டேன். அவர் ஜூலியா என்றுகூடச் சொல்லியிருந்திருக்கலாம். ஆனால், ஜூலியா என்று எவரும் எங்கள் ஊரில் கிடையாது."

டயானா அந்தக் காட்சியை மீண்டும் தன் மனத்தில் ஓடவிட்டார். இறந்து போன நபர் அங்கு விழுந்து கிடந்தது, அந்த வண்ணக் கண்ணாடிச் சன்னல் வழியாக நீலம் மற்றும் சிவப்பு நிற ஒளி 'நகைகளைப்போல' உள்ளே புகுந்தது போன்றவை அவருடைய நினைவுக்கு வந்தன.

"நகைகள்!" என்று மார்ப்பிள் யோசனையுடன் கூறினார்.

"இப்போது, இருப்பதிலேயே மிகவும் முக்கியமான விஷயத்திற்கு நான் வருகிறேன்," என்று டயானா கூறினார். "நான் இன்று இங்கு வந்ததற்கான முக்கியக் காரணம் அதுதான். எக்லெஸ் தம்பதியர் அந்நபரின் கோட்டைப் பெறுவதற்கு மிகவும் அலப்பறை செய்தனர். டாக்டர் அவரைப் பரிசோதிக்க முயன்றபோது, நாங்கள் அந்தக் கோட்டைக் கழற்றினோம். அது மிகவும் பழைய, அழுக்கான, கசங்கிய நிலையில் இருந்த ஒரு கோட். அதை வலுக்கட்டாயமாகக் கேட்டுப் பெறுவதற்கு எக்லெஸ் தம்பதியருக்கு எந்த முகாந்திரமும் கிடையாது. இறந்தவரின் நினைவாகத் தாங்கள் அதை வைத்துக் கொள்ள விரும்பியதாக அவர்கள் அவிழ்த்துவிட்டக் கதை

அபத்தமானது.

“எது எப்படியோ, நான் அதை எடுத்து வருவதற்காக மாடிக்குச் சென்று கொண்டிருந்தபோது, ஒரு விஷயம் என் நினைவுக்கு வந்தது. அந்நபர் எங்கள் வீட்டு சோபாவில் படுக்க வைக்கப்பட்டிருந்தபோது, அவருடைய இடது கை எதையோ பிடுங்க முயற்சி செய்ததுபோல இயங்கிக் கொண்டிருந்தது. அவர் தன் கோட்டை நோண்டிக் கொண்டிருந்தது போன்ற ஒரு பாவனையாக அது இருந்தது. அதனால், நான் மாடிக்குச் சென்று அந்தக் கோட்டை எடுத்தபோது, அதை முழுமையாகச் சோதித்தேன். அந்தக் கோட்டின் ஓரிடத்தில் தையல் பிரிக்கப்பட்டு, வேறு ஒரு நூலால் மீண்டும் தைக்கப்பட்டிருந்தது என் கண்களில் பட்டது. அதனால், நான் அந்தத் தையலைப் பிரித்தேன். அதற்குள் ஒரு சிறிய காகிதம் இருந்தது. அதை நான் வெளியே எடுத்துவிட்டு, மீண்டும் கிட்டத்தட்ட அதே போன்ற ஒரு நூலால் அந்த இடத்தைத் தைத்துவிட்டேன். நான் அதைக் கவனமாகச் செய்திருந்தேன் என்பதால், அதை நான்தான் செய்திருப்பேன் என்று எக்லெஸ் தம்பதியரால் கண்டுபிடிக்க முடியாது என்று நான் நம்பினேன். அதனால், நான் அந்தக் கோட்டை அவர்களிடம் கொண்டு சென்று கொடுத்தேன். தாமதத்திற்கு ஏதோ சாக்குப்போக்கைக் கூறி நான் எப்படியோ சமாளித்தேன்.”

“அந்தக் கோட்டிலிருந்து நீ வெளியே எடுத்திருந்த அந்தச் சிறிய காகிதம் எங்கே?” என்று மார்ப்பிள் கேட்டார்.

டயானா தன் கைப்பையைத் திறந்து அக்காகிதத்தை வெளியே எடுத்துவிட்டு, “நான் இதை ஜூலியனிடம் காட்டவில்லை,” என்று கூறினார். “அப்படி நான் காட்டியிருந்தால், அதை நான் எக்லெஸ் தம்பதியரிடம் ஒப்படைத்திருக்க வேண்டும் என்று அவர் எனக்கு அறிவுரை வழங்கியிருப்பார். அதனால், அதை நான் உங்களிடம் கொண்டு வந்து கொடுக்க முடிவு செய்தேன்.”

அக்காகிதத்தைக் கையில் வாங்கிப் பார்த்த மார்ப்பிள், “இது இரயில் நிலையங்களில் பயணப்பெட்டிகளைப் பத்திரப்படுத்தி வைக்கின்றபோது கொடுக்கப்படுகின்ற இரசீது,” என்று கூறினார். பின் அவர் அதை உற்றுப் பார்த்துவிட்டு, “இதில் ‘பேடிங்டன் இரயில் நிலையம்’ என்று அச்சிடப்பட்டுள்ளது,” என்று தெரிவித்தார்.

“பேடிங்டன் இரயில் நிலையத்திற்குத் திரும்பிச் செல்வதற்கான ஒரு பயணச்சீட்டு அந்நபரின் பாக்கெட்டில் இருந்தது,” என்று டயானா கூறினார்.

அவ்விரு பெண்களின் கண்களும் சந்தித்துக் கொண்டன.

“நாம் செயலில் இறங்குவதற்கான வேளை வந்துவிட்டது,” என்று மார்ப்பிள் சுறுசுறுப்பாகக் கூறினார். “ஆனால், நாம் மிகவும் ஜாக்கிரதையாக இருப்பது நல்லது. இன்று நீ லண்டனுக்கு வந்தபோது உன்னை யாராவது பின்தொடர்ந்தார்களா என்பது உனக்குத் தெரியுமா?”

“என்ன சொல்கிறீர்கள்? என்னைப் பின்தொடர்வதா?” என்று டயானா வியப்பால் கூச்சலிட்டார்.

“அதற்கான சாத்தியக்கூறு இருக்கிறது என்றுதான் நான் நம்புகிறேன். அப்படி இருக்கின்ற ஒரு சூழலில் நாம் மிகுந்த முன்னெச்சரிக்கையோடு செயல்பட வேண்டும்,” என்று கூறிவிட்டு மார்ப்பிள் சுறுசுறுப்புடன் எழுந்தார். “ ‘பர்ரோஸ் அன்ட் போர்ட்மேன்’ என்ற பிரபலமான கடையில் தள்ளுபடி விலையில் சிலவற்றை வாங்கப் போவதாகச் சொல்லிவிட்டுத்தானே நீ இங்கு வந்திருக்கிறாய்? அதனால், இப்போது நாம் அந்தத் தள்ளுபடி விற்பனைக் கடைக்குச் செல்லலாம். கிளம்புவதற்கு முன் நான் சில ஏற்பாடுகளைச் செய்தாக வேண்டும். அதோடு, புள்ளிகள் போடப்பட்ட, பீவர் ரோமத்தில் செய்யப்பட்ட ஒரு டுவீடு கோட் இப்போது எனக்கு வேண்டும்.”

* * *

சுமார் ஒன்றரை மணிநேரம் கழித்து, அந்த இரண்டு பெண்மணிகளும், கை நிறைய விரிப்புகளையும் துண்டுகளையும் தூக்க முடியாமல் தூக்கிக் கொண்டு ஓர் உணவகத்திற்குள் நுழைந்தனர். அவர்கள் சில உணவுப் பதார்த்தங்களை ஆர்டர் செய்தனர்.

“இந்த முகம் துடைக்கும் துண்டுகளில் ‘ஜே’ என்ற எழுத்து பொறிக்கப்பட்டிருக்கிறது. அதிர்ஷ்டவசமாக, என் மருமகன் ரேமன்டின் மனைவியின் பெயர் ஜோன். இதை நான் பயன்படுத்தாமல் தனியாக எடுத்து வைத்துவிடப் போகிறேன்,” என்று மார்ப்பிள் கூறினார்.

“இந்தக் கண்ணாடி துடைக்கின்ற துணிகள் அந்த அளவுக்கு மலிவானவை அல்ல என்றாலும், அவை எனக்கு அவசியம் தேவை,” என்று டயானா கூறினாள்.

அப்போது, தாராளமாக உதட்டுச் சாயமும் ஒப்பனையும் அணிந்திருந்த ஒரு பெண் அந்த உணவகத்திற்குள் நுழைந்தாள். ஓரிரு கணங்கள் தன் கண்களை அங்குமிங்கும் ஓடவிட்ட அவள், நேராக மார்ப்பிள் இருந்த மேசையை நோக்கி வந்து, மார்ப்பிளின் கையருகே ஒரு கடித உறையை வைத்தாள்.

“இது உங்களுக்குத்தான்,” என்று அந்தப் புதிய பெண் கூறினாள்.

“மிகவும் நன்றி, கிளேடிஸ்,” என்றார் மார்ப்பிள்.

“தங்களுக்கு உதவி செய்ய எனக்கு ஒரு வாய்ப்புக் கிடைத்தது எனக்கு மகிழ்ச்சியளிக்கிறது,” என்றாள் கிளேடிஸ். “எர்னி எப்போதும் என்னிடம், ‘நீ கற்றுக் கொண்டுள்ள அனைத்துச் சிறப்பான விஷயங்களும் நீ மார்ப்பிளிடமிருந்து கற்றுக் கொண்டவையே,’ என்று கூறுவான். அதனால் உங்களுக்கு உதவுவது எப்போதும் எனக்கு மகிழ்ச்சியளிக்கும்.”

கிளேடிஸ் அங்கிருந்து சென்றதும், மார்ப்பிள் டயானாவிடம், “கிளேடிஸ் ஒரு நல்ல பெண். எப்போதும் எனக்கு உதவத் தயாராக இருப்பவள்,” என்று கூறினார்.

மார்ப்பிள் அந்த கடித உறைக்குள் எட்டிப் பார்த்துவிட்டு அதை டயானாவிடம் கொடுத்தார். “இப்போது நீ மிகவும் கவனமாக இருக்க வேண்டும். ஆமாம், மெல்செஸ்டரில் இருந்த அந்த இளம் காவல் ஆய்வாளர் இப்போதும் அங்கேதான் இருக்கிறாரா?”

“எனக்குத் தெரியாது. அவர் அங்கேதான் இருக்க வேண்டும்,” என்றார் டயானா.

“அப்படி இல்லையென்றால், என்னால் தலைமைக் காவலரைத் தொலைபேசியில் அழைக்க முடியும். அவர் என்னை நினைவு வைத்திருப்பார் என்று நம்புகிறேன்.”

“அவர் கண்டிப்பாக உங்களை நினைவு வைத்திருப்பார். உங்களைச் சந்திக்கின்ற எல்லோருமே உங்களை நினைவில் வைத்திருப்பர். நீங்கள் தனித்துவமானவர்.” பின் டயானா அங்கிருந்து எழுந்தார்.

* * *

டயானா பேடிங்டன் இரயில் நிலையத்தை அடைந்து, பயணப்பெட்டிகளைப் பத்திரப்படுத்தி வைத்திருக்கும் இடத்திற்குச் சென்று தன் கையில் வைத்திருந்த இரசீதை அங்கிருந்த நபரிடம் கொடுத்தார். சிறிது நேரத்தில், அழுக்கான, பழைய பயணப்பெட்டி ஒன்று அவரிடம் கொடுக்கப்பட்டது. அதைத் தூக்கிக் கொண்டு டயானா இரயில்வே பிளாட்பாரத்திற்கு வந்தார்.

இரயில் எந்தப் பிரச்சனையும் இல்லாமல் சிப்பிங் கிளெக்ஹார்ன் நிலையத்தை வந்தடைந்தது. டயானா அந்தப் பழைய பயணப்பெட்டியோடு இரயிலிலிருந்து கீழே இறங்கினார். மறுகணம், எங்கிருந்தோ பாய்ந்து வந்த

ஒருவன் வேகமாக அந்தப் பயணப்பெட்டியை அவளுடைய கையிலிருந்து தட்டிப் பறித்துக் கொண்டு ஓடிவிட்டான்.

"அவனைப் பிடியுங்கள்! அவன் என் பெட்டியைத் திருடிக் கொண்டு ஓடுகிறான்!" என்று டயானா கத்தினார்.

அங்கு நின்று கொண்டிருந்த பயணச்சீட்டுப் பரிசோதகர், பெட்டியைத் தூக்கிக் கொண்டு ஓடிய நபரை வழிமறித்து, "இங்கு இதெல்லாம் நடக்காது!" என்று கூறினார். ஆனால், பெட்டியைப் பறித்தவன் அவருடைய நெஞ்சில் ஓங்கி அடித்து அவரை ஓர் ஓரமாகத் தள்ளிவிட்டு அந்த நிலையத்தைவிட்டு வெளியே ஓடினான். அங்குத் தயாராகக் காத்துக் கொண்டிருந்த ஒரு காரை நோக்கிச் சென்ற அவன், பெட்டியைக் காருக்குள் தூக்கி எறிந்துவிட்டுக் காருக்குள் ஏறப் போனான். அப்போது அவனுடைய தோள்மீது ஒரு கை விழுந்தது. அந்தக் கைக்குச் சொந்தக்காரரான காவலர் ஏபல், "என்ன இது?" என்று கேட்டார்.

மூச்சுவாங்கியபடி அங்கு ஓடி வந்த டயானா, "இது என் பெட்டி. நான் இரயிலிருந்து இறங்கியதும் இதை இவன் என்னிடமிருந்து தட்டிப் பறித்துத் தூக்கிக் கொண்டு வந்துவிட்டான்," என்று அந்தக் காவலரிடம் கூறினார்.

"அபத்தம். இந்தப் பெண்மணி ஏன் இப்படிச் சொல்கிறார் என்று எனக்குத் தெரியவில்லை. இது என் பெட்டி. இப்போதுதான் நான் இரயிலிருந்து இறங்கினேன்," என்று அவன் வாதிட்டான்.

அவன் டயானாமீது ஒரு வெற்றுப் பார்வையை வீசினான். டயானாவும் அந்த உள்ளூர் காவலரான ஏபலும் ஒருவரையொருவர் நன்றாக அறிந்தவர்கள். ஏபலின் வேலை நேரத்திற்குப் பிறகு, ரோஜா செடிகளுக்கு எந்த உரம் சிறந்தது என்பது உட்படப் பல விஷயங்களைப் பற்றி அவர்கள் இருவரும் அடிக்கடிக் கூடி பேசியிருந்தனர் என்பதை எவரொருவராலும் ஊகித்திருக்க முடியாது.

ஏபல் டயானவைப் பார்த்து, "இது உங்கள் பெட்டி என்று நீங்கள் கூறுகிறீர்கள், அப்படித்தானே?" என்று கேட்டார்.

"ஆமாம். உறுதியாக!"

"சார், நீங்கள்?" என்று ஏபல் அந்த நபரிடம் கேட்டார்.

"இது என் பெட்டி," என்றான் அவன்.

உயரமாக இருந்த அவன் நேர்த்தியான ஆடைகளை அணிந்திருந்தான். அவனுடைய குரல் கம்பீரமாக இருந்தது. அவனுடைய நடத்தை நேர்த்தியாக இருந்தது. அந்தக் காருக்குள்ளே இருந்து ஒரு பெண் குரல் கேட்டது. "எட்வின், இது உங்களுடைய பெட்டிதான். இந்தப் பெண்மணி ஏன்

இப்படிச் சொல்கிறார் என்று தெரியவில்லை," என்று அக்குரல் கூறியது.

"இந்தப் பிரச்சனையை நாம் இப்போது தீர்த்தாக வேண்டும்," என்று ஏபல் கூறினார். அவர் டயானாவின் பக்கம் திரும்பி, "இதில் என்ன இருக்கிறது?" என்று கேட்டார்.

"புள்ளிகள் போடப்பட்ட, பீவர் ரோமத்தில் செய்யப்பட்ட ஒரு டுவீடு கோட், கம்பளியால் ஆன இரண்டு ஜம்பர்கள், ஒரு ஜோடி காலணிகள் ஆகியவை இதற்குள் இருக்கின்றன."

"அது போதும்," என்று கூறிய ஏபல், அந்த நபரை நோக்கித் திரும்பினார்.

அவன் தனக்குத் தானே முக்கியத்துவம் கொடுத்துக் கொள்கின்ற ஒரு குரலில், "நான் நாடகங்களுக்கான உடை வடிவமைப்பாளர். சில நாடக உடைகள் இதற்குள் இருக்கின்றன," என்று கூறினான்.

"சரி," என்று கூறிய ஏபல், "ஒன்று, நாம் காவல் நிலையத்திற்குச் சென்று இந்த பெட்டியில் என்ன இருக்கிறது என்று திறந்து பார்க்கலாம். அல்லது நீங்கள் அவசரமாகச் செல்ல வேண்டியிருந்தால், இரயில் நிலையத்திற்குள் சென்று இதைத் திறந்து பார்த்துவிடலாம்," என்று பரிந்துரைத்தார்.

அந்த நபர், "சரி. இங்கே இரயில் நிலையத்தில் வைத்தே திறந்து பார்த்துவிடலாம்," என்று கூறிவிட்டு, "என் பெயர் எட்வின் மாஸ்," என்று தன்னை அறிமுகப்படுத்திக் கொண்டான்.

அவர்கள் மூவரும் மீண்டும் அந்த இரயில் நிலையத்திற்குள் சென்றனர். ஏபல் அங்கிருந்த பயணச்சீட்டுப் பரிசோதகரிடம், "ஜார்ஜ், நான் இந்தப் பெட்டியைச் சோதிக்க வேண்டியிருக்கிறது. உள்ளேயுள்ள பார்சல் அலுவலகத்தைப் பயன்படுத்திக் கொள்கிறேன்," என்று கூறினார்.

ஏபல் பார்சல் அலுவலகத்திற்குள் நுழைந்து, அங்கிருந்த ஒரு மேடைமீது அந்தப் பெட்டியை வைத்தார். அதன் ஒரு புறம் டயானாவும் மறுபுறம் எட்வினும் நின்று கொண்டனர். அவர்கள் ஒருவரையொருவர் கோபத்துடன் பார்த்தபடி நின்றனர்.

அந்தப் பெட்டி பூட்டப்பட்டிருக்கவில்லை. ஏபல் அந்தப் பெட்டியின் மூடியைத் திறந்தார்.

அதற்குள், புள்ளிகள் போடப்பட்ட, பீவர் ரோமத்தில் செய்யப்பட்ட ஒரு டுவீடு கோட்டும், கம்பளியால் ஆன இரண்டு ஜம்பர்களும், ஒரு ஜோடி காலணிகளும் இருந்தன.

டயானாவின் பக்கம் திரும்பிய ஏபல், "மேடம், துல்லியமாக நீங்கள் கூறியபடி அப்படியே இருக்கின்றன," என்று

தெரிவித்தார்.

எட்வின் காட்டிய திகைப்பும் குற்றவுணர்வும் நம்புதற்கரியவையாக இருந்தன.

டயானாவின் பக்கம் திரும்பிய எட்வின், "என் நடத்தை மன்னிக்கப்பட முடியாதது என்று எனக்குத் தெரியும். ஆனாலும் நான் உங்களிடம் மன்னிப்புக் கேட்டுக் கொள்கிறேன். மனப்பூர்வமாக மன்னிப்புக் கேட்கிறேன்," என்று கூறிவிட்டு, தன் கைக்கடிகாரத்தில் மணி பார்த்துவிட்டு, "இப்போது நான் அவசரமாக இங்கிருந்து சென்றாக வேண்டும். ஒருவேளை என் பெட்டி இரயிலிலேயே இருக்கிறதோ என்னவோ," என்று கூறினான். பிறகு, அங்கிருந்தோருக்கு வணக்கம் சொல்கின்ற விதமாக அவன் தன் தொப்பியை இலேசாக மேலே உயர்த்தி பிறகு இறக்கிவிட்டு, மீண்டும் ஒரு முறை டயானாவிடம் தேனொழுக மன்னிப்புக் கேட்டுவிட்டு, அந்தப் பார்சல் அலுவலகத்தைவிட்டு வேகமாக வெளியேறினான்.

டயானா ஏபலைப் பார்த்து, "அவன் அப்படித் தப்பித்துச் செல்ல நீங்கள் அனுமதிக்கப் போகிறீர்களா?" என்று கேட்டார்.

ஏபல் அவரைப் பார்த்து இலேசாகக் கண்ணடித்தார்.

"அவனால் வெகுதூரம் போக முடியாது," என்று ஏபல் கூறினார். "அதாவது, எங்களுடைய கண்காணிப்பை மீறி அவனால் வெகுதூரம் போய்விட முடியாது என்ற அர்த்தத்தில் நான் கூறுகிறேன்."

"ஓ!" என்று டயானா நிம்மதியுடன் கூறினார்.

"அந்த முதிய பெண்மணி தொலைபேசியில் என்னை அழைத்தார்," என்று ஏபல் கூறினார். "சில ஆண்டுகளுக்கு முன் அவர் இங்கு வந்திருந்தது என் நினைவுக்கு வருகிறது. அவர் மிகவும் புத்திசாலிப் பெண்மணி. இன்று இது விஷயமாகப் பல காரியங்கள் நடந்தேறக்கூடும். இது விஷயமாக என்னுடைய மேலதிகாரிகள் நாளை காலையில் உங்களைச் சந்திப்பார்கள்."

* * *

மறுநாள் டயானாவைச் சந்திப்பதற்குக் காவல் ஆய்வாளர் கிரடாக் வந்தார். அவர்தான் மார்ப்பிள் குறிப்பிட்டிருந்த நபர். அவர் ஒரு பழைய நண்பரைப்போல ஒரு புன்னகையுடன் டயானாவுக்குக் காலை வணக்கம் கூறினார்.

"சிப்பிங் கிளெக்ஹார்னில் மீண்டும் ஒரு குற்றம் நிகழ்ந்துள்ளது. இங்குப் பரபரப்புக்குப் பஞ்சமேயில்லை," என்று கிரடாக் குறிப்பிட்டார்.

"என்னைப் பொறுத்தவரை, இங்குக் குற்றங்கள் குறைவாக

இருந்தால் நன்றாக இருக்கும்," என்று டயானா கூறினார். "இப்போது நீங்கள் என்னிடம் கேள்வி கேட்பதற்காக வந்திருக்கிறீர்களா, அல்லது ஒரு மாறுதலுக்காக, என்னிடம் விஷயங்களைச் சொல்வதற்காக வந்திருக்கிறீர்களா?"

"முதலில் உங்களிடம் விஷயங்களைச் சொல்லிவிடுகிறேன்," என்றார் கிரடாக். "எக்லெஸ் தம்பதியரைச் சிறிது காலமாகவே நாங்கள் கண்காணித்து வந்துள்ளோம். இப்பகுதியில் பல கொள்ளைகளுக்குப் பின்னால் அவர்கள் இருந்திருக்கலாம் என்று நாங்கள் சந்தேகிக்கிறோம். திருமதி எக்லெஸிற்கு வில்லியம் சான்ட்போர்ன் என்ற ஒரு சகோதரர் இருப்பது உண்மைதான். ஆனால், நேற்று இங்கு இறந்து போன நபர் அவரல்லர்."

"இறந்து போனது அவரல்லர் என்பது எனக்குத் தெரியும்," என்று டயானா கூறினார். "அவருடைய பெயர் வில்லியம் அல்ல, வால்ட்டர்."

கிரடாக் தலையசைத்து அதை ஒப்புக் கொண்டார். "அவருடைய பெயர் வால்ட்டர் செயின்ட் ஜான். நாற்பத்தெட்டு மணிநேரத்திற்கு முன் அவர் சாரிங்டன் சிறையிலிருந்து தப்பிவிட்டார்."

'சட்டத்தால் வேட்டையாடப்பட்ட அவர் தேவாலயத்தில் தஞ்சம் புகுந்தார்,' என்று தனக்குள் கூறிக் கொண்ட டயானா, கிரடாக்கிடம், "அவர் என்ன செய்தார்?" என்று கேட்டார்.

"அது ஒரு சிக்கலான கதை. சில ஆண்டுகளுக்கு முன், ஜுபைதா என்ற மேடைப் பெயர் கொண்ட நடன மங்கை ஒருத்தி இருந்தாள். அவள் இசையரங்குகளில் நடனமாடினாள். 'அலாவுதீனும் குகை நகைகளும்' என்ற இசைநாடகத்திற்குப் பெயர்போனவள் அவள். அதில் அவள் சில நகைகளைத் தவிர வேறு எதுவும் அணிந்திருக்க மாட்டாள். அவளுக்குப் பெரிதாக நடனமாடத் தெரியாது என்றாலும், அவள் மிகவும் கவர்ச்சிகரமாக இருப்பாள். அவளுடைய வலையில் விழுந்தவர்களில் ஓர் ஆசிய இராஜாவும் ஒருவர். அவர் அவளுக்குப் பல பரிசுப் பொருட்களை வழங்கினார். மரகதக்கற்கள் பதிக்கப்பட்ட ஒரு பிரபலமான நெக்லஸ் அவற்றில் ஒன்று."

"வரலாற்றுப் பெருமைமிக்க இராஜ நகைகளா?" என்று டயானா பரவசத்தோடு கேட்டார்.

"இல்லை. அதன் ஒரு நவீன வடிவம் என்று கூறுவது பொருத்தமாக இருக்கும். அவர்களுடைய உறவு நெடுநாள் நீடிக்கவில்லை. அந்த இராஜாவின் கவனம் ஒரு பிரபல நடிகையின்மீது இலயிக்கத் தொடங்கியதுதான் அதற்குக்

காரணம். ஜுபைதா வைத்திருந்த அந்த நெக்லஸ் ஒரு நாள் களவாடப்பட்டது. அந்த நாடகக்காரி அதைத் தொலைத்துவிட்டதுபோல ஒரு நாடகம் ஆடியிருந்திருக்கக்கூடும் என்றுகூடச் சந்தேகிக்கப்பட்டது.

"அந்த நெக்லஸ் கண்டுபிடிக்கப்படவே இல்லை. ஆனால், அது தொடர்பான விசாரணையின்போது, எங்களுடைய கவனம் இந்த வால்ட்டர் செயின்ட் ஜானின்மீது விழுந்தது. நன்கு படித்திருந்த ஜான், ஊர்பேர் தெரியாத ஒரு நகைக்கடையில் நகை செய்பவராக வேலை பார்த்து வந்தார். நகைக் கொள்ளைகளுக்கு அந்தக் கடை துணை போய்க் கொண்டிருந்ததாக நாங்கள் கருதினோம்.

"அந்த மரகதக்கல் நெக்லஸும் ஜானை வந்தடைந்திருக்க வேண்டும் என்பதற்கான நம்பகமான தகவல்கள் இருந்தன. ஆனால், வேறு ஒரு நகைத்திருட்டில் ஜான் மாட்டிக் கொண்டான். அந்த வழக்கு விசாரிக்கப்பட்டு அவன் சிறைக்கு அனுப்பப்பட்டான். அவனுடைய தண்டனை முடிய சில காலமே மீதமிருந்த நிலையில் அவன் சிறையிலிருந்து தப்பி ஓடியது எங்களுக்கு வியப்பாக இருந்தது."

"சரி, ஆனால் அவன் ஏன் இங்கே வந்தான்?" என்று டயானா கேட்டார்.

"அதைத் தெரிந்து கொள்ள நாங்களும் ஆர்வமாக இருக்கிறோம். சிறையிலிருந்து தப்பிய பிறகு அவன் லண்டனுக்குச் சென்றான். அங்கு அவன் தன்னுடைய பழைய திருட்டுக் கூட்டாளிகள் எவரையும் சந்திக்கவில்லை. ஆனால், திருமதி ஜேக்கப் என்ற வயதான பெண்மணி ஒருவரை அவன் சந்தித்திருந்தான். திருமதி ஜேக்கப், முன்பு நாடகங்களுக்கு ஆடை வடிவமைப்பாளராகப் பணியாற்றி வந்தார். வில்லியம் எதற்காகத் தன்னைச் சந்திக்க வந்தான் என்பதைக் கூற அந்தப் பெண்மணி மறுத்துவிட்டார். ஆனால், அவருடைய அண்டைவீட்டார், ஜான் திருமதி ஜேக்கப்பைப் பார்த்துவிட்டுச் சென்றபோது கையில் ஒரு பயணப்பெட்டியுடன் வெளியேறியதாகத் தெரிவித்தனர்."

"ஓ! இப்போது எனக்குப் புரிகிறது," என்று டயானா கூறினார். "ஜான் அதைப் பேடிங்டன் இரயில் நிலையத்திலுள்ள பயணப்பெட்டிகள் பாதுகாப்பு மையத்தில் வைத்துவிட்டு இங்கு வந்திருக்கிறார்."

"அக்கட்டத்தில், எக்லெஸும், தன்னை எட்வின் என்று கூறிக் கொள்கின்ற நபரும் அவனைப் பின்தொடர்ந்துள்ளனர். அவர்கள் அந்தப் பெட்டியைப் பெற விரும்பியுள்ளனர். அவன் இங்கு வருகின்ற ஒரு பேருந்தில் ஏறியபோது, அவர்கள்

ஒரு காரில் அவனைப் பின்தொடர்ந்திருக்க வேண்டும். ஒரு கட்டத்தில், அவர்கள் அவனுக்கு முன்பாக இங்கே வந்து அவனுக்காகக் காத்துக் கொண்டிருந்திருக்க வேண்டும்."

"அப்படியானால், ஜான் கொலை செய்யப்பட்டாரா?" என்று டயானா கேட்டார்.

"ஆமாம். அவன் சுட்டுக் கொல்லப்பட்டுள்ளான். அந்தக் கைத்துப்பாக்கி எக்லெஸுக்குச் சொந்தமானது. ஆனால், அதை எட்வின்தான் சுட்டிருக்க வேண்டும் என்று நாங்கள் நம்புகிறோம்," என்று கதையை முடித்தக் கிரடாக், டயானாவிடம், "மேடம், பேடிங்டன் இரயில் நிலையத்திலிருந்து எடுக்கப்பட்டப் பெட்டி எங்கே இருக்கிறது என்பதைத் தெரிந்து கொள்ள நாங்கள் விரும்புகிறோம்," என்று கேட்டார்.

டயானா ஒரு பெரிய புன்னகையைத் தன் முகத்தில் படரவிட்டார். "அது இப்போது மார்ப்பிளிடம் வந்து சேர்ந்திருக்கும் என்று நான் நினைக்கிறேன். அதுதான் அவருடைய திட்டம். மார்ப்பிள், புள்ளிபோட்ட டுவீடு கோட்டையும் இன்னும் ஓரிரு பொருட்களையும் தன் பயணப்பெட்டி ஒன்றில் போட்டு, அதைத் தன் வேலைக்காரியிடம் கொடுத்தனுப்பினார். அந்த வேலைக்காரி அப்பெட்டியைப் பேடிங்டன் இரயில் நிலையத்திலுள்ள பெட்டிகள் பாதுகாப்பு மையத்தில் வைத்துவிட்டு, அதற்காகப் பெற்ற இரசீதை என்னிடம் கொடுத்தார். நாங்கள் இருவரும் எங்களுடைய இரசீதுகளை மாற்றிக் கொண்டோம். நான் அந்த இரசீதைக் கொடுத்து, ஆடைகள் வைக்கப்பட்டிருந்த பெட்டியை எடுத்துக் கொண்டு ஊருக்குத் திரும்பினேன். என் பெட்டி திருடப்படலாம் என்று மார்ப்பிள் சந்தேகித்தார். அதை முறியடிக்கத்தான் இந்த ஏற்பாடு."

இப்போது கிரடாக் அகலமாகப் புன்னகைத்தார். "மார்ப்பிள் என்னைத் தொலைபேசியில் அழைத்தபோது என்னிடம் அப்படித்தான் சொன்னார். அவரைப் பார்ப்பதற்காக நான் என்னுடைய காரில் லண்டனுக்குச் செல்லப் போகிறேன். நீங்களும் உடன் வர விரும்புகிறீர்களா?"

அது குறித்து டயானா சிறிது யோசித்தார். பின் கிரடாக்கிடம், "உங்கள் அழைப்புக்கு நன்றி. நேற்று இரவு எனக்குத் திடீரென்று பல்வலி ஏற்பட்டது. எப்படியும் இன்று நான் என்னுடைய பல் மருத்துவரைப் பார்க்கச் செல்ல வேண்டும். அதனால் நான் உங்களுடனேயே வந்துவிடுகிறேன்," என்று தெரிவித்தார்.

* * *

மார்ப்பிள் முதலில் கிரடாக்கின் முகத்தைப் பார்த்தார். அடுத்து, ஆர்வத்துடன் தன்னை நோக்கிக் கொண்டிருந்த டயானாவின் முகத்தை அவர் பார்த்தார். அந்தப் பயணப்பெட்டி அங்கிருந்த ஒரு மேசையின்மீது இருந்தது: "இதை நான் திறந்து பார்க்கவில்லை. ஒரு காவல் அதிகாரியின் முன்னிலையில்தான் அதைத் திறக்க வேண்டும் என்பதில் நான் உறுதியாக இருந்தேன்," என்று கூறிய மார்ப்பிள், முகத்தில் ஒரு குறும்புப் புன்னகையைப் படரவிட்டு, "அது மட்டுமல்ல, இது பூட்டியும் இருக்கிறது," என்று தெரிவித்தார்.

"இதில் என்ன இருக்கலாம் என்று ஊகிக்க விரும்புகிறீர்களா?" என்று கிரடாக் கேட்டார்.

"இதில் ஜுபைதாவின் நாடக ஆடைகள் இருக்கும் என்று நான் நினைக்கிறேன்," என்று கூறிய மார்ப்பிள், "இந்தப் பெட்டியை உடைப்பதற்கு உங்களுக்கு உளி ஏதாவது வேண்டுமா?" என்று கேட்டார்.

அந்த உளி தன் வேலையைச் செவ்வனே நிறைவேற்றியது. அப்பெட்டியின் மூடி திறக்கப்பட்டதும், அங்கிருந்த இரண்டு பெண்களும் வாய் பிளந்து நின்றனர். அதனுள் பல வண்ணங்களில் இருந்த நகைகள் கண்ணைப் பறிக்கும் விதத்தில் ஜொலித்துக் கொண்டிருந்தன.

"ஜுபைதா தன் நாடகங்களில் அணிந்து நடித்திருந்த நகைகள் இவை," என்று மார்ப்பிள் கூறினார்.

கிரடாக் மார்ப்பிளைப் பார்த்து, "ஒருவனைக் கொலை செய்கின்ற அளவுக்குப் பெரும் மதிப்பு வாய்ந்த விஷயம் இதில் என்ன இருக்கிறது என்று நீங்கள் நினைக்கிறீர்கள்?" என்று கேட்டார்.

"ஜுபைதா ஒரு புத்திசாலிப் பெண்," என்று கூறிய மார்ப்பிள், கிரடாக்கிடம், "ஜுபைதா இறந்துவிட்டாள்தானே?" என்று கேட்டார்.

"ஆமாம், மூன்று ஆண்டுகளுக்கு முன் அவள் இறந்துவிட்டாள்."

"ஜுபைதாவிடம் அந்த விலையுயர்ந்த மரகதக்கல் நெக்லஸ் இருந்தது. அவள் அதிலிருந்த கற்களைத் தனியாக எடுத்துத் தன்னுடைய நாடக நகைகளில் அங்கொன்றும் இங்கொன்றுமாகக் கோர்த்திருக்க வேண்டும். பார்ப்பவர்கள் அவற்றை வெறும் போலிக் கற்கள் என்றுதான் நினைத்துக் கொள்வர். பின் அவள் அந்த நெக்லஸின் போலி மாதிரி ஒன்றை உருவாக்கியிருந்திருக்க வேண்டும். அதுதான் திருடு போயும் இருக்க வேண்டும். அது சந்தைக்கு ஒருபோதும் வராமல் போனதில் வியப்பில்லை. அதைத் திருடியவர்கள்,

அதிலிருந்தவை போலிக் கற்கள் என்பதை உணர்ந்திருக்க வேண்டும்," என்று மார்ப்பிள் கூறினார்.

"இந்தக் கடித உறையைப் பாருங்கள்," என்று டயானா கூறினார்.

கிரடாக் அதை வாங்கிப் பிரித்துப் பார்த்தார். அதிகாரபூர்வமான இரண்டு ஆவணங்கள் அதற்குள் இருந்தன. அவற்றில் ஒன்றில் இடம் பெற்றிருந்த வாசகத்தைக் கிரடாக் சத்தமாகப் படித்தார். 'வால்ட்டர் எட்மன்ட் செயின்ட் ஜானுக்கும் மேரி மாஸுக்கும் இடையே நடைபெற்றுள்ள திருமணத்திற்கான பதிவுச் சான்றிதழ்.' மேரி மாஸ் என்பதுதான் ஜுபைதாவின் உண்மையான பெயர்."

"ஓ! அப்படியானால் அவர்கள் தம்பதியர்!" என்று மார்ப்பிள் கூறினார்.

"மற்றொன்றில் என்ன இருக்கிறது?" என்று டயானா கேட்டார்.

"அது ஜுவெல் என்ற ஒரு பெண்குழந்தையின் பிறப்புச் சான்றிதழ்."

"ஜுவெல்லா?" என்று டயானா சத்தமாகக் கேட்டார். "ஓ! இப்போது புரிகிறது. ஜில்! ஜான் ஏன் எங்கள் ஊருக்கு வந்தார் என்பது இப்போது புரிகிறது. அவர் என்னிடம் கூற முயன்ற வார்த்தை 'ஜூவெல்'. எங்கள் ஊரில் முன்டி என்ற முதிய தம்பதியர் இருக்கின்றனர். அவர்கள் யாரோ ஒருவருடைய குழந்தையை வளர்த்து வருகின்றனர். அவர்கள் அக்குழந்தையின்மீது பாசத்தைப் பொழிகின்றனர். தங்களுடைய சொந்தப் பேத்தியைப்போல அவர்கள் அச்சிறுமியைக் கவனித்துக் கொள்கின்றனர். இப்போது எனக்கு ஞாபகம் வருகிறது. அச்சிறுமியின் பெயர் ஜுவெல். அவர்கள் அக்குழந்தையை ஜில் என்ற பெயரில் அழைக்கின்றனர்.

"ஒரு வாரத்திற்கு முன்பு, திருமதி முன்டி, பக்கவாத நோயால் பாதிக்கப்பட்டார். திரு முன்டி குளிர்காய்ச்சலால் கடும் அவதிக்கு உள்ளாகியுள்ளார். அவர்கள் இருவருமே முதியோருக்கான மருத்துவமனையில் நிரந்தரமாக அனுமதிக்கப்படவிருந்தனர். ஜில்லுக்கு வேறு யாருடைய வீட்டிலாவது புகலிடம் ஏற்படுத்திக் கொடுக்க நான் முயற்சி செய்து வந்துள்ளேன். ஜில் ஒரு சிறுவர் காப்பகத்திற்கு அழைத்துச் செல்லப்படுவதை நான் விரும்பவில்லை.

"இச்செய்தியை, சிறையிலிருந்த ஜில்லின் அப்பாவான ஜான் கேள்விப்பட்டிருக்க வேண்டும். அதனால், அவர் சிறையிலிருந்து தப்பி வந்து, அவரோ அல்லது அவருடைய மனைவியோ அந்த முன்னாள் நாடக வடிவமைப்பாளரான

அந்த மூதாட்டியிடம் கொடுத்து வைத்திருந்த நகைப்பெட்டியை அவர் அந்த மூதாட்டியிடமிருந்து பெற்றிருந்திருக்க வேண்டும்,” என்று கூறிய டயானா, ஒரு கேள்வி கேட்டார். “அந்த நகைகள் ஜில்லின் அம்மாவுக்குச் சொந்தமானது என்றால், சட்டப்படி அது இப்போது அச்சிறுமியிடம்தானே கொடுக்கப்பட வேண்டும்?”

“நான் அப்படித்தான் நினைக்கிறேன்,” என்று கிரடாக் கூறினார். “அவை இந்தப் பெட்டிக்குள் இருக்கும் பட்சத்தில்!”

“அவை கண்டிப்பாக இதில்தான் இருக்கும்,” என்று மார்ப்பிள் மகிழ்ச்சியுடன் கூறினார்.

* * *

டயானா தன் வீட்டுக்குள் நுழைந்ததும், “அப்பாடா! நீ ஒருவழியாகத் திரும்பி வந்துவிட்டாயா?” என்று ஜூலியன் அன்புடனும் நிம்மதியுடனும் கேட்டார். “நீ வெளியூர் செல்லும்போதெல்லாம், நம் சமையற்காரி தன்னால் இயன்றதைச் சமைத்துத் தருகிறாள். ஆனால் இம்முறை அவள் விநோதமான மீன் வறுவல் ஒன்றைச் சமைத்தாள். அதை வாயில் வைக்க முடியவில்லை. அதே சமயம், நான் அவளுடைய மனத்தைப் புண்படுத்த விரும்பவில்லை. அதனால் நம் பூனைக்கு நான் அதைக் கொடுத்தேன். அது அந்த மீனை முகர்ந்து பார்த்துவிட்டு, பிறகு என்னை முறைத்துப் பார்த்துவிட்டுச் சென்றுவிட்டது. அதனால், அந்த மீன் வறுவலை நான் குப்பைத்தொட்டியில் கொட்ட வேண்டியதாயிற்று.”

தன் கால்களை உரசிக் கொண்டு நின்ற அந்தப் பூனையைத் தடவிக் கொடுத்தவாறு, “இது பெருமிதம் கொண்ட ஒரு பூனை. இது கண்டதையும் சாப்பிடாது,” என்று டயானா கூறினார்.

“சரி, நீ பல் மருத்துவரைப் பார்த்தாயா?” என்று ஜூலியன் கேட்டார்.

“ஆமாம். இப்போது அந்தப் பல் அவ்வளவாக வலிக்கவில்லை. நான அப்படியே மார்ப்பிள் வீட்டுக்கு மீண்டும் ஒரு முறை சென்று வந்தேன்.”

“உன் அத்தைக்கு உடம்பு நன்றாகத்தானே இருக்கிறது?”

“அவர் கிழங்கு மாதிரி நன்றாகவே இருக்கிறார்,” என்று ஒரு பெரிய புன்னகையுடன் டயானா கூறினார்.

* * *

மறுநாள் காலையில், வழக்கம்போல, தான் புதிதாகப் பறித்திருந்த செவ்வந்திப் பூக்களுடன் டயானா அந்த தேவாலயத்திற்குள் நுழைந்தார். காலைச் சூரியன் மீண்டும் அந்தக் கிழக்குப்புறச் சன்னல் வழியாக வண்ணமயமாக ஒளிவீசிக் கொண்டிருந்தது. டயானா அதைப் பார்த்து இரசித்தபடி அந்தப் படிக்கட்டு அருகே நின்று கொண்டு, ஒரு மெதுவான குரலில், "உங்களுடைய செல்ல மகள் நன்றாக இருப்பாள். அதை நான் பார்த்துக் கொள்கிறேன். அதற்கு நான் உத்தரவாதம் அளிக்கிறேன்," என்று கூறினார்.

பின் அவர் அந்த தேவாலயத்தைச் சுத்தம் செய்தார். அதையடுத்து, அவர் அங்கு மண்டியிட்டுச் சில கணங்கள் பிரார்த்தனை செய்தார். பின் வீட்டுக்குத் திரும்பிச் சென்று, இரண்டு நாட்களாகக் குவிந்திருந்த வீட்டு வேலைகளில் அவர் தன்னை மூழ்கடித்துக் கொண்டார்.

ஹன்டர்ஸ் லாட்ஜ் மர்மம்

“இம்முறை நான் சாக மாட்டேன் என்று எனக்குத் தோன்றுகிறது,” என்று புவாரோ முணுமுணுத்தார்.

குளிர்காய்ச்சலிலிருந்து மீண்டெழுந்து கொண்டிருந்த ஒருவரிடமிருந்து இந்தப் பேச்சு வந்திருந்ததால், அதை நான் நன்னம்பிக்கையான ஒன்றாகப் பார்த்தேன். நான்தான் முதலில் அக்காய்ச்சலால் பாதிக்கப்பட்டேன். பின்னர் புவாரோ அதன் பிடியில் விழுந்தார். இப்போது அவர் தன்னுடைய கட்டிலில் தன்னுடைய முதுகுப்புறமாகத் தலையணைகளை வைத்து நிமிர்ந்து உட்கார்ந்து கொண்டு, என்னால் வாயிலேயே வைக்க முடியாத ஒரு மூலிகைத் தேநீரை இரசித்துக் குடித்துக் கொண்டிருந்தார். அவருடைய துல்லியமான தயாரிப்புக் குறிப்பின்படி நான்தான் அந்தத் தேநீரை அவருக்குத் தயாரித்துக் கொடுத்திருந்தேன். அவருடைய கட்டிலுக்கு அருகேயிருந்த சிறு மேடையில் நான் சீராக அடுக்கி வைத்திருந்த அவருடைய மருந்து பாட்டில்கள்மீது அவருடைய கண்கள் நிலை கொண்டன. அவற்றில் திருப்தி வெளிப்பட்டது.

புவாரோ தொடர்ந்து பேசினார். “நான் மீண்டும் நானாவேன். குற்றவாளிகளுக்கு சிம்மசொப்பனமாகத் திகழ்கின்ற, ஈடு இணையற்ற ஹெர்கியூல் புவாரோவாக நான் ஆவேன்! ஹேஸ்டிங்ஸ், ‘சொஸைட்டி காஸிப்’ இதழின் கிசுகிசு பகுதியில் என்னைப் பற்றி இப்படி ஒரு பத்தி இடம் பெற்றிருக்கிறது: ‘தீமை செய்பவர்களே! உங்களுக்கு ஒரு குதூகலமான செய்தி! பிடிபட்டுவிடுவோம் என்ற பயமின்றி நீங்கள் சிறிது காலம் புகுந்து விளையாடலாம்! பிரபல துப்பறிவாளரான ஹெர்கியூல் புவாரோவால் உங்கள் பின்னால் வர முடியாது. ஏனெனில், அவர குளிர்காய்ச்சலால் சிறைபிடிக்கப்பட்டிருக்கிறார்!’ இது

எப்படி இருக்கிறது?"

அதைக் கேட்டு நான் விழுந்து விழுந்து சிரித்தேன்.

"புவாரோ, உங்களுடைய பிரபலத்துவம் நாளுக்கு நாள் அதிகரித்து வருகிறது. அதிர்ஷ்டவசமாக, நீங்கள் நலிவுற்றிருந்த இந்த நாட்களில் பெரிதாக எதுவும் நடக்கவில்லை."

"நான் ஒரு சில கேஸ்களை நிராகரிக்க வேண்டி வந்தது என்பது உண்மைதான் என்றாலும், அதற்காகப் பின்வருத்தம் கொள்ளும் அளவுக்கு அவை பிரமாதமானவை அல்ல."

எங்களுடைய வீட்டுச் சொந்தக்காரியின் தலை எங்களுடைய அறையின் வாசலில் தென்பட்டது.

"கீழே ஒரு நபர் நின்று கொண்டிருக்கிறார். ஹேஸ்டிங்ஸ், உங்களையோ அல்லது புவாரோவையோ தான் பார்க்க விரும்புவதாக அவர் கூறுகிறார். அவர் நேர்த்தியாக உடையணிந்திருந்ததாலும், பார்க்க ஒரு கனவான்போல இருந்ததாலும், நான் அவருடைய முகவரி அட்டையை வாங்கிக் கொண்டு வந்துள்ளேன்," என்று அவர் கூறினார்.

அவர் கொடுத்த முகவரி அட்டையில் 'திரு ரோஜர் ஹேவரிங்' என்று எழுதப்பட்டிருந்தது. நான் அந்தப் பெயரை வாசித்தேன்.

புவாரோ தன் தலையைப் புத்தக அலமாரியை நோக்கி அசைத்தார். நானும் கீழ்ப்படிதலுடன், அதிலிருந்த 'யார் யார் என்னென்ன' என்ற தலைப்பு கொண்ட புத்தகத்தை எடுத்து வந்து அவரிடம் கொடுத்தேன். அவர் அதை வேகமாகப் புரட்டினார்.

"ஐந்தாம் வின்ட்சர் பிரபுவின் இரண்டாவது மகன். 1913 இல், வில்லியம் கிராபின் நான்காவது மகளான ஜோயியை அவர் மணமுடித்தார்."

அதைக் கேட்ட நான், "எனக்கு ஒரு ஜோயியைத் தெரியும். அவர் நாடகங்களில் நடிப்பவர். அவருடைய முழுப் பெயர் ஜோயி காரஸ்புரூக். போருக்கு முன்பு அவர் ஒரு பிரபலமான புள்ளியை மணந்தார் என்பதை நான் அறிவேன்," என்று கூறினேன்.

"ஹேஸ்டிங்ஸ், நீங்கள் கீழே சென்று, நம்மைப் பார்க்க வந்திருக்கும் நபருக்கு என்ன பிரச்சனை என்று அறிந்து வாருங்கள். தற்போது நான் அவரைச் சந்திக்க முடியாத நிலையில் இருப்பதை அவரிடம் எடுத்துச் சொல்லுங்கள்."

ரோஜருக்கு சுமார் நாற்பது வயது இருக்கலாம். அவர் ஒரு மிடுக்கான தோற்றத்தைக் கொண்டிருந்தார். ஆனால் அவருடைய முகம் களையிழந்து காணப்பட்டது. அவர் பெரும் பதற்றத்தில் இருந்தது வெளிப்படையாகத் தெரிந்தது.

அவர் என்னைப் பார்த்ததும், "கேப்டன் ஹேஸ்டிங்ஸ்! நீங்கள் புவாரோவின் கூட்டாளிதானே? புவாரோ இன்றே டெர்பிஷயருக்கு வந்தாக வேண்டும்," என்று கூறினார்.

நான் அவரிடம், "அது இயலாத காரியம். அவர் குளிர்காய்ச்சலால் அவதிப்பட்டுக் கொண்டிருக்கிறார். அவர் இப்போதும் படுக்கையில்தான் இருக்கிறார்," என்று கூறினேன்.

அவருடைய முகம் தொங்கிப் போனது.

"அடக் கடவுளே! இது எனக்கு ஒரு பெரிய அடி!"

"நீங்கள் அவரை என்ன விஷயமாகப் பார்க்க விரும்புகிறீர்களோ, அது அவ்வளவு தீவிரமானதா?"

"ஆமாம். நேற்று இரவு என்னுடைய மாமா படுகொலை செய்யப்பட்டார். இவ்வுலகிலேயே அவர்தான் என்னுடைய சிறந்த நண்பராக இருந்தார்."

"அவர் இங்கு லண்டனிலா கொல்லப்பட்டார்?"

"இல்லை. கொலை நடந்தது டெர்பிஷயரில். நான் நேற்று இங்கு வந்தேன். இன்று என் மனைவியிடமிருந்து எனக்கு ஒரு தந்தி வந்தது. அது கிடைத்த மறுகணம் நான் நேராக உங்கள் வீட்டுக்குப் புறப்பட்டு வந்துவிட்டேன். புவாரோவின் பாதங்களில் விழுந்து கெஞ்சிக் கூத்தாடியாவது இந்தக் கேஸை அவர் எடுத்துக் கொள்ள வேண்டும் என்று கேட்கத்தான் நான் வந்துள்ளேன்."

"நீங்கள் சில நிமிடங்கள் காத்திருங்கள். நான் வந்துவிடுகிறேன்," என்று அவரிடம் கூறிவிட்டு நான் மாடியை நோக்கி விரைந்தேன். திடீரென்று எனக்குள் ஒரு யோசனை உதித்தது.

சிக்கனமான சில வார்த்தைகளில் நிலைமையை நான் புவாரோவுக்கு விளக்கினேன். அவர் என் வாயிலிருந்து வார்த்தைகளைப் பிடுங்கினார்.

"ஓ! எனக்குப் புரிகிறது, ஹேஸ்டிங்ஸ்! இந்தக் கேஸை நீங்கள் தனியாக எடுத்து நடத்த விரும்புகிறீர்கள், அப்படித்தானே? அதிலென்ன தவறு? இவ்வளவு காலமும் நீங்கள் என்னுடன் இருந்து வந்துள்ளதால், என் செயல்முறைகள் உங்களுக்கு அத்துப்படியாகி இருக்கும் தாராளமாகச் செய்யுங்கள். ஆனால், தினமும் அன்று நடந்தவை குறித்து ஒரு விபரமான அறிக்கையை நீங்கள் எனக்கு அனுப்ப வேண்டும். நான் உங்களுக்குத் தந்தி மூலம் அனுப்புகின்ற அறிவுறுத்தல்களை இம்மி பிசகாமல் நீங்கள் நிறைவேற்ற வேண்டும். இதற்குச் சம்மதமா?" என்று புவாரோ கேட்டார்.

நான் அதற்கு மகிழ்ச்சியாக சம்மதித்தேன்.

* * *

ஒரு மணிநேரம் கழித்து, லண்டனிலிருந்து வேகமாக வெளியேறிக் கொண்டிருந்த இரயில் ஒன்றின் முதல் வகுப்புப் பெட்டியில் நான் ரோஜருக்கு எதிரே அமர்ந்திருந்தேன். அவர் எனக்கு விஷயங்களை விளக்கிக் கொண்டிருந்தார்.

“ஹேஸ்டிங்ஸ், முதலில் ‘ஹன்டர்ஸ் லாட்ஜ்’ என்ற இடத்தைப் பற்றி நான் உங்களுக்குக் கூறுகிறேன். கொலை அங்கேதான் நடைபெற்றது. வேட்டையாடுவதற்காக நாங்கள் பயன்படுத்துகின்ற வனாந்திரப் பகுதியிலுள்ள ஓரிடம் அது. எங்களுடைய வீடு நியூமார்க்கெட் நகரில் இருக்கிறது. வேட்டையாடுவதற்கு நாங்கள் நிறைய பேர் வந்தால், அந்த டெர்பிஷயர் நகரில் நாங்கள் கூடுதலாக ஒரு வீட்டை வாடகைக்கு எடுப்போம். ஹன்டர்ஸ் லாட்ஜைப் பராமரிப்பதற்காக நாங்கள் ஒருவரை நியமிப்போம். இப்போது திருமதி மிடில்டன் என்பவரை நாங்கள் அமர்த்தியிருக்கிறோம். வார இறுதியில் நாங்கள் அங்குச் சென்றால், எங்களுக்கு வேண்டிய அனைத்தையும் ஏற்பாடு செய்கின்ற அளவு திறமை படைத்தவர் அப்பெண். வேட்டைப் பருவத்தில் நாங்கள் எங்களுடைய நியூமார்க்கெட் வீட்டிலிருந்து கூடுதல் வேலைக்காரர்களை அழைத்துச் செல்வோம். என்னுடைய மாமாவின் பெயர் ஹாரிங்டன் பேஸ். அவர் என் அம்மாவின் சகோதரர் (என் அம்மா நியூயார்க் நகரைச் சேர்ந்தவர்). கடந்த மூன்று ஆண்டுகளாக அவர் எங்களுடன்தான் வசித்து வந்திருந்தார். அவருக்கும் என் அப்பாவுக்கும் பெரிதாக ஒத்துப் போகாது. என் அண்ணனுடனான அவருடைய உறவும் சொல்லிக் கொள்கின்ற மாதிரி இருக்கவில்லை. நான் ஒரு தறுதலைப் பிள்ளையாக இருந்ததன் காரணமாக, அவர் ஒருவேளை என்மீது கூடுதல் அன்பு செலுத்தியிருந்திருக்கக்கூடும். என்னிடம் பெரிதாகப் பணம் எதுவும் கிடையாது. ஆனால், என்னுடைய மாமா ஒரு பெரும் செல்வந்தர். எனக்காக அவர் ஏராளமாகச் செலவழித்துக் கொண்டிருந்தார். அவர் பல விஷயங்களை உயர்த்திப் பிடிப்பவராகஇருந்தாலும், பழகுவதற்கு அவர் கடினமானவராக இருக்கவில்லை. அதனால், நானும் என் மனைவியும் அவரும் இணக்கமாகவே வாழ்ந்து வந்தோம். சமீபத்தில் எங்கள் ஊரில் நடைபெற்றக் கொண்டாட்டங்களாலும் கும்மாளங்களாலும் சலிப்படைந்திருந்த எங்கள் மாமா, ஓரிரு நாட்களுக்கு ஹன்டர்ஸ் லாட்ஜுக்குச் சென்று வரலாம் என்று இரண்டு நாட்களுக்கு முன் பரிந்துரைத்தார். என் மனைவி

உடனே ஹண்டர்ஸ் லாட்ஜ் பராமரிப்பாளருக்கு ஒரு தந்தி அனுப்பினார். அதே நாள் மதியம் நாங்கள் அந்த இடத்திற்குப் போய்ச் சேர்ந்தோம். நேற்று இரவு ஓர் அவசர வேலை காரணமாக நான் லண்டனுக்கு வர வேண்டியதாயிற்று. என் மாமாவும் என் மனைவியும் அங்கே தங்கியிருந்தனர். இன்று காலையில் எனக்கு இந்தத் தந்தி வந்தது."

தனக்கு வந்திருந்த அந்தத் தந்தியை அவர் என்னிடம் எடுத்துக் கொடுத்தார். பின்வரும் செய்தி அதில் இடம் பெற்றிருந்தது:

> *"உடனே புறப்பட்டு வாருங்கள். நேற்று இரவு ஹேரிங்டன் மாமா கொலை செய்யப்பட்டுள்ளார். முடிந்தால் ஒரு நல்ல துப்பறிவாளரை உடனழைத்து வாருங்கள் – ஜோயி."*

"அப்படியானால், உங்களுக்கு வேறு எந்தத் தகவலும் தெரியாது, அப்படித்தானே?"

"ஆமாம். இன்றைய மாலை நாளேடுகளில் இக்கொலை பற்றிய செய்திகள் இடம் பெறும் என்று நான் நினைக்கிறேன். காவல்துறையும் இதைத் தங்களுடைய கட்டுப்பாட்டில் எடுத்திருக்கும்."

எல்மர்ஸ் டேல் என்ற சிறிய இரயில் நிலையத்திற்கு நாங்கள் வந்து சேர்ந்தபோது மதியம் மூன்று மணி ஆகியிருந்தது. அங்கிருந்து ஐந்து மைல் தூரத்திலிருந்த ஹண்டர்ஸ் லாட்ஜுக்கு நாங்கள் ஒரு காரில் பயணித்தோம். வனாந்திரமாகக் காட்சியளித்த அந்த இடத்தில் சாம்பல் நிறத்திலிருந்த ஒரு சிறிய கல் வீடு தனியாக நின்று கொண்டிருந்தது.

நான் அதைப் பார்த்துச் சிறிது நடுங்கியவாறு, "மிகத் தனிமையான இடமாக இருக்கிறதே!" என்று கூறினேன்.

ரோஜர் அதை ஆமோதித்துத் தலையசைத்தார்.

"இனி என்னால் இந்த இடத்தில் வந்து தங்க முடியாது. இதை விற்றுத் தொலைப்பதற்கு நான் ஏதாவது நடவடிக்கை எடுக்க வேண்டும்," என்று ரோஜர் கூறினார்.

நாங்கள் அந்த வீட்டு வளாகத்தின் கதவைத் திறந்து கொண்டு அந்த வீட்டை நோக்கி நடந்து கொண்டிருந்தபோது, எனக்குப் பரிச்சயமான ஒரு நபர் எங்களை நோக்கி வந்தார்.

"ஜேப்!" என்று நான் வியப்பில் கத்தினேன்.

அந்த ஸ்காட்லாந்து யார்டு காவல் ஆய்வாளர் என்னை நோக்கித் தோழமையுடன் புன்முறுவல் பூத்துவிட்டு, என்னுடன் வந்தவரின் பக்கம் தன் கவனத்தைத் திருப்பினார்.

"நீங்கள்தான் ரோஜர் ஹேவரிங்காக இருக்க வேண்டும்.

இந்தக் கேஸுக்குப் பொறுப்பேற்று விசாரணை மேற்கொள்ளும்படி நான் லண்டனிலிருந்து இங்கு அனுப்பி வைக்கப்பட்டுள்ளேன். நான் உங்களுடன் சில வார்த்தைகள் பேசலாமா?"

"என் மனைவி–"

"நான் உங்களுடைய மனைவியையும் வீட்டுப் பராமரிப்பாளரையும் பார்த்துவிட்டேன். நான் உங்களிடம் தேவைக்கு அதிகமாக ஒரு நிமிடத்தைக்கூட எடுத்துக் கொள்ள மாட்டேன். இங்கு நான் செய்ய வேண்டிய அனைத்து வேலைகளையும் நான் செய்து முடித்துவிட்டேன். அடுத்து நான் நகருக்குள் செல்ல வேண்டும்."

"இங்கு என்ன நடந்தது என்றே எனக்குத் தெரியாதே?"

"துல்லியமாக அக்காரணத்திற்காகத்தான் நான் உங்களிடம் பேச விரும்புகிறேன். ஒன்றிரண்டு விஷயங்கள் குறித்து எனக்கு உங்களுடைய அபிப்பிராயம் தேவைப்படும்," என்று ஜேப் கூறினார். அடுத்து அவர் என்னைச் சுட்டிக்காட்டி, "கேப்டன் ஹேஸ்டிங்ஸுக்கு என்னைத் தெரியும். அவர் உங்கள் வீட்டிற்குள் சென்று நீங்கள் வந்திருப்பதைத் தெரிவிப்பார்," என்று ரோஜரிடம் கூறினார்.

பின் அவர் என் பக்கம் திரும்பி, "உங்களுடைய நண்பரைத் தொலைத்துவிட்டீர்களா?" என்று கேட்டார்.

"அவர் குளிர்காய்ச்சலால் அவதிப்பட்டுக் கொண்டிருக்கிறார்."

"அவருக்கு இப்போது எப்படி இருக்கிறது? அவரைக் குறித்து நான் உண்மையிலேயே வருந்துகிறேன். குதிரை இல்லாமல் வண்டி மட்டும் வந்திருப்பது எனக்கு வியப்பாக இருக்கிறது."

அவர் நேரங்கெட்ட நேரத்தில் என் காலை வாரியது குறித்து நொந்து கொண்டே நான் அந்த வீட்டை நோக்கி நடந்தேன். பிறகு நான் அழைப்பு மணியை அழுத்தினேன். சில நிமிடங்களுக்குப் பிறகு, நடுத்தர வயது கொண்ட, கருநிற ஆடை அணிந்திருந்த ஒரு பெண் கதவைத் திறந்தாள். அவள்தான் அந்த வீட்டின் பராமரிப்பாளர்.

"ரோஜர் சிறிது நேரத்தில் இங்கு வந்துவிடுவார்," என்று நான் அவளிடம் கூறினேன். "காவல் ஆய்வாளர் ஜேப் அவரிடம் பேசிக் கொண்டிருக்கிறார். இந்தக் கேஸைப் பற்றி விசாரிப்பதற்காக நான் அவருடன் லண்டனிலிருந்து வந்திருக்கிறேன். நேற்று இரவு என்ன நடந்தது என்று நீ என்னிடம் சுருக்கமாகக் கூறு."

"உள்ளே வாருங்கள், சார்," என்று அவள் என்னை அழைத்தாள். பின் அவள் வாசற்கதவை மூடினாள். அதிக

விளக்கு வெளிச்சம் இல்லாத அந்த வரவேற்பறையில் நாங்கள் நின்று கொண்டிருந்தோம். பின் அவள் என்னிடம் பேசத் தொடங்கினாள்: “நேற்று இரவு உணவுக்குப் பின்னர் ஒரு நபர் வந்தார். அவர் திரு ஹாரிங்டனைப் பார்க்க வந்திருந்ததாகத் தெரிவித்தார். அவருடைய பேச்சில் அமெரிக்க வாடை இருந்ததால், அவர் திரு ஹாரிங்டனின் அமெரிக்க நண்பராக இருக்க வேண்டும் என்று நான் நினைத்துக் கொண்டேன். அவரை ஆயுத அறையில் உட்கார வைத்துவிட்டு, நான் திரு ஹாரிங்டனை அழைக்கச் சென்றேன். அந்த விருந்தினர் தன் பெயரை என்னிடம் கூறவில்லை. இப்போது அதைப் பற்றி நினைத்துப் பார்க்கின்றபோது, அது விநோதமாக இருக்கிறது. நான் அதைத் திரு ஹாரிங்டனிடம் தெரிவித்தேன். அதைக் கேட்டு அவர் குழப்பமடைந்தார். பின் அவர் என் எஜமானியம்மாவிடம், ‘ஜோயி, அந்த நபருக்கு என்ன வேண்டும் என்று நான் பார்த்துவிட்டு வந்துவிடுகிறேன்,’ என்று கூறிவிட்டு ஆயுத அறைக்குச் சென்றார். நான் சமையலறைக்குச் சென்றுவிட்டேன். ஆனால், சிறிது நேரத்தில், திரு ஹாரிங்டனுக்கும் அந்த விருந்தினருக்கும் இடையே ஏதோ காரசாரமான வாக்குவாதம் நிகழ்ந்து கொண்டிருந்தது போன்ற சத்தம் எனக்குக் கேட்டது. அவர்களுடைய குரல்கள் உச்சஸ்தாயியில் ஒலித்தன. எனவே, நான் வரவேற்பறைக்கு ஓடி வந்தேன். என் எஜமானியம்மாவும் அந்தச் சத்தம் கேட்டு அங்கு விரைந்து வந்தார். அப்போது ஒரு துப்பாக்கி வெடிக்கும் சத்தம் கேட்டது. அதற்குப் பிறகு ஒரு பயங்கரமான மௌனம் நிலவியது. நாங்கள் இருவரும் ஆயுத அறையை நோக்கி ஓடினோம். அது உட்புறமாகப் பூட்டப்பட்டிருந்தது. அதனால் நாங்கள் வீட்டுக்கு வெளியே ஓடிச் சென்று பார்த்தபோது, அந்த அறையின் சன்னல் விரியத் திறந்திருந்ததைக் கண்டோம். அந்த அறையினுள், திரு ஹாரிங்டன் சுடப்பட்டு இரத்த வெள்ளத்தில் கிடந்தார்.”

“யார் அந்த நபர்?”

“நாங்கள் அங்கு வருவதற்கு முன்பாக அந்த நபர் அந்தச் சன்னலின் வழியாக ஏறிக் குதித்துத் தப்பிச் சென்றிருக்க வேண்டும்.”

“அதற்குப் பிறகு என்ன நடந்தது?”

“காவல் நிலையத்திற்குச் சென்று காவலர்களை அழைத்து வருமாறு என் எஜமானியம்மா என்னிடம் கூறினார். ஐந்து மைல் தூரம் நான் நடந்தே சென்றேன். காவலர்கள் என்னுடன் வந்தனர். ஒரு காவலர் இரவு முழுவதும் இங்கேயே இருந்தார். இன்று காலையில் லண்டனிலிருந்து அந்தக் காவல் அதிகாரி

வந்தார்."

"நேற்று இரவு வந்த மனிதர் எப்படி இருந்தார்?"

அவள் யோசித்துப் பார்த்தாள்.

"அவர் நடுத்தர வயதில் இருந்தார். கருப்புத் தாடி வைத்திருந்தார். ஒரு மெல்லிய ஓவர்கோட் அணிந்திருந்தார். அவர் ஓர் அமெரிக்கரைப்போலப் பேசினார் என்பதைத் தவிர வேறு பெரிதாக எதையும் நான் அவரிடம் கவனித்திருக்கவில்லை."

"சரி. இப்போது நான் உன் எஜமானியம்மாவைப் பார்க்க வேண்டும்."

"அவர் மாடியில் இருக்கிறார். கூப்பிடவா?"

"உன் எஜமானர் வந்துவிட்டார் என்றும், அவர் அந்தக் காவல் அதிகாரியோடு பேசிக் கொண்டிருக்கிறார் என்றும், அந்த அதிகாரி லண்டனிலிருந்து அழைத்து வந்துள்ள நபர் சில கேள்விகளைக் கேட்க விரும்புகிறார் என்றும் உன் எஜமானியிடம் சொல்."

"சரி."

அனைத்துத் தகவல்களையும் விரைவாகப் பெற நான் துடித்துக் கொண்டிருந்தேன். நான் அந்த இடத்திற்கு வருவதற்கு மூன்று மணி நேரத்திற்கு முன்பாகவே ஜேப் அங்கு வந்து சேர்ந்திருந்தார் என்ற தகவலும், அவர் அடுத்து நகருக்குள் சென்று விசாரிக்க இருந்தார் என்ற தகவலும் என்னை முடுக்கிவிட்டிருந்தன. அவருக்குப் பின்னால் நானும் செல்ல வேண்டும் என்று நான் பரபரத்துக் கொண்டிருந்தேன்.

ஜோயி என்னை அதிக நேரம் காக்க வைக்கவில்லை. சிறிது நேரத்திலேயே மாடிப்படிகளில் யாரோ இறங்கி வந்து கொண்டிருந்த மெல்லிய காலடியோசை எனக்குக் கேட்டது. நான் நிமிர்ந்து பார்த்தபோது, மிக அழகானதோர் இளம்பெண் என்னை நோக்கி வந்து கொண்டிருந்ததை நான் கண்டேன். அவர் பிரகாசமான சிவப்பு நிறத்தில் ஒரு ஜம்பர் அணிந்திருந்தார். தோலால் ஆன ஒரு தொப்பி அவருடைய தலையில் வீற்றிருந்தது. அவருடைய தலைமுடி கருப்பாக இருந்தது. சமீபத்திய துயரச் சம்பவத்தால்கூட அவருடைய ஆளுமையின் வீரியத்தைக் குறைக்க முடியவில்லை.

அவரிடம் என்னை நான் அறிமுகப்படுத்திக் கொண்டேன். அதைத் தான் புரிந்து கொண்டதைத் தெரிவிக்கும் விதமாக அவர் தலையாட்டினார்.

"நான் ஏற்கனவே உங்களைப் பற்றியும் உங்களுடைய பங்காளி ஹெர்கியூல் புவாரோவைப் பற்றியும் கேள்விப்பட்டிருக்கிறேன். நீங்கள் இருவரும் சேர்ந்து சில அற்புதமான காரியங்களைச்

செய்துள்ளீர்கள் என்பதை நான் அறிவேன். என் கணவர் புத்திசாலித்தனமாக உங்களைக் கையோடு அழைத்து வந்துள்ளார். இப்போது நீங்கள் என்னிடம் கேள்விகள் கேட்கப் போகிறீர்களா? இங்கு நடந்துள்ள கொடூரமான சம்பவம் குறித்து நீங்கள் தெரிந்து கொள்ள விரும்புகின்ற விபரங்களைத் தெரிந்து கொள்வதற்கான சுலபமான வழி அது, இல்லையா?"

"நன்றி. அந்த நபர் வந்தபோது மணி என்ன?"

"இரவு ஒன்பது மணிக்குச் சற்று முன்னதாக இருக்கும். நாங்கள் அப்போதுதான் இரவு உணவு சாப்பிட்டு முடித்துவிட்டுக் காபி அருந்திக் கொண்டிருந்தோம்."

"உங்கள் கணவர் எப்போது லண்டனுக்குச் சென்றார்?"

"அவர் 6.15 மணி இரயிலில் புறப்பட்டுச் சென்றார்."

"அவர் இங்கிருந்து இரயில் நிலையத்திற்கு எப்படிச் சென்றார்?"

"எங்களுடைய சொந்தக் கார் இங்கு இல்லை. அதனால், எல்மர்ஸ் டேலிலிருந்து ஒரு கார் வந்து அவரை அழைத்துச் சென்றது."

"ஹாரிங்டன் நேற்று இயல்பாகத்தான் இருந்தாரா?"

"ஆமாம். எல்லா விதத்திலும் அவர் இயல்பாகவே இருந்தார்."

"நேற்று வந்த நபர் பற்றி உங்களால் என்ன சொல்ல முடியும்?"

"என்னால் எதுவும் சொல்ல முடியாது. ஏனெனில், இந்த வீட்டின் பராமரிப்பாளர்தான் அவரை வரவேற்று ஆயுத அறையில் அமர்த்தி வைத்தாள். பின் அவள் நேராக ஹாரிங்டனிடம் சென்று அந்நபரின் வருகையை அறிவித்தாள்."

"அதற்கு ஹாரிங்டன் என்ன சொன்னார்?"

"அது குறித்து அவர் எரிச்சலடைந்ததுபோலக் காணப்பட்டார். ஆனாலும், அவர் உடனே அந்த நபரைச் சந்திக்கச் சென்றுவிட்டார். ஐந்து நிமிடங்களுக்குப் பிறகு அவர்களின் உரத்தக் குரல்கள் கேட்டன. நான் உடனே வரவேற்பறைக்கு ஓடி வந்தேன். அப்போது பராமரிப்பாளரும் ஓடி வந்தாள். நாங்கள் கிட்டதட்ட ஒருவர்மீது ஒருவர் மோதிவிட்டோம். அப்போதுதான், துப்பாக்கி வெடித்தச் சத்தத்தை நாங்கள் கேட்டோம். ஆயுத அறை உட்பக்கமாகப் பூட்டப்பட்டிருந்ததால், நாங்கள் வீட்டுக்கு வெளியே வந்து அந்த அறையை நோக்கி ஓடினோம். அதற்கு எங்களுக்கு ஒரு சில நிமிடங்கள் ஆனதால், கொலையாளி எளிதாகத் தப்பி ஓடிவிட்டான். என் மாமாதான் பாவம்" – அவருடைய குரல் நடுங்கியது – "தலையில் சுடப்பட்டிருந்தார். அவர் அக்கணமே

இறந்துவிட்டிருந்ததை நான் புரிந்து கொண்டேன். அதனால் நான் என் பராமரிப்பாளரைக் காவல் நிலையத்திற்கு அனுப்பினேன். நான் அந்த அறையில் இருந்த எதையும் தொடவில்லை."

அவருடைய அந்தச் செயலை அங்கீகரித்ததுபோல நான் தலையாட்டினேன்.

"அடுத்து, சுடுவதற்குப் பயன்படுத்தப்பட்டத் துப்பாக்கி?"

"என்னால் அதைப் பற்றி ஊகிக்கத்தான் முடியும். அந்த ஆயுத அறையின் சுவரில் என் கணவருடைய இரண்டு கைத்துப்பாக்கிகள் மாட்டி வைக்கப்பட்டிருந்தன. அவற்றில் ஒன்றைக் காணவில்லை. நான் இதைக் காவல்துறையினரிடம் தெரிவித்தேன். அவர்கள் அந்த மற்றொரு துப்பாக்கியை எடுத்துச் சென்றுவிட்டனர். உடலிலிருந்து துப்பாக்கிக் குண்டை வெளியே எடுத்தப் பிறகு விஷயங்கள் உறுதிப்படும் என்று நான் நினைக்கிறேன்."

"நான் அந்த ஆயுத அறையைப் பார்வையிடலாமா?"

"தாராளமாக. காவல்துறையினர் தங்கள் வேலையை முடித்துவிட்டார்கள். ஆனால், அவர்கள் உடலை அப்புறப்படுத்திவிட்டார்கள்."

குற்றச் செயல் நடந்த இடத்திற்கு ஜோயி என்னை அழைத்துச் சென்றார். அக்கணத்தில் ரோஜர் வரவேற்பறைக்குள் நுழைந்தார். என்னிடம் சொல்லிவிட்டு ஜோயி தன் கணவரை நோக்கி ஓடினார். நான் என்னுடைய விசாரணையைத் தனியாக மேற்கொள்ளும்படி விடப்பட்டேன்.

அங்கு நான் கண்ட காட்சி எனக்கு ஏமாற்றமளித்தது. பொதுவாக, துப்பறியும் நாவல்களில் வரும் துப்பறிவாளர்களுக்கு ஏராளமான துப்புகள் கிடைக்கும். ஆனால் அந்த அறையில் எனக்கு எதுவும் கிடைக்கவில்லை. தரையில் படிந்திருந்த இரத்தக் கறை மட்டுமே கண்ணில் பட்டது. சுடப்பட்டிருந்த நபர் கீழே விழுந்ததால் அது ஏற்பட்டிருக்க வேண்டும். நான் அந்த அறையை நுணுக்கமாக ஆராய்ந்தேன். நான் என்னுடன் எடுத்துச் சென்றிருந்த கேமராவைக் கொண்டு இரண்டு புகைப்படங்கள் எடுத்தேன். சன்னலுக்கு வெளியே இருந்த மண் தரையைப் பார்த்தேன். அதில் ஏகப்பட்டக் காலடித் தடங்கள் இருந்ததால், அது குறித்து ஆராய்வது வெட்டி வேலை என்று நான் முடிவு செய்தேன். ஹன்டர்ஸ் லாட்ஜில் நான் பார்க்க வேண்டிய அனைத்தையும் நான் பார்த்துவிட்டேன். இப்போது நான் எல்மர்ஸ் டேல் சென்று ஜேப்பிடம் பேச வேண்டியிருந்தது. அதனால், நான் ரோஜரிடம் கூறிவிட்டு, நாங்கள் அங்கு

வந்திருந்த அதே காரில் நான் எல்மர்ஸ் டேலுக்குத் திரும்பிச் சென்றேன்.

அங்கு நான் ஜேப்பைச் சந்தித்தபோது, அவர் என்னைப் பிணவறைக்கு அழைத்துச் சென்று ஹாரிங்டனின் உடலைக் காட்டினார். ஹாரிங்டன் ஒரு சிறிய உருவத்தைக் கொண்டிருந்தார். அவருடைய முகம் முழுமையாகச் சவரம் செய்யப்பட்டிருந்தது. மொத்தத்தில், அவர் ஒரு சராசரி அமெரிக்கராகத் தோன்றினார். அவர் பின்னந்தலையில் சுடப்பட்டிருந்தார். அதுவும் மிக அருகே வைத்துச் சுடப்பட்டிருந்தார்.

"அவர்கள் இருவரும் பேசிக் கொண்டிருந்தபோது, ஹாரிங்டன் ஒரு கணம் பின்னால் திரும்பியிருக்கிறார். ஹாரிங்டனுடன் இருந்த நபர், சுவரில் தொங்கிக் கொண்டிருந்த ஒரு துப்பாக்கியை எடுத்து ஹாரிங்டனின் பின்னந்தலையில் சுட்டுவிட்டார். ஜோயி எங்களிடம் கொடுத்த மற்றொரு துப்பாக்கியில் ஏற்கனவே குண்டுகள் போட்டு வைக்கப்பட்டிருந்தன. அதனால், அந்த மற்றத் துப்பாக்கியிலும் ஏற்கனவே குண்டுகள் போட்டு வைக்கப்பட்டிருந்திருக்கலாம் என்று நான் ஊகிக்கிறேன். மக்கள் எந்த அளவுக்கு முட்டாள்தனமாக நடந்து கொள்கிறார்கள் என்று நினைக்கும்போது மலைப்பாக இருக்கிறது. குண்டுகள் போடப்பட்டுள்ள இரண்டு துப்பாக்கிகளை யாராவது சுவரில் தொங்கவிட்டு வைத்திருப்பார்களா?"

நாங்கள் அந்தப் பிணவறையிலிருந்து வெளியே வந்து கொண்டிருந்தபோது, "இந்தக் கேஸைப் பற்றி நீங்கள் என்ன நினைக்கிறீர்கள்?" என்று நான் ஜேப்பிடம் கேட்டேன்.

"ரோஜரைக் கண்காணிப்பதற்கு நான் ஆட்களைப் போட்டிருக்கிறேன்," என்று கூறிய ஜேப், என் வியப்பைப் பார்த்துச் சிரித்தார். "கடந்தகாலத்தில், சந்தேகத்திற்கு இடமான ஓரிரு நடவடிக்கைகளில் ரோஜர் ஈடுபட்டிருந்தார். அவர் ஆக்ஸ்ஃபோர்டில் படித்துக் கொண்டிருந்தபோது, தன்னுடைய தந்தையின் காசோலையில் தானே அவருடைய கையெழுத்தைப் போட்டு மோசடி செய்ததாக ஒரு வகந்தி நிலவியது. ஆனால், அது அப்படியே அமுக்கப்பட்டுவிட்டது. இப்போது, கழுத்தை நெரித்துக் கொண்டிருககின்ற கடனில் ரோஜர் சிக்கிக் கிடக்கிறார். நேரடியாகத் தன் மாமாவிடம் சென்று பணம் கேட்டு வாங்கி அதைக் கொண்டு அடைத்துவிடுகின்ற அளவு சிறிய தொகை அல்ல அது. அவருடைய மாமாவின் உயில் அவருடைய பெயரில் எழுதப்பட்டிருப்பதை உறுதி செய்வதன் மூலம் தீர்க்கப்படக்கூடிய கடன் அது. ரோஜர்

தன் மனைவியைச் சந்திப்பதற்கு முன்பாக நான் அவரிடம் பேச விரும்பினேன். அவர்கள் இருவரும் தனித்தனியாக என்னிடம் கூறிய விஷயங்கள் கச்சிதமாக ஒத்துப் போயின. நான் இரயில் நிலையத்திற்குச் சென்று விசாரித்தேன். நேற்று மாலை எல்மர்ஸ் டேல் இரயில் நிலையத்திலிருந்து 6.15 மணிக்குக் கிளம்பிய இரயிலில் அவர் லண்டனுக்குப் புறப்பட்டுச் சென்றார் என்பது உறுதி. அந்த இரயில் லண்டனை இரவு 10.30 மணிக்கு அடையும். தான் நேராகத் தன்னுடைய கிளப்புக்குச் சென்றதாக அவர் என்னிடம் கூறினார். அடுத்து நான் அதையும் விசாரிக்கவிருக்கிறேன். அது உறுதி செய்யப்பட்டால், முகத்தில் ஒரு தாடியை ஒட்ட வைத்துக் கொண்டு இரவு 9 மணிக்கு ஹன்டர்ஸ் லாட்ஜுக்கு அவரால் வந்திருக்க முடியாது."

"ஓ! அந்தத் தாடியைப் பற்றி நானே உங்களிடம் கேட்கவிருந்தேன்."

ஜேப் கண்ணடித்தார்.

"அந்தத் தாடி படுவேகமாக வளர்ந்த ஒரு தாடியாகத்தான் இருக்க வேண்டும். அதாவது, அவர் எல்மர்ஸ் டேலிலிருந்து கிளம்பி ஹன்டர்ஸ் லாட்ஜை அடைவதற்குள் அது புசுபுசுவென்று வளர்ந்திருக்க வேண்டும். நான் இதுவரை சந்தித்திருந்த அமெரிக்கர்களில் பெரும்பாலானோர் தங்களுடைய முகங்களை முழுமையாகச் சவரம் செய்தவர்களாகவே இருந்தனர். ஹாரிங்டனின் அமெரிக்க நண்பர்களுக்குள்தான் நாம் கொலையாளியைத் தேட வேண்டும். நான் முதலில் அந்த வேலைக்காரியிடம் பேசினேன். அடுத்து ஜோயியிடம் பேசினேன். அவர்கள் இருவருடைய கூற்றுகளும் கச்சிதமாக ஒத்துப் போயின. ஜோயி அந்த நபரைப் பார்க்காமல் போனது துரதிர்ஷ்டம்தான். ஜோயி மிகவும் புத்திசாலி. துப்புத் துலக்குவதற்குத் தேவையான உருப்படியான ஏதாவது ஒன்றை அவர் நிச்சயமாக அவதானித்திருப்பார்."

* * *

நடந்த விஷயங்களை விலாவாரியாகக் குறிப்பிட்டு, புவாரோவுக்கு நான் ஒரு நீண்ட கடிதம் எழுதினேன். அந்த விவகாரம் தொடர்பாக அதுவரை எனக்குக் கிடைத்திருந்த அனைத்துத் தகவல்களையும் நான் அதில் குறிப்பிட்டிருந்தேன். பின் நான் அந்தக் கடிதத்தை அஞ்சலில் சேர்த்தேன்.

இந்தக் கேஸ் தொடர்பாகச் சில புதிய தகவல்கள் கிடைத்திருந்தன. முதலாவதாக, ஹாரிங்டனின் உடலில்

பாய்ந்திருந்த துப்பாக்கிக் குண்டு வெளியே எடுக்கப்பட்டிருந்தது. ஹண்டர்ஸ் லாட்ஜிலிருந்து காவல்துறையினர் கைப்பற்றியிருந்த மற்றொரு துப்பாக்கியில் இருந்த குண்டோடு அது கச்சிதமாகப் பொருந்தியது. இரண்டாவதாக, ரோஜர் லண்டனில் தன் கிளப்பிற்குச் சென்ற விஷயம் உறுதிப்படுத்தப்பட்டிருந்தது. மூன்றாவதாக, இந்த விவகாரம் தொடர்பான புதிய அம்சம் ஒன்றும் கண்டுபிடிக்கப்பட்டிருந்தது. சம்பவம் நடந்ததற்கு மறுநாள் காலையில், லண்டன் நகரவாசி ஒருவர், தான் வசித்து வந்த ஈலிங் என்ற இடத்திற்கு அருகே இருந்த இரயில் நிலையத்திற்குச் சென்றபோது, தண்டவாளத்தில் ஒரு பழுப்பு நிறக் காகிதப்பை கிடந்ததைக் கண்டிருக்கிறார். அவர் அதை எடுத்துப் பார்த்தபோது, அதற்குள் ஒரு கைத்துப்பாக்கி இருந்ததைக் கண்டு, அதைக் காவல் நிலையத்தில் ஒப்படைத்துவிட்டார். அது ஹண்டர்ஸ் லாட்ஜிலிருந்து காணாமல் போன துப்பாக்கிதான் என்பது அன்று இரவுக்குள் உறுதிப்படுத்தப்பட்டது. அந்தத் துப்பாக்கியிலிருந்து ஒரு குண்டு சுடப்பட்டிருந்தது.

இந்தத் தகவல்களையும் நான் புவாரோவுக்கு எழுதியிருந்த கடிதத்தில் குறிப்பிட்டிருந்தேன். மறுநாள் காலையில் நான் சாப்பிட்டுக் கொண்டிருந்தபோது, புவாரோவிடமிருந்து எனக்கு ஒரு தந்தி வந்தது. அதில் இவ்வாறு குறிப்பிடப்பட்டிருந்தது:

> *"அந்தக் கருந்தாடிக்காரன் ரோஜர் அல்லன் என்பதில் சந்தேகமில்லை. உங்களுக்கும் ஜேப்பிற்கும் மட்டுமே இதுபோன்ற யோசனைகள் உதிக்கும். வீட்டுப் பராமரிப்பாளர் பார்ப்பதற்கு எப்படி இருப்பாள் என்ற தகவலை எனக்கு அனுப்புங்கள். இன்று காலையில் அவளும் ஜோயியும் என்ன உடைகள் அணிந்திருந்தனர் என்பதையும் எனக்குத் தெரியப்படுத்துங்கள். வீட்டின் உட்புறங்களைப் புகைப்படம் எடுத்து நேரத்தை வீணாக்காதீர்கள். ஏனெனில், அவை கருப்பாகத் தெரிகின்றன."*

புவாரோவின் பாணி இடக்குமடக்காக இருந்ததாக எனக்குத் தோன்றியது. அதோடு, நான் இங்குக் களத்தில் இருந்தது குறித்து அவரிடம் இலேசான பொறாமை உணர்வு தலைதூக்கியிருந்ததாகவும் நான் சந்தேகப்பட்டேன். அந்த இரண்டு பெண்களும் இன்று காலையில் என்ன உடைகள் அணிந்திருந்தனர் என்ற அவருடைய கேள்வி எனக்கு நகைப்புக்கிடமானதாகத் தோன்றியபோதிலும், அவருடைய வேண்டுகோளை நான் நிறைவேற்றி வைத்தேன்.

காலை பதினொரு மணிக்கு அவரிடமிருந்து எனக்கு

இப்படியொரு பதில் தந்தி வந்தது:

> "காலம் கடப்பதற்குள் வீட்டுப் பராமரிப்பாளரைக் கைது செய்யும்படி ஜேப்பிடம் கூறுங்கள்."

அதைக் கண்டு பெரும் திகைப்புக்குள்ளான நான், அந்தத் தந்தியை நேராக ஜேப்பிடம் கொண்டு சென்று காட்டினேன். அவர் தனக்குள் புவாரோவைச் சபித்தார்.

"புவாரோவின் கூற்றை அப்படி ஒதுக்கித் தள்ளிவிட முடியாது. அவர் ஏதாவது சொன்னால் அதில் ஏதேனும் அர்த்தம் இருக்கும். நேற்று நான் அங்குச் சென்றபோது, நான் அந்தப் பெண்ணைச் சரியாகப் பார்க்கவில்லை. ஆனால், அவளைக் கைது செய்கின்ற அளவுக்கு என்னால் போக முடியாது. அதிகபட்சமாக அவளைக் கண்காணிக்கலாம். இப்போது நாம் நேராக அங்குச் சென்று அவளை மீண்டும் ஒரு முறை பார்க்கலாம்."

ஆனால், நாங்கள் அங்குச் சென்றபோது அவள் மாயமாக மறைந்துவிட்டிருந்தாள். பழகுவதற்கு இயல்பாகவும் மரியாதை கொடுக்கப்படுகின்ற விதத்திலும் இருந்த அந்தப் பெண், சுவடே இல்லாமல் அங்கிருந்து காணாமல் போயிருந்தாள். அவளுடைய பெட்டி ஹன்டர்ஸ் லாட்ஜில்தான் இருந்தது. அதில் சாதாரணமான உடைகள் மட்டுமே இருந்தன. அவளைப் பற்றிய அடையாளங்களோ அல்லது அவள் எங்குச் சென்றிருந்தாள் என்ற தகவலோ எங்களுக்குக் கிடைக்கவில்லை.

அவளைப் பற்றி ஜோயியிடமிருந்து எங்களால் முடிந்த அளவு தகவல்களை நாங்கள் சேகரித்தோம்:

"மூன்று வாரங்களுக்கு முன், எங்களுடைய முந்தைய பராமரிப்பாளரான எமெரி இந்த வேலையிலிருந்து விலகியபோது, நாங்கள் இவளை வேலையில் சேர்த்துக் கொண்டோம். பணியாட்களை வேலைக்குப் பரிந்துரைக்கின்ற, லண்டனிலுள்ள மிகப் பிரபலமான செல்போர்ன்ஸ் ஏஜென்சிதான் இவளை எங்களுக்குப் பரிந்துரைத்திருந்தது. நான் என்னுடைய பணியாட்கள் அனைவரையும் அங்கிருந்துதான் பெற்றேன். அவர்கள் பல பெண்களை என்னிடம் அனுப்பி வைத்தனர். இறுதியில் இந்தப் பெண்ணை நான் தேர்ந்தெடுத்தேன். அதற்குக் காரணம், நான் பேட்டி கண்டிருந்த மற்றப் பெண்களைவிட அவள் அதிக இங்கிதமாக நடந்து கொண்டதுதான். அதோடு, அவளிடம் சிறப்பான பரிந்துரைக் கடிதங்களும் இருந்தன.

அவளைப் பார்த்தவுடனேயே நான் அவளை வேலைக்கு எடுத்துக் கொண்டேன். அதை உடனே அந்த ஏஜென்சிக்கும் நான் தெரிவித்துவிட்டேன். அவளிடம் எந்தப் பிரச்சனையும் இருந்ததாக நான் நினைக்கவில்லை. அவள் என்னிடம் அமைதியாகவும் நல்லவிதமாகவுமே நடந்து கொண்டாள்."

இது புதிராக இருந்தது. துப்பாக்கி வெடித்தபோது அந்தப் பெண் ஜோயியுடன் இருந்ததால் கண்டிப்பாக அவளால் இந்தக் கொலையைச் செய்திருக்க முடியாது. ஆனால், அவளுக்கும் இந்தக் கொலைக்கும் ஏதோ ஒரு விதத்தில் தொடர்பு இருந்தாக வேண்டும். இல்லையெனில், அவள் ஏன் திடீரென்று மாயமாக மறைய வேண்டும்?

நான் இத்தகவல்களைப் புவாரோவிற்கு ஒரு தந்தி மூலம் அனுப்பி வைத்தேன். நான் லண்டனுக்குத் திரும்பி வந்து அந்த ஏஜென்சியிடம் விசாரிக்க விரும்பியதாக அதில் நான் தெரிவித்திருந்தேன்.

அவரிடமிருந்து உடனடியாக ஒரு பதில் தந்தி வந்தது:

> *"அந்த ஏஜென்சியிடம் விசாரிப்பது வெட்டி வேலை. அவளைப் பற்றி அவர்கள் கேள்விப்பட்டே இருக்க மாட்டார்கள். அவள் முதன்முதலாக ஹண்டர்ஸ் லாட்ஜுக்கு வந்தபோது, அவள் எந்த வாகனத்தில் வந்து இறங்கினாள் என்று கண்டுபிடியுங்கள்."*

புவாரோவின் வேண்டுகோள் எனக்குப் புதிராக இருந்தபோதிலும், நான் அதற்குக் கீழ்ப்படிந்தேன். எல்மர்ஸ் டேல் ஒரு சிறிய ஊர் என்பதால், அங்கிருந்த ஒரே ஒரு கார் நிறுவனம், வாடகைக்கு விடுவதற்கு இரண்டு பழைய ஃபோர்டு கார்களை வைத்திருந்தது. இரயில் நிலையத்திலிருந்து குறிப்பிட்ட இடங்களுக்குப் போய்வருவதற்காக இரண்டு கார்கள் செயல்பட்டுக் கொண்டிருந்தன. அவர்களிடம் விசாரித்தபோது, குறிப்பிட்ட அந்த நாளில், அந்த நான்கு கார்களில் எதுவும் அந்த ஊரிலிருந்து ஹண்டர்ஸ் லாட்ஜுக்குச் செல்வதற்குப் பயன்படுத்தப்பட்டிருக்கவில்லை என்பது தெளிவாயிற்று. இது தொடர்பாக ஜோயியை விசாரித்தபோது, அந்தப் பெண் டெரபிஷயருக்கு வந்து சேர்வதற்கும், எல்மர்ஸ் டேல் இரயில் நிலையத்திலிருந்து ஹண்டர்ஸ் லாட்ஜுக்கு வாடகைக காரில் வருவதற்கும் போதுமான பணத்தைத் தான் அவளுக்குக் கொடுத்திருந்ததாக அவர் தெரிவித்தார். கொலை நடந்த நாளன்று, தாடி வைத்திருந்த எந்தவொரு நபரும் அந்த இரயில் நிலையத்திற்கு வந்திருக்கவில்லை என்பது விசாரிப்பில் தெரிய வந்தது. அதனால், அந்தக் கொலையாளி ஒரு காரில்

வந்திருக்க வேண்டும் என்றும், அது அவருக்காகக் காத்துக் கொண்டிருந்திருக்க வேண்டும் என்றும், ஹாரிங்டனை அவர் சுட்டுக் கொன்றதும் அதே காரில் அவர் தப்பிச் சென்றிருக்க வேண்டும் என்றும் அனுமானிக்கப்பட்டது. மேலும், அந்தப் பெண் அந்த வீட்டில் வேலையில் சேர்வதற்காக வந்தபோது அதே காரைப் பயன்படுத்தியிருக்க வேண்டும் என்று ஊகிக்கப்பட்டது.

இங்கு நான் இன்னொரு விஷயத்தையும் சொல்லியாக வேண்டும். லண்டனில் இருந்த ஏஜென்சியில் விசாரித்தபோது, துல்லியமாகப் புவாரோ கூறியபடி, 'திருமதி மிடில்டன்' என்ற பெயரில் தாங்கள் யாரையும் அனுப்பி வைத்திருக்கவில்லை என்று அவர்கள் கூறிவிட்டனர். அந்த நிறுவனம் ஜோயியிடம் பல பெண்களை அனுப்பி வைத்திருந்தது. இறுதியில் அவர்களில் ஒருத்தியைத் தான் வேலைக்கு வைத்துக் கொண்டதாகக் கூறி, அந்த நிறுவனம் அளித்திருந்த சேவைக்குச் செலுத்தப்பட வேண்டியிருந்த கட்டணத் தொகையை ஜோயி அவர்களுக்கு அனுப்பி வைத்திருந்தார். ஆனால், அவர் யாரை வேலைக்கு அமர்த்தியிருந்தார் என்ற தகவலை அவர் தங்களுக்குத் தெரிவித்திருக்கவில்லை என்று அவர்கள் கூறினர்.

இதனால் நொறுங்கிப் போன நான், லண்டனுக்குத் திரும்பினேன். நான் வீட்டுக்கு வந்தபோது, புவாரோ, கணப்படுப்புக்குப் பக்கத்தில் ஒரு நாற்காலியில் அமர்ந்து கொண்டிருந்ததை நான் கண்டேன். அவர் என்னை மிகவும் அன்புடன் வரவேற்றார்.

“ஹலோ, ஹேஸ்டிங்ஸ்! உங்களை மீண்டும் பார்ப்பது எனக்கு மிகுந்த மகிழ்ச்சியளிக்கிறது. உங்களுடைய பயணம் சிறப்பாக இருந்ததா? ஜேப்புடன் அங்குமிங்கும் சுற்றினீர்களா? நீங்கள் சந்தேகப்பட்ட நபர்களை உங்களுக்குத் திருப்தி ஏற்படுகின்ற அளவு விசாரித்தீர்களா?”

“புவாரோ! இது ஒரு பயங்கரமான மர்மமாக இருக்கிறது. இது ஒருக்காலும் தீர்க்கப்பட முடியாத ஒன்றாகத் தோன்றுகிறது.”

“ஆம். இதன் மூலம் நமக்குப் பெரிய பெருமை வந்து சேர்வதற்கு வாய்ப்பில்லை என்றுதான் தோன்றுகிறது.”

“இது உடைக்கப்பட முடியாத ஒரு கொட்டையாகத் தோன்றுகிறது.”

“ஆனால், கொட்டைகளை உடைப்பதில் நான் மன்னனாயிற்றே! நான் தோல்வியே அடையாத அணிலாயிற்றே! ஆனால் அது என்னை தர்மசங்கடப்படுத்தவில்லை. ஹாரிங்டனைக் கொன்றது யார் என்பதை நான் நன்றாகவே அறிவேன்.”

"என்ன சொல்கிறீர்கள், புவாரோ? கொலையாளி யார் என்று உங்களுக்குத் தெரியுமா? அதை எப்படிக் கண்டுபிடித்தீர்கள்?"

"என்னுடைய தந்திகளுக்கு நீங்கள் அளித்திருந்த பதில்களை வைத்துத்தான் நான் அதைக் கண்டுபிடித்தேன். ஹேஸ்டிங்ஸ், நமக்கு இதுவரை கிடைத்துள்ள அனைத்துத் தகவல்களையும் இப்போது நாம் கவனமாக அலசலாம். ஹாரிங்டன் ஒரு பெரும் செல்வந்தர். அவருடைய சொத்து அவருடைய இறப்புக்குப் பின்னர் அவருடைய மருமகனான ரோஜருக்குத்தான் வந்து சேரும். இது முதலாவது அம்சம். அவருடைய மருமகன் பணத்திற்கு அல்லாடிக் கொண்டிருந்தார். இது இரண்டாவது அம்சம். அந்த மருமகன் நன்னடத்தை விஷயத்தில் கொஞ்சம் நீக்குப்போக்காக இருந்தார். இது மூன்றாவது அம்சம்."

"ஆனால், ரோஜர் நேராக இங்கு லண்டனுக்குத்தான் வந்தார் என்பது நிரூபணமாகியுள்ளதே?"

"அது சரிதான் ரோஜர் எல்மெர்ஸ் டேல் நிலையத்தைவிட்டு 6.15 மணிக்குப் புறப்பட்டிருக்கிறார். அதற்கு முன்பாகவே அவர் தன் மாமாவைக் கொன்றிருக்க வாய்ப்பிருக்கிறதா என்று பார்த்தால், அதற்கு வாய்ப்பில்லை. அவர் அப்படிக் கொன்றிருந்தால், பிரேதப் பரிசோதனையை முடித்த மருத்துவர், கொலை நடந்த நேரம் தவறாகக் குறிப்பிடப்பட்டிருந்ததாகத் தெரிவித்திருப்பார். அதனால், ரோஜர் தன் மாமாவைக் கொல்லவில்லை என்று நாம் உறுதியாகக் கூறலாம். ஆனால், ஜோயி அதைச் செய்திருக்கலாம், இல்லையா?"

"சாத்தியமே இல்லை. துப்பாக்கி வெடித்தபோது, அந்தப் பராமரிப்பாளர் ஜோயியுடன் இருந்திருக்கிறாள்."

"ஆமாம். ஆனால், அவள்தான் மாயமாக மறைந்துவிட்டாளே!"

"அவள் எப்படியும் கண்டுபிடிக்கப்பட்டுவிடுவாள்."

"நான் அப்படி நினைக்கவில்லை. அந்தப் பராமரிப்பாளர் விஷயத்தில் ஏதோ சரியில்லை என்பதுபோல உங்களுக்குத் தோன்றவில்லையா, ஹேஸ்டிங்ஸ்? எனக்கு உடனே பொறி தட்டியது."

"அவள் தன் பாத்திரத்தைச் செவ்வனே நிறைவேற்றிவிட்டு, மயிரிழையில் அங்கிருந்து தப்பிச் சென்றுவிட்டாள் என்று நான் நினைக்கிறேன்."

"அவளுடைய பாத்திரம் என்ன?"

"தன்னுடைய சகாவான, அந்தக் கருப்புத் தாடிக்காரனை அந்த வீட்டிற்குள் நுழைய அனுமதிப்பது."

"இல்லை, ஹேஸ்டிங்ஸ், இல்லை! அது அவளுடைய பாத்திரம் அலல. நீங்கள் சற்று முன் கூறியிருந்ததைப்போல,

துப்பாக்கி வெடித்தக் கணத்தில் ஜோயி வரவேற்பறையில் இருந்தார் என்பதற்கான அசைக்கப்பட முடியாத சாட்சியமாக அவள் இருந்ததுதான் அவள் வகித்தப் பாத்திரம். அவளை எவராலும் ஒருக்காலும் கண்டுபிடிக்க முடியாது. ஏனெனில், அப்படிப்பட்ட ஒருத்தி இல்லவே இல்லை!"

"நீங்கள் என்ன சொல்கிறீர்கள், புவாரோ?"

"திருமணத்திற்கு முன்பு ஜோயி ஒரு நாடக நடிகையாக இருந்தாள். நீங்களும் ஜேப்பும், குறைவான வெளிச்சமிருந்த வரவேற்பறையில் பார்த்திருந்த, நடுத்தர வயதிலிருந்த, கருப்பு ஆடை அணிந்திருந்த, மிக மெல்லிய குரலில் உங்களிடம் பேசியிருந்த பராமரிப்புப் பெண், வேறு யாருமல்ல, ஜோயி என்ற நாடக நடிகைதான். நீங்களோ, ஜேப்போ அல்லது உள்ளூர் காவல்துறையினரோ ஒரு முறைகூட ஜோயியையும் அந்தப் பெண்ணையும் ஒன்றாகச் சேர்த்துப் பார்த்திருக்கவில்லை. அந்தத் துணிச்சலான, புத்திசாலியான பெண்ணுக்கு இதெல்லாம் ஒன்றுமேயில்லை. உங்களிடம் பேசியவுடன், தன்னுடைய எஜமானியம்மாவைக் கூப்பிடுகின்ற சாக்கில் அவள் மாடிக்குச் செல்கிறாள். அங்கே அவள் ஒரு பிரகாசமான சிவப்பு நிற ஜம்பரை எடுத்து அணிந்து கொள்கிறாள். தோலால் ஆன ஒரு தொப்பியை அவள் தன் தலையில் அணிந்து கொள்கிறாள். அவள் தன் ஒப்பனையை வேகமாக மாற்றிக் கொள்கிறாள். பிறகு, அழகே உருவான ஜோயி உங்களை நோக்கி அடிமேல் அடியெடுத்து வைத்து வருகிறாள். தன்னுடைய தெள்ளத் தெளிவான குரலில் அவள் உங்களிடம் கதைக்கிறாள். யாருமே அந்தப் பராமரிப்புப் பெண்மீது பெரிதாக அக்கறை காட்டவில்லை. அவர்கள் எதற்காக அக்கறை காட்ட வேண்டும்? அவளைக் கொலையோடு முடிச்சுப் போட அங்கு எந்தவிதமான முகாந்திரமும் இல்லையே! குற்றம் நடைபெற்ற சமயத்தில் தான் வேறோர் அறையில் இருந்ததற்கான சான்று அவளிடமும் இருந்தது!"

"ஆனால், லண்டனில் ஈலிங் என்ற இடத்திற்கு அருகேயிருந்த தண்டவாளத்தில் கண்டெடுக்கப்பட்டக் கைத்துப்பாக்கியை ஜோயி அங்குக் கொண்டு சென்று போட்டிருக்க முடியாதே?"

"அது ரோஜரின் வேலை. ஆனால், அதுதான் அவர்கள் செய்த தவறு. அதுதான் என்னை இந்தக் கேஸில் சரியான பாதைக்கு இழுத்து வந்தது. ஒருவனை அவனுடைய வீட்டிலிருந்த ஒரு துப்பாக்கியால் சுட்டுக் கொன்றவன், அந்தத் துப்பாக்கியை அங்கேயே போட்டுவிட்டு ஓடிவிடுவானே தவிர, லண்டனுக்குத் தன்னோடு தூக்கிக் கொண்டு போக மாட்டான்.

கொலையாளி அல்லது கொலையாளிகள், காவல்துறையின் கவனத்தை ஹன்டர்ஸ் லாட்ஜ் பக்கமிருந்து எவ்வளவு விரைவாக முடியுமோ அவ்வளவு விரைவாகத் திசைதிருப்ப விரும்பியதுதான் அதற்குக் காரணம். ஆனால், ஹாரிங்டனைச் சுடுவதற்குப் பயன்படுத்தப்பட்டத் துப்பாக்கி, லண்டனில் கண்டெடுக்கப்பட்டத் துப்பாக்கி அல்ல. ரோஜர் அந்தத் துப்பாக்கியைப் பயன்படுத்தி ஒரு குண்டைச் சுட்டுவிட்டு, அதைத் தன்னோடு லண்டனுக்கு எடுத்து வந்துவிட்டார். லண்டனில் இறங்கிய அவர் நேராகத் தன் கிளப்பிற்குச் சென்று, தான் லண்டனுக்கு வந்து சேர்ந்துவிட்டதற்கான சாட்சியத்தை நிறுவிவிட்டு, உடனே கிளம்பி, சுமார் இருபது நிமிட தூரத்திலிருந்த ஈலிங் பக்கம் சென்று, அத்துப்பாக்கியைத் தண்டவாளத்தில் போட்டுவிட்டு மீண்டும் தன் கிளப்பிற்குச் சென்றுவிட்டார். அந்த அழகிய சைத்தான், அதாவது, ரோஜரின் மனைவி, இரவு உணவுக்குப் பிறகு ஹாரிங்கடனைப் போட்டுத் தள்ளிவிட்டார். ஹாரிங்டன் பின்பக்கத்திலிருந்து சுடப்பட்டிருந்தார் என்பது உங்களுக்கு ஞாபகம் இருக்கிறதா? அது ஒரு முக்கியமான அம்சம்! பின்னர் ஜோயி இன்னொரு குண்டை அந்தத் துப்பாக்கியில் போட்டுவிட்டு, அந்தத் துப்பாக்கியைச் சுவரில் மீண்டும் மாட்டி வைத்துவிடுகிறார். பின்னர் அவர் தன் கணவனுடன் சேர்ந்து திட்டமிட்டிருந்த நாடகத்தை அவர் தொடர்ந்து அரங்கேற்றுகிறார்.

"இது நம்புதற்கரியதாக இருக்கிறது," என்று நான் முணுமுணுத்தேன். "ஆனாலும்–"

"ஆனாலும் இதுதான் உண்மை, ஹேஸ்டிங்ஸ்! ஆனால், அந்த ஜோடியைச் சட்டத்திற்கு முன்னால் கொண்டு வந்து நிறுத்துவது என்பது முற்றிலும் வேறுபட்டக் கதை. நான் இவை அனைத்தையும் விபரமாக ஜேப்பிற்கு எழுதியுள்ளேன். ஜேப்பால் எது முடியுமோ அவர் அதைச் செய்வார். ஆனாலும் இது எப்படி முடியும் என்பதைச் சொல்ல முடியாது. விதியோ, அல்லது நீங்கள் விரும்பினால், கடவுளோதான் இவர்களைத் தண்டிக்க வேண்டியிருக்கும்."

"கொடியவர்கள் கொழித்துக் கொண்டிருக்கின்றனர்," என்று நான் அங்கலாய்த்தேன்.

"ஆனால், அதற்கு அவர்கள் எப்போதுமே ஒரு கடுமையான விலையைக் கொடுக்க வேண்டியிருக்கும் என்பது மட்டும் உறுதி."

புவாரோவின் முன்கணிப்பு சரியாகவே இருந்தது. புவாரோவின் அனுமானத்தோடு ஜேப் முழுமையாக ஒத்துப் போனாலும், அந்த ஜோடியைச் சட்டப்படி தண்டிக்கத்

தேவையான சாட்சியங்களைச் சேகரிக்க அவரால் முடியவில்லை.

ஹாரிங்டனின் பெரும் சொத்து அக்கொலைகாரர்களின் கைகளுக்கு மாறியது. ஆனாலும் ஒரு கட்டத்தில் ஊழ்வினையின் விளையாட்டிலிருந்து அவர்களால் தப்பிக்க முடியவில்லை. லண்டனிலிருந்து பாரிஸுக்குச் சென்ற ஒரு விமானம் விபத்துக்குள்ளானபோது, அதில கொல்லப்பட்டவர்களில் ரோஜரும் ஜோயியும் இருந்தனர் என்ற செய்தியை நான் பத்திரிகையில் படித்தபோது, நீதி வென்றுவிட்டதாகவே எனக்குத் தோன்றியது.

உலகின் முனை

சட்டர்துவைத் கார்சிகா தீவுக்கு வந்தது அந்த லீத் சீமாட்டிக்காகத்தான். இந்த இடம் அவர் வழக்கமாகச் செல்கின்ற ஒன்றல்ல. ரிவியெராவில் தனக்கு எல்லா வசதிகளும் கிடைக்கும் என்று அவர் உறுதியாக நம்பினார். வசதிகள் அவருக்கு மிகவும் முக்கியமானவையாக இருந்தன. அவர் தன்னுடைய சௌகரியங்களை விரும்பியபோதிலும், ஒரு சீமாட்டியுடன் ஓரிடத்திற்குச் செல்வதையும் அவர் விரும்பினார். அவர் பிறருக்குத் தீங்கு விளைவிக்காதவராகவும் கண்ணியமானவராகவும் பழைய பாணிக்காரராகவும் இருந்தபோதிலும், ஒரு போலிப் பகட்டாளராகவும் இருந்தார். உயர்ந்த அந்தஸ்தில் இருந்த நபர்களோடு சகவாசம் வைத்துக் கொள்ள அவர் ஆசைப்பட்டார். லீத் சீமாட்டி ஓர் உண்மையான சீமாட்டி. அவர் ஒரு பிரபுவின் மகளாகப் பிறந்ததோடு, ஒரு பிரபுவின் மனைவியாகவும் இருந்தார்.

இதைத் தவிர்த்துவிட்டுப் பார்த்தால், லீத் சீமாட்டி, அலங்கோலமான தோற்றம் கொண்ட ஒரு மூதாட்டி. அவருடைய ஆடை அலங்காரங்களும் சொல்லிக் கொள்ளும்படியாக இருக்காது. அறப்பணிகளுக்கு அவர் தாராளமாக நன்கொடை கொடுத்தார், தன்னை நம்பி இருந்தவர்களை நன்றாகப் பார்த்துக் கொண்டார். ஆனால், சிறிய செலவுகளைப் பொறுத்தவரை அவர் அற்பத்தனமாக நடந்து கொண்டார். பணம் கொடுத்து ஒரு வாடகைக்காரை அமர்த்திக் கொள்வதற்குப் பதிலாக, அவர் வேறு யாருடைய காரிலாவது இலவசமாகப் பயணிப்பார். தனக்கு வேண்டிய பொருட்களைச் சுரங்கப்பாதைக் கடைகளில் கடுமையாகப் பேரம் பேசி வாங்குவார். தள்ளுபடி விற்பனைகளையும் அவர்

விட்டுவைக்கவில்லை.

லீத் சீமாட்டிக்குக் கார்சிகா தீவின்மீது திடீர் மோகம் பிறந்ததிருந்தது. கேன்ஸ் நகரம் அவருக்கு சலித்துவிட்டிருந்தது. அதோடு, அங்கு அவர் வழக்கமாகத் தங்கிய ஓட்டலின் முதலாளியுடன், அறை வாடகை தொடர்பாக அவர் ஒரு கடும் வாக்குவாதத்தில் ஈடுபட்டிருந்தார்.

“சட்டர்துவைத், கார்சிகாவுக்கு நீங்களும் என்னுடன் வாருங்கள். இந்த வயதில் நம்மைப் பற்றிய கிசுகிசுக்கள் குறித்து நாம் அஞ்ச வேண்டியதில்லை,” என்று லீத் சீமாட்டி கூறினார்.

சட்டர்துவைத்துக்கு உச்சி குளிர்ந்து போனது. இதற்கு முன்பு எவரும் அவரிடம் கிசுகிசுக்களைப் பற்றிப் பேசியதில்லை. அவர் அந்த அளவு முக்கியத்துவமானவர் அல்லர். கிசுகிசு? அதுவும் ஒரு சீமாட்டியோடு? பிரமாதம்!

“அந்த இடம் இயற்கை அழகோடு திகழ்கின்ற ஒன்று,” என்று லீத் சீமாட்டி கூறினார். “அங்குள்ள ஓட்டல்களும் மிகவும் மலிவு என்று நான் கேள்விப்பட்டிருக்கிறேன். இந்தக் கேன்ஸ் ஓட்டல் முதலாளி மானுவெல், இன்று காலை என்னுடன் ஆணவமாக நடந்து கொண்டார். ஓட்டல் முதலாளிகளுக்கு அவர்களுடைய இடம் எது என்பது கற்பிக்கப்பட வேண்டும். அவர்கள் இப்படி நடந்து கொண்டால், அவர்களுக்கு நல்ல வாடிக்கையாளர்கள் கிடைக்க மாட்டார்கள் என்றும் நான் மானுவெலிடம் முகத்தில் அடித்தாற்போலக் கூறிவிட்டேன்.”

“கார்சிகாவுக்கு விமானத்தில் வசதியாகச் செல்லலாம் என்று நான் கேள்விப்பட்டுள்ளேன்,” என்று சட்டர்துவைத் கூறினார்.

“அதற்கு அவர்கள் பெரும் கட்டணம் வசூலிப்பர் என்று நான் நினைக்கிறேன். எதற்கும் நீங்கள் விசாரித்துச் சொல்லுங்கள்.”

“கண்டிப்பாகச் சொல்கிறேன்.”

ஒரு நாகரிகமான எடுபிடியாகவே தான் இருக்கவிருந்தோம் என்பதை சட்டர்துவைத் அறிந்திருந்தபோதிலும், அப்பயணம் குறித்து அவர் நன்றியுணர்வோடு இருந்தார்.

விமானக் கட்டணத் தொகையை அறிந்தவுடன் அவர் உடனடியாக அந்த யோசனையை நிராகரித்துவிட்டார்.

“அந்த ஆபத்தான, மோசமான வாகனத்தில் செல்வதற்கு இவ்வளவு அநியாய விலை கொடுக்க நான் தயாராக இல்லை.”

அதனால் அவர்கள் கப்பலில் சென்றனர். அதன் விளைவாக, சட்டர்துவைத் பத்து மணிநேரத் தீவிர அசௌகரியத்தைப் பொறுத்துக் கொள்ள வேண்டியதாயிற்று. கப்பல் மாலை ஏழு மணிக்குப் புறப்பட்டதால் கப்பலில்

இரவு உணவு பரிமாறப்படும் என்று அவர் நினைத்திருந்தார். ஆனால், உணவு வழங்கப்படவில்லை. கப்பலும் சிறியதாக இருந்தது. அன்று கடல் சீற்றம் அதிகமாக இருந்தது. மறுநாள் அதிகாலையில் கப்பல் கார்சிகா தீவின் தலைநகரான அஜாசியோவுக்குப் போய்ச் சேர்ந்தபோது, சட்டர்துவைத் நொந்து நூலாகியிருந்தார்.

ஆனால், லீத் சீமாட்டி புத்துணர்ச்சியுடன் இருந்தார். தான் பணத்தைச் சேமித்துக் கொண்டிருந்தோம் என்ற உணர்வு அவருக்கு இருந்தால், அவர் அசௌகரியங்களைப் பொருட்படுத்தாமல் இருந்தார். காலைநேரச் சூரிய ஒளியில் குளித்துக் கொண்டிருந்த அந்தத் துறைமுகத்தையும், அதன் பின்னணியில் தெரிந்த இயற்கைக் காட்சிகளையும் அவர் உற்சாகமாக இரசித்தார். அந்தக் கப்பலை வரவேற்க மொத்த ஊருமே திரண்டு வந்திருந்ததுபோல இருந்தது. கப்பலிலிருந்து கரைக்கு ஓர் இணைப்புப் பலகை பொருத்தப்பட்டுக் கொண்டிருந்தது.

“என்னுடன் வந்துள்ள பணிப்பெண் இரவு முழுவதும் வாந்தியெடுத்துக் கொண்டிருந்தாள்,” என்று லீத் சீமாட்டி கூறினார்.

அதைக் கேட்ட சட்டர்துவைத் வெறுமனே புன்னகைத்தார்.

“சாப்பாட்டுக்குப் பிடித்தக் கேடு!” என்று லீத் சீமாட்டி கூறினார்.

“கப்பலில் அவளுக்கு உணவு வழங்கப்பட்டதா?” என்று சட்டர்துவைத் பொறாமையுடன் கேட்டார்.

“நான் என்னுடன் பிஸ்கெட்டுகளும் சாக்லெட்டுகளும் நிறையவே எடுத்து வந்திருந்தேன். கப்பலில் இரவு உணவு வழங்கப்படாது என்பது தெரிந்தவுடன், நான் அவளுக்கு அவற்றைத் தாராளமாகவே வழங்கினேன். சாப்பாட்டு விஷயத்தில் கீழ்வர்க்கத்தினர் அதிகமாக அலுத்துக் கொள்வர்.”

இதற்கிடையே இணைப்புப் பலகை பொருத்தப்பட்டது. ஆரவாரக் கூச்சல் எழுந்தது. இசை முழங்கப்பட்டது. கீழேயிருந்து வந்தவர்கள், பயணிகளின் பெட்டிகளைத் தாங்கள் எடுத்துச் செல்வதற்காக அவர்களுடைய கைகளிலிருந்து பிடுங்கிக் கொண்டிருந்தனர.

“வாருங்கள், சட்டர்துவைத். ஓட்டலுக்குச் சென்று நல்ல சூடான வெந்நீரில் ஒரு நீண்ட குளியல் போட வேண்டும், நல்ல காபி அருந்த வேண்டும். பிறகுதான் மற்றதெல்லாம்.”

சட்டர்துவைத்தும் அதைச் செய்ய முனைந்தார். அதில் அவரால் வெற்றி பெற முடியவில்லை. அவர்கள் ஓட்டலை அடைந்தபோது, அதன மேலாளர் அவர்களைப் பணிந்து

வரவேற்று, அவர்களுக்கு ஒதுக்கப்பட்டிருந்த அறைகளுக்கு அவர்களை அழைத்துச் சென்றார். லீத் சீமாட்டிக்கு ஒதுக்கப்பட்டிருந்த அறையில் ஒரு குளியலறை இருந்தது. ஆனால், சட்டர்துவைத்திற்கு ஒதுக்கப்பட்டிருந்த அறையில் குளியலறை எதுவும் இருக்கவில்லை. குளிப்பதற்கு அவர் சிறிது தள்ளியிருந்த ஒரு குளியலறைக்குச் செல்ல வேண்டியிருந்தது. அங்கு அவருக்கு வெந்நீரும் கிடைக்கவில்லை. எனவே, அவர் குளிர்ந்த நீரில் குளித்தார். அவருக்கு வழங்கப்பட்டக் காபி கன்னங்கரேலென்று இருந்தது. அது ஒரு மூடியில்லா குடுவையில் வேறு அவருக்குப் பரிமாறப்பட்டது. அந்த அறையின் சன்னல் திறந்து வைக்கப்பட்டிருந்தது. அதன் வழியே நறுமணத்துடன்கூடிய காற்று உள்ளே நுழைந்தது. அவர் அந்தச் சன்னலின் வழியாக வெளியே எட்டிப் பார்த்தார்.

ஒரு வெயிட்டர் அவருடைய கவனத்தைக் கவர்வதற்காகத் தன் கைகளை மேலும் கீழும் ஆட்டிக் கொண்டிருந்தான்.

“அஜாசியோ! இந்த உலகின் மிக அழகான துறைமுகம்!” என்று அவன் கூவினான்.

வெளியே தெரிந்த துறைமுகத்தையும் அதற்கு அப்பால் தெரிந்த பனி படர்ந்த மலைகளையும் பார்த்த சட்டர்துவைத்துக்கு, அவன் கூறியது உண்மைதான் என்று தோன்றியது. அவர் தன் காபியைக் குடித்துவிட்டுப் படுக்கையில் சாய்ந்தார். உடனே அவர் நன்றாகத் தூங்கிப் போனார்.

மதிய உணவின்போது லீத் சீமாட்டி படுஉற்சாகமாக இருந்தார்.

“இது உங்களுக்கு நல்ல பலனளிக்கும்,” என்று கூறிய அவர், தன் கையில் வைத்திருந்த சிறு தொலைநோக்கியின் வழியாக அந்த அறையைச் சுற்றிலும் பார்த்தார். பிறகு வியப்புடன், “அடடா, இங்கு நயோமி கார்ல்டன் சுமித் உட்கார்ந்திருக்கிறாள்,” என்று உற்சாகமாகக் கூறினார்.

சன்னலோரமாகத் தனியாக அமர்ந்திருந்த ஒரு பெண்ணை அவர் சுட்டிக்காட்டினார். அவளுடைய தோள்கள் துவண்டிருந்தன. அவள் அணிந்திருந்த ஆடை, சாக்குமூட்டைகளில் பயன்படுத்தப்படும் சாக்கிலிருந்து தைக்கப்பட்டிருந்ததுபோல இருந்தது. அவளுடைய கருநிறத் தலைமுடி குட்டையாக வெட்டப்பட்டிருந்தது.

“அவள் ஓவியம் வரைபவளா?” என்று சட்டர்துவைத் கேட்டார்.

மக்களை எடைபோடுவதில் அவர் கைதேர்ந்தவராக இருந்தார்.

“சரியாகச் சொன்னீர்கள். அப்படித்தான் அவள் தன்னை அழைத்துக் கொள்கிறாள். அவள் ஒரு விநோதமான உலகில் வலம் வந்து கொண்டிருக்கிறாள் என்பதை நான் அறிவேன். அவளிடம் பெரிதாகப் பணம் எதுவும் இல்லை. ஆனால், கார்ல்டன் சுமித் குடும்பத்தின் மற்ற உறுப்பினர்களைப்போல அவளுக்கும் தன்னைக் குறித்துப் பெருமை உண்டு. அவளுடைய அம்மா என் மாமாவின் மகள்.”

“அப்படியானால், அவள் நோல்ட்டன் குடும்பத்தைச் சேர்ந்தவளா?”

லீத் சீமாட்டி அதை ஆமோதித்துத் தலையசைத்தார்.

“அவளுக்கு எதிரி அவளேதான்.” லீத் சீமாட்டித் தொடர்ந்து பேசினார். “அவள் ஒரு புத்திசாலிப் பெண். ஆனால், விரும்பத்தகாத ஓர் இளைஞனுடன் அவள் சகவாசம் வைத்திருந்தாள். அவன் கவிதைகளையும் நாடகங்களையும் எழுதிக் கொண்டிருந்தான். அதை அரங்கேற்றத்தான் யாரும் தயாராக இருக்கவில்லை. பின் அவன் ஒருவருடைய நகையைத் திருடிப் பிடிபட்டான். அவனுக்கு எவ்வளவு காலம் தண்டனை விதிக்கப்பட்டது என்பது எனக்குத் தெரியாது. ஐந்து ஆண்டுகள் இருக்கும் என்று நான் நினைக்கிறேன். உங்களுக்குத் தெரிந்திருக்கலாம். கடந்த குளிர்காலத்தில் அது நிகழ்ந்தது.”

“கடந்த குளிர்காலத்தின்போது நான் எகிப்தில் இருந்தேன். ஜனவரி இறுதியில் எனக்குக் காய்ச்சல் வந்தது. எகிப்துக்குச் செல்லும்படி மருத்துவர்கள் எனக்கு அறிவுறுத்தினர். எகிப்தில் இருந்தபோது, இங்கு நடந்த பல விஷயங்களை நான் தவறவிட்டுவிட்டேன்,” என்று கூறிய சட்டர்துவைத்தின் குரலில் இலேசான பின்வருத்தம் இழையோடியது.

தன் சிறு தொலைநோக்கி வழியாக மீண்டும் அப்பெண்ணைப் பார்த்த லீத் சீமாட்டி, “அவள் ஏதோ சிறு வேலை செய்து பிழைத்துக் கொண்டிருப்பதுபோலத் தெரிகிறது. அதை என்னால் அனுமதிக்க முடியாது,” என்று கூறினார்.

வெளியே செல்கின்ற வழியில், லீத் சீமாட்டி அந்தப் பெண்ணின் தோளைத் தொட்டு, “நயோமி, என்னை உனக்கு நினைவிருப்பதுபோலத் தெரியவில்லையே,” என்று கேட்டார்.

நயோமி வேண்டா வெறுப்பாகத் தன் இருக்கையிலிருந்து எழுந்தாள்.

“எனக்கு நன்றாக நினைவிருக்கிறது. நீங்கள் உள்ளே நுழைந்ததை நான் பார்த்தேன். என்னை நீங்கள் அடையாளம் கண்டுகொள்ள மாட்டீர்கள் என்று நான் நினைத்தேன்.”

நயோமி ஒருவிதமான மெத்தனத்துடனும்

அலட்சியத்துடனும் பேசினாள்.

"சாப்பிட்டு முடித்ததும் என்னைத் தாழ்வாரத்தில் வந்து பார்," என்று லீத் சீமாட்டி உத்தரவிட்டார்.

"சரி," என்று கூறி நயோமி கொட்டாவி விட்டாள்.

அவர்கள் அவளைவிட்டு நடக்கத் துவங்கியதும், லீத் சீமாட்டி சட்டர்துவைத்திடம், "இங்கிதமற்ற நடத்தை. கார்ல்டன் சுமித் குடும்பத்தினர் அனைவரிடமும் காணப்படுகின்ற குணம் அது," என்று கூறினார்.

அவர்கள் வெளியே தாழ்வாரத்தில் அமர்ந்து காபி குடித்துக் கொண்டிருந்தனர். ஆறு நிமிடங்கள் கழித்து நயோமி வந்து அவர்களுடன் சேர்ந்து கொண்டாள். அவள் அங்கிருந்த ஒரு நாற்காலியில் தொப்பென்று உட்கார்ந்து, கால்களை நளினமற்ற முறையில் தன் முன்னால் நீட்டினாள்.

அவளுடைய முகம் மகிழ்ச்சியற்று இருந்தது. அழகானதாக ஆகியிருக்க வேண்டிய அந்த முகம், நூலிழையில் அதைத் தவறவிட்டிருந்தது.

"நயோமி, இப்போது நீ என்ன செய்து கொண்டிருக்கிறாய்?" என்று லீத் சீமாட்டி கேட்டார்.

"குறிப்பாக எதுவும் செய்யவில்லை. நான் நேரத்தை ஓட்டிக் கொண்டிருக்கிறேன்."

"ஓவியம் வரைந்து கொண்டிருக்கிறாயா?"

"கொஞ்சம்."

"அவற்றை என்னிடம் காட்டு."

நயோமி அதைக் கேட்டுப் பற்கள் தெரியப் புன்னகைத்தாள். அவள் அந்தச் சீமாட்டிக்கு முன்னால் பணிந்துவிடவில்லை. மாறாக, அது அவளுக்கு வேடிக்கையாக இருந்தது. அவள் தன் அறைக்குச் சென்று தன்னுடைய ஓவியத் தொகுப்பை எடுத்து வந்தாள்.

"இது உங்களுக்குப் பிடிக்காது," என்று நயோமி எச்சரித்தாள். "ஆனால், உங்கள் மனத்தில் தோன்றுவதை நீங்கள் என்னிடம் கூறலாம். ஏனெனில், உங்களுடைய வார்த்தைகள் என் மனத்தைக் காயப்படுத்தாது."

சட்டர்துவைத் தன் நாற்காலியைச் சிறிது அருகில் இழுத்துப் போட்டார். நயோமியின் ஓவியங்களில் அவர் ஆர்வம் கொண்டார். ஓரிரு நிமிடங்களில் அவருடைய ஆர்வம் மேலும் அதிகரித்தது. ஆனால், லீத் சீமாட்டி கண்டிப்பானவராக இருந்தார்.

"விஷயங்கள் எப்படி இருக்க வேண்டுமோ, அப்படி இதில் இல்லை. வானமும் கடலும் இந்த நிறத்தில் ஒருபோதும் இருக்காது."

“நான் அவற்றை அப்படித்தான் பார்க்கிறேன்,” என்று நயோமி அமைதியாகக் கூறினாள்.

மற்றோர் ஓவியத்தை எடுத்துப் பார்த்த லீத் சீமாட்டி, “இது என்னைக் குலைநடுங்க வைக்கிறது,” என்றார்.

“அதுதான் இதன் நோக்கம். நீங்கள் உங்களை அறியாமலேயே எனக்குப் பாராட்டுப் பத்திரம் வாசித்திருக்கிறீர்கள்.”

குறிப்பிட்ட அந்த ஓவியத்தை உற்றுப் பார்த்தபோது, சட்டர்துவைத்துக்கும் நடுக்கம் ஏற்பட்டது.

நயோமி தன்னைப் பார்த்துக் கொண்டிருந்ததையும், ஒரு புரிதலுடன் தலையசைத்ததையும் சட்டர்துவைத் கண்டார்.

“இது பயங்கரமாகத்தான் இருக்கிறது என்பதை நான் அறிவேன்,” என்று நயோமி கூறினாள்.

லீத் சீமாட்டி இலேசாகச் செருமினார்.

“இப்போதெல்லாம் வரைவது எளிதாக இருக்கிறது போலும். எதையும் எவரும் துல்லியமாகப் பிரதியெடுப்பதில்லை. வண்ணங்களை எடுத்து ஓவியத் துணியில் அப்பி வைத்துவிட்டு அதை ஓவியம் என்று கூறுவது வழக்கமாகிவிட்டது. இன்னும் சொல்லப் போனால், உன்னைப் போன்றவர்கள் ஓவியம் தீட்டுவதற்குத் தூரிகையைக்கூடப் பயன்படுத்துவதில்லை. அதற்கு–”

நயோமி இடைமறித்து, “வண்ணங்களைக் குழைப்பதற்கான கத்தியை நாங்கள் பயன்படுத்துகிறோம்,” என்று கூறிவிட்டுப் பெரிதாகப் புன்னகைத்தாள்.

“எனக்கு இவற்றைப் போன்றவற்றைப் பார்ப்பதற்குப் பொறுமையில்லை. இவற்றுக்குப் பதிலாக–”

“எட்வின் லேன்ட்சீர் வரைந்துள்ள ஒரு நாய் அல்லது குதிரையின் ஓவியத்தைத் தரவா?”

“லேன்ட்சீருக்கு என்ன குறைச்சல்?”

“குறைச்சல் ஒன்றும் இல்லை. அவர் நன்றாகத்தான் வரைகிறார். நீங்கள் கூறியது சரிதான். விஷயங்களை மேல்தட்டு மக்கள் ஒரு மாதிரியாகவும், கீழ்த்தட்டு மக்கள் வேறு மாதிரியாகவும் பார்க்கின்றனர். ஒருவிதத்தில் பார்த்தால் அது சுவாரசியமானதுதான்.”

லீத் சீமாட்டி அவளை வெறித்துப் பார்த்தார்.

“நீ என்ன பேசிக் கொண்டிருக்கிறாய் என்பது பற்றி எனக்கு எந்த யோசனையும் இல்லை,” என்று அவர் அலுத்துக் கொண்டார்.

நயோமியின் ஓவியங்களுக்குப் பின்னால் இருந்த உத்திகளின் கச்சிதத்தை சட்டர்துவைத் கண்டுகொண்டார். அவர் வியப்பும் மகிழ்ச்சியும் கொண்டார். அவர் நிமிர்ந்து

நயோமியைப் பார்த்தார்.

"இவற்றில் ஒன்றை நான் வாங்கிக் கொள்ளலாமா?" என்று சட்டர்துவைத் கேட்டார்.

"ஐந்து கினிக்களுக்கு நீங்கள் இவற்றில் எதை வேண்டுமானாலும் எடுத்துக் கொள்ளலாம்," என்று அவள் விட்டேத்தியாகச் சொன்னாள்.

சட்டர்துவைத் ஓரிரு நிமிடங்கள் யோசித்துவிட்டு, முட்களுடன் இருந்த ஒரு பேரிக்காயின் ஓவியத்தைத் தேர்ந்தெடுத்தார். பிறகு அவர் தன் தலையைத் தாழ்த்தி நயோமிக்கு வணக்கம் சொன்னார்.

"இதை நான் வாங்கிக் கொள்வது குறித்து நான் மகிழ்ச்சி அடைகிறேன். என்றாவது ஒரு நாள் நீ மிகப் பிரபலமான ஓர் ஓவியராக ஆவாய். அப்போது என்னால் இதை ஒரு நல்ல விலைக்கு விற்றுப் பெரும் இலாபம் சம்பாதிக்க முடியும்."

அவர் எந்த ஓவியத்தைத் தேர்ந்தெடுத்திருந்தார் என்று பார்ப்பதற்காக நயோமி சற்றுக் குனிந்தாள். சட்டர்துவைத் தேர்ந்தெடுத்திருந்த ஓவியத்தைப் பார்த்ததும் அவளுடைய கண்கள் பிரகாசமடைந்தன. முதன்முறையாக அவருடைய இருத்தல் குறித்தப் பிரக்ஞை அவளுக்கு ஏற்பட்டது. இப்போது அவள் அவரைப் பார்த்தப் பார்வையில் மரியாதை வெளிப்பட்டது.

"நீங்கள் மிகச் சிறந்த ஓவியத்தைத் தேர்ந்தெடுத்துள்ளீர்கள். அது குறித்து எனக்கு மிக்க மகிழ்ச்சி!" என்றாள் நயோமி.

"சட்டர்துவைத், நீங்கள் என்ன செய்து கொண்டிருக்கிறீர்கள் என்பதை அறிந்துதான் நீங்கள் அதைச் செய்து கொண்டிருக்கிறீர்கள் என்று நான் நம்புகிறேன். நீங்கள் ஒரு கலாரசிகர் என்று நான் கேள்விப்பட்டிருக்கிறேன். ஆனால், அதற்காக இவற்றையெல்லாம் கலைப் படைப்பு என்று என்னிடம் சாதிக்காதீர்கள். நாம் அந்த விவகாரத்திற்குள் செல்ல வேண்டியதில்லை. நான் இத்தீவில் ஒரு சில நாட்கள் மட்டுமே இருக்கப் போகிறேன். அதற்குள் நான் இங்குள்ள முக்கியமான இடங்களைச் சுற்றிப் பார்க்க விரும்புகிறேன்," என்று கூறிய லீத் சீமாட்டி, நயோமி பக்கம் திரும்பி, "நயோமி, உன்னிடம் கார் இருக்கிறதா?" என்று கேட்டார்.

அந்தப் பெண் அதற்கு ஆமாமென்று தலையாட்டினாள்.

"பிரமாதம். அப்படியானால், நாம் நாளை காலை எங்காவது ஓரிடத்திற்குச் செல்லலாம்."

"ஆனால், அந்தக் காரில் இரண்டு இருக்கைகள் மட்டுமே உள்ளன."

"அதனாலென்ன? காரில் ஒரு டிக்கி இருக்குமல்லவா?

சட்டர்துவைத்திற்கு அது போதும்.”

சட்டர்துவைத்திடமிருந்து ஓர் ஆயாசப் பெருமூச்சு வெளிப்பட்டது. அன்று காலையில் ஓட்டலுக்கு வரும் வழியில், அத்தீவின் சாலைகளை அவர் அவதானித்திருந்தார். நயோமி அவரை யோசனையுடன் பார்த்தாள்.

“என் கார் உங்களுக்குச் சரிப்பட்டு வராது. அது ஒரு பழைய கார். மலைப் பாதையில் நான் தனியாகச் செல்லும்போதே அதைத் தாஜா செய்துதான் ஓட்டிச் செல்வேன். இந்த ஊரில் நல்ல கார் நிறுவனங்கள் இருக்கின்றன. இங்கு நீங்கள் ஒரு நல்ல காரை வாடகைக்கு எடுத்துக் கொள்ளலாம்.”

“வாடகைக்குக் கார் எடுப்பதா? என்னவொரு மோசமான யோசனை! மதிய உணவுக்கு முன், நான்கு இருக்கைகளுடன்கூடிய ஒரு காரை, பார்க்க நன்றாக இருந்த, மஞ்சள் நிறத்திலிருந்த ஒரு கனவான் ஓட்டிச் சென்றதை நான் பார்த்தேன். நயோமி, அவர் யாரென்று உனக்குத் தெரியுமா?”

“ஓ, அவரா? அவர் பெயர் டாம்லின்சன். ஓய்வு பெற்ற ஓர் இந்திய நீதிபதி அவர்.”

“அதனால்தான் அவருடைய நிறம் மஞ்சளாக இருந்ததா?” என்று கேட்ட லீத் சீமாட்டி, “அது மஞ்சள்காமாலை நோயாக இருக்குமோ என்று நான் பயந்துவிட்டேன். அவர் உண்மையிலேயே ஒரு கனவான். நான் அவரிடம் பேசிப் பார்க்கிறேன்,” என்று கூறினார்.

சட்டர்துவைத் அன்றிரவு உணவு உண்பதற்காகப் படியிறங்கிக் கீழே வந்து கொண்டிருந்தபோது, வைர நகைகள் ஜொலிக்க ஆடம்பரமாக உடையணிந்திருந்த லீத் சீமாட்டி, நான்கு இருக்கள் கொண்ட அந்தக் காரின் சொந்தக்காரரிடம் தீவிரமாகப் பேசிக் கொண்டிருந்ததை அவர் கவனித்தார். அவர் வந்ததைக் கவனித்த லீத் சீமாட்டி, “சட்டர்துவைத், இங்கே வாருங்கள்,” என்று அதிகாரமாக அவரை அழைத்தார்.

பின் அவரிடம், “இதைக் கேளுங்கள். டாம்லின்சன் நாளைக்கு நம்மை அவருடைய காரில் ஒரு சாகசப் பயணத்திற்கு அழைத்துச் செல்லப் போகிறார்,” என்று கூறினார்.

லீத் சீமாட்டியை சட்டர்துவைத் வியப்புடன் பார்த்தார்.

“இப்போது நாம் இரவு உணவு உண்ணச் செல்லாம்,” என்று பொதுவாகக் கூறிய லீத் சீமாட்டி, டாம்லின்சன் பக்கம் திரும்பி, “நீங்களும் எங்களுடன் சேர்ந்து உணவருந்தலாமே. நீங்கள் விட்ட இடத்திலிருந்து பேசிக் கொண்டே சாப்பிடலாம்,” என்று அவரை அழைத்தார்.

சாப்பாட்டிற்குப் பிறகு லீத் சீமாட்டியும் சட்டர்துவைத்தும் தனியாகப் பேசிக் கொண்டிருந்தபோது, “டாம்லின்சன் ஒரு

கனவானாகத் தெரிகிறார், இல்லையா?" என்று லீத் சீமாட்டி கேட்டார்.

"ஒரு நல்ல காரோடு வேறு இருக்கிறார்," என்று சட்டர்துவைத் சுருக்கென்று தைத்தாற்போலக் கூறினார்.

"மிகுந்த சேட்டைக்காரரர் நீங்கள்," என்று கூறிய லீத் சீமாட்டி, தன் கையில் எப்போதும் தூக்கித் திரிந்து கொண்டிருந்த கைவிசிறியைக் கொண்டு சட்டர்துவைத்தின் கணுவிரல்கள்மீது ஒரு தட்டுத் தட்டினார். சட்டர்துவைத் வலியால் முகம் சுளித்தார்.

"நயோமியும் நம்முடன் வருகிறாள். ஆனால் அவள் தன்னுடைய சொந்தக் காரில் வருகிறாள். அவள் ஒரு சுயநலக்காரி. அவள் முழுக்க முழுக்க சுயநலமானவள் அல்லள், ஆனால் அவள் வேறு எவர்மீதும், வேறு எதன்மீதும் அக்கறையற்றவளாக இருக்கிறாள். இந்த அளவுக்கு விட்டேத்தியாக இருக்கின்ற ஒருவரை நான் இதுவரை சந்தித்ததே இல்லை. என்ன, நான் சொல்வது சரிதானே?"

"அது சாத்தியம் என்று எனக்குத் தோன்றவில்லை," என்று சட்டர்துவைத் மெதுவாகக் கூறினார். "ஒவ்வொருவருக்கும் ஏதோ ஒன்றின்மீது ஆர்வம் இருந்தாக வேண்டும். சிலர் எப்போதும் தங்களைச் சுற்றியே வளைய வந்து கொண்டிருப்பர் - ஆனால் நான் உங்களோடு உடன்படுகிறேன், அவள் அவர்களில் ஒருத்தி அல்லள். அவள் தன்மீது முற்றிலும் அக்கறையின்றி இருக்கிறாள். ஆனாலும் அவள் ஒரு வலிமையான ஆளுமையைக் கொண்டிருக்கிறாள். அது நிச்சயமாகப் போற்றத்தக்கதுதான். அவளுடைய கலை அதற்குக் காரணமாக இருக்கும் என்று முதலில் நான் நினைத்தேன் - ஆனால், வாழ்வில் இவ்வளவு தூரம் பற்றற்று இருக்கின்ற ஒருவரை இதுவரை ஒருபோதும் நான் சந்தித்ததில்லை. அது ஆபத்தானது."

"ஆபத்தானதா? ஏன் அப்படிக் கூறுகிறீர்கள்?"

"அதீத ஈடுபாடு எதில் இருந்தாலும் அது எப்போதும் ஆபத்தானதுதான்."

"சட்டர்துவைத், முட்டாள்தனமாகப் பேசாதீர்கள். நான் சொல்வதைக் கவனமாகக் கேளுங்கள். நாளைக்கு நாம்-"

சட்டர்துவைத் கவனமாகக் கேட்டார். அது அவருக்குக் கைவந்த கலையாகும்.

மறுநாள் அதிகாலையிலேயே அவர்கள் கிளம்பிவிட்டனர். தங்களுக்கான மதிய உணவையும் அவர்கள் கையிலெடுத்துக் கொண்டனர். நயோமி அந்தத் தீவில் ஆறு மாதங்களாக இருந்து வந்திருந்ததால், அவள் அவர்களை வழிநடத்தி

முன்னே சென்றாள். அவள் கிளம்பத் தயாராக இருந்தபோது, சட்டர்துவைத் அவளருகே சென்று, “நான் உன்னுடைய காரில் வருவதற்கு வாய்ப்பிருக்கிறதா?” என்று கேட்டார்.

அவள் தன் தலையை ஆட்டி அதை மறுத்தாள்.

“நீங்கள் அந்தக் காரில் சௌகரியமாக இருப்பீர்கள். இதில் வந்தால், மேடுகளில் நீங்கள் பலமாகப் பந்தாடப்படுவீர்கள்.”

“மலைப்பாதை வேறு, இல்லையா?” என்று கூறி சட்டர்துவைத் சிரித்தார்.

கூடவே நயோமியும் சிரித்தாள்.

“நான் உங்களை டிக்கி பயணத்திலிருந்து காப்பாற்றவே அப்படிச் சொன்னேன். லீத் சீமாட்டியால் தாராளமாக ஒரு காரை வாடகைக்கு அமர்த்திக் கொள்ள முடியும். ஆனால், அவர் இப்படிச் செய்கிறார். அவர்தான் இங்கிலாந்தில் உள்ளவர்களிலேயே மிகவும் கீழ்த்தரமானவர். ஆனால், இந்தப் பெரிசிடம் ஒரு சாகசக் குணம் இருக்கிறது. அதன் காரணமாக அவரை என்னால் விரும்பாமல் இருக்க முடியவில்லை.”

“அப்படியானால், நான் உன்னுடைய காரில் வரலாம், இல்லையா?” என்று சட்டர்துவைத் ஆர்வமாகக் கேட்டார்.

நயோமி அவரைக் குறுகுறுப்புடன் பார்த்தாள்.

“நீங்கள் ஏன் என்னுடன் வருவதில் குறியாக இருக்கிறீர்கள்?”

அவர் பதில் சொல்லாமல், பழைய பாணியில் குனிந்து ஒரு வணக்கம் போட்டார்.

அதைப் பார்த்து நயோமி சிரித்தாலும் தலையாட்டி மறுத்தாள்.

“எது எப்படியோ, நீங்கள் என்னுடன் இந்தக் காரில் வர முடியாது – குறைந்தபட்சம் இன்று!”

“அப்படியானால், இன்னொரு நாள்?” என்று சட்டர்துவைத் நம்பிக்கையுடன் கேட்டார்.

“பார்க்கலாம்,” என்று கூறி அவள் சிரித்தாள்.

அவர்கள் கிளம்பினர். முதலில் அவர்கள் அந்த நகரின் ஊடாகச் சென்றனர். பின்னர் கடற்கரையோரமாக வளைந்து வளைந்து சென்ற பாதையில் பயணித்து ஓர் ஆற்றைக் கடந்தனர். மறுபடியும் கடற்கரையை ஒட்டித் தங்கள் கார்களை ஓட்டிச் சென்றனர். பின்னர தீவுக்கு உட்புறமாக நகர்ந்து சென்று மலைப்பாதையில் ஏறத் துவங்கினர். அபாயகரமான பல வளைவுகளை அவர்கள் கடந்து சென்றனர். இப்போது அவர்களுக்கு வெகு கீழே கடற்கரையும் அஜாசியோ நகரமும் அழகாகக் காட்சியளித்தன.

கார் அந்தப் பாதையில் மீண்டும் மீண்டும் வளைந்து நெளிந்து சென்றதால், சட்டர்துவைத்திற்கு இலேசாகத்

தலைசுற்றத் துவங்கியது. அப்பயணம் அவருடைய வயிற்றைப் புரட்டத் தொடங்கியிருந்தது. பாதையும் குறுகலாக இருந்தது. ஆனாலும், அவர்கள் தொடர்ந்து ஏறிக் கொண்டிருந்தனர்.

பனிமலைச் சிகரங்களிலிருந்து காற்று வந்து கொண்டிருந்ததால், அது குளிராக இருந்தது. சட்டர்துவைத் தன் கோட்டின் காலரைத் தூக்கிவிட்டுக் கொண்டு, மேல் பட்டன்வரை போட்டுக் கொண்டார்.

கீழே அஜாசியோ நகரம் வெயிலில் காய்ந்து கொண்டிருந்தது. இங்கு மேகங்கள் சூரியனைச் சூழ்ந்து கொள்ளத் துவங்கியிருந்தன. இயற்கையின் அழகை இரசிப்பதை சட்டர்துவைத் நிறுத்திவிட்டார். மாறாக, ஓட்டல் அறையில் ஒரு வசதியான நாற்காலியில் அமர்ந்து தன்னை ஆசுவாசப்படுத்திக் கொள்வதற்கு அவர் ஏங்கலானார்.

அவர்களுக்கு முன்னால் சென்று கொண்டிருந்த நயோமியின் கார் மேலே மேலே ஏறிக் கொண்டிருந்தது. இப்போது அவர்கள் உலகின் உச்சிக்கே வந்துவிட்டிருந்தனர். அவர்களுக்கு இருபுறமும், உயரம் குறைந்த குன்றுகள் நிறைய காணப்பட்டன. அவை பள்ளத்தாக்கை நோக்கிச் சரிந்து நின்று கொண்டிருந்தன. திடீரென்று நயோமியின் கார் நின்றது. அவள் பின்னால் திரும்பினாள்.

“நாம் ‘உலகின் முனைக்கு’ வந்து சேர்ந்துவிட்டோம். இங்கு வருகை தருவதற்கான சிறப்பான நாள் இது அல்ல,” என்று அவள் கூறினாள்.

அவர்கள் அனைவரும் காரைவிட்டு இறங்கினர். அவர்கள் ஒரு சிறிய கிராமத்திற்கு வந்து சேர்ந்திருந்தனர். அங்கு ஒரு டஜன் கல்வீடுகள் இருந்தன. ஓரடி உயரமிருந்த எழுத்துகளால் அங்கு இவ்வாறு குறிப்பிடப்பட்டிருந்தது:

‘கோட்டி சியாவெரி.’

நயோமி தன் தோள்களைக் குலுக்கினாள்.

“இங்கு எழுதப்பட்டிருப்பதுதான் அதிகாரபூர்வமான பெயர். ஆனால், நான் இதை ‘உலகின் முனை’ என்று அழைக்கவே விரும்புகிறேன்.”

அப்படிக் கூறிவிட்டு நயோமி முன்னால் நடக்கத் துவங்கினாள். சட்டர்துவைத் அவளோடு சேர்ந்து கொண்டார். அவர்கள் அந்த வீடுகளைக் கடந்து சென்றவுடன், சாலை முடிவுக்கு வந்தது. நயோமி கூறியபடி, அதற்குப் பிறகு எதுவும் இருக்கவில்லை. அவர்களுக்குப் பின்னால், நீண்டு வளைந்து கிடந்த சாலை இருந்தது. அவர்களுக்கு முன்னால் எதுவும் இருக்கவில்லை.

வெகு தூரம் கீழே தள்ளி கடல் இருந்தது.

சட்டர்துவைத் ஆழமாக மூச்சை உள்ளே இழுத்தார்.

"இது ஓர் அசாதாரணமான இடம். இங்கு எது வேண்டுமானாலும் நடக்கும் என்ற உணர்வு ஒருவருக்கு ஏற்படும். இங்கு நாம் எவரை வேண்டுமானாலும் சந்திக்கக்கூடும் என்று–"

சட்டர்துவைத் தன் வாக்கியத்தை அப்படியே நிறுத்தினார். ஏனெனில், அவர்களுக்கு முன்னால் இருந்த ஒரு பாறையில் ஒருவர் உட்கார்ந்திருந்தார். அவருடைய முகம் கடலை எதிர்நோக்கி இருந்தது. அதற்கு முந்தைய கணம்வரை அவர்கள் அந்த நபரைப் பார்த்திருக்கவில்லை. ஒரு மந்திரவாதியின் மாயவித்தையின் மூலம் திடீரென்று அங்கு அவர் முளைத்திருந்ததைப்போல இருந்தது அது.

"இது யார் என்று நான்–" என்று சட்டர்துவைத் துவக்கினார்.

அக்கணத்தில் அந்த நபர் அவர்களை நோக்கித் திரும்பினார். அவருடைய முகத்தை சட்டர்துவைத் பார்த்தார்.

"குயின்? இங்கு எப்படி? நம்பவே முடியவில்லை," என்று கூறிய சட்டர்துவைத், நயோமியிடம், "நயோமி, என் நண்பர் குயினை நான் உனக்கு அறிமுகம் செய்து வைக்க விரும்புகிறேன். அவர் மிகவும் அசாதாரணமான ஆசாமி," என்று கூறினார். பின்னர் குயினிடம், "குயின், நீங்கள் எப்போதுமே எப்படிச் சரியான கணத்தில் தோன்றுகிறீர்கள்?" என்று அவர் கேட்டார்.

நயோமி தனக்கே உரிய தடாலடிப் பாணியில், நேராகச் சென்று குயினுடன் கைகுலுக்கினாள்.

"நாங்கள் இந்த இடத்தைச் சுற்றிப் பார்ப்பதற்காக வந்துள்ளோம். ஆனால், நாங்கள் குளிரில் உறைந்துவிடுவோம்போல இருக்கிறது."

சட்டர்துவைத்தின் உடல் நடுங்கியது.

"குளிர்காற்றிலிருந்து தப்பித்துக் கொள்கின்ற ஓரிடத்திற்குச் செல்லலாமா?" என்று சட்டர்துவைத் கேட்டார்.

"அது சரிதான். ஆனாலும் இந்த இடம் பிரமாதமாக இருக்கிறது, இல்லையா?" என்று நயோமி கேட்டாள்.

அவளிடம் ஆமாம் என்று கூறிவிட்டுக் குயினின் பக்கம் திரும்பிய சட்டர்துவைத், "நயோமி இந்த இடத்தை 'உலகின் முனை' என்று அழைக்கிறாள். அது ஒரு நல்ல பெயர்தானே?" என்று கேட்டார்.

குயின் அதை ஆமோதித்ததுபோலப் பல முறை தலையாட்டினார்.

"ஆமாம். அதே நேரத்தில், ஏதோ ஒன்று சூசகமாக எதையோ உணர்த்துவதாகவும் இருக்கிறது. ஒருவர் தன் வாழ்க்கையில் ஒரே ஒரு முறைதான் வர முடிகின்ற இடம் இது என்று

எனக்குத் தோன்றுகிறது," என்று குயின் கூறினார்.

"இதற்கு என்ன அர்த்தம்?" என்று நயோமி வெடுக்கென்று கேட்டாள்.

குயின் அவளை நோக்கித் திரும்பினார்.

"பொதுவாக, தேர்ந்தெடுப்பதற்கான வாய்ப்பு நமக்கு இருக்கும், அப்படித்தானே? வலது புறம் அல்லது இடது புறம். முன்னோக்கி அல்லது பின்னோக்கி. ஆனால் இங்கு உங்களுக்குப் பின்னால் ஒரு சாலை இருக்கிறது. ஆனால் முன்னால்? எதுவுமில்லை."

நயோமி குயினை வெறித்துப் பார்த்தாள். அவளுடைய உடல் நடுங்கியது. அவள் மற்றவர்களை நோக்கி நடக்கத் தொடங்கினாள். குயினும் சட்டர்துவைத்தும் அவளுக்கு இருபுறமும் வரத் துவங்கினர். குயின் தொடர்ந்து பேசிக் கொண்டே வந்தார். அவருடைய குரல் இப்போது இயல்பாக இருந்தது.

"அந்தச் சிறிய கார்தான் உன்னுடையதா?" என்று குயின் நயோமியிடம் கேட்டார்.

"ஆமாம்."

"அதை நீதான் ஓட்டி வந்தாயா? இந்த மலைப்பாதையில் அதை ஓட்டி வருவதற்கு உனக்கு நல்ல துணிச்சல் இருக்க வேண்டும். இங்கு வளைவுகள் பயங்கரமாக இருக்கின்றன. ஒரு கணம் அசந்தாலோ அல்லது பிரேக் பிடிக்காமல் போய்விட்டாலோ அதோகதிதான்."

இப்போது அவர்கள் மற்ற இருவருடனும் சேர்ந்து கொண்டனர். சட்டர்துவைத் தன் நண்பரை அவர்களுக்கு அறிமுகம் செய்து வைத்தார். அப்போது சட்டர்துவைத் தன் சட்டையை யாரோ பிடித்து இழுத்ததை உணர்ந்தார். அது நயோமி. அவள் சட்டர்துவைத்தைத் தனியாக அழைத்துச் சென்றாள்.

"அவர் யார்?"என்று அவள் ஒரு கடுமையான குரலில் கேட்டாள்.

சட்டர்துவைத் அவளை வியப்புடன் பார்த்தார்.

"உண்மையைச் சொல்ல வேண்டுமென்றால், அவரை எனக்குப் பெரிதாகத் தெரியாது. அவரை எனக்குச் சில ஆண்டுகளாகத் தெரியும். எங்கள் வழிகள் எப்போதாவது குறுக்கிடும். ஆனால், அவரைப் பற்றிக் குறிப்பாக எனக்கு எதுவும் தெரியாது."

அவர் அப்படியே நிறுத்தினார். அவர் பாட்டுக்கு எதையோ உளறிக் கொண்டிருந்தார். ஆனால், நயோமி அவருடைய பேச்சைக் கேட்டுக் கொண்டிருக்கவில்லை. அவள் தன்

தலையைத் தொங்கப் போட்டபடி நின்று கொண்டிருந்தாள். அவள் தன் கைகள் இரண்டையும் சேர்த்துப் பிடித்திருந்தாள்.

"அவருக்கு விஷயங்கள் தெரிந்திருக்கின்றன... ஆமாம், அவருக்கு விஷயங்கள் தெரிந்திருக்கின்றன. அவை எப்படி அவருக்குத் தெரியும்?"

சட்டர்துவைத்திடம் அதற்கு எந்த பதிலும் இருக்கவில்லை. எது அவளைப் பிடித்து ஆட்டுவித்துக் கொண்டிருந்தது என்பது தெரியாமல் அவர் அவளை வெறுமனே பார்த்துக் கொண்டிருந்தார்.

"எனக்கு பயமாக இருக்கிறது..."

"குயினைப் பார்த்தா?

"இல்லை. அவருடைய கண்களைப் பார்த்தால் பயமாக இருக்கிறது. அவர் விஷயங்களை ஊடுருவிப் பார்க்கிறார்."

குளிராகவும் ஈரமாகவும் இருந்த ஏதோ ஒன்று சட்டர்துவைத்தின் கன்னத்தின்மீது விழுந்தது. சட்டர்துவைத் நிமிர்ந்து பார்த்தார்.

"ஆகா! பனி விழுகிறது!" என்று சட்டர்துவைத் வியப்பில் கூவினார்.

"இப்படி உல்லாசமாக வருவதற்கு ஏற்ற நாளாக இது மாறியிருக்கிறது," என்று நயோமி கூறினாள்.

பெரும் முயற்சிக்குப் பிறகு, அவள் தன்மீதான கட்டுப்பாட்டைத் திரும்பப் பெற்றாள்.

இப்போது என்ன செய்ய வேண்டும்? ஒன்றுக்கொன்று முரண்பட்டப் பல யோசனைகள் பீறிட்டுக் கிளம்பின. பனி வேகமாகவும் கனமாகவும் விழத் துவங்கியது. குயின் ஒரு யோசனையைப் பரிந்துரைத்தார். எல்லோரும் உடனே அதை ஏற்றுக் கொண்டனர். அந்த வரிசைவீடுகளின் முனையில் கல்லால் ஆன ஒரு கட்டடம் இருந்தது. அதற்குள் செல்லலாம் என்று குயின் கூறினார். இதற்கிடையே, அதை நோக்கி வேறு சிலர் சென்று கொண்டிருந்தனர்.

"உங்களிடம் சில உணவுப் பொருட்கள் இருப்பதால், அதை அவர்களிடம் கொடுத்தால் உங்களுக்கு அவர்கள் காபி தயாரித்துக் கொடுப்பார்கள்," என்று குயின் கூறினார்.

அது ஒரு சிறிய இடம். அது இருட்டாக இருந்தது. அதிலிருந்த சிறிய சன்னலிலிருந்து பெரிதாக வெளிச்சம் எதுவும் வரவில்லை. ஆனால், அதன் மறுமுனையிலிருந்து ஓரளவு வெளிச்சமும் வெப்பமும் வந்து கொண்டிருந்தன. அங்கிருந்த கணப்படுப்பில் ஒரு மூதாட்டி சில விறகுகளை எடுத்துப் போட்டாள். நெருப்பு இன்னும் பிரகாசமாக எரியத் துவங்கியது. சட்டர்துவைத் குழுவினர் உள்ளே நுழைந்தபோது,

அங்கு ஏற்கனவே சிலர் இருந்ததை அந்த அடுப்பின் வெளிச்சம் காட்டியது.

அங்கிருந்த மர மேசையைச் சுற்றி மூன்று பேர் அமர்ந்திருந்தனர். அந்தக் காட்சி எதார்த்தத்தை மீறிய ஒன்றாக இருந்ததை சட்டர்துவைத் கண்டார். அங்கு அமர்ந்திருந்தவர்கள் அதைவிட அதிகமாக எதார்த்தத்தை மீறியவர்களாகக் காணப்பட்டனர்.

அவர்களில் ஒருவர் ஒரு சீமாட்டிபோல இருந்தார். அதாவது, பொதுவாக மக்கள் மனத்தில் ஒரு சீமாட்டி என்பவர் எப்படி இருப்பாரோ, அவர் அதுபோல இருந்தார். அவருடைய தலை நிமிர்ந்து ஒருவிதமான இராஜ கம்பீரத்துடன் இருந்தது. நேர்த்தியாக அலங்கரிக்கப்பட்டிருந்த அவருடைய தலைமுடி பனியைப்போல வெண்மையாக இருந்தது. அவர் சாம்பல் நிறத்தில் ஆடை அணிந்திருந்தார். அவருடைய வெண்ணிறக் கைகளில் ஒன்று அவருடைய முகவாயைத் தாங்கிக் கொண்டிருந்தது. மற்றொரு கை, ஓர் உணவுப் பதார்த்தத்தைப் பிடித்திருந்தது. அவருக்கு வலது புறமாக ஒருவர் அமர்ந்திருந்தார். அவர் வெள்ளை நிறத்தில் இருந்தார். அவருடைய தலைமுடி கருமையாக இருந்தது. மூக்குக்கண்ணாடி அணிந்திருந்த அந்த நபர் நேர்த்தியாக உடையணிந்திருந்தார்.

அந்தச் சீமாட்டியின் இடப்புறம், வழுக்கைத் தலையுடன் ஜாலியாகத் தோற்றமளித்த ஒருவர் அமர்ந்திருந்தார். ஒரு முறை அவரைப் பார்த்தப் பிறகு, மறுபடியும் அவர்மீது எவரும் தங்களுடைய கண்களைப் பதிக்கவில்லை.

சட்டர்துவைத் குழுவினரிடம் ஒரு நிமிடம் ஒரு லேசான தயக்கம் நிலவியது. லீத் சீமாட்டி விஷயங்களைத் தன் கையில் எடுத்துக் கொண்டார்.

அவர் ஒரு புன்னகையோடு, "இந்தத் திடீர்ப் பனிப் பொழிவு பயங்கரமாக இருக்கிறது, இல்லையா?" என்று இனிமையாகக் கூறியவாறு முன்னே நகர்ந்து சென்றார். "நீங்களும் எங்களைப்போலவே இங்கு மாட்டிக் கொண்டிருக்கிறீர்கள் என்று நான் நினைக்கிறேன். கார்சிகா ஓர் அற்புதமான இடம். நேற்றுதான் நான் இங்கு வந்தேன்."

கருப்புத் தலைமுடியுடன் இருந்த நபர் தன் இடத்தைவிட்டு எழுந்தார். லீத் சீமாட்டி அந்த இடத்தில் அமர்ந்து கொண்டார்.

"நாங்கள் இங்கு ஒரு வாரமாக இருக்கிறோம்," என்று அவர் கூறினார்.

சட்டர்துவைத் திடுக்கிட்டார். ஒரு முறை கேட்டுவிட்டால் மறக்கப்படக்கூடிய ஒரு குரலா அது? அக்குரல் அந்த

அறைக்குள் உணர்வுபூர்வமாக எதிரொலித்தது.

சட்டர்துவைத் தன்னருகே நின்று கொண்டிருந்த டாம்லின்சனிடம் அவசரமாகப் பேசினார்.

“மூக்குக்கண்ணாடி அணிந்திருக்கும் நபரின் பெயர் வைஸ். அவர் ஒரு தயாரிப்பாளர்.”

டாம்லின்சன் வெறுப்புடன் வைஸைப் பார்த்தார்.

“அவர் எவற்றைத் தயாரித்துக் கொண்டிருக்கிறார்? குழந்தைகளையா?”

வைஸ் பற்றி இப்படி இடக்குமடக்கான ஒன்றை ஒருவரால் சொல்ல முடியும் என்பதைக் கண்டு சட்டர்துவைத் அதிர்ச்சியடைந்தார். “இல்லை. அவர் நாடகங்களைத் தயாரிப்பவர்.”

“இங்கு மிகவும் சூடாக இருக்கிறது. நான் வெளியே போகப் போகிறேன்,” என்று நயோமி கூறினாள்.

அவளுடைய குரல் வலுவானதாகவும் கடுமையானதாகவும் இருந்ததைக் கண்டு சட்டர்துவைத் துள்ளினார். இருட்டில் கதவு எங்கு இருந்தது என்பது தெரியாமல், குருட்டாம்போக்காக அவள் திரும்பி ஒரு திசையை நோக்கி நகர்ந்ததுபோலத் தெரிந்தது. ஏனெனில், வழியில் நின்று கொண்டிருந்த டாம்லின்சனை அவள் இலேசாக இடித்துத் தள்ளிவிட்டு அங்கிருந்து செல்லத் துவங்கினாள். ஆனால் அவள் கதவுக்கு அருகே சென்றபோது, அவளை வழிமறித்துக் கொண்டு குயின் நின்று கொண்டிருந்தார்.

“உள்ளே போய் உட்கார்,” என்று குயின் அவளிடம் கூறினார்.

அவருடைய குரல் ஓர் அதிகாரத் தொனியுடன் ஒலித்தது. நயோமி ஒரு கணம் யோசித்துவிட்டு அதற்குக் கீழ்ப்படிந்தது கண்டு சட்டர்துவைத் வியப்படைந்தார். அவள் அந்த மேசைக்கு அருகே போடப்பட்டிருந்த நாற்காலிகளில் மற்றவர்களிடமிருந்து தள்ளியிருந்த ஒன்றில் அமர்ந்தாள்.

சட்டர்துவைத் நேராக அந்தத் தயாரிப்பாளரிடம் சென்றார்.

“உங்களுக்கு என்னை நினைவில்லாமல் இருக்கலாம். என் பெயர் சட்டர்துவைத்,” என்று தன்னை அவர் அறிமுகம் செய்து கொண்டார்.

“எனக்கு உங்களை நினைவிருக்கிறது,” என்று கூறிய வைஸ், வலிக்கும் அளவுக்கு அவருடைய கைகளை இறுக்கிக் குலுக்கினார். “உங்களை இங்குப் பார்த்ததில் வியப்பாக இருக்கிறது உங்களுக்கு ரோசினா நுன்னைத் தெரியும், இல்லையா?”

சட்டர்துவைத துள்ளினார். அந்தக் குரல் பரிச்சயமான

குரலாகத் தோன்றியதில் வியப்பில்லை. இங்கிலாந்தில் ஆயிரக்கணக்கான மக்கள், உணர்ச்சி கொப்பளித்த அந்தக் குரலுக்கு மயங்கிக் கிடந்தனர். ரோசினா இங்கிலாந்தின் சிறந்த நடிகைகளில் ஒருவர். அவருடைய வசீகரக் குரலுக்கு அடிமையாகியிருந்தவர்களில் சட்டர்துவைத்தும் ஒருவர். ஆழமான அர்த்தங்களை அவரைப்போல வெளிப்படுத்தக்கூடிய திறன் படைத்தவர்கள் மிகக் குறைவானவர்களே இருந்தனர். தான் நடித்தக் கதாபாத்திரங்களின் ஆன்மாவுக்குள் புகுந்து கொள்கின்ற திறன் படைத்தவர் அவர் என்று சட்டர்துவைத் கருதினார்.

சட்டர்துவைத்தால் ரோசினாவை அடையாளம் காண முடியாததில் வியப்பில்லை. அவர் அடிக்கடித் தன்னுடைய உருவத்தை மாற்றிக் கொண்டிருந்தார். இருபத்தைந்து ஆண்டுகளுக்கு அவர் பொன்னிறக் கூந்தலைக் கொண்ட ஒரு பெண்ணாகக் காட்சியளித்தார். அமெரிக்காவுக்குச் சென்று வந்தவுடன் அவர் தன் தலைமுடியின் நிறத்தைக் கருப்பாக்கிக் கொண்டார். இப்போது அவர் இந்தப் 'பிரெஞ்சு முடி' அவதாரம் எடுத்திருந்தார்.

"அப்புறம், இது ஹென்ரி ஜுட். ரோசினாவின் கணவர்," என்று ஏனோதானோவென்று அந்த வழுக்கைத் தலையரை அவர் அறிமுகம் செய்து வைத்தார்.

ரோசினா அவ்வப்போது கணவன்மார்களை மாற்றிக் கொண்டிருந்தார் என்பதை சட்டர்துவைத் அறிந்திருந்தார். ஹென்ரி சமீபத்தியவர் என்பதை அவர் புரிந்து கொண்டார்.

ஹென்ரி தன் அருகே வைத்திருந்த ஒரு கூடையிலிருந்து சில பொட்டலங்களைப் பிரிப்பதில் மும்முரமாக இருந்தார். பின் அவர் தன் மனைவியிடம் பேசினார்.

"அன்பே, இன்னும் கொஞ்சம் தரட்டுமா? நான் முன்பு கொடுத்ததைவிட இது உனக்குப் பிடித்தப் பதத்தில் இருக்கிறது."

ரோசினா தான் பாதி கடித்திருந்ததை அவரிடம் கொடுத்துவிட்டு, அவர் நீட்டியதைப் பெற்றுக் கொண்டார்.

"ஹென்ரி அருமையான உணவு வகைகளை ஏற்பாடு செய்கிறார். அதனால், நான் இந்தப் பொறுப்புகளை அவரிடமே விட்டுவிடுகிறேன்."

"குடும்பத்திற்காகக் கடினமாக உழைப்பவரின் வயிற்றைக் கவனித்துக் கொண்டாலே போதும், மற்றவை எல்லாம் சுமூகமாக நடந்தேறும்," என்று கூறி ஹென்ரி தன் மனைவியின் தோளைத் தட்டி பலமாகச் சிரித்தார்.

சட்டர்துவைத்தும் குயினும், கொண்டுவரப்பட்டிருந்த உணவுப் பொட்டலங்களைப் பிரித்து அங்கிருந்தவர்களுக்குப்

பகிர்ந்தளித்தனர். லீத் சீமாட்டியும் ரோசினாவும் குசுகுசுவென்று பேசிக் கொண்டிருந்தனர். அது உணவைப் பற்றியே இருந்தது.

"ரோசினா தின்பதற்கென்றே அவதாரம் எடுத்துள்ளதுபோலத் தோன்றுகிறது," என்று வைஸ் முணுமுணுத்தார். "இப்படித்தான் ஒரு நாடகத்தில் ஒரு காட்சியில் நான் விரும்பிய ஒரு பாவனையை என்னால் அவரிடமிருந்து பெற முடியவில்லை. இறுதியில், அவருக்குப் பிடித்தமான 'பெப்பர்மின்ட் கிரீமை' நினைத்துக் கொள்ளும்படி நான் அவரிடம் கூறினேன். அவரும் அதைப் பற்றித் தன் மனத்தில் நினைத்து ஓர் ஏக்கப் பார்வையை வெளிப்படுத்தினார். ஆன்மாவையே ஊடுருவக்கூடிய ஒரு பார்வை அது."

சட்டர்துவைத் மௌனமாக இருந்தார். அங்கிருந்த அனைவரும் உரையாடல்களில் ஈடுபடத் துவங்கினர். உணவு, நாடகம் போன்றவற்றைச் சுற்றி அவை அமைந்திருந்தன.

ஒரு கட்டத்தில், ஒரு குறிப்பிட்ட உணவுப் பதார்த்தத்தைத் தான் எங்கு வைத்தோம் என்பது ரோசினாவுக்கு மறந்து போனபோது, அது அவருடைய நாற்காலிக்குப் பின்னால் இருந்த மேசையில் இருந்ததை ஹென்ரி அவருக்குச் சுட்டிக்காட்டினார்.

ரோசினா உடனே அதை எடுத்துக் கொண்டு, எல்லோரையும் மகிழ்ச்சியோடு பார்த்தார்.

"எனக்கு ஞாபக மறதி அதிகம். எதை எங்கு வைத்தேன் என்று எனக்கு ஞாபகம் இருக்காது."

"அது உண்மைதான். ஒரு முறை, நீ உன்னுடைய முத்துமாலையை ஒரு பையில் ஓர் ஓட்டலில் மறந்து விட்டுவிட்டு வந்தாயல்லவா? அதைத் திரும்பப் பெறுவதற்கு நான் பெரும்பாடு பட வேண்டியிருந்தது. அது உனக்கு நினைவிருக்கிறதா?"

"அது காப்பீடு செய்யப்பட்டிருந்தது. அதனால், அது ஒரு பெரிய விஷயமல்ல. ஆனால், என்னுடைய அமுதக்கல் காப்பீடு செய்யப்பட்டிருக்கவில்லை."

பெரும் விலைமதிப்புமிக்க அந்தக் கல்லை நினைத்துப் பார்த்தபோது ரோசினாவின் முகத்தில் துக்க ரேகைகள் தோன்றி மறைந்தன.

பல சமயங்களில், சட்டர்துவைத் குயினுடன் இருந்தபோது, தான் ஒரு நாடகத்தில் பங்கேற்றுக் கொண்டிருந்த ஒரு கதாபாத்திரம் போன்ற உணர்வை அனுபவித்திருந்தார். இப்போது அந்த உணர்வு அவருக்கு அதிகமாக இருந்தது.

'என்னுடைய அமுதக்கல்' என்று ரோசினா கூறியவுடன், அந்த நாடகத்தில் குதிக்க வேண்டிய தன்னுடைய வேளை வந்துவிட்டிருந்ததைப்போல சட்டர்துவைத் முன்னால் சாய்ந்தார்.

"அது என்ன கதை?"

"அது திருடுபோய்விட்டது. அது ஒருபோதும் கண்டுபிடிக்கப்படவில்லை."

"அதைப் பற்றிச் சொல்லுங்கள்," என்றார் சட்டர்துவைத்.

"நான் அக்டோபரில் பிறந்தவள் என்பதால் என் இராசிப்படி எனக்கு ஏற்றக் கல் அமுதக்கல்லாகும். அதனால், நான் மிகச் சிறந்த அமுதக்கல்லைத் தேடிக் கொண்டிருந்தேன். அதற்காக நான் நீண்டகாலம் காத்திருந்தேன். இறுதியில் எனக்கு ஓர் அமுதக்கல் கிடைத்தது. அளவில் அது அவ்வளவு பெரியதல்ல, ஆனால் அது மிகவும் அழகானது," என்று கூறிவிட்டு ரோசினா பெருமூச்செறிந்தார்.

லீத் சீமாட்டி கைகளைப் பிசைந்தவாறு சிறிது அசௌகரியமாகக் காணப்பட்டதை சட்டர்துவைத் கவனித்தார். ஆனால், ரோசினா தொடர்ந்து பேசிக் கொண்டிருந்தார். அவருடைய குரலில் வெளிப்பட்ட உணர்ச்சிகளின் பிரதிபலிப்பு அந்தக் கதைக்கு மேலும் மெருகூட்டியது.

"அதைத் திருடியது அலெக் ஜெரார்டு என்ற இளைஞன். அவன் நாடகங்கள் எழுதிக் கொண்டிருந்தான்."

"அவனுடைய நாடகங்கள் நன்றாகவே இருக்கும்," என்று வைஸ் அவற்றைக் குறித்துத் தன்னுடைய தொழில்முறைரீதியான கண்ணோட்டத்தை வெளிப்படுத்தினார். "நானே அவனுடைய நாடகம் ஒன்றை ஆறு மாதங்களுக்கு நடத்தியிருந்தேன்."

"அதை நீங்கள் தயாரித்திருந்தீர்களா?" என்று டாம்லின்சன் கேட்டார்.

"இல்லையில்லை. ஆனால் அப்படி ஒரு யோசனை எனக்கு இருந்தது," என்று வைஸ் தெரிவித்தார்.

"அந்த நாடகத்தில் எனக்கு ஒரு நல்ல கதாபாத்திரம் கிடைத்திருந்தது," என்று ரோசினா கூறினார். "அந்த நாடகத்தின் பெயர் 'ரேச்சலின் குழந்தைகள்'. ஆனால், அதில் ரேச்சல் என்ற கதாபாத்திரமே கிடையாது. அந்த நாடகத்தைப் பற்றிப் பேசுவதற்காக அலெக் அந்த நாடக அரங்குக்கு வந்திருந்தான். எனக்கு அவனைப் பிடித்திருந்தது. ஏழையாக இருந்த அவன் பார்ப்பதற்கு நன்றாக இருப்பான். அவன் மிகவும் கூச்ச சுபாவமுடையவன். அவன் எனக்குக் கொஞ்சம் 'பெப்பர்மின்ட் கிரீம்' கொண்டுவந்தான். அப்போது அந்த

அமுதக்கல் என்னுடைய ஒப்பனை மேசையின்மீது கிடந்தது. சிறிது காலத்திற்கு முன்பு அவன் ஆஸ்திரேலியாவுக்குச் சென்று வந்திருந்ததால், அவனுக்கு அந்தக் கல்லைப் பற்றி ஓரளவு தெரிந்திருந்தது. மேசையில் கிடந்த அந்த அமுதக்கல்லை விளக்கு வெளிச்சத்தில் பார்ப்பதற்காக அவன் கொண்டு சென்றான். அப்போது அதை அவன் தன் பாக்கெட்டில் போட்டுக் கொண்டிருந்திருக்க வேண்டும் என்று நான் நினைக்கிறேன். ஏனெனில், அவன் அங்கிருந்து சென்ற உடனேயே அது காணாமல் போய்விட்டது.

"அந்த அமுதக்கல் வைக்கப்பட்டிருந்த சிறு நகைப்பெட்டி அவனுடைய அறையிலிருந்து கைப்பற்றப்பட்டது. அப்போது அவன் பணத்திற்கு அல்லாடிக் கொண்டிருந்தான். ஆனால், மறுநாள் அவனுடைய வங்கிக் கணக்கில் ஒரு பெரும் தொகை சேர்க்கப்பட்டிருந்தது. அதைப் பற்றி அவனிடம் விசாரித்தபோது, தன்னுடைய நண்பன் ஒருவன் தன் சார்பாக ஒரு குதிரைப் பந்தயத்தில் கட்டி வென்ற தொகை அது என்று அவன் கூறினான். ஆனால், அவனால் அந்த நண்பனைக் கொண்டுவந்து நிறுத்த முடியவில்லை. ஒருவேளை அந்த அமுதக்கலைத் தவறுதலாகத் தான் தன் பாக்கெட்டில் போட்டிருந்திருக்கக்கூடும் என்று அவன் கூறினான். அவன் அதைவிடப் புத்திசாலித்தனமாகப் புளுகியிருந்திருக்கலாம் என்று எனக்குத் தோன்றியது. அந்த வழக்கில் நான் சாட்சியளிப்பதற்காகச் செல்ல வேண்டியிருந்தது. அந்தச் செய்தியை அனைத்துப் பத்திரிகைகளும் என் புகைப்படங்களுடன் பிரசுரித்தன. அது எனக்குக் கிடைத்த நல்ல விளம்பரம் என்று என்னுடைய செய்தித் தொடர்பாளர் கூறினார். ஆனால், அதற்குப் பதிலாக எனக்கு என்னுடைய அமுதக்கல் கிடைப்பதையே நான் விரும்புவேன்."

அவர் சோகமாகத் தலையாட்டினார்.

"கொஞ்சம் அன்னாசிப்பழம் சாப்பிடு," என்றார் ஹென்றி.

ரோசினாவின் முகம் பிரகாசமடைந்தது.

"அது எங்கே இருக்கிறது?"

"இப்போதுதானே நான் உன்னிடம் கொடுத்தேன்."

ரோசினா தனக்கு முன்னாலும் பார்த்தார், பின்னாலும் பார்த்தார். பின் தனக்கு அருகில் தரையில் கிடந்த ஒரு பெரிய கருஞ்சிவப்பு நிறப் பட்டுப் பையைக் கையிலெடுத்தார். அதிலிருந்த அனைத்துப் பொருட்களையும் அவர் அந்த மேசையின்மீது மெதுவாகக் கொட்டலானார். அது சட்டர்துவைததிற்கு சுவாரசியமூட்டியது.

ஒரு லிப்ஸ்டிக், பவுடரை ஒற்றிக் கொள்வதற்கான ஒரு

பஃப், ஒரு சின்னஞ்சிறிய நகைப்பெட்டி, ஒரு கம்பளி நூற்பந்து, இன்னொரு பஃப், இரண்டு கைக்குட்டைகள், ஒரு சாக்லெட் கிரீம் பாக்கெட், எனாமல் பூச்சுடன் இருந்த, காகித உறைகளைத் திறக்கப் பயன்படுத்தப்படுகின்ற ஒரு கத்தி, ஒரு சிறிய முகம்-பார்க்கும் கண்ணாடி, கரும்பழுப்பு நிறத்திலிருந்த ஒரு சிறிய மரப்பெட்டி, ஐந்து கடிதங்கள், ஒரு வால்நட், சதுர வடிவிலிருந்த ஒரு பட்டுத் துணி, ஒரு ரிப்பன் துண்டு, ஒரு துண்டு கேக் ஆகியவை அந்தப் பையிலிருந்து வெளிவந்தன. இறுதியாக, பதப்படுத்தப்பட்ட அன்னாசிப்பழத் துண்டுகள் அடங்கிய ஒரு டின்னும் வெளிவந்தது.

“யுரேக்கா!” என்று சட்டர்துவைத் முணுமுணுத்தார்.

“என்ன சொன்னீர்கள்?”

“அது ஒன்றுமில்லை,” என்று அவசர அவசரமாக சட்டர்துவைத் கூறினார். “உறைகளைத் திறப்பதற்கான கத்தி மிகவும் அழகாக இருக்கிறது.”

“ஆமாம். இது அழகாக இருக்கிறது. இதை யாரோ ஒருவர் எனக்குக் கொடுத்தார். அவர் யாரென்பது எனக்கு மறந்துவிட்டது.”

கரும்பழுப்பு நிறத்திலிருந்த அந்தச் சிறிய மரப்பெட்டியைச் சுட்டிக்காட்டிய டாம்லின்சன், “அது இந்தியாவில் செய்யப்பட்டப் பெட்டி,” கூறினார். “சாமர்த்தியமாக வடிவமைக்கப்பட்டுள்ள பொருட்கள் இவை.”

“இதையும் யார் கொடுத்தார்கள் என்பது எனக்கு நினைவில்லை. ஆனால், நான் இதை வெகுநாட்களாக என்னுடன் வைத்து வந்துள்ளேன். இது என்னுடைய நாடக அரங்குகளில் ஒப்பனை மேசையில் வீற்றிருக்கும். இது அவ்வளவு அழகாக இருப்பதாக எனக்குத் தோன்றவில்லை. நீங்கள் என்ன நினைக்கிறீர்கள்?”

அந்தப் பெட்டி ஒரு சாதாரணமான கரும்பழுப்பு நிற மரத்தால் செய்யப்பட்டிருந்தது. அதை அழுத்தினால், அது உட்புறமாகத் திறந்தது. அதன் மேற்பகுதியில் இரண்டு மரக்கட்டைகள் இருந்தன. அவை ஒரு வட்ட வடிவப் பாதையில் நகர்த்தப்படக்கூடிய விதத்தில் அமைந்திருந்தன.

“நீங்கள் சொன்னது சரிதான். இது அவ்வளவு அழகாக இல்லை,” என்று டாம்லின்சன் கூறினார். “ஆனால், இதைப் போன்ற ஒன்றை நீங்கள் ஒருபோதும் பார்த்திருந்திருக்க மாட்டீர்கள்.”

சட்டர்துவைத் முன்னால் குனிந்து அதைப் பார்த்தார். உடனே அவர் உற்சாகம் கொண்டார்.

“இதை ஏன் சாமர்த்தியமாகச் செய்யப்பட்ட ஒன்று என்று

நீங்கள் கூறினீர்கள்?” என்று சட்டர்துவைத் டாம்லின்சனிடம் கேட்டார்.

“அப்படி இல்லையா?” என்று கேட்டுவிட்டு, அந்த நீதிபதி, ரோசினாவை ஆதரவுக்கு அழைப்பதுபோலப் பார்த்தார். ஆனால், ரோசினா அவரை வெறுமனே வெறித்துப் பார்த்தார்.

“இதிலுள்ள சூட்சுமத்தை நான் இவர்களிடம் வெளிப்படுத்தலாமா?” என்று டாம்லின்சன் கேட்டார். அப்போதும் ரோசினா வெறுமனே வெறித்துப் பார்த்துக் கொண்டிருந்தார்.

“என்ன சூட்சுமம்?” என்று ஹென்ரி கேட்டார்.

“அடக் கடவுளே! உங்களுக்குத் தெரியாதா?”

தன்னைச் சுற்றி ஆவலுடன் காத்துக் கொண்டிருந்த முகங்களை டாம்லின்சன் நோக்கினார்.

பின் அவர் ரோசினாவிடம், “நான் இந்தப் பெட்டியை ஒரு நிமிடம் கையிலெடுத்துக் கொள்ளலாமா?” என்று கேட்டார். ரோசினா அதற்கு ஒப்புதலளித்துத் தலையசைத்ததும், டாம்லின்சன் அவருக்கு நன்றி கூறினார்.

பிறகு அவர் அந்தப் பெட்டியை அழுத்தித் திறந்தார்.

“இதற்குள் போடுமளவுக்கு ஒரு சிறிய பொருளை யாராவது எடுத்துத் தாருங்கள்,” என்று அவர் கேட்டார். “அந்தச் சீஸ் துண்டு போதும்,” என்று அவர் அதைக் கேட்டு வாங்கிக் கொண்டார். “இப்போது நான் இதை இதற்குள் வைத்துவிட்டு இதை மூடப் போகிறேன்,” என்று ஒரு வித்தைக்காரன்போல அவர் கூறினார்.

அவர் ஓரிரு நிமிடங்கள் அதனுடன் மல்லுக்கு நின்றார்.

பின், “இப்போது பாருங்கள்!” என்று கூறிவிட்டு அவர் அந்தப் பெட்டியைத் திறந்தார்.

அது காலியாக இருந்தது.

“ஆகா! இதை எப்படிச் சாதித்தீர்கள்?” என்று ஹென்ரி கேட்டார்.

“அது மிகவும் எளிது. முதலில் இந்தப் பெட்டியைத் தலைகுப்புறக் கவிழ்க்க வேண்டும். இடதுபுறம் இருக்கின்ற கட்டையை, அதன் வட்டப் பாதையில் பாதிவரை நகர்த்த வேண்டும். பின் வலதுபுறம் இருக்கின்ற கட்டையை வைத்து அதை மூடிவிட வேண்டும். அவ்வளவுதான். நாம் சற்று முன் அதற்குள் போட்ட சீஸை எப்படி வெளியே எடுப்பது? இப்போது நான் செய்ததைத் தலைகீழாகச் செய்ய வேண்டும். வலதுபுறம் இருக்கின்ற மரக்கட்டையை அதன் வட்டப் பாதையில் பாதிவரை நகர்த்த வேண்டும். பின் இடதுபுறம் இருக்கின்ற கட்டையை வைத்து அதை மூடிவிட வேண்டும்.

அந்தப் பெட்டியைத் தலைகுப்புற இருக்கின்ற நிலையில் அப்படியே வைத்திருக்க வேண்டும். இப்போது திறந்தால்–"

அந்தப் பெட்டி திறந்தது. அங்கிருந்தவர்கள் ஆச்சரியத்தில் வாய் பிளந்தனர். அந்தப் பெட்டிக்குள் அந்தச் சீஸ் துண்டு இருந்தது. அதனோடு வேறொரு பொருளும் இருந்தது. வட்ட வடிவில் இருந்த அது, வானவில்லின் அனைத்து நிறங்களையும் வெளிப்படுத்திக் கொண்டிருந்தது.

"என்னுடைய அமுதக்கல்!"

அந்தக் கீச்சொலி ரோசினாவிடமிருந்து எழுந்தது. அவர் தன் கைகளால் தன் நெஞ்சைப் பிடித்தபடி எழுந்து நின்றார்.

"என்னுடைய அமுதக்கல்! இது எப்படி இதற்குள் சென்றது?"

ஹென்ரி லேசாகச் செருமினார்.

"எனக்குச் சரியாகத் தெரியாது. ஆனால், இதை நீதான் இதற்குள் போட்டிருக்க வேண்டும் என்று நான் நினைக்கிறேன்."

அங்கிருந்து யாரோ ஒருவர் எழுந்து தட்டுத்தடுமாறி அந்த அறையைவிட்டு வெளியே சென்றார். நயோமிதான் அது. குயின் அவளைத் தொடர்ந்து வெளியேறினார்.

"எப்போது?" என்று ரோசினா கேட்டார். "அப்படியானால்–"

ரோசினாவுக்கு மெதுவாக உண்மை புரியத் தொடங்கியதை சட்டர்துவைத் பார்த்தார். முழு உண்மையையும் புரிந்து கொள்வதற்கு ரோசினாவுக்கு இரண்டு நிமிடங்கள் ஆயின.

"கடந்த ஆண்டு நான் நாடக அரங்கில் இருந்தபோது இது நடந்திருக்கும் என்று நீங்கள் நினைக்கிறீர்களா?"

"ரோசினா, உனக்கு ஒன்று தெரியுமா? சாமான்களை நோண்டிக் கொண்டே இருப்பது உன் வழக்கம்," என்று ஹென்ரி கூறினார்.

"அப்படியானால், நான் அந்தப் பெட்டியை நோண்டிக் கொண்டிருந்தபோது, ஏதோ குருட்டு யோசனையுடன் என் அமுதக்கல்லை நான் அந்தப் பெட்டியில் தவறுதலாகப் போட்டுவிட்டு அதை மூடியிருந்திருக்கிறேன்," என்று கூறிய ரோசினாவுக்கு, திடீரென்று அது உறைத்தது. "அப்படியானால், அலெக் அதைத் திருடியிருக்கவில்லை! ஐயோ! கடவுளே! என்னவொரு பயங்கரம் இது!"

"இப்போது அதை நாம் சரி செய்துவிடலாம்," என்று வைஸ் கூறினார்.

"ஆமாம். ஆனால், அந்த இளைஞன் ஏற்கனவே சிறையில் ஓராண்டு இருந்துவிட்டானே?" என்று கூறிய ரோசினா, திடீரென்று, லீத் சீமாட்டியிடம், "இப்போது வெளியே போனாளே, அந்தப் பெண் யார்?" என்று கேட்டார்.

"அவள் பெயர் நயோமி கார்ல்டன் சுமித். அவளுக்கு

அலெக் ஜெரார்டுடன் நிச்சயதார்த்தம் நடந்திருந்தது. அவள் இந்த நிகழ்வால் மிகவும் உடைந்து நொறுங்கிவிட்டாள்.”

சட்டர்துவைத் அங்கிருந்து மெதுவாக நழுவினார். வெளியே பனிப்பொழிவு நின்றிருந்தது. நயோமி அந்தப் பாறையில் அமர்ந்திருந்தாள். அவளுடைய கையில் ஓவிய வரைநோட்டு ஒன்று இருந்தது. அவளைச் சுற்றி வண்ணப் பென்சில்கள் சிதறிக் கிடந்தன. அவளுக்கு அருகே குயின் நின்று கொண்டிருந்தார்.

அவள் அந்த நோட்டை சட்டர்துவைத்திடம் நீட்டினாள். அது அவசரமாகத் தீட்டப்பட்டிருந்த ஓர் ஓவியம்போலத் தோன்றியது. ஆனால் அது பிரமாதமாக இருந்தது. அதன் நடுவில் ஒருவர் நின்று கொண்டிருந்தார். அவரைச் சுற்றிப் பனித்துளிகள் பல வண்ணங்களில் மிதந்து கொண்டிருந்தன.

“மிகவும் நன்றாக இருக்கிறது,” என்று சட்டர்துவைத் கூறினார்.

குயின் வானத்தை ஏறிட்டுப் பார்த்தார்.

“பனிப்பொழிவு நின்றுவிட்டது,” என்றார் அவர். “சாலைகள் வழுக்கலாக இருக்கும். ஆனால், இப்போது எந்த விபத்தும் நிகழாது.”

“எந்த விபத்தும் நிகழாது,” என்று நயோமியும் கூறினாள். அவளுடைய குரல் ஏதோ அர்த்தம் பொதிந்த விதத்தில் மாறியிருந்ததை சட்டர்துவைத்தால் உணர முடிந்தபோதிலும், அதை அவரால் புரிந்து கொள்ள முடியவில்லை. நயோமி சட்டர்துவைத்தைப் பார்த்துப் புன்னகைத்தாள். அது ஒரு பிரகாசமான புன்னகையாக இருந்தது. “நீங்கள் இப்போது என்னுடைய காரில் என்னுடன் பயணிக்க விரும்பினால், நான் உங்களை அழைத்துச் செல்கிறேன்.”

விரக்தி அவளை எந்த அளவுக்கு உந்தித் தள்ளியிருந்தது என்பது அப்போது சட்டர்துவைத்துக்குப் புரிந்தது.

பின் சட்டர்துவைத் குயினின் பக்கம் திரும்பி, “நான் உங்களிடமிருந்து விடைபெற்றுக் கொள்கிறேன்,” என்று கூறினார்.

குயின் அவர்களிடமிருந்து விலகி நடக்கத் தொடங்கினார்.

“அவர் எங்கே போகிறார்?” என்று கேட்டுவிட்டு சட்டர்துவைத் அவரைப் பின்தொடர்ந்து செல்ல முயன்றார்.

“அவர் எங்கிருந்து வந்தாரோ அங்கே திரும்பிப் போய்க் கொண்டிருப்பதாக நான் நினைக்கிறேன்,” என்று நயோமி ஒரு விநோதமான குரலில் கூறினாள்.

குயின் முதலில் எங்கே அமர்ந்திருந்தாரோ அதை நோக்கி அவர் சென்று கொண்டிருந்ததைப் பார்த்த சட்டர்துவைத், “அங்கு எதுவுமே இல்லையே?” என்று கூறினார். பின் அவர்

நயோமியின் பக்கம் திரும்பி, "உலகின் முனை அது என்று நீயே கூறியிருந்தாயே!" என்று கேட்டார்.

பின் நயோமியின் ஓவிய நோட்டை அவர் அவளிடம் திருப்பிக் கொடுத்தார்.

"இது மிகவும் நன்றாக இருக்கிறது. அவர் இதில் அச்சு அசலாக வந்திருக்கிறார். ஆனால், இதில் நீ ஏன் அவரை ஒரு விநோதமான ஆடையில் வரைந்திருக்கிறாய்?" என்று கேட்டார்.

நயோமி ஒரு கணம் சட்டர்துவைத்தின் கண்களை நேருக்கு நேர் பார்த்தாள்.

"நான் அவரை அப்படித்தான் பார்க்கிறேன்," என்றாள்.

எட்வர்டு ராபின்சனின் ஆளுமை

"பில் தன்னுடைய வலுவான கைகளால் அவளை அள்ளியெடுத்துத் தன் மார்போடு சேர்த்து அணைத்துக் கொண்டான். அவள் ஆழமாக மூச்சை உள்ளிழுத்துவிட்டு, அவன் ஒருபோதும் கற்பனை செய்திராத விதத்தில் தன் உதடுகளைக் குவித்து ஒரு முத்தத்தை–"

எட்வர்டு ராபின்சன் பெருமூச்செறிந்தவாறே, தான் படித்துக் கொண்டிருந்த 'காதல் கோலோச்சும்போது' என்ற புத்தகத்தைக் கீழே வைத்துவிட்டு, தான் பயணித்துக் கொண்டிருந்த பாதாள இரயிலின் சன்னல் வழியாக வெளியே பார்த்தான். அந்த நாவலின் கதாநாயகனான பில்லை அவன் நினைத்துப் பார்த்தான். பெண் நாவலாசிரியர்கள் உருவாக்கித் தள்ளிய நூறு சதவீத ஆதர்ஷ புருஷர்களில் பில்லும் ஒருவன். எட்வர்டு அவன்மீது பொறாமை கொள்ளும் அளவுக்கு அவன் வசீகரமானவனாகவும் புஜபல பராக்கிமசாலியாகவும் சித்தரிக்கப்பட்டிருந்தான். எட்வர்டு மீண்டும் அந்த நாவலைத் திறந்து, தன் உதடுகளைக் குவித்து பில்லுக்கு முத்தம் கொடுத்த பினாகாவின் கிறங்கடிக்கும் பேரழகைப் பற்றிய விவரிப்பை இன்னும் ஒரு முறை வாசித்தான். வலுவான ஆண்கள்கூட அவள்முன் மண்டியிட்டுப் பணியும் அளவுக்கு அவள் கவர்ச்சிகரமானவளாக இருந்தாள்.

'இதெல்லாம அபத்தம் என்பதை நான் அறிவேன். ஆனாலும்–'

எட்வர்டு இப்படி யோசித்தான்: 'நிஜ வாழ்வில் இப்படிப்பட்டக் காதலும் சாகசங்களும் சாத்தியமா? பார்வையாலேயே போதையேற்றுகின்ற பெண்கள் உண்மையிலேயே இருக்கிறார்களா? நெருப்பெனத் தகிக்கின்ற

காதல் இருக்கிறதா?'

'ஆனால், எதார்த்த உலகம் என்பது வேறு. இங்கு மற்றவர்கள் என்ன செய்து கொண்டிருக்கிறார்களோ அதையேதான் நான் செய்தாக வேண்டும்,' என்று எட்வர்டு தனக்குள் கூறிக் கொண்டான்.

ஆனால், ஒட்டுமொத்தத்தில் தான் ஓர் அதிர்ஷ்டசாலி என்றுதான் தான் தன்னைக் கருதிக் கொள்ள வேண்டும் என்று அவன் நினைத்தான். வளர்ந்து கொண்டிருந்த ஒரு நிறுவனத்தில் அவன் ஓர் எழுத்தராக வேலை பார்த்து வந்தான். அவன் ஆரோக்கியமாக இருந்தான், அவனைச் சார்ந்து எவரும் இருக்கவில்லை. இறுதியாக, அவனுடைய திருமணம், மவுத் என்ற பெண்ணோடு அவனுக்கு நிச்சயமாகியிருந்தது.

ஆனால் மவுத்தைப் பற்றிய நினைப்பே அவனுடைய முகத்தின்மீது கவலை ரேகைகளைத் தோற்றுவித்தது. அதை அவன் ஒருபோதும் வெளிப்படையாக ஒப்புக் கொள்ள மாட்டான் என்றாலும், அவன் மவுத்தைக் குறித்து அஞ்சினான். அவன் அவளைக் காதலித்தான் என்பது உண்மைதான். அவர்கள் முதன்முதலாகச் சந்தித்தபோது, அவள் அணிந்திருந்த மலிவான ஆடைக்கு வெளியே தெரிந்த அவளுடைய வெண்மையான கழுத்தைப் பார்த்தபோது அவனுக்கு ஏற்பட்டத் துடிப்பான உற்சாகம் அவனுக்கு இப்போதும் நினைவிருந்தது. அப்போது அவர்கள் ஒரு திரைப்பட அரங்கில் இருந்தனர். அவன் அவளுக்குப் பின்னால் இருந்த இருக்கையில் அமர்ந்திருந்தான். எட்வர்டுடன் வந்திருந்த நண்பனுக்கு மவுத்தை ஏற்கனவே தெரியும் என்பதால், அவன் அவளை எட்வர்டிடம் அறிமுகம் செய்து வைத்தான். மவுத் தன்னைவிட மேம்பட்டவள் என்பதில் எட்வர்டுக்கு எந்த சந்தேகமும் இருக்கவில்லை. அவள் அழகும் புத்திசாலித்தனமும் ஒருங்கே அமையப் பெற்றவளாக இருந்தாள். அவள் நாகரிகமானவளாகவும் அடக்கமானவளாகவும் இருந்தாள். அவளுடைய கருத்துகளும் அபிப்பிராயங்களும் எப்போதும் சரியாகவே இருந்தன. இப்படிப்பட்டப் பெண்கள் மிகச் சிறந்த மனைவியராக இருப்பர் என்று எல்லோரும் அவனிடம் கூறினர்.

தான் படித்துக் கொண்டிருந்த நாவலின் கதாநாயகியான பினாகாவால் ஒரு நல்ல மனைவியாக இருக்க முடியுமா என்று எட்வர்டு யோசித்தான். ஆனால், அது சந்தேகம்தான் என்று அவனுக்குத் தோன்றியது. கவர்ச்சிகரமான உடற்கட்டைக் கொண்டிருந்த பினாகாவால், பில்லின் சட்டைப்பொத்தானைப் பொறுமையாகத் தைத்துக் கொண்டு உட்கார்ந்திருக்க

முடியாது என்று அவன் நினைத்தான். 'கற்பனையான காதலுக்கு வேண்டுமானால் அவள் பொருத்தமானவளாக இருக்கக்கூடும், ஆனால் நான் வாழப் போவது எதார்த்த வாழ்வு. அதில் நானும் மவுத்தும் மகிழ்ச்சியாக இருப்போம். அன்றாட வாழ்க்கையை எதிர்கொள்வதற்கான பொதுப்புத்தி அவளிடம் நிறையவே இருக்கிறது,' என்று அவன் தனக்குத் தானே கூறிக் கொண்டான்.

அதே நேரத்தில், மவுத் அளவுக்கதிகமாகத் துடுக்குத்தனமாக நடந்து கொள்ளாமல் இருந்தால் நன்றாக இருக்கும் என்று அவன் விரும்பினான். ஏனெனில், சமயம் கிடைத்தபோதெல்லாம் அவன்மீது பாய அவள் தயாராக இருந்தாள்.

அதற்கு அவளுடைய விவேகமும் பொதுப்புத்தியும்தாம் காரணம். அவள் நடைமுறை எதார்த்தம் அறிந்தவளாக இருந்தாள். அவனும் அப்படித்தான் என்றாலும், சில நேரங்களில் அவன் அப்படி நடந்து கொள்ளவில்லை. எடுத்துக்காட்டாக, இந்தக் கிறிஸ்துமஸுக்குள் அவன் திருமணம் செய்து கொள்ள விரும்பினான். ஆனால், ஓரிரு ஆண்டுகள் பொறுத்திருப்பது விவேகமானதாக இருக்கும் என்று மவுத் சுட்டிக்காட்டினாள். அவன் பெரிதாகச் சம்பாதித்துக் கொண்டிருக்கவில்லை. அவர்களுடைய நிச்சயதார்த்தத்திற்கு அவளுக்கு ஒரு விலையுயர்ந்த மோதிரத்தை அளிக்க அவன் திட்டமிட்டிருந்தான். அதைக் கேட்டு அரண்டு போன மவுத், அதற்குப் பதிலாக மலிவான மோதிரம் ஒன்றை வாங்குமாறு அவனைக் கட்டாயப்படுத்தினாள். அவள் மிகச் சிறந்த பண்புநலன்களைக் கொண்டிருந்தாள். ஆனால், அவள் குறைவான நற்குணங்களும் அதிகமான பலவீனங்களும் கொண்டவளாக இருந்தால் நன்றாக இருக்கும் என்று அவன் அவ்வப்போது நினைத்தான். அவளுடைய நற்குணங்கள்தாம் வேண்டாத காரியங்களைச் செய்வதற்கு அவனை முடுக்கிவிட்டுக் கொண்டிருந்தன.

எடுத்துக்காட்டாக–

குற்றவுணர்வால் அவனுடைய முகம் சிவந்தது. அந்த விஷயத்தை அவன் அவளிடம் கூறியாக வேண்டும். எவ்வளவு விரைவாக முடியுமோ, அவ்வளவு விரைவாகச் சொல்லியாக வேண்டும். அவனுடைய இரகசியக் குற்றவுணர்வு ஏற்கனவே அவனை விநோதமாக நடந்து கொள்ள வைத்திருந்தது. நாளையிலிருந்து மூன்று நாட்கள் கிறிஸ்துமஸ் விடுமுறை. அந்த விடுமுறையை, தன் வீட்டுக்கு வந்து தன் குடும்பத்தாருடன் செலவிடும்படி மவுத் அவனுக்கு அழைப்பு விடுத்திருந்தாள். ஆனால், அன்றைய தினத்தைத் தான் தன்னுடைய

நண்பன் ஒருவனுடன் செலவழிப்பதாகத் தான் வாக்குறுதி வழங்கியிருந்ததால் தன்னால் அவளுடைய வீட்டுக்கு வர முடியாது என்று எட்வர்டு அவளிடம் கூறிவிட்டான்.

ஆனால், உண்மையில் அப்படிப்பட்ட நண்பன் எவனும் எட்வர்டுக்கு இருக்கவில்லை. அவன் அவளிடம் பொய்யுரைத்திருந்தான். ஆனால், குற்றவுணர்வுடன்கூடிய ஒரு இரகசியம் அவனிடம் இருந்தது.

மூன்று மாதங்களுக்கு முன், ஒரு பத்திரிகை நடத்திய ஒரு போட்டியில் எட்வர்டு கலந்து கொண்டான். அதில் பன்னிரண்டு பெண்களின் பெயர்கள் கொடுக்கப்பட்டிருந்தன. அவர்களுடைய பிரபலத்துவத்தின் அடிப்படையில் அவர்களை வரிசைப்படுத்த வேண்டும் என்பதுதான் அந்தப் போட்டி. அது குறித்து அவனுக்கு ஓர் அற்புதமான யோசனை உதித்தது. அதற்கு முன்பு இது போன்ற போட்டிகளில் அவன் கலந்து கொண்டபோதெல்லாம், அவன் அனுப்பி வைத்திருந்த விடைகள் தவறாகவே இருந்திருந்தன. அதனால், இம்முறை, வழக்கம்போலத் தான் ஊகித்திருந்த வரிசைப்படி அவன் அந்தப் பெயர்களைப் பட்டியலிட்டபோதிலும், போட்டிக்கு அவன் அதை அப்படியே அனுப்பவில்லை. மாறாக, அவன் அப்பெயர்களை வரிசைப்படுத்த ஓர் உத்தியைக் கையாண்டான். அவன் இன்னொரு பட்டியலைத் தயாரித்தான். அதில், அவன் முதலில் அடையாளம் கண்டிருந்த பெயரை முதலில் எழுதிக் கொண்டான். அவனுடைய முந்தைய பட்டியலில் கடைசியில் இடம் பெற்றிருந்த பெயரை இரண்டாவதாக எழுதிக் கொண்டான். பின் இதே பாணியைப் பின்பற்றி, முதலிலிருந்து ஒரு பெயரையும் கடைசியிலிருந்து ஒரு பெயரையும் அடுத்தடுத்து எழுதினான்.

அப்போட்டிக்கான முடிவு அறிவிக்கப்பட்டபோது, முதல் பரிசான 500 பவுன்டுகள் பணம் எட்வர்டுக்குக் கிடைத்திருந்தது. அதற்கு அதிர்ஷ்டம்தான் காரணம் என்று எளிதாகச் சொல்லிவிட முடியும் என்றாலும், தான் வகுத்திருந்த உத்தியின் காரணமாகவே தனக்குப் பரிசு கிடைத்திருந்தது என்று அவன் நம்பினான். தன்னைக் குறித்து அவன் பெருமை கொண்டான்.

அடுத்து, இந்தப் பெரும் பணத்தை வைத்துக் கொண்டு என்ன செய்வது என்று அவன் யோசித்தான். மவுத்திடம் கேட்டால் அவள் என்ன சொல்வாள் என்பதை அவன் அறிந்திருந்தான். வருங்காலப் பாதுகாப்புக்கு உதவும் என்று கூறி அப்பணத்தை முதலீடு செய்யும்படி அவள் அவனை வற்புறுத்தியிருப்பாள். அது சரியான பரிந்துரைதான் என்பது

அவனுக்கும் தெரியும். ஆனால், ஒரு போட்டியில் வெற்றி பெறுவது கொடுக்கின்ற உணர்வுக்கு நிகரானது இந்த உலகில் வேறு எதுவுமில்லையல்லவா?

அவனுக்கு இந்தப் பணம் பூர்வீகச் சொத்து போன்ற ஏதோ ஒன்றின் மூலம் வந்திருந்தால், அவன் சிறிதும் யோசிக்காமல் அதை ஒரு வங்கியில் ஏதேனும் ஒரு திட்டத்தில் முதலீடு செய்திருப்பான் அல்லது ஏதேனும் ஒரு சேமிப்புப் பத்திரத்தில் முதலீடு செய்திருப்பான். ஆனால், போட்டியில் இப்படி அதிர்ஷ்டவசமாக வென்ற பணம், ஒரு குழந்தைக்குக் கிடைத்தப் பணம்போல – அதை அக்குழந்தை தன்னிஷ்டத்திற்கு எப்படி வேண்டுமானாலும் செலவழிக்கலாம்!

எட்வர்டு தினமும் தன் அலுவலகத்திற்குச் செல்லும் வழியில் செல்வந்தர்களுக்கான ஒரு கடையைக் கடந்து செல்வான். இரண்டு பேர் அமர்ந்து செல்லக்கூடிய, பளபளவென்ற ஒரு முகப்புடன்கூடிய ஒரு நீளமான கார் அங்கு நின்று கொண்டிருக்கும். அதன் விலையும் அதில் தெளிவாகக் குறிப்பிடப்பட்டிருக்கும்: 465 பவுன்டுகள்.

"என்றாவது ஒரு நாள் நான் ஒரு பணக்காரனாக ஆனால், உன்னை நான் சொந்தமாக்கிக் கொள்வேன்," என்று ஒவ்வொரு நாளும் எட்வர்டு அதனிடம் கூறி வந்திருந்தான்.

இப்போது அவன் பணக்காரனாக ஆகியிருக்கவில்லை என்றாலும், தன்னுடைய கனவை நனவாக்கத் தேவையான பணம் அவனிடம் இருந்தது. தன் கையிலிருந்த பணத்தை அதற்குத் தாரைவார்க்க அவன் தயாராக இருந்தால், அந்த வசீகரமான கார் அவனுக்குச் சொந்தமாகிவிடும்.

ஒரு கட்டத்தில் அதை மவுத்திடம் சொல்லிவிடலாம் என்று அவன் முடிவெடுத்தான். அவளிடம் சொல்லிவிட்டால், இத்தகைய சபலங்களிலிருந்து தான் தப்பித்துவிடலாம் என்று அவன் கணக்குப் போட்டான். தன்னுடைய 'கார்' கனவை அவளிடம் கூறினால், அவள் நிச்சயமாக தாம்தூம் என்று குதிப்பாள்; அதற்குப் பிறகு இந்தப் பைத்தியக்காரத்தனத்தைத் தொடர்கின்ற துணிச்சல் தனக்கு இருக்காது என்று எட்வர்டு நினைத்தான். ஆனால், இதில் வேடிக்கை என்னவென்றால், கார் வாங்க வேண்டும் என்ற எட்வர்டின் யோசனையைச் செயல்படுத்த அவனைத் தள்ளியதே அவள்தான். அவன் அவளை ஒரு திரைப்படத்திற்கு அழைத்துச் சென்றிருந்தான். அந்தத் திரையரங்கிலேயே மிகச் சிறந்த இருக்கைகளை அவன் முன்பதிவு செய்திருந்தான். ஆனால், அவன் தேவையில்லாமல் கூடுதல் பணம் செலவு செய்துவிட்டான் என்று அவள் அவனைக் கடுமையாகச் சாடினாள் எந்த இடத்திலிருந்து

பார்த்தாலும் அப்படம் ஒரே மாதிரியாகத்தானே தெரியும் எனும்போது, எதற்காகத் தண்டச் செலவு என்று அவள் அவனைக் கடிந்து கொண்டாள்.

எட்வர்டு அவளுடைய இடித்துரைத்தலை மௌனமாகத் தாங்கிக் கொண்டான். தான் அவன்மீது ஒரு சிறந்த தாக்கம் ஏற்படுத்திக் கொண்டிருந்தோம் என்று அவள் திருப்தி கொண்டாள். இப்படிப்பட்ட ஊதாரித்தனமான வழிகளில் எட்வர்டு தொடர்ந்து ஈடுபடுவதை அனுமதித்துக் கொண்டிருக்க முடியாது என்று அவள் நினைத்தாள். அவள் எட்வர்டை விரும்பினாள். ஆனால் அவன் பலவீனமானவன் என்பதை அவள் புரிந்து கொண்டாள். அதனால், அவனை அவனுடைய கையைப் பிடித்து வழிநடத்திச் செல்ல வேண்டிய பொறுப்பும் கடமையும் தனக்கு இருந்ததாக அவள் கருதினாள். அவனுடைய முழு சரணாகதி நடத்தையை அவள் திருப்தியுடன் அவதானித்தாள்.

அவளுடைய வார்த்தைகள் அவனுடைய மனத்தைச் சுக்குநூறாக நொறுக்கின. ஆனால், துல்லியமாக அக்கணத்தில்தான், அந்தக் காரை வாங்க வேண்டும் என்று அவன் முடிவெடுத்தான்.

'நாசமாகப் போகட்டும்!' என்று எட்வர்டு தனக்குள் கூறிக் கொண்டான். 'என் வாழ்க்கையில் முதன்முறையாக, எனக்குப் பிடித்ததை நான் செய்யப் போகிறேன். மவுத் எந்தக் குட்டிச்சுவரில் வேண்டுமானாலும் போய் முட்டிக் கொள்ளட்டும்!'

அதற்கு அடுத்த நாளே, எட்வர்டு, ஒரு கண்ணாடி மாளிகைபோல ஜொலித்த அந்தக் கடைக்குள் நுழைந்து அந்தக் காரை வாங்கினான். உலகிலேயே மிகவும் எளிதான காரியம் கார் வாங்குவதுதான்போலும் என்று அவன் நினைத்துக் கொண்டான்.

அவன் அந்தக் காரை வாங்கி ஏழு நாட்கள் ஆகியிருந்தன. வெளிப்பார்வைக்கு அவன் அமைதியாக இருந்ததுபோலத் தோன்றினாலும், உள்ளூர அவன் உற்சாகமாகத் துள்ளிக் குதித்துக் கொண்டிருந்தான். இன்னும் அவன் மவுத்திடம் ஒரு வார்த்தைகூட மூச்சுவிட்டிருக்கவில்லை. நான்கு நாட்களாக, அவனுடைய மதிய உணவு இடைவேளையின்போது, அந்த அழகான காரை எப்படி இயக்க வேண்டும் என்பதற்கான அறிவுறுத்தல்கள் அவனுக்குக் கொடுக்கப்பட்டன. அவன் ஒரு நல்ல மாணாக்கன் என்பதால், அனைத்தையும் அவன் கவனமாகக் கேட்டுக் கொண்டான்.

மறுநாள் கிறிஸ்துமஸுக்கு முந்தைய நாள். அன்று மவுத்தை

வெளியே கூட்டிச் செல்வதாக ஏற்கனவே அவன் அவளிடம் கூறியிருந்தான். அதனால் என்ன? அவன் முன்பு அவளிடம் பொய் கூறியிருந்தான். தேவைப்பட்டால் அவன் மீண்டும் இன்னொரு பொய் கூறுவான். இப்போது அந்தப் புதிய வரவு அவனை முழுமையாகத் தன்வசப்படுத்தியிருந்தது. காதல், சாகசம் மற்றும் அவன் வெகுநாட்களாக அடைய ஏங்கிக் கொண்டிருந்த பிற விஷயங்களைக் கைவசப்படுத்துவதற்கு அந்தக் கார் அவனுக்குப் பயன்படும். நாளை அவன் அந்தக் காரில் உல்லாசமாக வலம் வரவிருந்தான். அவன் லண்டனைவிட்டு வெளியேறி, கிராமப்புறப் பகுதியை நோக்கி, சில்லென்று காற்று முகத்தில் அடிக்க அந்தக் காரில் பறக்கவிருந்தான்.

அக்கணத்தில் அவன் கிட்டத்தட்ட ஒரு கவிஞனாகவே ஆகியிருந்தான்.

நாளை—

அவன் தன் கையில் வைத்திருந்த நாவலின் தலைப்பைப் பார்த்தான்: ‘காதல் கோலோச்சும்போது’. அதைப் பார்த்து அவன் தனகுள் சிரித்துவிட்டு, அந்த நாவலைத் தன் பைக்குள் போட்டுக் கொண்டான். அந்தக் காரும், பினாகாவின் சிவந்த உதடுகளும், பில்லின் வீரமும் ஒரு கதம்பமாகக் கலந்திருந்தன. நாளை—

வானிலை மிகவும் நன்றாக இருந்தது. ஒரு சாகசத்தை எதிர்பார்த்திருந்த எட்வர்டு, லண்டனைவிட்டு கிராமப் பகுதியை நோக்கிக் காரில் செல்லத் தீர்மானித்தான். லண்டனில் துவக்கத்தில் அவனுக்குச் சில தடங்கல்கள் இருந்தன. ஆனால், லண்டனைவிட்டு வெளியே வந்ததும், ஒரு பெரிய, அகலமான சாலையை அவன் எட்டினான். அது அவனுக்குக் குதூகலமளித்தது. அவன் தன் காரில் பறந்தான். ஏதோ ஓர் இடத்தில் காரை நிறுத்தி மதிய உணவைச் சாப்பிட்டுவிட்டு, அவன் மீண்டும் தன் பயணத்தைத் தொடர்ந்தான். பின்னர் மாலையில் தேநீருக்காக ஓரிடத்தில் அவன் நின்றான். பின், வேறு வழியின்றி, திரும்பிச் செல்வதென்று வேண்டா வெறுப்பாக அவன் முடிவெடுத்தான். மவுத்திடம் நாளை அவன் விளக்கமளிக்க வேண்டியிருக்கும். குற்றச்சாட்டு, எதிர்க்குற்றச்சாட்டு என்று அது விரியும்.

பின்னர் அவன் அவளைப் பற்றிய தன்னுடைய கற்பனையை நிறுத்திக் கொண்டான். நாளைய தினத்தை நாளை பார்த்துக் கொள்ளலாம். இன்றைய நாள் இன்னும் அவன் வசம்தான் இருந்தது. அதனால், கும்மிருட்டில் காரின் முன்விளக்குகளின் வெளிச்சத்தில் பறக்கும் சாகசத்தை அனுபவிக்க அவன்

விரும்பினான். அதை அவன் செயல்படுத்தினான்.

இரவு உணவுக்காக எங்கேனும் நிற்பதற்குத் தனக்கு நேரமில்லை என்பதை எட்வர்டு உணர்ந்தான். இரவில் வண்டியோட்டுவது அவன் நினைத்த அளவு எளிதாக இருக்கவில்லை. லண்டனுக்குத் திரும்பி வருவதற்கு, தான் நினைத்திருந்ததைவிட அதிக நேரம் பிடிக்கும் என்பது அவனுக்குத் தெரிந்தது. அவன் ஹின்ட்ஹெட் என்ற இடத்தைக் கடந்து டெவில்ஸ் பஞ்ச் பவுல் என்ற வனாந்திரப் பகுதியின் எல்லையை அடைந்தபோது இரவு எட்டு மணி. நிலா பாலாய்க் காய்ந்து கொண்டிருந்தது. இரண்டு நாட்களுக்கு முன்பு விழுந்திருந்த பனி இன்னும் உருகியிருக்கவில்லை.

அவன் தன் காரை நிறுத்திவிட்டு யோசித்தான். நள்ளிரவுக்குள் லண்டனுக்குத் திரும்பாவிட்டால் என்ன குடியா மூழ்கிப் போய்விடும்? ஒருபோதும் திரும்பிச் செல்லாவிட்டால்கூட என்ன ஆகிவிடும்? இந்த சாகச அனுபவத்திலிருந்து தன்னைப் பிய்த்தெடுத்துக் கொள்ள அவன் விரும்பவில்லை.

அவன் காரைவிட்டு இறங்கி, அச்சாலையை ஒட்டியிருந்த பள்ளத்தாக்கின் முனைவரை சென்றான். அங்கே கீழ்நோக்கி வளைந்து வளைந்து சென்ற ஒரு பாதை அவனைக் கவர்ந்திழுத்தது. அவன் அதில் இறங்கி நடந்தான். அடுத்த அரைமணி நேரத்திற்கு அவன் அந்தப் பனிபடர்ந்த நிலப்பகுதியில் அலைந்து திரிந்தான். அது அவனுடைய கற்பனைக்கு அப்பாற்பட்டதாக இருந்தது. அந்த அற்புதமான அனுபவத்தைத் தனக்கு வழங்கியிருந்தது மேலே சாலையில் நின்று கொண்டிருந்த அந்தக் கார்தான் என்று அவன் நினைத்துக் கொண்டான்.

பிறகு அவன் மேலே ஏறி வந்து அங்கிருந்து புறப்பட்டான். சற்று முன்பு அவன் பருகியிருந்த இயற்கையழகு தந்திருந்த போதையிலிருந்து அவன் இன்னும் விடுபட்டிருக்கவில்லை.

அவன் ஒரு முறை ஆழமாக சுவாசித்துவிட்டு எதார்த்தத்திற்குத் திரும்பி வந்தான். குளிராக இருந்ததால் தன் கழுத்தைச் சுற்றி அணிந்து கொள்வதற்காக அவன் தன்னுடைய மஃப்ளரைத் தேடினான். அவன் அதைத் தன் காரின் கதவில் இருந்த பாக்கெட்டில் வைத்திருந்தான்.

ஆனால் இப்போது அது அங்கு இருக்கவில்லை. அந்தப் பாக்கெட் காலியாக இருந்தது. இல்லை, அது முற்றிலும் காலியாக இருக்கவில்லை – கூழாங்கற்கள் போன்ற கடினமான ஏதோ ஒன்று அவனுடைய கையில் தட்டுப்பட்டது. அதை அவன் வெளியே எடுத்தான். மறுகணம், அவன் தன் கையில் பிடித்திருந்த, தன்னுடைய விரல்களிலிருந்து தொங்கிக்

கொண்டிருந்த அந்தப் பொருளைப் பார்த்து அவன் பிரமித்தான். நிலவொளியில் மாயாஜாலமாக மின்னிக் கொண்டிருந்த அது ஒரு வைர நெக்லஸ்.

எட்வர்டு அதை மீண்டும் மீண்டும் வெறித்துப் பார்த்தான். அதன் கற்கள் பெரிதாக இருந்ததால், அதன் மதிப்பு ஆயிரக்கணக்கான பவுன்டுகள் இருக்கும் என்று அவன் கணக்குப் போட்டான்.

'ஆனால், அதை யார் அங்கு வைத்திருப்பர்? நான் லண்டனைவிட்டுக் கிளம்பியபோது அது கண்டிப்பாக அங்கு இருக்கவில்லை. நான் காரைவிட்டு இறங்கி அந்தப் பள்ளத்தாக்குப் பாதையில் அலைந்து திரிந்து கொண்டிருந்தபோது யாரோ வேண்டுமென்றே அதை அதில் வைத்திருக்க வேண்டும். அந்த நபர் எதற்காக அப்படிச் செய்ய வேண்டும்? எதற்காக அவர் என்னுடைய காரைத் தேர்ந்தெடுக்க வேண்டும்? அந்த நெக்லஸின் சொந்தக்காரர் தவறுதலாக அதை என்னுடைய காரில் போட்டுவிட்டாரா? அல்லது, அது ஒரு திருட்டு நெக்லஸா?'

இப்படிப் பல கேள்விகளும் எண்ணங்களும் அவனுடைய மனத்திற்குள் சுழன்றடித்துக் கொண்டிருந்தபோது, திடீரென்று, என்ன நடந்திருந்தது என்பது அவனுக்குப் புரிந்தபோது அவன் உறைந்து போனான். அவன் பயணித்துக் கொண்டிருந்தது அவனுடைய காரே அல்ல.

அது அவனுடைய காரைப் போன்ற ஒரு கார்தான் என்பதில் சந்தேகமில்லை. அதுவும் இரத்தச் சிவப்பு நிறத்தில் இருந்தது – பினாகாவின் சாய உதடுகளின் நிறத்தில்! ஆனால் உற்றுப் பார்த்தபோது, அவனுடைய காருக்கும் இதற்கும் சில நுண்ணிய வேறுபாடுகள் இருந்ததை அவனால் பார்க்க முடிந்தது. அது அவனுடைய காரைவிடப் பழையதாக இருந்தது. அப்படியெனில், தான் என்ன செய்ய வேண்டும் என்ற முடிவுக்கு அவன் உடனே வந்தான்.

எட்வர்டு அதற்கு மேல் அதைப் பற்றி யோசித்துக் கொண்டிருக்காமல் காரைத் திருப்பினான். திருப்புவதில் அவனுக்குத் திறமை குறைவாகவே இருந்தது. காரை அவன் பின்னுக்கு ஓட்டியபோது, காரின் ஸ்டீயரிங் வீலை அவன் தவறான திசையில் திருப்பிவிட்டான். இதற்கிடையே, அவனுடைய கால், ஆக்சிலரேட்டருக்கும் பிரேக்குக்கும் இடையே மாட்டிக் கொண்டது. பின்னர் ஒருவழியாகக் காரைத் திருப்பி மீண்டும் சாலைக்குக் கொண்டுவந்து, எதிர்த் திசையில், மலைப்பகுதியின் மேலே ஓட்டிச் சென்றான்.

இப்போது நினைத்துப் பார்த்தபோது, தான் காரை

நிறுத்திவிட்டுச் சென்றிருந்த இடத்திலிருந்து சற்றுத் தள்ளி இன்னொரு கார் நிறுத்தப்பட்டிருந்தது அவனுடைய நினைவுக்கு வந்தது. அப்போது அவன் அதைச் சரியாகக் கவனித்திருக்கவில்லை. அவன் மேலே ஏறி வந்தபோது, இறங்கிச் சென்றிருந்த பாதையின் வழியாக வராமல், வேறொரு பாதையின் வழியாக வந்திருந்தான். அந்தப் பாதை, தன்னைத் தன்னுடைய காருக்குப் பின்புறம் கொண்டுவந்து சேர்த்திருந்ததாக அவன் நினைத்துக் கொண்டான். அதனால், அங்கே சாலையின் ஓரமாக நின்று கொண்டிருந்தது தன்னுடைய கார்தான் என்று நினைத்து அவன் அதில் தவறுதலாக ஏறிவிட்டான்.

இப்போது அவன் மீண்டும் அதே இடத்திற்குத் திரும்பி வந்தபோது சுமார் பத்து நிமிடங்கள் கடந்துவிட்டிருந்தன. ஆனால், இப்போது அங்கே சாலையோரம் எந்தக் காரும் இருக்கவில்லை. யார் எட்வர்டின் காரை ஓட்டிச் சென்றிருந்தார்களோ, அவர்களும் எட்வர்டைப்போலவே, அது தன்னுடைய கார் என்று தவறாக நினைத்து அதை ஓட்டிச் சென்றிருக்க வேண்டும்.

எட்வர்டு தன் பாக்கெட்டிலிருந்து அந்த வைர நெக்லஸை வெளியே எடுத்து, திகைப்புடன் அதை வெறித்துப் பார்த்தான்.

இப்போது அவன் என்ன செய்ய வேண்டும்? அருகேயிருந்த காவல் நிலையத்திற்கு விரைய வேண்டுமா? நடந்த விஷயங்களை விளக்கி, அந்த நெக்லஸைக் காவல் துறையினரிடம் ஒப்படைத்துவிட்டு, தன் காரின் பதிவு எண் போன்ற விபரங்களை அவர்களிடம் கொடுக்க வேண்டுமா?

தன்னுடைய காரின் பதிவு எண் என்ன என்று அவன் யோசித்துப் பார்த்தான். எவ்வளவு யோசித்தும் அது அவனுடைய நினைவுக்கு வரவில்லை. அவனுக்கு உதறலெடுத்தது. காவல் நிலையத்தில் அவன் ஒரு வடிகட்டிய முட்டாளைப்போல நிற்கவிருந்தான். பதிவு எண்ணில் 8 என்ற எண் இடம் பெற்றிருந்தது மட்டுமே அவனுடைய நினைவுக்கு வந்தது. ஆனால், அது ஒரு பெரிய பிரச்சனையாக இருக்காது... அவன் அந்த வைர நெக்லஸை மிகுந்த அசௌகரியத்துடன் பார்த்தான். ஒருவேளை, அந்தக் காரையும் அந்த நெக்லஸையும் அவன் திருடியிருந்ததாகக் காவல்துறையினர் முடிவு செய்துவிட்டால்? ஒழுங்காகச் சிந்தித்தால், விலையுயர்ந்த ஒரு வைர நெக்லஸை யாரேனும் கார் கதவிலுள்ள பாக்கெட்டில் வைப்பார்களா என்றுதானே எல்லோரும் யோசிப்பார்கள்?

எட்வர்டு அந்தக் காரைவிட்டு இறங்கி அதன் பதிவு எண் என்ன என்று பார்த்தான். அது எக்ஸ்ஆர்10061 என்று இருந்தது.

அந்த எண், அது அவனுடைய கார் அல்ல என்பதைத் தெரிவித்ததே தவிர, வேறு எதையும் வெளிப்படுத்தவில்லை. அடுத்து, அவன் ஒரு திட்டவட்டமான முறையில் அந்தக் காரின் கதவிலிருந்த அனைத்துப் பாக்கெட்டுகளையும் சோதிக்க முடிவு செய்தான். அந்த வைர நெக்லஸ் வைக்கப்பட்டிருந்த அதே பாக்கெட்டில் ஒரு சிறிய காகிதம் இருந்தது. அதில் ஒரு பென்சிலால் ஏதோ எழுதப்பட்டிருந்தது. காரின் முன்விளக்கு வெளிச்சத்தில் அதை அவனால் எளிதில் படிக்க முடிந்தது.

"பத்து மணிக்கு, கிரீனிலுள்ள சால்ட்டர்ஸ் சந்தின் முனையில் என்னைச் சந்திக்கவும்."

கிரீன் என்ற பெயர் அவனுக்கு ஞாபகம் வந்தது. அன்று அவன் காரோட்டி வந்தபோது, கிரீன் என்ற ஊரின் பெயர்ப்பலகையை அவன் பார்த்திருந்தான். அது நினைவுக்கு வந்ததும் அவன் ஒரு திடமான முடிவுக்கு வந்தான். கிரீன் என்ற அந்தக் கிராமத்திற்குச் சென்று, சால்ட்டர்ஸ் சந்தைக் கண்டுபிடித்து, அந்த நபரைச் சந்தித்து அந்த நெக்லஸை அவரிடம் ஒப்படைத்துவிடுவது என்று அவன் தீர்மானித்தான். காவல் நிலையத்திற்குச் சென்று ஒரு முட்டாளைப்போல நின்று கொண்டிருப்பதைவிட இது மேல் என்று அவனுக்குத் தோன்றியது.

அவன் மகிழ்ச்சியுடனேயே அங்கிருந்து கிளம்பினான். என்ன இருந்தாலும் இதுவும் ஒரு சாகசம்தானே என்று அவன் நினைத்தான். இது அன்றாடம் நிகழ்கின்ற ஒரு நிகழ்வு அல்லவே. அவன் கையிலிருந்த வைர நெக்லஸ், விஷயங்களை மர்மமானவையாகவும் பரவசமூட்டுபவையாகவும் ஆக்கியிருந்தது.

கிரீன் என்ற அந்தக் கிராமத்தை அவன் கஷ்டப்பட்டுத்தான் கண்டுபிடித்தான். சால்ட்டர்ஸ் சந்தைக் கண்டுபிடிக்க அவன் இன்னும் அதிகமாகச் சிரமப்பட்டான். ஓரிரு வீடுகளின் கதவுகளைத் தட்டி விசாரித்தப் பிறகுதான் எட்வர்டால் அதைக் கண்டுபிடிக்க முடிந்தது.

குறிப்பிட்ட அந்த இடத்தை அவன் அடைந்தபோது, மணி பத்தைக் கடந்திருந்தது. அப்பகுதியை நெருங்கிய பிறகு, அந்தக் குறுகிய சாலையில் அவன் மிகுந்த எச்சரிக்கையுடனேயே தன் காரைச் செலுத்தினான்.

ஆனால், அவன் அச்சந்தின் ஒரு வளைவில் திரும்பியபோது, இருட்டிலிருந்து ஓர் உருவம் வெளிப்பட்டு அவனை நோக்கி வந்தது.

"ஒருவழியாக வந்து சேர்ந்துவிட்டாயா?" என்று அந்தப் பெண் கேட்டாள். "ஜெரால்டு, நீ எந்தக் காலத்தில் இருக்கிறாய்?"

அந்தப் பெண் பேசிக் கொண்டே அவனுடைய காரின் முன்விளக்கு வெளிச்சத்திற்கு வந்தாள். எட்வர்டு மூச்சுவிட மறந்து நின்றான். அவன் அதுவரை அப்படிப்பட்ட அழகைப் பார்த்திருக்கவில்லை.

அவள் இளமையாக இருந்தாள். அவளுடைய தலைமுடி அந்த இரவைப்போலவே கருப்பாக இருந்தது. அவளுடைய உதடுகள் இரத்தச் சிவப்பில் இருந்தன. அவள் அணிந்திருந்த பெரிய அங்கி காற்றில் அலைபாய்ந்து திறந்தது. அந்த அங்கிக்குக் கீழே, தீச்சுடரின் நிறத்தில் அவள் தன் உடலையொட்டி அணிந்திருந்த ஆடை, அவளுடைய கச்சிதமான உடலின் வளைவுகளை எடுத்துக்காட்டியது. அவளுடைய கழுத்தில் ஓர் அழகான முத்துமாலை தொங்கிக் கொண்டிருந்தது.

திடீரென்று அந்தப் பெண் அதிர்ச்சியுடன் நோக்கினாள்.

"ஐயோ! நீ ஜெரால்டு இல்லையே?" என்று அவள் கூச்சலிட்டாள்.

"ஆமாம், நான் ஜெரால்டு அல்லன். என்ன நடந்தது என்பதை நான் விளக்குகிறேன்," என்று கூறிவிட்டு, எட்வர்டு தன் பாக்கெட்டிலிருந்து அந்த வைர நெக்லஸை எடுத்து அவளிடம் நீட்டினான். "என் பெயர் எட்வர்டு–"

அப்பெண் அவனை அதற்கு மேல் பேச விடவில்லை. அவள் மகிழ்ச்சியாகக் கைதட்டிவிட்டு இவ்வாறு கூறினாள்:

"ஓ! எட்வர்டா? சந்தோஷம்! ஆனால், அந்த முட்டாள் ஜிம்மி, தான் ஜெரால்டை அனுப்பப் போவதாக அல்லவா என்னிடம் கூறியிருந்தான்? ஆனால், நீயே இங்கு வந்தது உன் துணிச்சலைக் காட்டுகிறது. நான் உன்னைப் பார்க்கத் துடித்துக் கொண்டிருந்தேன். நான் கடைசியாக உன்னைப் பார்த்தது என்னுடைய ஆறாவது வயதில்தான்," என்று நினைவுகூர்ந்த அவள், "அந்த நெக்லஸை உன் பாக்கெட்டில் மீண்டும் போட்டுவிடு. இந்தக் கிராமத்தின் காவலரின் கண்களில் அது பட்டுவிடக்கூடும். இந்தக் கடுங்குளிரில் நான் வெகுநேரம் காத்துக் கொண்டிருந்துவிட்டேன். நான் காருக்குள் ஏறிக் கொள்கிறேன்," என்று கூறினாள்.

எட்வர்டு ஒரு கனவில் இருந்ததுபோல அவளுக்குத் தன்னுடைய காரின் கதவைத் திறந்துவிட்டான். அவள் பாய்ந்து உள்ளே ஏறினாள். அவளுடைய விலங்கு உரோமக் கோட் அவனுடைய கன்னத்தை உரசிச் சென்றது. ஓர் அற்புதமான வாசனைத் திரவியம் அவனுடைய மூக்கைத் துளைத்தது.

அவனிடம் இப்போது எந்தத் திட்டமும் இருக்கவில்லை. அவனிடம் எண்ணங்கள்கூட இருக்கவில்லை. ஒரு கணத்தில், தன்னிச்சையான ஒரு தீர்மானத்தின் காரணமாக அவன் ஒரு சாகசத்திற்குள் குதித்திருந்தான். அவள் அவனை எட்வர்டு என்று அழைத்தாள். அவன் ஒரு தவறான எட்வர்டாக இருந்தால் என்ன? இருந்துவிட்டுப் போகட்டும். எப்படியும் விரைவில் அவள் கண்டுபிடித்துவிடத்தான் போகிறாள். அதுவரை சாகசம் தொடரட்டும். அவன் தன் வண்டியைக் கிளப்பினான்.

அவள் சிரித்தாள். அவளுடைய மற்ற அம்சங்களைப்போலவே அவளுடைய சிரிப்பும் இலட்சணமாக இருந்தது.

"உனக்குக் கார்கள் அவ்வளவாகப் பரிச்சயமில்லை என்பதை என்னால் பார்க்க முடிகிறது. அங்கு இதெல்லாம் கிடையாது என்று நான் ஊகிக்கிறேன்."

'இந்த "அங்கு" எங்கு இருக்கிறது?' என்று யோசித்துவிட்டு, "அதிகமாக இல்லை," என்று அவன் பதிலளித்தான்.

"அப்படியானால், காரை நான் ஓட்டுகிறேன். முக்கியச் சாலையை அடையும்வரை இந்தக் குறுகலான சந்துகளில் வண்டியோட்டுவது சிரமம்தான்," என்று அவள் கூறினாள்.

அவன் தன் இடத்தை அவளுக்காக மகிழ்ச்சியாக விட்டுக்கொடுத்தான். இப்போது அந்தக் கார், அந்த இரவில் நல்ல வேகத்தில் செல்லத் துவங்கியது. அதில் தெறித்த அலட்சியத்தை அவன் இரகசியமாக இரசித்தான். அவள் தன் தலையை அவனை நோக்கித் திருப்பினாள்.

"எனக்கு வேகமாகக் காரோட்டப் பிடிக்கும். உனக்கு எப்படி? நீ துளிகூட ஜெரால்டைப்போல இல்லை. நீங்கள் இருவரும் சகோதரர்கள் என்று எவரும் நம்ப மாட்டார்கள். நான் கற்பனை செய்திருந்ததுபோலவும் நீ இல்லை."

"அதாவது, நான் மிகச் சாதாரணமாக இருக்கிறேன் என்று கூறுகிறாய், அப்படித்தானே?"

"அப்படிச் சொல்ல முடியாது. நீ வித்தியாசமாக இருக்கிறாய். உன்னை என்னால் சரியாகப் பொருத்த முடியவில்லை. ஜிம்மி எப்படி இருக்கிறான்? அவன் மிகவும் நொந்து போயிருப்பான் என்று நான் நினைக்கிறேன்."

"ஓ, ஜிம்மி நன்றாகத்தான் இருக்கிறான."

"அப்படிச் சொல்வது உனக்கு எளிதாக இருக்கலாம். ஆனால், அவனுக்குக் கால் பிசகியுள்ளது துரதிர்ஷ்டம்தான். முழுக் கதையையும் அவன் சொன்னானா?"

"அது பற்றி அவன மூச்சே விடவில்லை. எனக்கு எதுவும்

தெரியாது. நீ அதை எடுத்துரைத்தால் நன்றாக இருக்கும்."

"எல்லாம் ஒரு கனவுபோல நடந்தேறியது. ஜிம்மி பெண்களுக்கான ஓர் ஆடையை அணிந்து கொண்டு, முன்வாசல் வழியாக உள்ளே நுழைந்தான். ஓரிரு நிமிடங்கள் கழித்து நான் சன்னலில் தொற்றி ஏறினேன். ஆக்னஸ் லாரெல்லாவின் பணிப்பெண், அங்கிருந்த மேசையில் லாரெல்லாவின் ஆடைகளையும் நகைகளையும் பிறவற்றையும் எடுத்து வைத்துக் கொண்டிருந்தாள். அப்போது கீழ்த்தளத்திலிருந்து பெரும் கூச்சல் கேட்டது. கீழே ஒரு வெடி வெடித்தது. உடனே எல்லோரும், 'நெருப்பு! நெருப்பு!' என்று கூச்சலிட்டனர். அந்தப் பணிப்பெண் அந்த அறையைவிட்டு வெளியே பாய்ந்தோடினாள். நான் உள்ளே தாவிக் குதித்து, அந்த வைர நெக்லஸை எடுத்துக் கொண்டு, கண்மூடித் திறப்பதற்குள் கீழே குதித்துவிட்டேன். நான் அந்த இடத்திலிருந்து பின்பக்கமாக ஓடி, டெவில்ஸ் பஞ்ச் பவுலின் குறுக்காக ஓடினேன். இந்தக் காரைக் கடந்து சென்றபோது, இதன் கதவிலுள்ள பாக்கெட்டில் இந்த வைர நெக்லஸையும், நான் எங்குக் காத்துக் கொண்டிருப்பேன் என்ற குறிப்பையும் நான் போட்டேன். பின் நான் என் ஓட்டலுக்குச் சென்று லூயிஸுடன் சேர்ந்து கொண்டேன். நான் லாரெல்லாவின் வீட்டிற்குப் போகவே இல்லை என்பதை நிரூபிப்பதற்கான கச்சிதமான ஏற்பாடு அது. நான் வெளியே சென்று வந்திருந்தேன் என்பது லூயிஸுக்குத் தெரியவே தெரியாது."

"ஜிம்மிக்கு என்னவாயிற்று?"

"அதைப் பற்றி என்னைவிட உனக்குத்தான் அதிகமாகத் தெரிந்திருக்க வேண்டும்."

"அவன் என்னிடம் எதுவும் சொல்லவில்லை."

"எனக்குத் தெரிந்தவரை, அந்த ஆடையில் அவன் தடுக்கி விழுந்து தன் காலைச் சுளுக்கிக் கொண்டான். அவனை அவர்கள் கார்வரை தூக்கிச் செல்ல வேண்டியிருந்தது. லாரெல்லாவின் ஓட்டுநர்தான் அவனை அவனுடைய வீட்டுக்குக் கொண்டு போய் விட்டார். அந்த ஓட்டுநர் மட்டும் தன் கையை அந்தக் காரின் கதவிலிருந்த பாக்கெட்டுக்குள் நுழைத்திருந்தால் என்ன ஆகியிருந்திருக்கும்?"

எட்வர்டு அவளுடன் சேர்ந்து சிரித்தான். இப்போது அவனுடைய எண்ணங்கள் வேகமாக ஓடிக் கொண்டிருந்தன. அவனுக்கு இப்போது நிலைமை ஓரளவு புரிந்திருந்தது. லாரெல்லா என்ற பெயர் அவனுக்கு ஓரளவு பரிச்சயமானதாகத் தோன்றியது. அவர் ஒரு செல்வந்தராக இருக்க வேண்டும் என்பதும் அவனுக்குப் புரிந்தது. இந்தப் பெண்ணும் ஜிம்மி என்ற

நபரும் அந்த லாரெல்லாவிடமிருந்து ஒரு வைர நெக்லஸைத் திருடத் திட்டமிட்டு அதில் வெற்றியும் பெற்றிருந்தனர். தன்னுடைய காலில் ஏற்பட்டச் சுளுக்கின் காரணமாக ஜிம்மி லாரெல்லாவின் ஓட்டுநரோடு போக நேர்ந்ததால், இந்தப் பெண் அந்தச் சிவப்புக் காரின் பாக்கெட்டுக்குள் மறைத்து வைத்திருந்த வைர நகையை அவன் பார்க்கவில்லை. ஆனால், அந்த 'ஜெரால்டு' பேர்வழி, விரைவில் அதைத் தேடுவான். அப்போது அவனுடைய கையில் எட்வர்டின் மஃப்ளர்தான் சிக்கும்.

"நாம் நல்ல வேகத்தில் வந்திருக்கிறோம்," என்றாள் அந்தப் பெண்.

ஒரு டிராம் அவர்களை வேகமாகக் கடந்து சென்றது. அவர்கள் லண்டனின் புறநகர்ப் பகுதியை அடைந்திருந்தனர். அவர்கள் லண்டன் போக்குவரத்தின் ஊடாகப் பாய்ந்து பாய்ந்து சென்றனர். எட்வர்டு தன் உயிரைக் கையில் பிடித்துக் கொண்டு அமர்ந்திருந்தான். அந்தப் பெண் உண்மையிலேயே ஒரு சிறந்த ஓட்டுநராக இருந்தாள். ஆனாலும் அவள் அவ்வப்போது ஆபத்துக்கு சவால்விட்டுக் கொண்டிருந்தாள்.

ஒரு பதினைந்து நிமிடங்கள் கழித்து அவர்கள் ஒரு பிரம்மாண்டமான வீட்டுக்கு அருகே வந்து நின்றனர். "இங்கு நாம் உடை மாற்றிக் கொண்டு ரிட்ஸன்ஸுக்குப் போகலாம்," என்று அவள் கூறினாள்.

"ரிட்ஸன்ஸா?" அந்தப் பிரபலமான நைட்கிளப்பின் பெயரை எட்வர்டு பயபக்தியுடன் கூறினான்.

"ஆமாம். ஜெரால்டு உன்னிடம் கூறவில்லையா?"

"இல்லை... ஆமாம்... என்னுடைய ஆடை எங்கே?"

அவள் நெற்றியைச் சுளித்தாள்.

"அவர்கள் உன்னிடம் எதுவுமே கூறவில்லையா? சரி. எப்படியோ உன்னைத் தயார்படுத்திவிடலாம். எடுத்தக் காரியத்தை நாம் நிறைவு செய்தாக வேண்டும்."

நேர்த்தியாக உடையணிந்திருந்த ஒரு பட்லர் அந்த வீட்டின் கதவைத் திறந்தான். பின் அவர்கள் உள்ளே நுழைவதற்காக அவன் ஓர் ஓரமாக ஒதுங்கி நின்றான்.

"சீமாட்டி அவர்களே! திரு ஜெரால்டு சாம்பனிஸிடமிருந்து ஒரு தொலைபேசி அழைப்பு வந்தது. தான் உங்களிடம் பேச வேண்டும் என்று அவர் கூறினார். ஆனால், அவர் எந்தச் செய்தியையும் தெரிவிக்கவில்லை."

'ஜெரால்டு கண்டிப்பாக இவளிடம் பேசத் துடித்துக் கொண்டுதான் இருப்பான்,' என்று எட்வர்டு தனக்குள் கூறிக் கொண்டான். 'எது எப்படியோ, என்னுடைய முழுப் பெயர்

'எட்வர்டு சாம்ப்னிஸ்' என்பதை இப்போது நான் அறிந்து கொண்டேன். ஆனால், இவள் யார்? பட்லர் இவளைச் சீமாட்டி என்று அழைக்கிறான். இவள் எதற்காக ஒரு நகையைத் திருட வேண்டும்? சூதாட்டக் கடனை அடைப்பதற்காகவா?'

அவன் எப்போதாவது வாசித்த, தரமற்றக் காதல் கதைகளில் இடம் பெற்ற அழகான சீமாட்டிகள் எப்போதுமே சூதாட்டக் கடன்களால் தூண்டடப்பட்டுத் தில்லுமுல்லுகளில் ஈடுபட்டனர்.

எட்வர்டை அழைத்துச் சென்ற அந்தப் பணியாள் அவனை மற்றொரு பணியாளிடம் ஒப்படைத்தான். கால் மணி நேரம் கழித்து, வரவேற்பறையில் காத்திருந்த அந்தப் பெண்ணுடன் அவன் மீண்டும் சேர்ந்து கொண்டான். மிக அழகான, நேர்த்தியாகத் தைக்கப்பட்டிருந்த ஆடை அவனுக்குக் கனகச்சிதமாகப் பொருந்தியிருந்தது.

கடவுளே! எப்பேற்பட்ட இரவு!

அவர்கள் அதே காரில் அந்தப் பிரபலமான ரிட்ஸன்ஸ் நைட்கிளப்பிற்குச் சென்றனர். அவன் ரிட்ஸன்ஸைப் பற்றிய ஏராளமான கிசுகிசுக்களைப் படித்திருந்தான். பிரபலமான நபர்கள் அனைவரும் அந்தக் கிளப்பிற்கு வருகை தந்தனர். எட்வர்டு சாம்ப்னிஸைத் தெரிந்தவர்கள் அங்கு வரக்கூடும் என்று அவன் அஞ்சினான். ஆனால், எட்வர்டு சாம்ப்னிஸ் பல ஆண்டுகளாக இங்கிலாந்தில் இல்லை என்ற தகவலை நினைவுபடுத்திக் கொண்டு அவன் தன்னை ஆசுவாசப்படுத்திக் கொண்டான்.

அவர்கள் அந்தக் கிளப்பில் ஒரு சுவரோரமாகப் போடப்பட்டிருந்த ஒரு சிறு மேசைக்கு அருகே அமர்ந்து, காக்டெயில்களைச் சுவைத்துக் கொண்டிருந்தனர். காக்டெயில்கள்! இன்ப நுகர்ச்சியில் திளைக்கின்ற வாழ்க்கையைப் பிரதிநுதப்படுத்துபவையாகவே அவன் காக்டெயில்களைப் பார்த்தான். பூத்தையல் வேலைப்பாடுகளுடன் இருந்த ஓர் அழகான சால்வையைப் போர்த்தியிருந்த அந்தப் பெண், தன் கையிலிருந்த காக்டெயிலை அலட்சியமாக அருந்திக் கொண்டிருந்தாள். பின் திடீரென்று அவள் தன் சால்வையை எடுத்து ஓர் ஓரமாக வைத்துவிட்டு எழுந்தாள்.

"வா, நாம் நடனமாடலாம்."

எட்வர்டால் மிகச் சிறப்பாகச் செய்ய முடிந்த ஒரு காரியம் இருக்குமென்றால் அது நடனமாடுவதுதான். ஒரு முறை அவன் மவுத்துடன் 'பாலஸ் டி டான்ஸ்' என்ற மிகப் பிரபலமான நடன அரங்கில் ஆடியபோது, சுற்றியிருந்தவர்கள்

தங்களுடைய நடனத்தை நிறுத்திவிட்டு அவர்கள் ஆடியதை பிரமிப்புடன் பார்த்து இரசித்துக் கொண்டிருந்தனர்.

"நான் மறந்தே போய்விட்டேன். நெக்லஸ் எங்கே?" என்று அந்தப் பெண் கேட்டாள்.

எட்வர்டு தன் பாக்கெட்டிலிருந்து அதை எடுத்து அவளிடம் கொடுத்தான். அவனுக்கு வியப்பேற்படுத்தும் விதத்தில் அவள் அதைத் தன் கழுத்தில் அணிந்து கொண்டாள். பின் அவள் அவனை நோக்கி மந்தகாசமாகப் புன்னகைத்தாள்.

"இப்போது நாம் நடனமாடலாம்," என்று அவள் அவனை அழைத்தாள்.

அவர்கள் நடனமாடினர். அதைப் போன்ற கச்சிதமான நடனத்தை அந்த விடுதி அதுவரை பார்த்திருந்திருக்காது.

நீண்ட நேரத்திற்குப் பிறகு அவர்கள் தங்களுடைய இருக்கைகளுக்குத் திரும்பினர். வயதான ஆங்கிலேயர் ஒருவர் அந்தப் பெண்ணை நோக்கி வந்தார்.

"ஓ! நோரின் சீமாட்டி! எப்போதும் ஆட்டம்தானா? கேப்டன் ஃபோலியட் இங்கு வந்திருக்கிறாரா?"

"ஜிம்மிக்குக் காலில் சுளுக்கு ஏற்பட்டுள்ளது."

"அது எப்படி நடந்தது?"

"அது குறித்தத் தகவல்கள் இதுவரை வந்து சேரவில்லை," என்று கூறிவிட்டு அவள் அங்கிருந்து நகர்ந்தாள்.

எட்வர்டு அவள் பின்னால் நடந்தான். அவனுடைய தலை கிறுகிறுவென்று சுற்றிக் கொண்டிருந்தது. இப்போது அவனுக்கு எல்லாம் தெளிவாகிவிட்டது. அவளுடைய முழுப் பெயர் நோரின் எலியட் சீமாட்டி. இங்கிலாந்திலேயே அதிகமாகப் பேசப்பட்ட யுவதி அவள்! அவள் தன்னுடைய அழகுக்காகவும் நடனத்திற்காகவும் பெரிதும் கொண்டாடப்பட்டாள். நோரினுக்கும் கேப்டன் ஜேம்ஸ் ஃபோலியட்டுக்கும் இடையே நடைபெற்ற நிச்சயதார்த்தம் சமீபத்தில்தான் அறிவிக்கப்பட்டது.

ஆனால், அந்த நெக்லஸ் விவகாரத்தைத்தான் எட்வர்டால் புரிந்து கொள்ள முடியவில்லை. தன் குட்டு வெளிப்பட்டுவிட்டாலும்கூடப பரவாயில்லை, ஆனால் அதைப் பற்றித் தான் தெரிந்து கொண்டே ஆக வேண்டும என்று அவன் துடித்தான்.

அவர்கள் ஓரிடத்தில் உட்கார்ந்த பிறகு, அவன் அந்த நெக்லஸை அவளிடம் சுட்டிக்காட்டி, "நோரின், இது எதற்காக? என்னிடம் சொல்," என்று கேட்டான்.

அவள் ஒரு கனவுப் புன்னகையை உதிர்த்தாள். அவளுடைய கண்கள் ஒருவிதமான மயக்கத்தில் இருந்தன.

"இதைப் புரிந்து கொள்வது உனக்குக் கடினமாக இருக்கும் என்று நான் நினைக்கிறேன். மீண்டும் மீண்டும் ஒரே விதமான காரியங்களைச் செய்து கொண்டிருப்பது சலிப்பூட்டுகிறது. வெகுவிரைவில் எல்லாம் பழகிவிடுகிறது. இந்தக் 'களவாடல்' யோசனை என் யோசனை. இது ஒருவிதமான சாகச விளையாட்டு. இதற்கான நுழைவுக் கட்டணம் ஐம்பது பவுன்டு. குலுக்கல் முறையில் தேர்வு நடைபெறும். இது மூன்றாவது குலுக்கல். அதில் தேர்வு செய்யப்பட்டவர் லாரெல்லா. இதற்கான விதிமுறைகள்? தேர்வு செய்யப்பட்ட நபரிடமிருந்து ஒரு விலையுயர்ந்த நகை மூன்று நாட்களுக்குள் திருடப்பட்டாக வேண்டும். அதோடு, அப்பொருள் பொதுவெளியில் குறைந்தபட்சம் ஒரு மணிநேரமாவது அணியப்பட வேண்டும். இல்லையெனில், நூறு பவுன்டு அபராதம் விதிக்கப்படும். ஜிம்மிக்குக் கால் பிசகியது துரதிர்ஷ்டம்தான் என்றாலும், இன்று இரவு நாங்கள் வெற்றி பெற்றுவிடுவோம்."

"ஓ! புரிகிறது," என்று எட்வர்டு கூறினான்.

நோரின் திடீரென்று எழுந்து தன் சால்வையை எடுத்துப் போர்த்திக் கொண்டாள்.

"வா. என்னைக் காரில் எங்காவது அழைத்துச் செல். துறைமுகம் போன்ற மோசமான, ஆனால் பரவசத்தைத் தூண்டுகின்ற ஒரு பகுதிக்குச் செல்லலாம்," என்று கூறிய அவள், "ஒரு நிமிடம் பொறு," என்று எட்வர்டிடம் தெரிவித்துவிட்டு, தன் வைர நெக்லஸைக் கழற்றி அவனிடம் கொடுத்தாள். "இதை நீயே வைத்துக் கொள். இதற்காக நான் கொலை செய்யப்படுவதை நான் விரும்பவில்லை."

அவர்கள் ரிட்ஸன்ஸிலிருந்து ஒன்றாக வெளியே வந்தனர். அவர்கள் வந்த கார், குறுகலாகவும் இருட்டாகவும் இருந்த ஒரு சிறிய தெருவில் நிறுத்தப்பட்டிருந்தது. அவர்கள் தெருமுனையை அடைந்தபோது, இன்னொரு கார் வந்து சாலையோரம் நின்றது. அதிலிருந்து ஓர் இளைஞன் குதித்தோடி வந்தான்.

"அப்பாடா! இப்போதுதான் நிம்மதியாக இருக்கிறது. கடைசியில் ஒருவழியாக உன்னைப் பார்த்துவிட்டேன்," என்று அவன் பரவசத்துடன் கூச்சலிட்டான். "ஆனால், நாம் ஒரு பயங்கரமான சிக்கலில் மாட்டிக் கொண்டுள்ளோம். அந்த மடையன் ஜிம்மி, தப்பான காரில் ஏறிச் சென்றுவிட்டான். இப்போது அந்த வைர நகை எங்கிருக்கிறதோ, அது கடவுளுக்குத்தான் வெளிச்சம். நாம் இடக்குமடக்காக மாட்டிக் கொண்டோம்."

நோரின் அவனை வெறித்துப் பார்த்தாள்.

"நீ என்ன உளறிக் கொண்டிருக்கிறாய்? வைர நகை

நம்மிடம்தான் இருக்கிறது. எட்வர்டுதான் அதை வைத்திருக்கிறான்."

"எட்வர்டா?"

"ஆமாம்," என்று கூறிய நோரின், தன்னருகே நின்று கொண்டிருந்த உருவத்தை நோக்கிக் கையசைத்தாள்.

'இங்கு இடக்குமடக்காக மாட்டிக் கொண்டிருப்பது நான்தான்,' என்று எட்வர்டு நினைத்துக் கொண்டான். 'அப்படியானால், இவன்தான் அந்த 'ஜெரால்டாக' இருக்க வேண்டும்.'

அந்த இளைஞன் இவனை வெறித்துப் பார்த்தான்.

"நோரின், இப்போது நீதான் உளறுகிறாய். எட்வர்டு ஸ்காட்லாந்தில் இருக்கிறான்."

"ஓ!" என்று நோரின் கத்தினாள். பின் அவள் எட்வர்டைத் திரும்பிப் பார்த்து, மீண்டும், "ஓ!" என்று கத்தினாள்.

அவளுடைய முகம் ஒரு கணம் வெளிறி, பின் மீண்டும் இயல்பு நிலைக்குத் திரும்பியது.

பின் நோரின் ஒரு மெதுவான குரலில், "நீ நிஜமாகவே ஒரு வழிப்பறிக் கொள்ளைக்காரனா?" என்று கேட்டாள்.

நிலைமையைப் புரிந்து கொள்ள எட்வர்டுக்கு ஒரு நிமிடமே ஆனது. நோரினின் கண்களில் பெரும் வியப்பு மண்டிக் கிடந்தது. 'அது என்னவாக இருக்கும்?' என்று எட்வர்டு யோசித்தான். ஒருவேளை அது தன்னைப் பற்றிய பிரமிப்பாக இருக்கும் என்று அவனுக்குத் தோன்றியது. இனி அடக்கி வாசிப்பதில் அர்த்தமில்லை என்ற முடிவுக்கு அவன் வந்தான். இறுதிவரை இந்த விளையாட்டை விளையாடிப் பார்த்துவிடலாம் என்று அவன் துணிந்தான்.

எட்வர்டு அவளை நோக்கி நாடகத்தனமாக உடலை வளைத்து ஒரு வணக்கம் போட்டான்.

"நோரின் சீமாட்டியே, இன்றைய முன்னிரவுப் பொழுதை எனக்கு அற்புதமான ஒன்றாக ஆக்கித் தந்ததற்கு நான் உங்களுக்கு நன்றி கூறக் கடமைப்பட்டுள்ளேன்," என்று அவன் ஒரு நெடுஞ்சாலைக் கொள்ளைக்காரனைப்போலக் கூறினான்.

சற்று முன் வநதவன் எந்தக் காரில் வந்திறங்கினான் என்று எட்வர்டு நோட்டமிட்டான். அது அவனுடைய கார்தான்!

"இன்றைய இரவுப் பொழுது உனக்கு இனிமையாக அமைய வாழ்த்துகள்!"

எட்வர்டு இவ்வாறு கூறிவிட்டு உடனே வேகமாக ஓடிச் சென்று தன் காரில் ஏறி அதைக் கிளப்பி நகர்த்தினான். கார் முன்னால் நகர்ந்தது. ஜெரால்டு உறைந்து போயிருந்தான். ஆனால், நோரின் சுதாரிப்புடன் இருந்தாள். கார் அவளைக்

கடந்து சென்றபோது, காரின் கதவுக்கு வெளியே இருந்த கால் வைக்கும் இடத்தில் அவள் தாவி ஏறினாள்.

கார் வேகமாகப் பாய்ந்தது. அது அந்தத் தெருமுனையில் வேகமாகத் திரும்பி நின்றது. நோரின் மூச்சிரைத்தபடி எட்வர்டின் கையைப் பற்றினாள்.

“அதை என்னிடம் கொடுத்து விடு - அதை நான் லாரெல்லாவிடம் திருப்பிக் கொடுத்தாக வேண்டும் - ஒரு நல்ல பையனாக நடந்து கொள் - நாம் இருவரும் சேர்ந்து இன்றைய முன்னிரவை மகிழ்ச்சியுடன்தானே கொண்டாடினோம்? நாம் ஒன்றாகச் சேர்ந்து வேறு நடனமாடினோம் - நாம் நண்பர்கள் - தயவு செய்து அதை ‘என்னிடம்’ கொடுத்துவிடு.”

தன் அழகால் அவனைத் திக்குமுக்காடச் செய்த ஒரு பெண். அப்படியானால், அப்படிப்பட்டப் பெண்களும் இருக்கத்தான் செய்தார்கள்!

அதோடு, அந்த நெக்லஸை விரைவாகத் தலைமுழுக எட்வர்டு ஆவலாக இருந்தான். நல்ல செயல் ஒன்றைச் செய்வதற்காகக் கடவுளே உருவாக்கிக் கொடுத்திருந்த ஓர் அரிய வாய்ப்பு அது.

அவன் தன் பாக்கெட்டிலிருந்து அந்த நெக்லஸை வெளியே எடுத்து அவளுடைய கைகளில் போட்டான்.

“நாம் நண்பர்கள் என்பது உண்மைதான்!” என்று எட்வர்டு கூறினான்.

அந்த நெக்லஸைப் பெற்றுக் கொண்டவுடன் அவளுடைய கண்கள் மிளிர்ந்தன.

பின் அவனுக்கு வியப்பேற்படுத்தும் விதமாக, நோரின் தன் தலையை அவனை நோக்கிச் சாய்த்தாள். ஒரு கணம் அவன் அவளைத் தாங்கிக் கொண்டான். அவளுடைய உதடுகள் அவனுடைய உதடுகள்மீது படிந்தன.

பின் அவள் அந்தக் காரிலிருந்து கீழே குதித்தாள். அந்தச் சிவப்புக் கார் முன்னே சீறிப் பாய்ந்தது.

காதல்!

சாகசம்!

* * *

அன்று இரவு சரியாகப் பன்னிரண்டு மணிக்கு, எட்வர்டு, கிளாஃபம் பகுதியிலிருந்த ஒரு வீட்டின் வரவேற்பறைக்குள் நுழைந்து வழக்கமான ‘கிறிஸ்துமஸ் வாழ்த்துகள்! என்ற வாசகத்தைச் சொன்னான்.

அங்குக் கிறிஸ்துமஸ் அலங்காரத்தில் ஈடுபட்டிருந்த மவுத்,

அவனை முறைத்துப் பார்த்தாள்.

"இன்றைய தினத்தை கிராமப் பகுதியில் உங்களுடைய நண்பருடன் உல்லாசமாகக் கழித்தீர்களா?" என்று மவுத் அவனிடம் கேட்டாள்.

"நான் உன்னிடம் சில விஷயங்களைச் சொல்லியாக வேண்டும்," என்று எட்வர்டு தொடங்கினான். "நான் உன்னிடம் அப்படிக் கூறியது ஒரு பொய். ஒரு போட்டியில் எனக்கு 500 பவுன்டு பணம் பரிசாகக் கிடைத்திருந்தது. அந்தப் பணத்தில் நான் ஒரு கார் வாங்கினேன். நான் அதைப் பற்றி உன்னிடம் சொல்லாமல் இருந்ததற்குக் காரணம், நீ அதற்கு என்னுடன் ஒரு பெரும் வாக்குவாதத்தில் ஈடுபடுவாய் என்று எனக்குத் தெரியும் என்பதுதான். நான் அந்தக் காரை வாங்கிவிட்டேன். அது பற்றிப் பேசுவதற்கு இனி ஒன்றுமில்லை. அது முதல் விஷயம். இரண்டாவது, நான் திருமணம் செய்து கொள்வதற்காக இன்னும் பல ஆண்டுகள் காத்துக் கொண்டிருக்கப் போவதில்லை. வேலையில் எனக்கு இருக்கும் வாய்ப்புகள் போதுமானவை. அதனால், அடுத்த மாதமே நான் உன்னைத் திருமணம் செய்து கொள்ள விரும்புகிறேன்."

"ஓ!" என்று மவுத் பலவீனமாகக் கூறினாள்.

'இது நிஜம்தானா? என் எட்வர்டுதான் இப்படி ஆளுமையுடன் பேசிக் கொண்டிருந்தானா?' என்று அவள் நினைத்தாள்.

"என்னைத் திருமணம் செய்து கொள்ள நீ தயாரா? சொல்!"

அவள் அவனை பிரமிப்புடன் உற்று நோக்கினாள். அவளுடைய கண்களில் பெருவியப்பும் அபிமானமும் வெளிப்பட்டன. அந்தப் பார்வை தனக்குப் போதையேற்றுவதாக இருந்ததாக எட்வர்டு எண்ணினான். அவனுக்கு எப்போதும் எரிச்சலூட்டி வந்திருந்த, தாய்மைக்கே உரிய அவளுடைய பொறுமையுடன்கூடிய கரிசனம் முற்றிலுமாகக் காணாமல் போயிருந்தது.

சில மணி நேரத்திற்கு முன்பு நோரின் சீமாட்டியும் அவனை இப்படித்தான் பார்த்திருந்தாள். நோரின் இப்போது அவனுடைய எண்ணங்களிலிருந்து மங்கி மறைந்து எங்கோ தொலைதூரத்திற்குச் சென்றுவிட்டிருந்தாள். நோரினிடம் கற்பனை நாவல் கதாநாயகி பினாக்காவைப்போலக் காதல் இரசம் மட்டுமே இருந்தது. ஆனால், இது எதார்த்தம், நிஜம் இவள்தான் அவனுடையவள்.

"என்ன, பதிலையே காணோம்?" என்று கேட்டுவிட்டு அவன் மவுத்தை நோக்கி முன்னால் ஓரடி எடுத்து வைத்தான்.

"சரி!" என்று மவுத் தட்டுத்தடுமாறிக் கூறினாள். "ஆனால்,

எட்வர்டு, உனக்கு என்னவாயிற்று? இன்று நீ வித்தியாசமாக இருக்கிறாய்."

"ஆமாம். அது உண்மைதான். கடந்த இருபத்து நான்கு மணிநேரமாக, நான் பம்மிக் கொண்டிருக்காமல் ஓர் உண்மையான ஆண்மகனாக இருந்தேன். கடவுளின் கருணையால் அது நன்றாகவே பலனளித்துள்ளது."

அவன் அந்த அதிமனிதன் பில் செய்திருக்கக்கூடியதைப்போல, அவளைத் தன் மார்புடன் சேர்த்துக் கட்டியணைத்துக் கொண்டான்.

"மவுத், நீ என்னைக் காதலிக்கிறாயா? சொல், நீ என்னைக் காதலிக்கிறாயா?"

"ஓ! எட்வர்டு! நான் உன்னைக் கொண்டாடுகிறேன்!"

கிறிஸ்துமஸ் சாகசம்

அந்தக் கணப்படுப்பில் போடப்பட்டிருந்த பெரிய விறகுகள் கொழுந்துவிட்டு எரிந்து கொண்டிருந்தன. அந்த அறையில் அமர்ந்திருந்தவர்கள் கிறிஸ்துமஸ் கொண்டாட்டத்தை இரசித்துக் கொண்டே அரட்டையடித்துக் கொண்டிருந்தனர்.

'எமிலி அத்தை' என்று எல்லோராலும் செல்லமாக அழைக்கப்பட்ட முதிய பெண்மணியான எமிலி என்டிகாட் ஒரு புன்னகையுடன் அவர்களுடைய உரையாடலில் கலந்து கொண்டார். அவருடைய வீட்டில்தான் அந்தக் கொண்டாட்டம் நிகழ்ந்து கொண்டிருந்தது.

"ஜீன், உன்னால் ஆறு 'மின்ஸ்-பைகளை' மொத்தமாகச் சாப்பிட முடியாது," என்று எமிலி கூறினார்.

"என்னால் முடியும். மூன்று ஸ்பாஞ்சு கேக்குகளையும் இரண்டு பிளம் கேக்குகளையும்கூட அதனோடு சேர்த்து என்னால் சாப்பிட முடியும்."

உரையாடல் இப்படி நீண்டு கொண்டே போனது.

"பிளம் கேக் நன்றாக இருக்க வேண்டும் என்று நான் வேண்டிக் கொள்கிறேன்," என்று ஐயத்துடன் எமிலி கூறினார். "அவை செய்யப்பட்டு மூன்று நாட்கள் மட்டுமே ஆகியுள்ளன. பொதுவாக, கிறிஸ்துமஸ் கேக்குகள் கிறிஸ்துமஸுக்குப் பல நாட்கள் முன்னதாகவே தயாரிக்கப்பட்டாக வேண்டும்."

எமிலி பேசியபோது அங்கிருந்தவர்கள் சத்தம் போடாமல் அதைக் கேட்டுக் கொண்டிருந்தனர். அங்கிருந்த இளைய தலைமுறையினர் அவருடைய பழைய அசைபோடுதல்களில் ஈடுபாடு கொண்டிருந்தனர் என்று அதற்கு அர்த்தமில்லை. மாறாக, தங்களுக்கு விருந்தளித்துக் கொண்டிருந்தவருக்கு அவர்கள் அளித்த மரியாதை அது, அவ்வளவுதான். எமிலி தன்

பேச்சை நிறுத்திய மறுகணம் அங்குக் கூச்சலும் அரட்டையும் துவங்கின. எமிலி ஆசுவாசமாகப் பெருமூச்செறிந்து கொண்டே, அங்கு அவரை ஒத்த வயதிலிருந்த ஒரே ஒரு நபரை ஏறிட்டுப் பார்த்தார். அந்தச் சிறிய மனிதரின் தலை ஒரு முட்டையின் வடிவில் இருந்தது. அவருடைய முகத்தின்மீது விறைப்பான ஒரு முறுக்கு மீசை கொலுவீற்றிருந்தது. 'இப்போதெல்லாம் இளைய சமூகத்தினர் முன்புபோல இல்லை. முன்பெல்லாம் பெரியவர்கள் உதிர்த்த ஞானமுத்துகளை அவர்கள் கூர்ந்து கவனித்துக் கேட்பர். இப்போது எல்லாம் தாறுமாறாக ஆகிவிட்டது,' என்று எமிலி நினைத்துக் கொண்டார். அதே நேரத்தில், அவர்கள் தன் வீட்டுச் செல்லக் குழந்தைகள் என்ற கரிசனமும் அவரிடம் தோன்றியது. அங்கிருந்த இளம் தலைமுறையினர் ஒவ்வொருவரைப் பற்றியும் அவர் வாஞ்சையுடன் நினைத்துப் பார்த்தார். உயரமாகவும் முகத்தில் புள்ளிகளுடனும் இருந்த ஜீன்; கருப்பாகவும் அழகாகவும் இருந்த நான்சி கார்டெல்; ஜானி, எரிக் ஆகிய சிறுவர்கள்; அவர்களுடைய நண்பன் சார்லி பீஸ்; அழகாகவும் பொன்னிறத்திலும் இருந்த எவெலின் ஹாவொர்த். இறுதியாக, அமைதியாக உட்கார்ந்திருந்த அவருடைய சகோதரனின் மகன் ரோஜர்மீது அவருடைய பார்வை விழுந்தது. அவனுடைய கண்கள் அங்கிருந்த ஓர் அழகான இளம்பெண்மீது நிலைத்திருந்ததை அவர் கவனித்தார்.

அப்போது சன்னல் வழியாக எட்டிப் பார்த்த ஜானி, "பனி கொட்டோ கொட்டென்று கொட்டுகிறது. உண்மையான கிறிஸ்துமஸ் வானிலை நிலவுகிறது. நாம் ஏன் வெளியே போய் பனிப்பந்துகளை ஒருவர்மீது ஒருவர் எறிந்து விளையாடக்கூடாது?" என்று கேட்டான். பின்னர் அவன் எமிலியின் பக்கம் திரும்பி, "எமிலி அத்தை, உணவு பரிமாறப்படுவதற்கு நேரமாகும், இல்லையா?" என்று வினவினான்.

"ஆமாம். நாம் இரண்டு மணியளவில் சாப்பிடலாம்," என்று கூறிய எமிலி, "நான் போய் சாப்பாட்டு மேசையில் எல்லாம் தயாராக இருக்கிறதா என்று பார்த்துவிட்டு வருகிறேன்," என்று கூறி எழுந்து ஓடினார்.

"நாம் ஒரு பனிமனிதனை உருவாக்கலாம்," என்று ஜீன் கூறினாள்.

"இது ஒரு நல்ல யோசனையாக இருக்கிறதே! நாம் புவாரோவின் உருவத்தில் அதை வடிவமைக்கலாம். தலைசிறந்த துப்பறிவாளர் புவாரோ! மிகச் சிறந்த கலைஞர்களால் உருவாக்கப்படக்கூடிய புவாரோவின் பனிச்சிலை!"

ஒரு நாற்காலியில் அமர்ந்திருந்த அந்தச் சிறிய மனிதர் தலையசைத்து அதை ஏற்றுக் கொண்டார். அவருடைய கண்களில் ஒருவிதமான மினுமினுப்பு தென்பட்டது.

"அவரை அழகாகப் படையுங்கள்!" என்று அவர் கூறினார்.

மறுகணம், அங்கிருந்த சிறுவர்களும் சிறுமியரும் சிட்டாகப் பறந்துவிட்டனர். வாசலில் அவர்கள் அந்த வீட்டின் பட்லர்மீது கிட்டத்தட்ட மோதிவிட்டனர். அவன் ஏதோ ஒரு குறிப்புச் சீட்டை ஒரு தாம்பாளத்தில் வைத்து எடுத்து வந்து கொண்டிருந்தான். அவன் சுதாரித்துக் கொண்டு புவாரோவை நோக்கி நடந்தான்.

புவாரோ அந்தக் குறிப்பு வைக்கப்பட்டிருந்த உறையைத் தன் கையில் எடுத்து அதைப் பிரித்தார். அந்த பட்லர் அந்த இடத்தைக் காலி செய்தான். புவாரோ அந்தக் குறிப்புச் சீட்டை இரண்டு முறை படித்துவிட்டு அதைத் தன் பாக்கெட்டில் வைத்துக் கொண்டார். அவருடைய முகம் எந்த உணர்ச்சியையும் வெளிப்படுத்தவில்லை. ஆனாலும், அந்தக் குறிப்புச் சீட்டு அவருக்கு வியப்பூட்டுவதாக இருந்தது. அதிகம் படித்திராத ஒரு நபர் எழுதியிருந்ததைப் போன்ற ஒரு கையெழுத்தில் அதில் இவ்வாறு கிறுக்கப்பட்டிருந்தது: 'தப்பித்தவறிக்கூட பிளம் கேக்கைச் சாப்பிட்டுவிடாதீர்கள்.'

'இது சுவராசியமாக இருக்கிறது. அதே நேரத்தில், முற்றிலும் எதிர்பாராத விதமாகவும் இருக்கிறது,' என்று புவாரோ தனக்குள் முணுமுணுத்துக் கொண்டார்.

அவர் கணப்படுப்புக்கு அருகே திரும்பிப் பார்த்தார். எவெலின் அதன் அருகே அமர்ந்திருந்தாள். அவள் மற்றவர்களுடன் வெளியே செல்லவில்லை. அவள் நெருப்பை வெறித்துப் பார்த்துக் கொண்டு, தன் இடது கையின் நடுவிரலில் ஒரு மோதிரத்தைப் போடுவதும் எடுப்பதுமாக இருந்தாள்.

"நீ ஏதோ ஒரு கனவில் உன்னைத் தொலைத்துக் கொண்டுள்ளதுபோலத் தோன்றுகிறது. அது ஒரு மகிழ்ச்சியான கனவல்ல, சரிதானே?" என்று புவாரோ கேட்டார்.

எவெலின் திடுக்கிட்டு அவரை நோக்கி ஒரு சந்தேகப் பார்வையை ஓட விட்டாள். அவர் அவளுக்கு உத்தரவாதமளிக்கும் விதமாகத் தலையாட்டினார்.

"என் தொழிலே பிறர் எப்படி இருக்கின்றனர் என்பதைத் தெரிந்து கொள்வதுதான். நீ மகிழ்ச்சியாக இல்லை என்பதை நான் அறிவேன். நானும் மகிழ்ச்சியாக இல்லை. நாம் இருவரும் பரஸ்பரம் ஒருவரோடு ஒருவர் மனம்விட்டுப் பேசினால் என்ன? முதலில் நான் ஏன் மகிழ்ச்சியற்று இருக்கிறேன் என்று உன்னிடம் கூறிவிடுகிறேன். என்னுடன்

பல ஆண்டுகள் நெருக்கமாகப் பழகியிருந்த என் நண்பர் ஒருவர் தென்னமெரிக்காவுக்குச் சென்றுவிட்டார். அவர் என்னுடன் இருந்தபோது, அவருடைய முட்டாள்தனமான நடவடிக்கைகள் எனக்குக் கோபமூட்டியிருந்தன, அவருடைய செயல்களால் நான் பல முறை பொறுமை இழந்திருந்தேன். இப்போது அவர் வெளிநாட்டுக்குச் சென்றுள்ள நிலையில், அவருடைய நல்ல குணங்களை மட்டுமே என்னால் நினைவுகூர முடிகிறது. இதுதான் வாழ்க்கையின் சித்து விளையாட்டுபோலும்! சரி, உன்னுடைய பிரச்சனை என்ன? நீ என்னைப்போல வயதானவளும் அல்லள், நீ தனியாக வாழ்ந்து கொண்டிருக்கவும் இல்லை. நீ இளமையாகவும் அழகாகவும் இருக்கிறாய். ஆமாம், அது உண்மைதான். கடந்த அரை மணிநேரமாக நான் அவனைத்தான் அவதானித்துக் கொண்டிருந்தேன்."

அப்பெண்ணின் முகம் சிறிது பிரகாசமடைந்தது.

"நீங்கள் ரோஜரைச் சொல்கிறீர்களா? ஓ! நீங்கள் எதையோ தவறாகப் புரிந்து கொண்டிருக்கிறீர்கள். என் நிச்சயதார்த்தம் ரோஜருடன் நடைபெறவில்லை."

"அது எனக்குத் தெரியும். உனக்கும் ஆஸ்கர் லெவரிங்குக்கும் இடையே நிச்சயதார்த்தம் நடந்துள்ளது என்பதை நான் அறிவேன். நீ ஒருவனைக் காதலித்துக் கொண்டிருக்கும்போது எதற்காக வேறு ஒருவனோடு உனக்கு நிச்சயதார்த்தம் நடந்துள்ளது?"

அவள் அவருடைய கேள்வியைக் கேட்டு ஆத்திரமடையவில்லை. அவருடைய நடத்தையிலிருந்த ஏதோ ஒன்று அவர்மீது கோபப்படவிடாமல் அவளைத் தடுத்தது. கனிவும் அதிகாரமும் கலந்த ஒரு தொனியில் அவர் பேசியது அவளால் உதாசீனப்படுத்தப்பட முடியாததாக இருந்தது.

"அதைப் பற்றி என்னிடம் சொல்," என்று புவாரோ மென்மையாகக் கேட்டார். "பிறருடைய விஷயங்களைத் தெரிந்து கொள்வதுதான் என் வேலையே," என்று அவர் கூறியது எவெலினுக்கு ஆறுதலாக இருந்தது.

"நான் நிம்மதியில்லாமல் இருக்கிறேன்," என்று எவெலின் கூறினாள். "ஒரு காலத்தில் நாங்கள் நல்ல வசதியுடன் இருந்தோம். நான் எங்கள் பரம்பரையின் அடுத்த வாரிசு. ரோஜர் அவனுடைய குடும்பத்தில் இளைய மகன். அவன் என்மீது ஆசை கொண்டிருந்தான் என்பது எனக்குத் தெரியும் என்றாலும், அவன் வெளிப்படையாக எதையும் என்னிடம் கூறவில்லை. இதற்கிடையே அவன் ஆஸ்திரேலியாவுக்குச் சென்றுவிட்டான்."

"இங்குத் திருமணங்கள் ஏற்பாடு செய்யப்படுகின்ற விதம் நகைப்புக்குரியதாக இருக்கிறது. அதில் எந்த ஒழுங்கும் இல்லை. எந்த வழிமுறையும் இல்லை. எல்லாம் விதிப்படி நடக்கட்டும் என்று அவர்கள் நினைப்பதுபோலத் தெரிகிறது," என்றார் புவாரோ.

"திடீரென்று நாங்கள் எங்களுடைய பணம் முழுவதையும் இழந்தோம். நானும் என் அம்மாவும் சல்லிக்காசின்றி மிகவும் கஷ்டப்பட்டோம். மிகச் சிறிய ஒரு வீட்டுக்குக் குடிபெயர்ந்த நாங்கள், எப்படியோ காலத்தை ஓட்டி வந்தோம். ஆனால் என் அம்மாவின் உடல்நிலை மிகவும் மோசமடைந்தது. அவர் உயிர்பிழைப்பதற்கான ஒரே வழி, ஒரு பெரிய அறுவை சிகிச்சை செய்வதும், மிதவெப்பநிலை நிலவும் ஓரிடத்திற்குக் குடிபெயர்வதும்தான் என்பது உறுதியாயிற்று. தான் என்னைத் திருமணம் செய்து கொள்ள விரும்பியதாக ஆஸ்கர் ஏற்கனவே இரண்டு முறை என்னிடம் தெரிவித்திருந்தான். தன்னைத் திருமணம் செய்து கொண்டால், என் அம்மாவுக்குத் தேவையான அனைத்தையும் தான் செய்து கொடுப்பதாக அவன் எனக்கு வாக்குறுதி அளித்தான். நானும் அதற்குச் சம்மதித்தேன். என்னால் வேறு என்னதான் செய்ய முடியும்? நாட்டின் சிறந்த மருத்துவர்களில் ஒருவர் என் அம்மாவுக்கு அறுவை சிகிச்சை செய்தார். அடுத்து நாங்கள் எகிப்துக்குச் சென்றோம். அது ஓராண்டுக்கு முந்தைய கதை. இப்போது என் அம்மா மீண்டும் தெம்பாகவும் நலமாகவும் இருக்கிறார். கிறிஸ்துமஸ் முடிவடைந்ததும் நான் ஆஸ்கரைத் திருமணம் செய்து கொண்டாக வேண்டும்."

"அப்படியா?" என்று புவாரோ கேட்டார். "இதற்கிடையே, ரோஜரின் அண்ணன் இறந்துவிட்டான், இல்லையா? அதனால் ரோஜர் தன் வீட்டிற்குத் திரும்பி வந்துள்ளான். இங்கு வந்து பார்க்கின்றபோது, தன் கனவு சின்னாபின்னமாகியிருப்பதை அவன் காண்கிறான். ஆனால், உனக்கு இன்னும் திருமணம் ஆகியிருக்கவில்லையல்லவா?"

"புவாரோ அவர்களே, ஹாவொர்த் குடும்பத்தினர் வாக்குத் தவறுவதில்லை!" என்று எவெலின் பெருமையாகக் கூறினாள்.

அவள் பேசி முடிப்பதற்கு முன் அந்த அறையின் கதவு திறந்தது. ஒரு பருத்த உடலையும் வழுக்கைத் தலையையும் கொண்ட ஒருவன் வாசலில் நின்றான். அவனுடைய முகம் சிவந்திருந்தது. அவனுடைய கண்கள் இடுங்கிப் போயிருந்தன.

"இங்கே ஏன் அழுது வடிந்து கொண்டு உட்கார்ந்திருக்கிறாய்? வா, வெளியே சிறிது நேரம் நடந்துவிட்டு வரலாம்," என்று எவெலினிடம் அவன் ஒரு கடுமையான குரலில் கூறினான்.

"சரி, ஆஸ்கர், வருகிறேன்."

உற்சாகமே இல்லாமல் அவள் எழுந்தாள். புவாரோவும் எழுந்தார்.

அவர் ஆஸ்கரிடம், "உன்னுடைய சகோதரியின் உடல்நிலை சரியாகிவிட்டதா?" என்று கேட்டார்.

"இல்லை. அவள் இன்னும் படுத்தப் படுக்கையாகத்தான் இருக்கிறாள். கிறிஸ்துமஸ் தினத்தில்கூட அவள் அப்படிக் கிடப்பது மனத்திற்குக் கஷ்டமாக இருக்கிறது."

"ஆமாம், அது உண்மைதான்," என்று புவாரோ அதை ஆமோதித்தார்.

எவெலின் ஒரு சில நிமிடங்களில் தன் உடலைச் சுற்றி எதையோ போர்த்திக் கொண்டு, பனியில் நடப்பதற்கான காலணிகளை அணிந்து கொண்டாள். அவர்கள் இருவரும் வெளியே சென்றனர். அது ஒரு கச்சிதமான கிறிஸ்துமஸ் நாளாக இருந்தது. குளிராக இருந்த அதே வேளையில் சூரியனும் ஒளிர்ந்து கொண்டிருந்தது. வெளியே அந்த இளம் படை ஒரு பனிமனிதனை உருவாக்குவதில் மும்முரமாக ஈடுபட்டிருந்தது. எவெலினும் ஆஸ்கரும் ஒரு சில நிமிடங்கள் அதைப் பார்த்துவிட்டு அங்கிருந்து நகர்ந்தனர்.

"காதல் ஜோடிகள்!" என்று கூறி ஜானி அவர்களை நோக்கி ஒரு பனிப்பந்தை வீசினான்.

"எங்களுடைய பனிமனிதன் எப்படி இருக்கிறான்? ஹெர்கியூல் புவாரோவைப்போல இருக்கிறானா?" என்று ஜீன் கேட்டாள்.

"மீசை வைத்தப் பிறகு பார்!" என்றாள் நான்சி.

"நம் வீட்டில் ஒரு நிஜமான துப்பறிவாளர் இருக்கிறார் என்பது வியப்பாக இருக்கிறது," என்றான் சார்லி. "இங்கு ஒரு கொலையும் நிகழ்ந்தால் இன்னும் நன்றாக இருக்கும்."

"ஓ! ஓ! ஓ! எனக்கு ஒரு யோசனை உதித்துள்ளது," என்று ஜீன் வானத்துக்கும் பூமிக்குமாகக் குதித்தாள். "நாம் போலியாக ஒரு கொலையைச் சித்தரிக்கலாம். அவர் அதைக் கண்டுபிடிக்கட்டும். பயங்கர ஜாலியாக இருக்கும்."

ஐந்து குரல்கள் ஒன்றாக ஒலித்தன.

"அதை எப்படிச் செய்வது?"

"பனியில் காலடித்தடங்களை உருவாக்கலாம்."

"ஜீன் 'நைட்டி' அணிந்து படுத்துக் கொள்ளும்படி செய்யலாம்."

"சிவப்புப் பெயின்ட்டை இதற்குப் பயன்படுத்தலாம்."

"பெயின்ட்டைக் கையில் கொட்டித் தலையில் தேய்க்கலாம்."

"நம்மிடம் இப்போது ஒரு துப்பாக்கி இருந்தால் நன்றாக

இருந்திருக்கும்."

"துப்பாக்கி வெடித்தால்கூட அதன் சத்தம் அப்பாவுக்கும் எமிலி அத்தைக்கும் கேட்காது. அவர்களுடைய அறை வீட்டின் மறுபுறம் இருக்கிறது."

"என்ன மாதிரியான பெயின்ட்? எனாமல் பெயின்ட்டா?"

"அது கிராமத்திலுள்ள கடைகளில் கிடைக்கும்."

"டேய் மடையா! இன்று கிறிஸ்துமஸ்! எவன் கடையைத் திறந்து வைத்திருப்பான்?"

"அப்படியானால், வாட்டர் கலரைப் பயன்படுத்தலாம்."

"ஜீனே நடிக்கட்டும்."

"கொஞ்சம் குளிராக இருக்கும். ஆனால் பொறுத்துக் கொள்ள வேண்டும். நீண்ட நேரம் ஆகாது."

"இல்லை, நான்சி நடிக்கட்டும்."

"பெயின்ட் எங்கே கிடைக்கும் என்று கிரேவ்ஸிடம் கேட்டுப் பார்க்கலாம்."

எல்லோரும் ஒன்றாக விழுந்தடித்துக் கொண்டு ஓடினார்கள்.

அங்குப் பேசப்பட்டுக் கொண்டிருந்தவற்றைக் காது கொடுத்துக் கேட்காமல் இருந்த ரோஜர், திடீரென்று தன்னினைவு திரும்பியவன்போல எழுந்து நின்று, "புவாரோ இங்கு என்ன செய்து கொண்டிருக்கிறார்?" என்று கேட்டான்.

அதைக் கேட்டு லெவரிங்கின் சகோதரி அதிர்ந்தாள். சரியாக அக்கணத்தில் உணவுக்கான மணி அடிக்கப்பட்டது. எல்லோரும் சாப்பாட்டு அறைக்குச் சென்றனர். அந்த அறையிலிருந்த சன்னல்களின் திரைச்சீலைகள் இழுத்து மூடப்பட்டிருந்தன. எல்லா விளக்குகளும் போடப்பட்டிருந்தன. அங்கு ஒரு நீண்ட மேசை போடப்பட்டிருந்தது. அது நன்றாக அலங்கரிக்கப்பட்டிருந்தது. அது பழைய மரபுப்படியான கிறிஸ்துமஸ் விருந்து. அந்த மேசையின் ஒரு முனையில் எமிலி என்டிகாட் அமர்ந்திருந்தார். மறுமுனையில் அவருடைய சகோதரரான ஸ்கொயர் என்டிகாட் உட்கார்ந்திருந்தார். அவர் ஒரு ஜாலியான பேர்வழியாகத் தெரிந்தார். புவாரோ அந்த விருந்திற்காகச் சிவப்பு நிறத்தில் ஒரு கோட் அணிந்திருந்தார்.

ஸ்கொயர் அந்த விருந்தைத் துவக்கி வைத்தார். இரண்டு முழு வான்கோழிகளின் இறைச்சி படுவேகமாகக் காலியாகிக் கொண்டிருந்தது. அடுத்து, பட்லர் கிரேவ்ஸ் ஒரு பெரிய பிளம் கேக்கைத் தூக்கிக் கொண்டு வந்தான். அங்குப் பெரும் கூச்சல் கிளம்பியது.

அந்தப் பிளம் கேக்குக்குப் பெரும் அடிதடி ஏற்பட்டது. 'எனக்கு, உனக்கு' என்று அவர்கள் அதற்கு அடித்துக் கொண்டனர்.

தன் தட்டில் வைக்கப்பட்டிருந்த பிளம் கேக் துண்டு ஒன்றை, புவாரோ ஒருவிதமான ஆர்வக்குறுகுறுப்புடன் நோக்கிக் கொண்டிருந்ததைக் கவனிக்கும் நிலையில் எவரும் இருக்கவில்லை. அவர் அந்த மேசையில் இருந்த அனைவரையும் தன் பார்வையால் ஒரு சுற்று சுற்றி வந்ததையும் எவரும் கவனிக்கவில்லை. பின்னர் அவர் மெதுவாக அந்தக் கேக்கை உண்ணத் துவங்கினார். எல்லோரும் தத்தம் பிளம் கேக்கைச் சாப்பிடத் துவங்கினர். திடீரென்று ஸ்கொயர் பெரும் சத்தம் போட்டார். அவருடைய முகம் செவ்வூதா நிறத்திற்கு மாறியது. அவருடைய கை அவருடைய வாய்க்குச் சென்றது.

"சாப்பிடுவதை நிறுத்து, எமிலி!" என்று ஸ்கொயர் கர்ஜித்தார். "கேக்கில் கண்ணாடியைப் போட நீ எப்படி அனுமதித்தாய்?" என்று அவர் அலறினார்.

"என்ன சொல்கிறீர்கள்? கண்ணாடியா?" என்று எமிலி ஆச்சரியத்துடன் கேட்டார்.

ஸ்கொயர் தன் வாய்க்குள்ளிருந்து அந்தப் பொருளை வெளியே எடுத்தார்.

"இதைக் கடித்திருந்தால், என் பல் உடைந்திருக்கும். இதை நான் விழுங்கியிருந்தால், என் வயிற்றில் ஒரு கீறல் விழுந்திருக்கும்," என்று ஸ்கொயர் முணுமுணுத்தார்.

அங்கு அமர்ந்திருந்தவர்கள் ஒவ்வொருவருக்கும் முன்னால் ஒரு சிறிய கிண்ணத்தில் தண்ணீர் வைக்கப்பட்டிருந்தது. கேக்கில் ஒளித்து வைக்கப்பட்டிருந்த 'ஆறு பென்ஸ்'[1] நாணயத்தை எடுத்துப் போடுவதற்காக அது வைக்கப்பட்டிருந்தது. ஸ்கொயர் தன் வாயிலிருந்து எடுத்த ஒரு சிறு கண்ணாடித் துண்டை அந்தக் கிண்ணத்திலிருந்த நீரில் அலசிவிட்டு, அதை எல்லோருக்கும் தூக்கிக் காட்டினார்.

"கடவுள்தான் என்னைக் காப்பாற்றியிருக்கிறார். உடைகளில் செருகப்படுகின்ற அலங்கார ஊசி ஒன்றில் இடம் பெற்றிருந்த சிவப்புக் கல் இது," என்று ஸ்கொயர் அரற்றினார்.

"இதையெல்லாமா நீங்கள் அனுமதிக்கிறீர்கள்?" என்று கேட்டப் புவாரோ, அந்தக் கல்லை அவரிடமிருந்து வாங்கி அதை நுணுக்கமாக ஆராய்ந்தார். ஸ்கொயர் கூறியபடி அது ஒரு சிவப்புக் கல்தான். அது மாணிக்கத்தின் நிறத்தில் இருந்தது. அவர் அதைத் தன் கையில் திருப்பியபோது, அதன்மீது ஒளி பட்டுப் பிரகாசமாக மின்னியது.

1 இது ஒரு கிறிஸ்துமஸ் விருந்துப் பாரம்பரியம். வெள்ளியால் ஆன 'ஆறு பென்ஸ்' நாணயம் ஒன்றை, கிறிஸ்துமஸ் கேக் தயாரிக்கும்போது அதற்குள் போட்டுவிடுவர். சாப்பிடும்போது அது யாருடைய வாயில் மாட்டுகிறதோ, அவர் அதிர்ஷ்டசாலியாகக் கருதப்படுவார். அவர் பிற்காலத்தில் ஒரு பெரும் செல்வந்தராக ஆவார் என்பது ஐதிகம்.

“இது உண்மையிலேயே ஒரு மாணிக்கக் கல்லாக இருக்குமோ?” என்று எரிக் கேட்டான்.

“மடத்தனமாக உளறாதே,” என்று ஜீன் அவனைக் கடிந்து கொண்டாள். “இவ்வளவு பெரிய மாணிக்கக் கல், பல்லாயிரம் பவுன்டு விலைமதிப்பு கொண்டதாக இருக்கும். நான் சொல்வது சரிதானே?” என்று அவள் புவாரோவை நோக்கிக் கேட்டாள்.

“இந்தப் போலிக் கற்களை இப்போதெல்லாம் எவ்வளவு தத்ரூபமாகத் தயாரிக்கிறார்கள்!” என்று வியந்தார் எமிலி. “ஆனால், இது எப்படி கேக்கிற்குள் போனது?”

அந்தக் கேள்விதான் எல்லோருடைய மண்டைக்குள்ளும் ஓடிக் கொண்டிருந்தது. ஆளுக்கொரு விளக்கம் கொடுத்தனர். புவாரோ மட்டும் எதுவும் சொல்லாமல் இருந்தார். ஆனால், அவர் வேறு ஏதோ யோசனையில் இருந்ததுபோல, அந்தக் கல்லை எடுத்துத் தன் பாக்கெட்டுக்குள் போட்டுக் கொண்டார்.

சாப்பிட்டு முடித்ததும் அவர் நேராகச் சமையலறைக்குச் சென்றார்.

அந்தச் சமையற்காரி பதற்றமாக இருந்தாள். உணவுக்கு அழைக்கப்பட்டிருந்த விருந்தினர்களில் ஒருவரால் தான் கேள்விக்கு உட்படுத்தப்படுவது அவளுக்கு உதறல் ஏற்படுத்தியது. அதோடு, அவர் ஒரு வேற்று நாட்டுக்காரராகவும்[2] இருந்தார். ஆனால், தன்னால் முடிந்த அளவு அவருடைய கேள்விகளுக்கு பதிலளிக்க அவள் முயன்றாள். அந்தக் கேக் மூன்று நாட்களுக்கு முன் செய்யப்பட்டிருந்தது. “நீங்கள் இங்கு வந்த நாளன்று, சார்! அன்று அந்தக் கேக் தயாரிக்கப்பட்டுக் கொண்டிருந்தபோது, இங்குள்ள ஒவ்வொருவரும் வந்து அதை ஒரு முறை கிண்டிக் கொடுத்துவிட்டு, தங்களுக்கு அதிர்ஷ்டம் வாய்க்கட்டும் என்று வேண்டிக் கொண்டனர். அதோடு, இங்கு ஒரு பாரம்பரியமான வழக்கமும் கடைபிடிக்கப்பட்டு வருகிறது. பிளம் கேக்கும் பிற கேக்குகளும் தயாரித்து முடிக்கப்பட்டவுடன், மளிகைச் சாமான்கள் வைக்கப்பட்டுள்ள அறையிலுள்ள அலமாரியின் மேல்தட்டில் அந்தக் கேக்குகள் வைக்கப்படும். “பிளம் கேக் வைக்கப்பட்டிருக்கும் பாத்திரம் மற்றவற்றிலிருந்து வேறுபட்டு இருக்குமா?” என்று புவாரோ அந்தச் சமையல்காரியிடம் கேட்டார். அதற்கு அவள், “இல்லை. பொதுவாக அப்படி இருக்காது. கிறிஸ்துமஸுக்காகத் தயாரிக்கப்படும் அனைத்துக் கேக்குகளும் பீங்கான் பாத்திரங்களில்தான் தயாரிக்கப்படும்,” என்று பதிலளித்தாள். “இப்போது பரிமாறப்பட்ட கேக், கிறிஸ்துமஸ் விருந்துக்காகத் தயாரிக்கப்பட்டதா?” என்று

2 புவாரோ பெல்ஜியத்தைச் சேர்ந்தவர்.

புவாரோ கேட்டார். அது ஒரு விநோதமான கேள்விதான். ஆனால், அதற்கான பதில் இன்னும் விநோதமாக இருந்தது. "இல்லை," என்று அவள் பதிலளித்தாள். "கிறிஸ்துமஸுக்காகத் தயாரிக்கப்படுகின்ற பிளம் கேக், ஹாலி இலைகளின் டிசைன் போடப்பட்டுள்ள ஒரு பிரத்யேகமான பீங்கான் பாத்திரத்தில்தான் தயாரிக்கப்படும்." ஏற்கனவே சிவந்து போயிருந்த அவளுடைய முகம் மேலும் சிவப்பானது. "ஆனால், சமையலறையில் ஒத்தாசையாகப் பணிபுரிந்து கொண்டிருந்த கிளேடிஸ், இன்று அதை மேல்தட்டிலிருந்து கீழே இறக்கியபோது, தவறுதலாக அதைக் கீழே போட்டு உடைத்துவிட்டாள். உடைந்த பீங்கான் துண்டுகள் அந்தக் கேக்கில் இருக்கக்கூடும் என்பதால், அதை நான் பரிமாற விரும்பவில்லை. அலுமினியப் பாத்திரத்தில் தயாரித்து வைக்கப்பட்டிருந்த பிளம் கேக்கை எடுத்து இன்று நான் பரிமாறினேன்."

தனக்குத் தேவையான தகவல்களைக் கொடுத்ததற்காக அவளுக்கு நன்றி தெரிவித்துவிட்டு, புவாரோ சமையலறையிலிருந்து கிளம்பினார். தனக்குக் கிடைத்திருந்த தகவல்கள் குறித்துத் திருப்தி அடைந்திருந்ததைப்போல அவர் தனக்குத் தானே மென்மையாகப் புன்னகைத்துக் கொண்டிருந்தார். அவருடைய வலது கை விரல்கள், அவருடைய பாக்கெட்டிலிருந்த ஒரு பொருளோடு விளையாடிக் கொண்டிருந்தன.

* * *

மறுநாள் காலையில், "புவாரோ! புவாரோ! எழுந்திருங்கள்! ஒரு பயங்கரமான விஷயம் நிகழ்ந்துள்ளது," என்று ஜானி அவரைப் பதற்றத்தோடு எழுப்பினான்.

புவாரோ தன் படுக்கையில் நிமிர்ந்து உட்கார்ந்தார். அவர் அணிந்திருந்த குல்லாய் ஒரு பக்கமாகச் சரிந்திருந்தது. ஜானி அவரை விநோதமாகப் பார்த்தான். அவன் கூறிய வார்த்தைகளைத் தவிர்த்துவிட்டுப் பார்த்தால், அவனுடைய நடத்தையில் ஏதோ விஷமத்தனம் இருந்ததுபோலத் தோன்றியது. அவருடைய கதவுக்கு வெளியேயும் சில கூக்குரல்கள் கேட்டன.

"உடனே கீழே வாருங்கள்," என்று ஜானி கூறினான். அவனுடைய குரலில் ஒரு இலேசான நடுக்கம் இருந்தது. "யாரோ கொல்லப்பட்டுள்ளனர்," என்று கூறிவிட்டு அவன் தன் முகத்தைத் திருப்பிக் கொண்டான்.

“ஓ! அப்படியானால் இது ஒரு தீவிரமான பிரச்சனைதான்,” என்றார் புவாரோ.

புவாரோ தன் படுக்கையிலிருந்து இறங்கி, நிதானமாகத் தன் காலைக்கடன்களை முடித்துவிட்டு, பிறகு ஜானியுடன் சேர்ந்து படியிறங்கிக் கீழே வந்தார். தோட்டத்திற்குச் செல்கின்ற வழியில் குழந்தைகள் அனைவரும் ஒரு கூட்டமாக நின்று கொண்டிருந்தனர். அவர்களுடைய முகபாவங்கள் தீவிரமான உணர்ச்சிகளை வெளிப்படுத்திக் கொண்டிருந்தன. அவரைப் பார்த்தவுடன், எரிக், மூச்சுத் திணறும் அளவுக்கு இருமினான்.

ஜீன் ஓடி வந்து புவாரோவின் கையைப் பிடித்துக் கொண்டாள்.

“அங்கே பாருங்கள்!” திறந்திருந்த கதவின் வழியாக நாடகத்தனமாக அவள் கை காட்டினாள்.

“அடக் கடவுளே!” என்று புவாரோ கூச்சலிட்டார். “இது நாடக மேடையில் இடம் பெறுகின்ற காட்சியைப்போல அல்லவா இருக்கிறது!”

அவருடைய கூற்று பொருத்தமற்றது என்று கூறிவிட முடியாது. இரவில் மேலும் பனி பொழிந்திருந்தது. அந்த அதிகாலை நேரத்தில் மிகக் குறைவாக இருந்த சூரிய ஒளியில் வெளியுலகம் வெள்ளையாகவும் அமானுசமாகவும் காட்சியளித்தது. முற்றிலுமாகப் பனி மூடியிருந்த பாதையில் அடர் சிவப்பு நிறத்தில் ஏதோ கொட்டியிருந்தது.

பனியில் நான்சி பேச்சுமூச்சின்றி விழுந்து கிடந்தாள். அவள் சிவப்பு நிறத்தில் ஒரு பைஜாமா அணிந்திருந்தாள். அவளுடைய சிறிய கால்கள் வெறுமையாக இருந்தன. அவளுடைய கைகள் விரிந்து கிடந்தன. அவளுடைய தலை ஒரு பக்கமாகத் திரும்பிக் கிடந்தது. அவளுடைய கருங்கூந்தல் அவளுடைய தலையை மறைத்திருந்தது. அவளுடைய இடதுபுறம் ஒரு கத்தியின் கைப்பிடி எட்டிப் பார்த்துக் கொண்டிருந்தது. பனியில் சிவப்பு நிறத்தில் படிந்திருந்த கறை பெரிதாகிக் கொண்டிருந்தது.

புவாரோ வெளியே சென்றார். நான்சி கிடந்த இடத்திற்கு அருகே செல்லாமல், அவர் பாதையில் நடந்தார். இரண்டு காலடித்தடங்கள் அந்தப் பாதையிலிருந்து விலகி நான்சிக்கு அருகே சென்றன. அவற்றில் மூன்று, ஓர் ஆணின் காலடித்தடமாகவும், மற்றொன்று ஒரு பெண்ணின் காலடித்தடமாகவும் இருந்தது. அந்த ஆணின் காலடித்தடம் மட்டும் தனியாக அந்த உடல் கிடந்த இடத்தைத் தாண்டி மறுபுறமாகச் சென்றது. புவாரோ அந்தப் பாதையில் நின்று கொண்டு, யோசனையுடன் தன் முகவாயைத் தடவினார.

திடீரென்று அந்த வீட்டிலிருந்து ஆஸ்கர் வேகமாக வெளியே

ஓடி வந்தான்.

"அடக் கடவுளே! என்ன இது?" என்று அவன் அரற்றினான்.

அவனுடைய பதற்றம், மற்றவர்களின் மௌனத்திற்கு நேரெதிராக இருந்தது.

"இதைப் பார்த்தால் ஒரு கொலைபோலத் தோன்றுகிறது," என்று புவாரோ யோசனையுடன் கூறினார்.

எரிக்கிடமிருந்து மீண்டும் ஒரு கடுமையான இருமல் வெளிப்பட்டது.

"ஆனால், நாம் ஏதாவது செய்தாக வேண்டும், இல்லையா? என்ன செய்ய வேண்டும்?" என்று ஆஸ்கர் கேட்டான்.

"இந்த நிலைமையில் செய்யப்பட வேண்டிய காரியம் ஒன்றே ஒன்றுதான்," என்று புவாரோ கூறினார். "காவல்துறையினரை அழைப்பதுதான் அது."

"ஓ!" என்று அங்கிருந்த குழந்தைகள் அனைவரும் ஒருமித்தக் குரலில் கூறினர்.

புவாரோ அவர்களை ஒரு கேள்விக்குறியுடன் நோக்கினார்.

"நாம் செய்ய வேண்டியது அதுதான். சரி, காவல்நிலையத்திற்கு உங்களில் யார் போகிறீர்கள்?"

அவர்களிடையே ஒரு லேசான தயக்கம் நிலவியது. பின் ஜானி முன்வந்தான்.

"இது எங்களுடைய வேடிக்கை விளையாட்டு. இது குறித்து நீங்கள் எங்கள்மீது கோபப்பட மாட்டீர்கள் என்று நாங்கள் நினைக்கிறோம். உங்களுடைய காலை வாருவதற்காக நாங்கள் மேற்கொண்ட ஜோக் இது. நான்சி வெறுமனே நடித்துக் கொண்டிருக்கிறாள்."

புவாரோ எந்த உணர்ச்சியையும் வெளிக்காட்டாமல் அவனைப் பார்த்தார். அவருடைய கண்களில் மட்டும் ஒரு கணம் ஒரு பிரகாசம் தோன்றி மறைந்தது.

"நீங்கள் என்னைக் கேலி செய்கிறீர்கள், இல்லையா?" என்று அவர் அமைதியாகக் கேட்டார்.

"நாங்கள் இதற்காக மன்னிப்புக் கேட்டுக் கொள்கிறோம். இதை நாங்கள் செய்திருக்கக்கூடாதுதான். மிக மிக மோசமான இரசனை. எங்களை மன்னித்துவிடுங்கள்."

"நீங்கள் இதற்காக மன்னிப்புக் கேட்க வேண்டிய தேவையில்லை," என்று புவாரோ ஒரு விநோதமான குரலில் கூறினார்.

ஜானி திரும்பினான்.

"நான்சி, எழுந்திரு. போதும். நாள் முழுவதும் அங்கேயே படுத்துக் கிடக்காதே!"

ஆனால், பனியில் கிடந்த உருவம் அசையவே இல்லை.

"நான்சி! எழுந்திரு!" என்று ஜானி மீண்டும் கத்தினான்.

அப்போதும் நான்சி அசையவில்லை. திடீரென்று அச்சிறுவனின் முகத்தில் கிலி படர்ந்தது. அவன் புவாரோவின் பக்கம் திரும்பினான்.

"என்னவாயிற்று? அவள் ஏன் எழுந்திருக்காமல் இருக்கிறாள்?"

"என்னுடன் வா!" என்று புவாரோ தீர்க்கமாகக் கூறினார்.

அவர் பனியில் இறங்கி நடந்தார். மற்றவர்களை அவரவர் இடத்தில் அப்படியே இருக்கும்படி அவர் பணித்தார். அந்த மற்றொரு காலடித்தடத்தைத் தொந்தரவு செய்யாமல் இருப்பதில் அவர் கவனமாக இருந்தார். பயந்து போயிருந்த ஜானி, அவரைப் பின்தொடர்ந்து சென்றான். புவாரோ நான்சியின் அருகே மண்டியிட்டு அமர்ந்தார்.

பிறகு அவர் ஜானியின் பக்கம் திரும்பி, "அவளுடைய கையைத் தூக்கி, நாடி பிடித்துப் பார்," என்று கூறினார்.

ஜானி அவளருகே குனிந்தான். பின் ஒரு பெரும் அலறலுடன் அவன் பின்வாங்கினான். அவளுடைய கை சில்லிட்டுப் போயிருந்தது. நாடித் துடிப்புச் சுத்தமாக இல்லவே இல்லை.

"அவள் இறந்துவிட்டாள்!" என்று அவன் கதறினான். "எப்படி? ஏன்?"

புவாரோ முதல் கேள்வியை அலட்சியம் செய்துவிட்டு, "ஏன் என்பது எனக்குத் தெரியாது," என்று கூறினார். பின் அவர் திடீரென்று நான்சியின் உடலுக்கு அப்பால் எட்டிப் பார்த்து, அவளுடைய மற்றொரு கையைப் பார்த்தார். அந்தக் கை எதையோ இறுகப் பற்றிக் கொண்டிருந்தது. புவாரோ அந்தக் கையைத் திறந்தார். புவாரோவும் அந்தப் பையனும் ஒருசேர வியப்பை வெளிப்படுத்தினர். நான்சியின் உள்ளங்கையில் பிரகாசமாக ஒளிவீசிய சிவப்புக் கல் ஒன்று இருந்தது.

"ஆகா!" என்று கத்திவிட்டு, புவாரோ தன் பாக்கெட்டிற்குள் கையைவிட்டுப் பார்த்தார். அது காலியாக இருந்தது.

"பிளம் கேக்கில் இருந்த மாணிக்கக் கல்," என்று ஜானி வியப்புடன் கூறினான். அடுத்து, புவாரோ அந்தக் கத்தியின் பக்கம் குனிந்தபோது, ஜானி, "அது இரத்தமாக இருக்க முடியாது. அது பெயின்ட்," என்று கத்தினான்.

புவாரோ நிமிர்ந்தார்.

"ஆமாம் அது பெயின்ட்தான். நீ கூறியது சரிதான்."

"அப்படியானால், எப்படி–"

அந்தப் பையன் முடிக்காமல் விட்ட வார்த்தைகளைப் புவாரோ முடித்தார்: "பின் அவள் எப்படிக் கொல்லப்பட்டாள்? அதை நாம்தான் கண்டுபிடிக்க

வேண்டும்." அவர் ஜானியின் பக்கம் திரும்பி, "அவள் இன்று காலையில் ஏதேனும் சாப்பிட்டாளா அல்லது ஏதேனும் குடித்தாளா?" என்று கேட்டார்.

பேசிக் கொண்டே அவர் மீண்டும் நடைபாதைக்குத் திரும்பினார். ஜானியும் அவர் பின்னே வந்து சேர்ந்தான்.

"அவள் தேநீர் குடித்தாள்," என்று ஜானி கூறினான். "ஆஸ்கர்தான் அதை அவளுக்குத் தயாரித்துக் கொடுத்தார். அவருடைய அறையில் ஒரு சாராய விளக்கு இருக்கிறது."

ஜானியின் குரல் சத்தமாக இருந்ததால், அவன் கூறியது ஆஸ்கரின் காதுகளிலும் விழுந்தது.

"நான் எங்குச் சென்றாலும் என்னுடன் ஒரு சாராய விளக்கை எடுத்துச் செல்வேன்," என்று ஆஸ்கர் கூறினான். "முக்கியமான நேரங்களில் இது வெகுவாகக் கைகொடுத்து உதவும். என் சகோதரிக்கும் இந்த ஏற்பாடு பிடித்திருந்தது. கண்ட கண்ட நேரத்தில் பணியாட்களைத் தொந்தரவு செய்ய வேண்டியிருக்காது, இல்லையா?"

புவாரோவின் கண்கள் ஆஸ்கரின் கால்களுக்குத் தாவின. வீட்டுக்குள் போட்டுக் கொள்கின்ற சாதாரணமான செருப்புகளை அவன் அணிந்திருந்தான்.

'நீ பனியில் அணிவதற்கான காலணிகளைக் கழற்றிவிட்டுச் செருப்புகளை மாட்டிக் கொண்டிருப்பதுபோலத் தெரிகிறதே,' என்று புவாரோ முணுமுணுத்தார்.

ஆஸ்கர் வெறுமனே அவரை வெறித்துப் பார்த்தான்.

"இப்போது நாம் என்ன செய்ய வேண்டும்?" என்று ஜீன் கேட்டாள்.

"நாம் இப்போது செய்யக்கூடியதெல்லாம் காவல்துறையினரை அழைப்பதுதான்," என்றார் புவாரோ.

"நான் போகிறேன்," என்று ஆஸ்கர் முன்வந்தான். "என் காலணிகளை மாற்றிக் கொள்ள எனக்கு இரண்டு நிமிடங்கள்கூட ஆகாது. நீங்கள் எல்லோரும் இங்கே குளிரில் நின்று கொண்டிருக்காதீர்கள்."

"அவர் நம்மீது அக்கறை கொண்டு இப்படிச் சொல்கிறார். அதை நாம் பின்பற்றலாமா?" என்று புவாரோ கேட்டார்.

"அப்பாவையும் வீட்டிலுள்ள மற்றவர்களையும் எழுப்பலாமா?"

"வேண்டாம்," என்று புவாரோ தீர்க்கமாகக் கூறினார். "தேவையில்லை. காவல்துறையினர் வரும்வரை இங்கு யாரும் எதையும் தொட்டுவிடக்கூடாது. நாம் உள்ளே படிப்பறைக்குச் செல்லலாம். நான் உங்களிடம் ஒரு கதை கூறப் போகிறேன். அது உங்களுடைய மனத்தை இந்தத் துக்ககரமான நிகழ்விலிருந்து

திசை திருப்பும்.”

அவர் வீட்டுக்குள் சென்றார். மற்றவர்கள் அவரைப் பின்தொடர்ந்தனர். புவாரோ அந்தப் படிப்பறையிலிருந்த ஒரு சௌகரியமான நாற்காலியில் அமர்ந்து கொண்டு, “இது ஒரு மாணிக்கக் கல்லைப் பற்றிய கதை. அது ஒரு பிரபலமான நபருடைய ஒரு பிரபலமான மாணிக்கம். நான் அவருடைய பெயரைச் சொல்ல மாட்டேன். ஒரு முறை அவர் ஒரு மாறுவேடத்தில் லண்டனுக்கு வந்தார். அப்போது அவர் இளமையாக இருந்ததால், அழகான பெண்ணொருத்தியின் காதல் வலையில் அவர் விழுந்தார். ஆனால் அந்தப் பெண் அவர்மீது அக்கறை கொண்டிருக்கவில்லை. அவருடைய விலையுயர்ந்த பொருட்களின்மீதுதான் அவளுடைய கண் இருந்தது. ஒரு நாள் அவள் அவரிடமிருந்த பெரும் விலைமதிப்புமிக்க ஒரு மாணிக்கத்தைத் திருடிக் கொண்டு ஓடி விட்டாள். அது அந்தப் பிரபலமான நபரின் குடும்பத்தாரிடம் தலைமுறை தலைமுறையாக இருந்து வந்திருந்தது. விரைவில் ஓர் இளவரசியோடு அவருக்குத் திருமணம் நடக்கவிருந்தது. இக்கட்டத்தில் தன் பிரச்சனை வெளியுலகிற்குத் தெரிய வருவதை அவர் விரும்பவில்லை. அதனால் அவர் காவல்துறைக்குச் செல்லாமல் நேராக என்னிடம் வந்தார். ‘என்னுடைய மாணிக்கக் கல்லை எனக்கு மீட்டுத் தாருங்கள்,’ என்று அவர் என்னிடம் கேட்டுக் கொண்டார். எனக்கு அந்த யுவதியைப் பற்றி முன்னரே தெரியும். அவளுக்கு ஒரு சகோதரன் இருந்தான். அவர்கள் இருவரும் சேர்ந்து புத்திசாலித்தனமான திருட்டுகள் பலவற்றில் ஈடுபட்டிருந்தனர். கிறிஸ்துமஸ் விடுமுறையின்போது அவர்கள் எங்குத் தங்கவிருந்தனர் என்ற தகவல் அதிர்ஷ்டவசமாக எனக்குக் கிடைத்தது. ஸ்கொயரைச் சந்திக்கும் வாய்ப்பு எனக்குக் கிடைத்தது. அவருடைய உதவியால், நானும் இங்கு ஒரு விருந்தாளியாக வந்தேன். ஆனால், நான் இங்கு வரவிருந்ததைத் தெரிந்து கொண்டதும், அந்த அழகான யுவதி எச்சரிக்கையடைந்தாள். அவள் ஒரு புத்திசாலி. நான் அந்த மாணிக்கக் கல்லைத் தேடிக் கொண்டிருந்ததை அவள் அறிவாள். அதனால், அதை அவள் அவசர அவசரமாக ஏதாவது ஓர் இடத்தில் ஒளித்து வைக்க வேண்டியதாயிற்று. அதற்கு அவள் தேர்ந்தெடுத்த இடம் எது தெரியுமா? பிளம் கேக்! இதைக் கேட்டு நீங்கள் பெரும் வியப்படையக்கூடும். கேக் கிளறப்படுகின்றபோது அவள் அதை அதற்குள் போட்டுவிட்டாள். அந்த கேக், கிறிஸ்துமஸ் தினத்தன்று சாப்பிடுவதற்காகச் செய்யப்பட்ட ஒன்றல்ல. அது வேறொரு நாள் சாப்பிடுவதற்காகச் செய்யப்பட்டிருந்தது.

அது ஓர் அலுமினியப் பாத்திரத்தில் தயாரிக்கப்பட்டிருந்தது. அவளுடைய துரதிர்ஷ்டம், அந்தப் பிளம் கேக் கிறிஸ்துமஸ் நாளன்று பரிமாறப்பட வேண்டியதாயிற்று."

அந்த வீட்டில் நடைபெற்றிருந்த துயரச் சம்பவம் தற்காலிகமாக மறக்கப்பட்டிருந்தது. அக்குழந்தைகள் அனைவரும் திறந்த வாய் மூடாமல் அக்கதையைக் கேட்டுக் கொண்டிருந்தனர்.

"அதற்குப் பிறகு அவள் படுக்கச் சென்றுவிட்டாள்," என்று கதையைத் தொடர்ந்த புவாரோ, தன் கைக்கடிகாரத்தைப் பார்த்தார். "வீடு இவ்வளவு களேபரமாகக் கிடக்கிறது. ஆஸ்கர் காவல்துறையினரை அழைக்கச் சென்று வெகுநேரம் ஆகிறது. அவன் இன்னும் திரும்பி வரவில்லை. அவனுடைய சகோதரியும் அவனுடன் சென்றிருக்க வேண்டும் என்று நான் சந்தேகப்படுகிறேன்."

எவெலின் துடித்து எழுந்தாள். அவள் புவாரோவையே உற்றுப் பார்த்தாள்.

"அவர்கள் திரும்பி வர மாட்டார்கள் என்று நான் நினைக்கிறேன். ஆஸ்கர் வெகு நாட்களாகவே தப்பி ஓடிக் கொண்டிருந்தான். இம்முறை அது முடிவுக்கு வருமென்று நான் நினைக்கிறேன். அவனும் அவனுடைய சகோதரியும் சில காலம் வெளிநாட்டுக்குச் சென்று பதுங்கிவிடுவர் என்று எனக்குத் தோன்றுகிறது. இன்று காலையில் நான் அவனை ஒரே நேரத்தில் பயமுறுத்தவும் செய்தேன், சபலத்திற்கு ஆளாக்கவும் செய்தேன். அவன் தன் நாடகத்தைத் துறந்துவிட்டு அந்த மாணிக்கத்தைத் தன்வசப்படுத்திக் கொள்ள முயல்வான் என்று நான் கணக்குப் போட்டேன். ஆனால், தற்போது கொலைப் பழி தன்மீது விழக்கூடும் என்பதால் இங்கிருந்து கம்பி நீட்டுவதுதான் சரியான காரியமாக இருக்கும் என்று அவன் யோசித்திருப்பான்."

"அப்படியானால், நான்சியைக் கொன்றது அவன்தானா?" என்று ஜீன் கேட்டாள்.

புவாரோ எழுந்தார்.

"நாம் மறுபடியும் குற்றம் சம்பவித்திருந்த இடத்திற்குச் செல்லலாம்," என்று அவர் பரிந்துரைத்தார்.

அவர் முன்னே சென்றார். அவர்கள் அவரைப் பின்தொடர்ந்தனர். ஆனால், அவர்கள் வீட்டைவிட்டு வெளியே அடியெடுத்து வைத்ததும், அவர்கள் அனைவரும் வியப்பில் கூச்சலிட்டனர். அங்கு ஓர் உடல் கிடந்ததற்கான அறிகுறியே இருக்கவில்லை. அங்கு எல்லா இடங்களிலும் பனி சமமாகப் படர்ந்திருந்தது.

“அடக் கடவுளே!” என்று கூறிய எரிக், வாசற்படியிலேயே உட்கார்ந்துவிட்டான். “இவை மொத்தமுமே ஒரு கனவா?”

“என்ன மாயம்! உடலைக் காணோமே!” என்றார் புவாரோ. அவருடைய கண்கள் மட்டும் இலேசாக மின்னின.

ஜீன் சந்தேகத்துடன் அவரை நோக்கி வந்தாள்.

“புவாரோ! இந்த மொத்த நேரமும் நீங்கள்தான் எங்களை ஏமாற்றிக் கொண்டிருந்திருக்கிறீர்கள், இல்லையா? எனக்கு அப்படித்தான் தோன்றுகிறது!”

“அது உண்மைதான், குழந்தைகளே! உங்களுடைய குட்டி நாடகத்தை நான் அறிவேன். அதில் நான் என்னுடைய சொந்தக் கிளைக்கதை ஒன்றையும் சேர்த்திருந்தேன். ஆகா! இதோ, நான்சியே இங்கு வந்துவிட்டாள். அவளுடைய நடிப்பு மிகப் பிரமாதம்!”

அது உண்மையில் நான்சிதான். அவள் உற்சாகத்துடனும் துடிப்புடனும் இருந்தாள்.

“நான்சி, உனக்குச் சளி பிடிக்கவில்லையே? நான் உன் அறைக்கு அனுப்பி வைத்திருந்த கஷாயத்தை நீ குடித்தாயா, இல்லையா?” என்று குற்றம் சாட்டும் தோரணையில் புவாரோ கேட்டார்.

“நான் அதில் ஒரு மடக்குத்தான் குடித்தேன். அதுவே போதுமானதாக இருந்தது. என் நடிப்பு எப்படி? இரத்தம் வராமல் இருப்பதற்கு என் முழங்கையில் போடப்பட்டக் கட்டுதான் வலிக்கிறது.”

“நான்சி, உன் நடிப்பு அபாரம். இவர்களுக்கு நம் திட்டத்தை முழுமையாக விளக்கிவிடலாம். முழுக் கதையும் தெரியாமல் இவர்கள் குழம்பிப் போயிருக்கிறார்கள்,” என்று கூறிய புவாரோ, தன்னைச் சூழ்ந்திருந்த குழந்தைகளிடம் இவ்வாறு கூறினார்: “நான்சியை நீங்கள் தேர்ந்தெடுத்திருந்ததை அறிந்த நான், அவளிடம் சென்று, நீங்கள் போட்டிருந்த நாடகத்தில் எனக்காக ஒரு சிறு பகுதியைச் சேர்த்துக் கொள்ளும்படி கேட்டுக் கொண்டேன். அதை அவள் மிகவும் புத்திசாலித்தனமாக நிறைவேற்றினாள். ஆஸ்கரிடம் சென்று தனக்கு ஒரு கோப்பை தேநீர் தயாரித்துக் கொடுக்கும்படி அவள் அவனிடம் கேட்டுக் கொண்டாள். தாங்கள் நடத்தவிருந்த நாடகத்தில், இறந்துவிட்டதுபோல தான் படுத்துக் கிடக்கும் இடத்திற்கு அருகே, அவன்தான் தன்னுடைய காலடித் தடத்தை விட்டுச் செல்ல வேண்டுமென்று ஆஸ்கரை அவள் சம்மதிக்க வைத்தாள். ஆனால், காலையில் ஆஸ்கர் வந்து பார்த்தபோது, ஏதோ விதியின் சதியால் நான்சி உண்மையிலேயே இறந்துவிட்டிருந்ததாக நினைத்து அவன் அரண்டுவிட்டான்.”

பின் நான்சியின் பக்கம் திரும்பிய புவாரோ, "நாங்கள் உள்ளே வந்த பிறகு என்ன நடந்தது, நான்சி?" என்று அவளிடம் கேட்டார்.

"தன் சகோதரியுடன் வந்த ஆஸ்கர், என் கையிலிருந்த சிவப்புக் கல்லைப் பிடுங்கி எடுத்துக் கொண்டு அவசர அவசரமாகச் சென்றுவிட்டார்," என்று நான்சி பதிலளித்தாள்.

"அப்படியானால், அந்த மாணிக்கத்திற்கு என்னவாயிற்று? அதை அவர்கள் எடுத்துச் செல்ல நீங்கள் அனுமதித்துவிட்டீர்களா?" என்று எரிக் கேட்டான்.

அங்கிருந்த அனைத்துக் கண்களும் அவரைக் குற்றம் சாட்டும் தோரணையில் நோக்கின. அவர் தன் முகத்தைத் தொங்கப் போட்டுக் கொண்டார்.

"அதை நான் எப்படியும் கண்டுபிடித்துவிடுவேன்," என்று புவாரோ ஒரு பலவீனமான குரலில் கூறினார். அவர்மீது அவர்கள் வைத்திருந்த மதிப்பு சற்றுக் குறைந்திருந்தது.

"அவர்களை அந்த மாணிக்கத்தோடு தப்பிச் செல்ல அனுமதித்தது–" என்று தொடங்கிய ஜானியை ஜீனி இடைமறித்துப் பேசினாள்.

"புவாரோ நம்மை மீண்டும் கலாய்த்துக் கொண்டிருக்கிறார். அப்படித்தானே?"

"ஜீன், என்னுடைய இடது கைப் பக்கமுள்ள பாக்கெட்டில் என்ன இருக்கிறது என்று பார்!" என்று புவாரோ அவளிடம் கூறினார்.

அவள் அதற்குள் கையைவிட்டு வெளியே எடுத்தபோது, அவளிடமிருந்து ஒரு வெற்றிக் கூக்குரல் வெளிப்பட்டது. அவளுடைய கையில், பிரகாசமாக ஒளிவீசிக் கொண்டிருந்த ஒரு மாணிக்கக் கல் இருந்தது.

"ஆஸ்கர் பிடுங்கிக் கொண்டு ஓடியது இதன் அச்சு அசலான ஒரு போலி. அது கண்ணாடியால் ஆனது. நான் லண்டனிலிருந்து வந்தபோது அதை நான் என்னுடன் எடுத்து வந்தேன்."

"புவாரோ பயங்கரப் புத்திசாலி, சரிதானே?" என்று ஜீன் உற்சாகமாகக் கூவினாள்.

ஜானி திடீரென்று அவரிடம், "நீங்கள் ஒரு விஷயத்தை எங்களிடம் சொல்லவில்லை. எங்களுடைய நாடகத்தை எப்படி நீங்கள் தெரிந்து கொண்டீர்கள்? நான்சி உங்களிடம் கூறினாளா?" என்று கேட்டான்.

இல்லையென்று புவாரோ தலையாட்டினார்.

"அப்படியானால், அது உங்களுக்கு எப்படித் தெரியும்?"

"விஷயங்களைத் தெரிந்து கொள்வதுதான் என் வேலையே!"

என்றார் புவாரோ. எவெலினும் ரோஜரும் ஒன்றாகச் சேர்ந்து வெளியே நடந்து சென்றதைப் பார்த்தபோது அவருடைய உதட்டோரம் ஒரு புன்னகை அரும்பியது.

"அது எல்லாம் சரிதான். ஆனால், உங்களுக்கு எப்படித் தெரியுமென்று தயவு செய்து எங்களிடம் சொல்லுங்கள்!"

அவர் என்ன சொல்லவிருந்தார் என்பதைத் தெரிந்து கொள்வதற்கு ஆர்வத்துடன் பல முகங்கள் அவரையே பார்த்துக் கொண்டிருந்தன.

"இந்தப் புதிரை நானே அவிழ்க்க வேண்டுமென்று நீங்கள் நினைக்கிறீர்களா?"

"ஆமாம்."

"ஆனால், அது என்னால் முடியாது."

"ஏன் அப்படி?"

"எனென்றால், அதைக் கேட்டால் நீங்கள் ஏமாற்றமடைவீர்கள்."

"தயவு செய்து அதைச் சொல்லிவிடுங்கள்! எங்கள் மண்டை வெடித்துவிடும்போல இருக்கிறது."

"நான் படிப்பறையில் இருந்தபோது, நீங்கள் கீழே உங்களுடைய திட்டத்தைப் பற்றிப் பேசிக் கொண்டிருந்ததை நான் சன்னல் வழியாகக் கேட்டேன்."

"அட, இவ்வளவுதானா? சப்பென்று இருக்கிறதே!" என்றான் எரிக்.

புவாரோ ஒரு புன்னகையுடன், "சப்பென்றுதான் இருக்கிறது, இல்லையா?," என்றார்.

"எது எப்படியோ, இது தொடர்பான அனைத்து விஷயங்களையும் நாம் தெரிந்து கொண்டோம்," என்று ஜீன் திருப்தியுடன் கூறினாள்.

"நான் அப்படி நினைக்கவில்லை," என்று புவாரோ தனக்குள் கூறிக் கொண்டே அந்த வீட்டுக்குள் சென்றார்.

அவர் இருபதாவது முறையாகத் தன் கையிலிருந்த ஒரு கசங்கிய காகிதத்தை உற்றுப் பார்த்தார்.

அதில், 'தப்பித்தவறிக்கூட பிளம் கேக்கைச் சாப்பிட்டுவிடாதீர்கள்,' என்று எழுதப்பட்டிருந்தது.

அந்தப் புதிரை மட்டும் விடுவிக்க முடியவில்லையே என்று அவர் ஏங்கினார். அக்கணத்தில் அவருடைய காலுக்கு அருகே யாரோ பெருமூச்செறியும் சத்தம் அவருக்குக் கேட்டது. அவர் குனிந்து பார்த்தார். அங்கு ஒரு யுவதி தரையைப் பெருக்கிக் கொண்டிருந்தாள்.

"நீ யார்?" என்று புவாரோ அவளிடம் கேட்டார்.

"சார், என் பெயர் ஆனி ஹிக்ஸ். நான் எடுபிடி வேலைகளைச்

செய்கின்ற ஒரு பணிப்பெண்."

புவாரோவுக்குத் திடீரென்று ஒரு யோசனை தோன்றியது. தன் கையிலிருந்த அந்தக் கசங்கிய காகிதத்தை அவர் அந்தப் பெண்ணிடம் கொடுத்தார்.

"இதை நீதான் எழுதினாயா?"

"ஆமாம். உங்களுக்கு நல்லது செய்ய நினைத்துத்தான் இதை நான் எழுதினேன்."

அதைக் கேட்டுப் புன்னகைத்தப் புவாரோ, "இதை எதற்காக எழுதினாய்?" என்று அவளிடம் கேட்டார்.

"இங்கு ஆஸ்கரும் அவருடைய சகோதரியும் செய்த அலப்பறைகளைத் தாங்கிக் கொள்ள முடியாமல் நாங்கள் எல்லோரும் தவித்தோம். ஆஸ்கரின் சகோதரிக்கு உடலில் எந்தப் பிரச்சனையும் இல்லை. அவர் நன்றாகத்தான் இருந்தார். ஆனால், அவர்கள் இருவரும் விசித்திரமாக நடந்து கொண்டிருந்தனர் என்பது எனக்குப் புரிந்தது. சில நாட்களுக்கு முன்பு, ஆஸ்கர் தன் சகோதரியிடம், 'புவாரோ என்று ஒரு தடியன் வருகிறான். அவனை நம்மால் எவ்வளவு விரைவாக முடியுமோ அவ்வளவு விரைவாக அப்புறப்படுத்த வேண்டும்,' என்று கூறியதை நான் கேட்டேன். அதற்குப் பிறகு, ஆஸ்கர் தன் சகோதரியிடம், 'அதை எங்கே போட்டாய்?' என்று கேட்டபோது, அதற்கு அவர், 'பிளம் கேக்கில்' என்று கூறினார். அதனால், கிறிஸ்துமஸ் தினத்தன்று நடைபெறவிருந்த விருந்தில், பிளம் கேக்கில் விஷம் வைத்து உங்களைக் கொல்ல அவர்கள் முடிவெடுத்துவிட்டதாக நான் நினைத்தேன். சமையற்காரர்கள் என்னைப் போன்றவர்களின் பேச்சைப் பெரிதாக மதிக்க மாட்டார்கள். அதனால்தான், உங்களை எச்சரித்து ஒரு குறிப்பு எழுதி அதை கிரேவ்ஸின் கண்களில் படும்படி வைத்துவிட்டால், அது உங்களிடம் போய்ச் சேர்ந்துவிடும் என்று நான் கணக்குப் போட்டேன்."

ஒரே மூச்சில் இவ்வளவையும் கூறியதால் ஆனிக்கு மூச்சு வாங்கியது. புவாரோ அவளையே சில நிமிடங்கள் பார்த்துக் கொண்டிருந்தார்.

இறுதியில் அவர் அந்தப் பெண்ணிடம், "ஆனி, நீ தரமற்ற நாவல்களை நிறையப் படிக்கிறாய் என்று நான் நினைக்கிறேன். ஆனால் உன்னிடம் ஒரு தங்கமான இதயம் இருக்கிறது, புத்திசாலித்தனமும் இருக்கிறது. நான் லண்டன் சென்ற பிறகு, 'வீட்டு வேலைகளை எப்படித் திறம்படச் செய்வது', 'புனிதர்களின் வாழ்க்கை', 'பெண்களின் பொருளாதார நிலை' ஆகிய புத்தகங்களை நான் உனக்கு வாங்கி அனுப்புகிறேன்," என்று கூறினார்.

திறந்த வாயுடன் நின்று கொண்டிருந்த ஆனியை அப்படியே விட்டுவிட்டு அவர் அங்கிருந்து நகர்ந்தார். அடுத்து அவர் படிப்பறைக்குச் செல்லத் திட்டமிட்டிருந்தார். ஆனால், திறந்திருந்த அதன் கதவு வழியாக, ஒரு கரிய உருவத்தையும் ஒரு சிவந்த உருவத்தையும் அவர் பார்த்தார். அவர்கள் இருவரின் முகங்களும் அருகருகே இருந்தன. ஒரு கணம் ஆணியடித்தாற்போல நின்ற அவர், சத்தம் போடாமல், ஒரு திருப்தியான புன்னகையுடன் அங்கிருந்து நடந்தார்.

PSV குமாரசாமி

மொழிபெயர்ப்பாளர்

இவர் ஒரு கவிஞர். மொழிபெயர்ப்பாளர். சுற்றுச்சூழல் ஆர்வலர். மலையேற்றப் பயிற்றுவிப்பாளர். புகைப்படம் எடுப்பதில் அலாதி ஆர்வம் உடையவர். ஊர் சுற்றுவதில் ஏக விருப்பமுடையவர். இவரது பல்லாண்டுகால மொழிபெயர்ப்பு அனுபவத்தில் எண்பதுக்கும் மேற்பட்ட நூல்கள், எண்ணற்றக் கட்டுரைகள் மற்றும் கவிதைகள் வெளிவந்துள்ளன. இலக்கியம், சுயமுன்னேற்றம், சுற்றுச்சூழல், பொருளாதாரம், அறிவியல் போன்ற பல்வேறு துறைகள் தொடர்பான நூல்கள் அவற்றில் அடங்கும்.

ரோன்டா பைர்னின் உலகப் புகழ்பெற்ற நூலான 'இரகசியம்', டோனி ஜோசஃபின் 'ஆதி இந்தியர்கள்', ஸ்டீபன் ஹாக்கிங்கின் 'ஆழமான கேள்விகள் அறிவார்ந்த பதில்கள்' போன்றவை இவருடைய மொழியாக்கத்தில் வெளிவந்துள்ள நூல்களில் குறிப்பிடத்தக்கவை.

இவர் தன் மனைவி திருமதி நாகலட்சுமி சண்முகம் அவர்களுடனும் தன் மகன்கள் இருவருடனும் தற்போது மும்பையில் வசித்து வருகிறார்.

அகதா கிறிஸ்டி

நூலாசிரியர்

1890 ஆம் ஆண்டில் இங்கிலாந்தில் பிறந்த அகதா கிறிஸ்டி, முதலாம் உலகப் போரின்போது எழுதத் தொடங்கி, தன் வாழ்நாளில் 100 நாவல்கள், நாடகங்கள், மற்றும் சிறுகதைத் தொகுப்புகளை எழுதினார். 1976 இல் அவர் இறக்கும்வரை அவர் தொடர்ந்து எழுதிக் கொண்டே இருந்தார். அவருடைய படைப்புகள் அவருக்குப் பெரும் புகழையும் பாராட்டுகளையும் பெற்றுக் கொடுத்தன.

இன்றுவரை அவருடைய நூல்கள் உலக அளவில் ஆங்கிலத்தில் 100 கோடியும், 100 அந்நிய மொழிகளில் இன்னொரு 100 கோடியும் விற்பனையாகியுள்ளன. ஹெர்கியூல் புவாரோ, மிஸ் மார்ப்பிள் ஆகிய அவருடைய கதாபாத்திரங்களின் பெயர்கள் உலகம் நெடுகிலும் பரிச்சயமானபோதிலும், இந்த 'மர்மக் கதைகளின் மகாராணி' தன்னுடைய நெருங்கிய நண்பர்களுக்குத் தவிர மற்ற அனைவருக்கும் புரியாத ஒரு புதிராகவே விளங்கினார்.